# गणितयोगी
# डॉ. श्रीराम अभ्यंकर

कविता भालेराव

राजहंस प्रकाशन प्रा. लि.

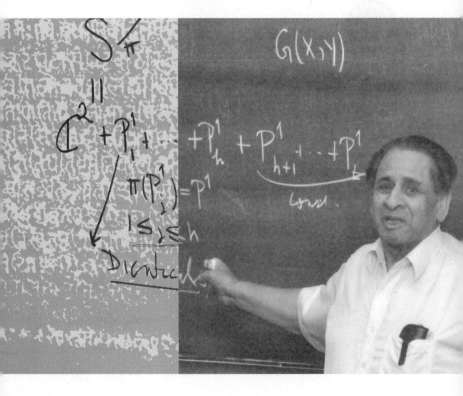

गणितयोगी डॉ. श्रीराम अभ्यंकर
कविता भालेराव

संपादक : आनंद हर्डीकर

प्रकाशक
दिलीप माजगावकर
राजहंस प्रकाशन प्रा. लि.
१०२५, सदाशिव पेठ
पुणे - ४११ ०३०
फोन : (०२०) २४४७३४५९
फॅक्स : २४४३३७१९
E-mail : rajhansprakashan1@gmail.com
Website : www.rajhansprakashan.com

मुद्रक
रोहन एंटरप्रायझेस
१६/२, 'स्वोजस'
सहवास सोसायटी
कर्वेनगर
पुणे - ४११ ०५२

Ganitayogi
Dr. Shriram Abhyankar
Kavita Bhalerao

© कविता भालेराव
डी-७, पूजा हाइट्स, गांधीभवन रोड
कोथरूड, पुणे ४११०३८
फोन : (०२०) २५३९००६३
भ्रमण : ९९२२५०८३६३

अक्षरजुळणी :
मानस एंटरप्रायझेस
अंकिता अपार्टमेंट्स, विठ्ठलवाडी,
हिंगणे, पुणे ५१
फोन : ९७६५६३२१२४

मुखपृष्ठ व आतील मांडणी :
शेखर गोडबोले

आवृत्ती पहिली : जानेवारी २०१६

ISBN 978-81-7434-940-8

किंमत : ₹ २५०/-

रूढार्थाचा घर-प्रपंच आणि
पतीची लेखन-तपश्चर्या
मोठ्या कष्टाने आणि हुशारीने
यशस्वीपणे सांभाळलेल्या
माझ्या आईस –

mfimal ... $q_{n[C]+1}[C] \neq \infty$

rod ... $q_{n[C]+1}[C] = \infty$ and $d_{n[C]}$

sitive ... $q_1[C] > 0$

anted ... $q_1[C] \geq d_1[C]$

erslanted ... $q_1[C] > d_1[C]$

ght ... $\begin{cases} q_1[C] \geq d_1[C] \text{ and} \\ d_1[C] > d_j[C] \text{ whenever} \end{cases}$

... $q[C] = \infty$

# मनोगत

'सर्व अंक समान नसलेली कोणतीही चार अंकी संख्या निवडा. त्यामधील अंक उतरत्या क्रमानं मांडा. अंक उलटे करा. मोठ्या संख्येतून लहान संख्या वजा करा...'

गणिती क्रिया करण्यासंबंधीचा एक लेख मी वाचत होते. नामांकित गणित शिक्षक कै. द. रा. कापरेकर यांचा 'कापरेकर स्थिरांक' कसा मिळवावा, यासंबंधीचा तो लेख होता. वाचता वाचता मीही सहजच कागदावर एक संख्या लिहिली आणि वर लिहिल्याप्रमाणे ते गणित सोडवायचा प्रयत्न करू लागले. मनानं मात्र मी थेट माझ्या शाळेतल्या दिवसांमध्ये पोहोचले. हिरिरीनं, मोठ्या आवाजात पाढे म्हणणारा माझा वर्ग डोळ्यांसमोर आला. 'तेर नव्वे सतरोदरसे' असे पाढे म्हणण्यात आम्हां मुलींना तेव्हा फार फुशारकी वाटे. इतर विषयांपेक्षा गणिताचा तास हा नेहमीच उत्सुकतेचा, कुतूहलाचा आणि थोडा धास्तीचाच असे.

शाळेत माझा गणिताशी छत्तीसचा आकडा नव्हता; पण गणिताच्या पेपरात पैकीच्या पैकी गुण मिळवण्याएवढं सख्यही नव्हतं. तरीसुद्धा मी 'क्ष' आणि 'य' च्या किमती शोधण्यात, भूमितीतल्या आकृत्या काढण्यात आनंद मिळवायचे. महाविद्यालयाचं पहिलं वर्ष झाल्यानंतर गणिताचा संबंध पुन्हा थेट आला, तो मुलांचा शाळेचा अभ्यास घेताना! तेव्हाही गणित सोडवण्याच्या नवीन पद्धती समजून घ्याव्या लागल्या. एकदा समजल्यावर त्यातही गंमत वाटू लागली. त्यानंतर बऱ्याच वर्षांनी 'सृष्टिज्ञान' मासिकाचा गणित विशेषांक काढण्याच्या निमित्तानं मी पुन्हा थोडीशी गणिताच्या अभ्यासाशी जोडले गेले.

ही गोष्ट ऑक्टोबर-नोव्हेंबर २०१२ ची!

याच काळात २ नोव्हेंबर २०१२च्या वर्तमानपत्रांत जागतिक कीर्तीचे गणितज्ञ डॉ. श्रीराम अभ्यंकर यांच्या निधनाची बातमी वाचली. बातमीबरोबर अभ्यंकरांविषयी

लिहिलेले लेखही वाचायला मिळाले. साहजिकच या बातमीकडे माझं नेहमीपेक्षा विशेष लक्ष गेलं. अभ्यंकर प्रकांड पंडित, जगप्रसिद्ध मराठी गणिती होते. त्यामुळे त्यांच्याविषयी वाचताना मनात आस्थेची आणि अभिमानाची भावना सहजच निर्माण झाली होती. त्याचबरोबर माझ्यातल्या संपादकीय दृष्टीनं गणित विशेषांकात अभ्यंकरांवर एक लेख घ्यायचा, हेही निश्चित हेरलं होतं. नेहमीच्या सवयीनं मी अभ्यंकरांवरच्या विविध लेखांची कात्रणंही काढून ठेवली. इतपत हे सगळं सरळ, साधं घडलं होतं. परंतु पुढच्याच दीड-दोन महिन्यांत माझ्यासाठी विलक्षण योगायोगाची आणि नवलाईची गोष्ट घडली. ती म्हणजे मी अभ्यंकरांचं चरित्र लिहिण्यासाठी प्राथमिक तयारी सुरू केली.

हे घडलं ते 'राजहंस प्रकाशना'चे दिलीप माजगावकर यांच्या फोननं! ''मागच्या महिन्यात गणितज्ञ डॉ. श्रीराम अभ्यंकरांचं निधन झालं. तुम्ही ही बातमी वाचली का? त्यांचे बंधू डॉ. श्रीधर अभ्यंकर मला भेटून गेले. डॉ. श्रीराम यांचं चरित्र लिहिलं जावं, अशी त्यांची इच्छा आहे. मी त्यांचा फोन नंबर देतो. त्यांना भेटा, त्यांच्याशी बोला. चरित्र लिहिण्याइतपत पुरेशी माहिती मिळते का, याचा अंदाज घ्या आणि नंतर मला भेटायला या.''

माजगावकरांच्या या सुस्पष्ट आणि नेटक्या बोलण्यानं मी आधी गांगरूनच गेले. हा फोन आपल्यासाठीच होता ना, असाही विचार मनात येऊन गेला. पण तो क्षणभरच टिकला. मी उत्साहानं आणि उत्सुकतेनं डॉ. श्रीधर अभ्यंकरांची भेटीची वेळ ठरवून घेतली आणि भेटायला गेले. आपल्या इच्छेला इतका लगेच प्रतिसाद मिळाला, या आनंदात श्रीधर अभ्यंकरांनी ऊर्फ शिदूकाकांनी माझ्याशी उत्साहानं बऱ्याच गप्पा मारल्या. भावाविषयी ते भरभरून बोलत होते. माझं काम जास्तीत जास्त ऐकून घेण्याचं होतं. निघताना त्यांनी माझ्या हातात अभ्यंकरांच्या आई-वडलांवर लिहिलेले लेख, अभ्यंकरांवर पूर्वी प्रसिद्ध झालेले लेख आणि अभ्यंकरांचा ५० पानांचा वजनदार 'बायोडाटा' दिला. घरी आले. माझ्याकडची कात्रणं काढली आणि नव्या उत्सुकतेनं सगळं वाचायला घेतलं.

अभ्यंकरांविषयी पहिलं वेगळेपण आढळलं, ते म्हणजे अभ्यंकर मंडळी मूळची कोकणातली, पण मध्य प्रदेशात स्थायिक झालेली! ग्वाल्हेर संस्थानच्या वातावरणात अभ्यंकर लहानाचे मोठे झाले. दुसरं वेगळेपण म्हणजे पन्नासहून अधिक वर्षं अमेरिकेत राहूनही, तसूभरही कमी न झालेलं त्यांचं मराठी भाषेवरचं प्रेम! त्यांच्या पत्नी अमेरिकन, पण उत्तम मराठी बोलणाऱ्या-वाचणाऱ्या आणि लिहिणाऱ्याही! आपल्या धोपट समजुतींना धक्का देणाऱ्या या अत्यंत नावाजलेल्या मराठी गणितज्ञाची – अभ्यंकरांच्या जीवनचरित्राची, कर्तृत्वाची ओळख करून द्यायचीच, या निश्चयानं पुन्हा दोन-तीनदा शिदूकाकांना भेटले. वय वर्षं ८०, भावावरच्या अतीव प्रेमानं

आणि अभिमानानं मला माहिती सांगण्याची त्यांची सदैव तयारी आणि भावाचं चरित्र लिहिलं जावं, अशी दांडगी इच्छाशक्ती!

त्यांच्याबरोबरच्या गप्पांमधून मला बरीच नावं कळली. काही पुण्या-मुंबईतील तर बरीच अमेरिकेतील. 'ई-मेल, स्काइप या माध्यमांमधून त्या सर्वांशी जमेल तसा संपर्क करू या. शिवाय काहीजण विनंती केली, तर लिहूनही पाठवतील. होईल, जमेल,' अशा आशावादातून हातातल्या माहितीवरून एक छोटं टिपण तयार केलं, आणि माजगावकरांना भेटले. ''तुम्हांला वाटतंय ना, चरित्रलेखनाइतकी पुरेशी माहिती मिळेल, मग लागा कामाला!'' माजगावकरांनी हिरवा कंदील दाखवला आणि मीही या नव्या कामाची रूपरेषा ठरवू लागले.

सर्वांत आधी डॉ. श्रीराम अभ्यंकरांच्या पत्नी उषा (इव्हॉन) अभ्यंकर, मुलं हरी, काशी, इतर कुटुंबीय, त्यांचे मित्र परिवार आणि देश-विदेशांतले विद्यार्थी या सर्वांशी मला संपर्क साधायचा होता. त्यांच्याकडून मिळणाऱ्या माहितीच्या आधारावर हे चरित्र लिहिलं जाणार होतं, त्या माहितीची गोळाबेरीज माझ्याकडून व्यवस्थित होणं गरजेचं होतं; कारण अभ्यंकरांवर इंग्रजीत किंवा इतरत्र चरित्रात्मक लिखाण झालेलं आहे का, याचा शोध घेतला, तेव्हा असं लेखन झालं नसल्याचं समजलं.

अभ्यंकरांनी १९५१मध्ये उच्च शिक्षणासाठी अमेरिकेची वाट धरली. पर्डू विद्यापीठाच्या 'मार्शल प्रोफेसर' या मानाच्या पहिल्या क्रमांकाच्या स्थानावर राहात अमेरिकेतल्या गणिताच्या राज्यात ते रमले. नुसतेच रमले नाहीत, तर त्यांनी जागतिक गणिती वर्तुळात स्वतःचं स्थान निर्माण केलं. त्यांनी बैजिक भूमिती या विषयात सरस संशोधन केलं. परंतु मनानं मात्र ते नेहमी महाराष्ट्रात-पुण्यात राहिले. मुलांच्या शिक्षणाच्या निमित्तानं त्यांचं पुण्यात राहणं झालं. पुण्यात त्यांनी गणित संशोधन संस्था स्थापन केली. शिवाय आई-वडील, बहीण पुण्यात राहत असल्यानं त्यांचे उत्तरोत्तर पुण्याशी असलेले संबंध दृढ होत गेले. कुटुंबात, नातेवाइकांमध्ये रमणाऱ्या अभ्यंकरांना पुण्याची ओढ होती.

अभ्यंकरांचं त्यांच्या गुरूशी - डॉ. आस्कर झारिस्कींशी - असलेलं नातं 'रिस्पेक्टेड सर'पासून 'डिअर सर'पर्यंत जवळिकीचं होत गेलं. ती गोष्ट अभ्यंकरांच्या विद्यार्थ्यांच्या बाबतीतही होती. अभ्यंकरांच्या पीएच.डी.चा विद्यार्थी केवळ त्यांच्याशी गणित विभागापर्यंतच संबंध ठेवून नसे, तर त्याला अभ्यंकरांच्या घराचं दार मुक्तद्वार असे. तर सौ. अभ्यंकर त्या सर्वांच्या गुरुमाउली! अमेरिकेसारख्या मुलखात या गोष्टी स्वयंभू अभ्यंकरांच्या बाबतीतच घडू शकल्या.

संवादाला सुरुवात करायची म्हणून मी पहिलं ई-मेल श्रीमती उषा अभ्यंकरांना केलं. त्यात त्यांना काही प्रश्नही पाठवले होते. त्यांनी तत्परतेनं चांगला प्रतिसाद दिला. त्यामुळे माझी उमेद वाढली. मग त्यांच्याशी सोयीची वेळ ठरवून स्काइपवर

बोलले. मोठ्या गणितज्ञाच्या पत्नी, अमेरिकन, पंचाहत्तरी ओलांडलेल्या; विषय तसा भावनाप्रधान; त्यामुळे कसं आणि काय बोलावं, असं मला वाटत होतं. त्या माझ्याशी मराठीत बोलल्या. तरीसुद्धा एकमेकींशी काहीच पूर्वपरिचय नसल्यानं अवघडलेपण जाणवत होतं. अर्थात तो स्काइपचाही परिणाम असावा. असं असूनही आम्ही एकमेकींशी बराच वेळ बोललो. मला सुरुवात चांगली झाल्याचं समाधान वाटलं. स्काइप माध्यमातून घरच्यांशी किंवा पूर्वपरिचयाच्या, पाहिलेल्या व्यक्तीशी बोलण्यात सहजता असते. परंतु ज्यांना कधी पाहिलं नाही, ज्यांच्याशी ओळख नाही, त्यांच्याशी एकदम थेट विषयाला धरून बोलायचं, ही सुरुवातीला मोठी कसरत वाटली; पण नंतर नंतर सरावानं जमून गेलं.

श्रीमती अभ्यंकर यांनी मला 'डॉ. अविनाश साठये यांच्याशी बोला,' असं सागितलं. अर्थात साठयेसरांचं नाव श्रीधर अभ्यंकरांकडून कळलं होतंच आणि नंतरही ज्यांना ज्यांना भेटले, त्यांचा पहिला प्रश्न असे, 'साठयांची भेट घेतली का? अभ्यंकरांबद्दल तेच तुम्हांला जास्त सांगू शकतील!'

डॉ. अविनाश साठये यांच्याशीही आधी ई-मेल आणि मग स्काइप या मार्गानं भेट झाली. स्काइपवर त्यांची भेट झाली, ती त्यांच्या मिस्कील हास्यानं! अभ्यंकर ही व्यक्ती समजून घ्यायची म्हणजे घी देखा लेकिन बडगा नहीं देखा! हे त्या हास्यातून त्यांना मला सुचवायचं होतं का? असं आता मला जाणवतं. पण साठयेसरांनी फार आस्थेनं पहिल्यापासून या कामात लक्ष घातलं. स्काइपवर आमच्या तीन-चारदा भेटी झाल्या. मागच्या जुलै महिन्यात साठये पुण्यात आले होते. माझ्यासाठी त्यांची भेट अनपेक्षित, पण आनंदाची आणि महत्त्वाची होती; कारण स्काइप संवादाच्या मर्यादा ओलांडून मला त्यांच्याशी भेटता, बोलता आलं. आमची दोन-तीन वेळा चर्चा झाली. माझं लिखाण त्यांनी तपासलं. त्यात दुरुस्त्या सुचवल्या. मौलिक सूचना केल्या. शिवाय अमेरिकेत परत गेल्यावर त्यांची मेल आली, "Don't hesitate to ask me, send remaining pages!" त्यांच्या सौजन्याचा मी पुरेपूर फायदा घेतला, हे वेगळं सांगायला नकोच!

वामन कोल्हटकर व सौ. द्योतना कोल्हटकर हे अभ्यंकरांचे पुण्यातले जवळचे स्नेही दाम्पत्य. 'गणिताश्रम' या त्यांच्या वास्तूला शोभेसं कोल्हटकरांचं व्यक्तिमत्त्व आहे. कीर्तन करण्याच्या सवयीनं त्यांची सांगण्याची पद्धत खूप छान आहे. मला नेमकं काय हवं आहे, हे त्यांना चांगलं समजल्यानं त्यांच्याशी गप्पा मारण्यात सहजच दोन तास निघून गेले. मला अभ्यंकरांच्या व्यक्तिमत्त्वाचे पैलू जाणून घेण्यात या गप्पांचा खूप उपयोग झाला. त्यांच्या दृष्टीनं अभ्यंकरांच्या आठवणी म्हणजे त्यांच्या आठवणीत गोंदलेले असंख्य कण आहेत. सौ. कोल्हटकरांनी हरीच्या आईशी असलेल्या त्यांच्या विशेष मैत्रीचे प्रसंग मला सांगितले.

असेच अभ्यंकरांचे मुंबईचे स्नेही श्री. व सौ. चिंतामणी गोखले! 'श्रीठाकूरधाम' घराचे आर्किटेक्ट म्हणून ते अभ्यंकरांच्या कुटुंबाच्या परिचयाचे झाले. नंतर मात्र अभ्यंकर कुटुंबातील एक सदस्य होण्याइतका त्यांचा घरोबा निर्माण झाला. गोखल्यांची श्रीराम अभ्यंकरांशी विशेष मैत्री झाली. गोखल्यांना अभ्यंकरांच्या गणितामागचा माणूस जाणून घेण्याची नेहमीच उत्सुकता! त्यांनी अभ्यंकरांच्या भेटीतील निरीक्षणं, प्रसंग लिहून ठेवले होते. त्यात स्वत:ची मतंही नोंदवलेली होती. ती फाईल, वही त्यांनी मला वाचायला दिली. शिवाय पुण्यात त्यांच्या कन्येच्या घरी आम्ही भेटलोही!

डॉ. श्रीधर अभ्यंकर, सौ. कुसुम अभ्यंकर, आनंद, योगींद्र-कांचन या परिवाराला तर मी वरचेवर भेटत होतेच. दर भेटीत आपुलकीनं स्वागत होऊन नवी माहिती मिळायची. माझ्या शंकांना उत्तरं मिळायची. मी गेले, की ती दोघं ग्वाल्हेरच्या दिवसांतल्या आठवणीत रमायची, तर कधी 'राम'च्या घरातल्या, अमेरिकेतल्या वास्तव्याच्या आठवणी सांगायची. त्यांच्या आई-वडलांबद्दल नेहमीच बोलणं व्हायचं. 'भारतरत्न' अटलबिहारी वाजपेयी ग्वाल्हेरला असताना अभ्यंकरांच्या घरी रोज जायचे. अभ्यंकरांचे मामा आणि त्यांची शाखेतली दोस्ती होती. वाजपेयी अभ्यंकरांच्या वडलांना फार मानत होते. या आठवणींबरोबरच भारताचे माजी राष्ट्रपती कै. शंकरदयाळ शर्मा यांच्यासंबंधीची एक आठवण शिदूकाकांनी मला सांगितली. औरंगाबादला राहणाऱ्या पुष्पा अभ्यंकर या पुण्यात आल्या, तेव्हा त्यांचीही मी भेट घेतली. त्याही आईवडील, रामदादा-वहिनी, भाचे कंपनी यांच्या आठवणी सांगत ग्वाल्हेर, अमेरिका, पुणे अशी सफर करून आल्या.

ज्येष्ठ खगोलशास्त्रज्ञ डॉ. जयंत नारळीकर आणि गणिताच्या अभ्यासक डॉ. मंगला नारळीकर यांनी अभ्यंकरांच्या आठवणी सांगितल्या. मराठी विज्ञान परिषदेचे डॉ. अ. पां. देशपांडे हे अभ्यंकरांचे मुंबईतले स्नेही; त्यांनीही अभ्यंकरांच्या सहवासातले प्रसंग आवर्जून सांगितले. गणितज्ञ डॉ. दिनेश ठाकूर पुण्यात आले असताना त्यांनी अभ्यंकरांच्या संशोधनासंबंधीचे तसेच मराठी भाषेच्या प्रेमाविषयीचे काही अनुभव कथन केले. त्याचबरोबर मेल करून 'कुठवर आलं लेखन?' अशी अधूनमधून आवर्जून चौकशीही ते करत होते.

अभ्यंकरांचे विद्यार्थी डॉ. एस. जी. उडपीकर आणि डॉ. एम. आर. मोडक पुण्यात स्थायिक असल्यानं त्यांच्याशी सहज संपर्क झाला. डॉ. मोडक यांनी अभ्यंकरांचे गुरू डॉ. झारिस्कींच्या इंग्रजी चरित्राची प्रत वाचायला दिली. 'भास्कराचार्य प्रतिष्ठान'चे मुख्य लेखापाल श्रीधर ढवळे हे अभ्यंकरांच्या आठवणींत चांगलेच रमले. अभ्यंकरांचे विद्यार्थी आणि आय.आय.टी. पवई येथील गणित विभागाचे प्रमुख डॉ. सुधीर घोरपडे यांची मुंबईत भेट घेतली; तर अमेरिकास्थित डॉ. शशिकांत

मुळे आणि डॉ. देवदत्त कुलकर्णी यांनी त्यांच्या पुण्यातल्या मुक्कामात मला आवर्जून वेळ दिला. डॉ. मुळे यांनी मेलवरून माझ्या प्रश्नांची उत्तरं पाठवली. डॉ. देवदत्त कुलकर्णी आणि मी मॉडर्न हायस्कूलच्या प्राथमिक शाळेचे चौथी फ वर्गातले विद्यार्थी! इतक्या वर्षांनी, अनपेक्षितरीत्या एका वेगळ्या कामाच्या निमित्तानं भेटताना खूप मजा वाटली. आमच्यातील शाळकरी नात्यानं आमच्या गप्पांमध्ये खूप सहजता आली. डॉ. सुधीर कोठारी यांनी स्काइपवरून अभ्यंकर व त्यांच्यातील गुरुशिष्याचं नातं उलगडलं.

या गाठीभेटींत माणसांचे स्वभाव ओळखणं, वृत्ती समजून घेणं, विचारांमधील विविधता, विचार करण्याच्या पद्धती अशा कितीतरी गोष्टी मला शिकायला मिळाल्या. मी समृद्ध होत गेले. प्रत्येकाची मदत करण्याची पद्धत, इच्छा, तयारी पाहायला मिळाली. एकाच व्यक्तीविषयी किती विविध तऱ्हांनी, विविध पैलूंनी विचार होऊ शकतो, याची जाणीव झाली. अर्थात अशा जगप्रसिद्ध असामान्य व्यक्तीबद्दल तर अधिकच! माणसांमधील नाती, एकमेकांवरचं प्रेम, माणूस ओळखण्याची क्षमता, त्याबद्दलची विशेष दृष्टी अशा कितीतरी गोष्टी मी काही प्रमाणात समजावून घेऊ शकले. एकच प्रसंग दोघांनी सांगितला, तर त्याकडे बघण्याची प्रत्येकाची वैयक्तिक दृष्टी कशी वेगळी असू शकते, हेही लक्षात घेता आलं.

ही सर्व ऐकीव माहिती मिळवताना, अभ्यंकरांच्या हस्ताक्षरातलं वाचणंही मला तितकंच आवश्यक वाटत होतं. 'अभ्यंकर डायरी लिहीत होते का?' याचं उत्तरही, 'तशी सवय नव्हती त्यांना,' असं मिळालं होतं. मला तर बरेच तपशील हवे होते. एकदा शिदूकाकांनी 'अभ्यंकरांच्या लॉ कॉलेज रोडवरच्या बंगल्यात जाऊ,' असं सुचवलं. मलाही अभ्यंकराचं हे घर पाहण्याची उत्सुकता होती. मग आम्ही – शिदूकाका, काकू आणि मी – ठरवून त्या घरी गेलो. बऱ्याच जणांकडून ऐकलेल्या तिथल्या अभ्यासिकेत किंवा व्हरांड्यातल्या झोपाळ्यावर विराजमान झालेले अभ्यंकर आणि अवतीभोवती विद्यार्थी हे दृश्य अभ्यंकर पुण्यात असले, की रोजच दिसायचं, असं मी ऐकलं होतं. मुख्य दरवाजातून आत गेल्यावर डाव्या बाजूला अभ्यासिका आहे. अभ्यासिकेत जायला चार पायऱ्या चढून जावं लागतं. तिथं पाय ठेवतानाही मला थबकायला झालं. ज्या महान गणितीनं समोरच्या लांब रुंद फळ्यावर गणितं सोडवली, विद्यार्थ्यांना शिकवलं, त्या ठिकाणी मी पोचले होते. फळा स्वच्छ पुसलेला नव्हता, तर त्यावरची आकडेमोड तशीच होती. बाजूच्या भिंतीवरील समोरासमोरील खिडक्यांनी खोली हवेशीर आणि प्रसन्न वाटत होती. एका बाजूला टेबल, दोन-तीन खुर्च्या आणि भिंतीला लागून दोन मोठी कपाटं, एवढंच सामान अभ्यासिकेत होतं. 'या कपाटांमध्ये काय आहे ते बघू या! बहुधा रामचे शोधनिबंध असतील,' असं म्हणत शिदूकाकांनी एक कपाट उघडलं. कपाटात मोठ्या कागदी

पाकिटांचे गठ्ठे व्यवस्थित रचून ठेवलेले होते. त्यात अभ्यंकरांच्या शोधनिबंधांच्या प्रती होत्या, तर एका बाजूला एका मोठ्या जाडजूड पाकिटात विदेशी आंतरदेशीय पत्रं आणि कार्डांचे गठ्ठे मिळाले. त्यांत अभ्यंकरांनी अमेरिकेतून आईवडलांना, भावंडांना लिहिलेली पत्रं होती. माझ्या दृष्टीनं तो अमूल्य खजिना होता. साधारणपणे १९५०-८० या काळातील ही पत्रं होती. तेव्हा पत्र हेच संपर्काचं मुख्य माध्यम होतं. त्यानंतर टेलिफोनची सुविधा जलद आणि प्रगत झाली. पुढच्या काळात संगणकाद्वारे ई-मेलचं युग अवतरलं. मात्र 'चरित्रनायकाच्या हस्ताक्षरातला दस्तऐवज' हे अभ्यासाचं महत्त्वाचं साधन संपुष्टात आलं. शिदूकाकांनी उषा अभ्यंकरांची परवानगी घेऊन त्या पत्रांमधील काही पत्रं मला संदर्भासाठी झेरॉक्स करून दिली.

या पत्रांमधून अभ्यंकरांचा मुंबई-हार्वर्ड-कोलंबिया-पर्डू असा शैक्षणिक आणि गणिती म्हणून जडणघडणीचा प्रवास समजण्यास मदत झाली. कुटुंबापासून दूर राहताना जाणवणारा एकेटपणा त्यांनी काही पत्रांतून व्यक्त केलेला आहे; तर परदेशी राहताना आलेल्या अडचणी, त्यांवर मात करत गणिताचा केलेला अविरत अभ्यास या गोष्टीही काही पत्रांमधून समजल्या. काही पत्रांमधून त्यांनी वडलांशी मोकळेपणानं साधलेला संवाद वाचायला मिळाला.

गणिताचे शोधनिबंध म्हणजे काही गृहीत धरलेल्या कल्पना, त्यांतून मांडलेलं समीकरण, मग त्या समीकरणाची एका मागोमाग एक अशी टप्प्याटप्प्यांनी केलेली उकल, गणिती संज्ञा आणि अधिक, उणे, कंस, सिग्मा, थिटा अशा आवश्यकतेनुसार वापरलेल्या विविध चिन्हांची रांगोळी, अधूनमधून आकृत्या आणि शेवटी निष्कर्ष! या कल्पनेवर अभ्यंकरांच्या काही शोधनिबंधांनी सपशेल फुली मारली आहे. अभ्यंकरांचे काही शोधनिबंध वाचनीय आहेत. त्यांत विषयाची पार्श्वभूमी, मग गणिती प्रक्रिया, मध्येच त्या संदर्भातल्या लहानपणच्या किंवा वडलांच्या आठवणी, तर कधी गणितज्ञ पूर्वजांचं स्मरण अशी वळणं घेत त्यांचं गणित संशोधन पुढं पुढं जातं आणि निष्कर्षाप्रत येतं. असे विस्तृत, वाचणाऱ्याला गुंतवून ठेवणारे खास 'अभ्यंकरी शैली'तले शोधनिबंध ही अभ्यंकरांची खासीयत आहे. मला या शोधनिबंधांतील 'पर्सनल एक्सपिरिअन्सेस'मधून अभ्यंकरांच्या गणिताच्या अभ्यासाच्या तयारीची खोलवर रुजलेली मुळं समजून घेता आली. त्यांच्या 'हिस्टॉरिकल रॅम्बलिंग्ज इन अल्जेब्राइक जॉमेट्री आणि रिलेटेड अल्जिब्रा', 'रिझॉल्युशन ऑफ सिंग्युलॅरिटिज ॲण्ड मॉड्युलर गाल्वा थिअरी' या शोधनिबंधांचा मला खूप उपयोग झाला. या शोधनिबंधांमध्ये अभ्यंकरांची गणितावरची सर्व श्रद्धा कागदावर उमटल्याचं जाणवतं. 'अल्जेब्राइक जॉमेट्री फॉर सायन्टिस्ट ॲण्ड इंजिनिअर्स' या त्यांच्या ग्रंथाच्या प्रस्तावनेतून त्यांच्या विचारांची बैठक जाणून घेता आली. समाजानं गणित विषयाला वेगळेपण बहाल केलेलं दिसतं. ओघानंच गणितात विशेष कौशल्य असणारी

मंडळीही निराळीच म्हणून ओळखली जातात.

गणितात गती असलेली, गणिताशी सख्य असलेली माणसं मुळात संख्येनं कमी असतात. एरवी गणितापासून चार हात लांब राहणाऱ्यांची संख्याच जास्त असते. त्यांना गणित रुक्ष वाटतं. मात्र गणित येणाऱ्यांना गणितातलं सौंदर्य दिसतं आणि इथेच गणितज्ञ सर्वसामान्यांपेक्षा वेगळे दिसतात. ते प्रमेयांवर किंवा गृहीतकांवर आधारित स्वत:चे असे काही निष्कर्ष काढतात. गणितातील सौंदर्य बघण्याची दृष्टी गणितज्ञांना मिळालेली असते. त्यांचा मेंदू वेगळ्या पातळीवर काम करत, गणित निर्माण करत असतो. तर्कशुद्ध पद्धतीनं, आखलेल्या नियमांमध्ये बसणारा युक्तिवाद करून गणिती सिद्धांत विकसित केले जातात आणि ते नेहमी सत्यच असतात. कसबी गणिती त्यातूनच गणिताचा अचूक आणि सुंदर आविष्कार दाखवून देतो. म्हणूनच गणितज्ञांची दुनिया खूप वेगळी आणि अनोखी असते. गणितातल्या संख्या सर्वांनाच माहिती असतात; परंतु रामानुजमसारख्या 'जीनियस' गणितज्ञाला त्या मनोवेधक वाटायच्या, कारण त्यात त्यांना गणित-संकल्पना दिसायच्या.

गणितज्ञ अभ्यंकरांचं एरवी वागणं सर्वसामान्य माणसांसारखं असलं, तरी डोक्यात चालू असलेलं गणिताचं अग्निहोत्र त्यांना कितीतरी वेळा सर्वसामान्यांपासून दूर नेई. ही त्यांची विशेषता, वेगळेपण ज्यांनी ओळखलं, त्यांना अभ्यंकरांच्या कार्यकर्तृत्वाचं मोठेपण विशेषत्वानं जाणवतं. अर्थात ही गोष्ट तितकीशी सोपी नाही. रोजच्या व्यावहारिक जगातलं चाकोरीबद्ध, रीतीभातींना सांभाळत जगणं आणि अभ्यंकरांसारख्या अतींद्रिय लाभलेल्या गणितज्ञाचे रोजचे जीवनव्यवहार यात महदंतर आहे. म्हणून अभ्यंकरांना जमेल तेवढं समजून घेणं एवढंच हातांत राहतं.

इथं रशियन गणितज्ञांनी अभ्यंकरांविषयी नोंदवलेलं निरीक्षण द्यायला हवं. काही वर्षांपूर्वी अभ्यंकर व्याख्यान देण्यासाठी रशियात गेले होते. तिथं एक रशियन गणित संशोधिका आवर्जून उपस्थित होती. व्याख्यान झाल्यावर ती अभ्यंकरांना भेटून म्हणाली, "मी योगाचा अभ्यास करते. तुम्ही बोलत होतात, तेव्हा तुमच्या भोवती एक तेजस्वी वलय मला दिसत होतं. त्या वलयातून तुम्हांला गणित संशोधनासाठी विशेष मानसिक शक्ती मिळत असावी. या संदर्भात मला तुमच्याशी सविस्तर बोलायचंय."

अशा उत्तुंग मानसिक पातळीवर वावरणाऱ्या अभ्यंकरांच्या अंतरंगाची नस शोधणं कठीण पण उत्सुकतावर्धक आहे, हे निश्चित!

अभ्यंकरांनी गणिताच्या कोणत्या भागांमध्ये काम केलं? त्यांनी प्रबंधासाठी निवडलेल्या विषयाचं महत्त्व काय? अशा प्रश्नांची उत्तरं शोधताना अभ्यंकर गणितज्ञ म्हणून का व कसे नावाजले गेले, याची हळूहळू उकल होत गेली. अभ्यंकरांचं गणित समजून घेणं आणि ते वाचकांसाठी सोपं करून मांडणं या दोन्ही

गोष्टी खूप अवघडच! तरीसुद्धा त्यांच्या मुलाखतींमधून, शोधनिबंधांतून, ग्रंथांमधून विद्यार्थ्यांशी झालेल्या भेटींमधून त्यांच्या संशोधनाचे, सिद्धतेचे विषय समजले. जागतिक गणितज्ञांमध्ये अभ्यंकर कुठं बसतात? त्यांचं नेमकं स्थान काय, या प्रश्नाचं मनात सहजच कुतूहल होतं. परंतु एकच एक उत्तर मिळालं नाही. त्यांच्या गणित अभ्यासाच्या विषयांत असलेलं वैविध्य हेही त्यामागे एक कारण असावं.

या पार्श्वभूमीवर 'गणित संशोधनाची चढती भाजणी' हे प्रकरण साकार झालं आहे. 'अभ्यंकरांच्या शोधनिबंधांतील गणित मनावर दडपण आणतं,' असं मी माजगावकरांशी बोलताना, एकदा सहज बोलून गेले. त्यावर ते चटकन म्हणाले, "सर्वसामान्य वाचकाला अभ्यंकरांच्या गणितात रस नाही. मात्र कुटुंबातले अभ्यंकर, माणूस म्हणून त्यांची स्वभाववैशिष्ट्यं, त्यांच्यातलं वेगळेपण, गणितज्ञ होतानाची जडणघडण याबद्दल मात्र निश्चितच कुतूहल असणार आहे. या गोष्टी आपण पुस्तकातून सांगणारच आहोत. शिवाय शक्य तेवढी त्यांची गणित कामगिरीही मांडतोच आहोत की!" माजगावकरांच्या या बोलण्यानं मनावरचा ताण हलका झाला आणि अधिक नेटानं लिहिण्याची उभारी मिळाली.

अभ्यंकरांविषयी एरवी सहज वाचताना माझ्यासारखीला आनंदच मिळाला असता; परंतु चरित्रलेखनासाठी त्यांच्या विविध बाजू जाणून घ्यायचा प्रयत्न करू लागले, तसतसा अज्ञानातला आनंद गेला आणि समजून घेण्यातला आनंद हा अधिक अवर्णनीय असतो, असा स्वानुभव मला मिळू लागला. या विश्वाच्या पसाऱ्यात भौतिकशास्त्र, रसायनशास्त्र, जीवशास्त्र, खगोलशास्त्र इ. सर्वच शास्त्रं एकवटलेली आहेत. त्यांचा अभ्यास करण्यासाठी गणिताच्या मार्गानंच जावं लागतं. त्याशिवाय संगणकशास्त्र, अभियांत्रिकी, अर्थशास्त्र या विषयांचाही गणिताशी निकटचा संबंध आहे. याचाच अर्थ, गणित हा आधुनिक युगाचा अपरिहार्य घटक आहे. म्हणूनच अभ्यंकरांच्या गणितातील नवनिर्मितीचं, संशोधनाचं महत्त्व ठळकपणे अधोरेखित होतं. तज्ज्ञांच्या मते, पुढील शंभर वर्षांत विज्ञानाला गती देणाऱ्या सर्व शास्त्रांमध्ये डॉ. श्रीराम अभ्यंकरांच्या गणित संशोधनानं काही ना काही योगदान दिलेलं असेल. म्हणूनच अशा या प्रतिभावंत प्रज्ञावंताची चिरंतन आशास्थान असणारी जीवनगाथा वाचकांसमोर ठेवताना मला आनंद वाटतो आहे.

शक्य त्या मार्गांनी 'अभ्यंकर उदाहरण' सोडवण्याची माझी पूर्वतयारी झाली होती. त्याचबरोबर हे अवघड, जटिल गणित सोडवण्याच्या माझ्या स्वत:च्या मर्यादाही तीव्रतेनं जाणवत होत्या. तरीसुद्धा ज्या काही पायऱ्या मला कळल्या होत्या, त्या मी सोडवू लागले. प्रत्येक पायरीवर अभ्यंकरांचा जीवनप्रवास उलगडत न्यायचा होता. काही पायऱ्या क्लिष्ट, तर काही अवघड; काही सोप्या, तर काही कौशल्य पणाला लावणाऱ्या! प्रत्येक पायरीवर माझ्या लिखाणाचा आत्मविश्वास

आणि आनंद वाढत होता. चरित्रलेखनाची 'अनंताचा प्रवास' ही शेवटची पायरी होती. ती लिहिताना मी दोलायमान मनःस्थितीचा अनुभव घेतला. प्रकांड पंडित गणित अभ्यासकाच्या कालखंडाचा शेवट मनाला हुरहूर लावणारा होता. त्याचबरोबर एका मोठ्या सिद्धतेची आपल्या परीनं पूर्तता केली, याचं मला अतीव समाधानही लाभत होतं.

या चरित्रलेखनाचा काळ मोठा भारावलेला होता. ज्यांच्याशी संवाद साधायचा, त्यांना ई-मेल करायचं, रोज उत्सुकतेनं उत्तर आलं का पाहायचं, मग स्काइपसाठी सोयीची वेळ निश्चित करायची किंवा शक्य असेल त्यांच्याशी प्रत्यक्ष भेटीची वेळ ठरवायची, असं रोज चालायचं. त्याचबरोबर या सर्वांना विचारण्यासाठी वेगवेगळे प्रश्न काढायचे, अभ्यंकरांची पत्रं वाचायची, टिपणं लिहायची... हे काम चालू होतं. अभ्यंकरांच्या संदर्भात कुणी नवीन व्यक्तीचं नाव सुचवलं, की त्या व्यक्तीचा ठावठिकाणा शोधायला सुरुवात करायची, अशा पद्धतीनं माझा रोज खटाटोप चालायचा.

याच दरम्यान माझ्यावर काही नव्या कौटुंबिक जबाबदाऱ्याही आल्या. काही अपेक्षित, काही अनपेक्षित! त्या पेलण्याची ऊर्जा मला या लेखनानं आणि घरच्यांच्या अनमोल साथीनं मिळाली, हे निश्चित! लिखाणासाठी कुटुंबाचं प्रेमळ सहकार्य मला नेहमीच मिळत आलेलं आहे. त्यामुळे हे काम करण्याची स्वस्थताही घरच्यांमुळेच मिळाली. त्या बळावरच मी शांत चित्तानं काम करू शकले.

माझे पती अरुण यांचं सहकार्य किती? हे सांगायचं तर - हे काम माझं एकटीचं असं मला वाटत नाही. आम्ही दोघांनी मिळून ते केलंय, अशीच माझी भावना आहे.

आपल्या हक्काच्या माणसांचे आभार कसे मानायचे? त्यानं नात्यात औपचारिकता येते, अशी आपली एक मानसिकता असते. तरीसुद्धा मुलं, सून, नात ऊर्वी, नातेवाईक, स्नेही आणि मैत्रिणी या सर्वांचं ऋण व्यक्त केल्याशिवाय मला स्वस्थता वाटणार नाही, हेही तितकंच खरं!

प्राचीन भारतीय गणितज्ञांची वैभवशाली परंपरा खंडित झाली, याची खंत अभ्यंकर नेहमी बोलून दाखवत. आपल्या पूर्वजांनी गणितात उत्तुंग कामगिरी केली आहे, याची त्यांना कायम आठवण होती आणि अभिमानही होता. त्या प्राचीन गणिताचा त्यांनी अभ्यास केला होता. त्यातून नवीन गणित निर्माण करण्यासाठी लागणारी चेतना आणि स्फूर्ती मिळवली होती. त्यांच्याप्रमाणेच गणिताचा अभ्यास करणाऱ्या भावी पिढीनं अभ्यंकरांकडून प्रेरणा घ्यावी आणि गणितात मौलिक संशोधन करून या असामान्य गणितज्ञाचे काही अंशी तरी पांग फेडावेत, असं प्रकर्षानं वाटतं. असं झालं, तर हा लेखनप्रपंच सार्थकी लागला, असं म्हणणं रास्त ठरेल.

गणिताचं वाङ्मयाशीही लक्षणीय नातं असतं, असा नॉर्थ्रॉप फ्रे (Northrop Frye) या विचारवंतांनी मांडलेला विचार मध्यंतरी वाचनात आला. तेव्हा थोडंसं आश्चर्य आणि कुतूहल वाटलं. थोडंसं खोलात जाऊन वाचलं, तेव्हा वाङ्मयनिर्मिती ही गणितासारखीच उत्स्फूर्त असते, असं त्यात नमूद केलेलं आढळलं आणि मला अचानक मराठीतील ज्येष्ठ लेखक साहित्यिक वि. स. खांडेकर यांच्या आत्मचरित्रातला प्रसंग आठवला. त्यात त्यांनी लिहिलं आहे की, भावाला गणितात जास्त गुण मिळाल्यानं वर्गात तो पहिला आला होता; तर सातवी इयत्तेतील शाळकरी खांडेकरांना इतर विषयांत चांगले गुण होते, पण गणितानं गटांगळी खाल्ली होती. त्यामुळे भावासारखं त्यांचं घरात कौतुक झालं नव्हतं. तेव्हा ईर्षेनं, जिद्दीनं त्यांनी सातवीच्या उन्हाळ्याच्या सुट्टीत स्वत:हून गणिताचा अभ्यास केला. आणि आठवीतलं प्रगतिपुस्तक चांगलंच सुधारवलं. अर्थात या ठिकाणी खांडेकर अभ्यासातील स्वावलंबन शिकले, तेही गणित विषयातलं, हे महत्त्वाचं! 'गणिताच्या अभ्यासानं मला आत्मविश्वास दिला,' असं खांडेकरांनी त्यांच्या आत्मचरित्रात म्हटलं आहे. पुढं मोठेपणी वि. स. खांडेकरांच्या हातून ज्ञानपीठ पारितोषिकविजेती साहित्य कलाकृती लिहिली गेली. ही गोष्ट फ्रेच्या विचारांशी मिळतीजुळती ठरते, असं खरंच वाटतं, नाही का?

या चरित्रलेखनाच्या निमित्तानं दिलीप माजगावकरांनी मला 'राजहंस' परिवारात सामील करून घेतलं. हे पुस्तक लिहिताना त्यांच्याशी वेळोवेळी झालेली चर्चा खूपच उपयुक्त आणि महत्त्वपूर्ण ठरली. त्यामुळे माझ्या लेखनाला एक चांगली मांडणी व दिशा मिळाली. त्याबद्दल माजगावकर यांना मन:पूर्वक धन्यवाद! आनंद हर्डीकर यांनी संपादकाच्या नजरेतून केलेल्या सूचना आणि सुधारणा लेखनप्रक्रियेत विशेष उपयोगी ठरल्या, हे मी कृतज्ञतेनं व्यक्त करते. त्यासाठी त्यांचेही विशेष आभार! या पुस्तकाचं समर्पक मुखपृष्ठ करणारे व छायाचित्रांची मांडणी करणारे शेखर गोडबोले यांचेही मनापासून आभार!

पुस्तकाला अंतिम स्वरूप देण्यासाठी साहाय्य करणाऱ्या तृप्ती देशपांडे आणि महेश पाटील यांचेही मनापासून आभार!

**कविता भालेराव**

final $\qquad$ if $q_n[C]+1$

nonfinal $\qquad$ if $q_n[C]+1$

good $\qquad$ if $q_n[C]+1$

positive $\qquad$ if $q_1[C] \geq$

slanted $\qquad$ if $q_1[C] \geq$

# अनुक्रम

overslanted if $q_1[C] > d$.

tight if $\begin{cases} q_1[C] \geq \\ d_1[C] > d \end{cases}$

light if $q_1[C] = \infty$

rigid if $h[C] = 0$

सतरा

*वय वर्षं ८०! शारीरिक अक्षमता लक्षात येण्याजोगी; मात्र मानसिक प्रगल्भता अपार, मोजदाद न करता येण्याजोगी! मनाचा उत्साह आदिम! चेहऱ्यावर बुद्धिमत्तेचं लखलखीत तेज आणि नव्यानं अधिकाधिक गणितं करण्यासाठी, गणिताचा नव्यानं शोध घेणारी भेदक नजर!*

*हे एका ज्ञानतपस्व्याचं खरंखुरं वर्णन आहे.*

*हे ज्ञानतपस्वी, जागतिक गणितज्ञ होते. त्यांनी गणितातील एका गहन प्रश्नाची सुलभ सिद्धता मांडली होती. या अवघड प्रश्नाचा विषय होता 'डायक्रिटिकल डिव्हिजर्स!'*

*सर्वसामान्यांना या प्रश्नातलं काहीच कळण्यासारखं नव्हतं. मात्र गणित क्षेत्रातील सर्वांनाच या संशोधनानं चकित केलं होतं. या बुद्धिवंतानं एका जटिल, गुंतागुंतीचा गणित प्रश्न साध्या पद्धतीनं सोडवण्याची कमाल करून दाखवली होती आणि म्हणूनच गणित जगतानं या गणितज्ञाला मानाचा सलाम केला होता.*

*स्वत: तो गणिती या प्रश्नाकडे कसा बघत होता?*

*सुरुवातीला त्याला हा प्रश्न काल्पनिक किंवा आभासी गणित प्रकारातील (फॅन्सी मॅथेमॅटिक्स) वाटत होता. पण त्यानं हा विषय सखोल आणि मन:पूर्वक समजावून घ्यायचं ठरवलं. एकदा ठरवलं, की मग त्यात कुठलीच कसूर नाही; ना कठोर परिश्रमांची ना वाचनाची, लिखाणाची, ना शंका सोडवून घ्यायची!*

*जसा शिंपल्यात रेतीचा कण शिरला, की सुरुवातीला तो खुपतो; परंतु*

*शेवटी त्याच कणाचं सुंदर मोत्यात रूपांतर होतं... अगदी अस्संच झालं होतं डायक्रिटिकल डिव्हिजर्सचं! सुरुवातीला हा प्रश्न म्हणजे आभासी गणित वाटत होतं. मात्र जसजसा समजून घेण्याचा अथक प्रयत्न सुरू झाला, तसतसा त्या गणितीच्या अंतर्दृष्टीला त्यातली शेवटची पायरी लख्खपणे दिसू लागली. हा सारा गणितीच्या तल्लख बुद्धीचा आणि गणिती आत्मविश्वासाचा परिणाम! अखेर जणू काही गणितीच्या परीसस्पर्शानं ही सिद्धता उलगडली.*

*हे संशोधन म्हणजे या सिद्धहस्त गणितीनं स्वत:च्या सहस्रचंद्रदर्शनाची स्वत:लाच भेट दिली होती. या गणित प्रश्नाचं उत्तर सापडण्याचा – अलौकिक साक्षात्काराचा, नवनिर्मितीचा क्षण – या गणित तपस्वीला अनुवायला मिळाला, जो पूर्वीही अनेक वेळा त्यांनी अनुभवला होता.*

*सर्व विषयांची राणी समजल्या जाणाऱ्या गणित विषयावर या गणितीनं अनभिषिक्त राज्य केलं. गणितातील विविध ठाणी स्वअभ्यासातून काबीज केली. केवळ मनाची कल्पनाशक्ती हेच गणित निर्माण करण्याचं उगमस्थान असतं. त्या कल्पनाशक्तीचं या गणितीला जणू सिद्धहस्त वरदानच लाभलं होतं. अगदी वृद्धत्वातही तिनं बाजी मारली. ती कशी?*

*याची पाळंमुळं शोधताना या बुद्धिमान, सर्जनशील गणितीच्या – डॉ. श्रीराम शंकर अभ्यंकर यांच्या - मृत्यूच्या क्षणापर्यंतचा गणित संशोधनाचा आणि विविधरंगी व्यक्तिमत्त्वाचा विशाल पट पाहावा लागेल. त्यातील नानाविध रूपांचं एकसंध चित्र म्हणजेच डॉ. अभ्यंकरांचं हे चरित्र... देश-विदेशाच्या मातीत घडलेलं!*

$$[T_0^* <q>D] = h[D]+1$$

$$[T_0^* <q>D] = q$$

$$[T_0^* <q>D] = \begin{cases} q_1[D]-q & \text{if } q_1[ \\ q_1[D] & \text{if } q_1[ \end{cases}$$

$$[T_0^* <q>D] = q_{i-1}[D] \text{ for }$$

$$[T_0^* <q>D] = d_1[D]$$

$$[C] = d_{i-1}[D] \text{ for }$$

## बालपण

---

### पूर्वजांचं स्थलांतर

भर दुपारची उन्हाची वेळ होती. केशव मोरेश्वर आपल्या शेताच्या बांधावर हताश होऊन बसले होते. मनाच्या घालमेलीत उन्हाची काहिली त्यांना मुळीच जाणवत नव्हती. त्यांचं मन अगदी कष्टी झालं होतं. घरात घडलेला सकाळचा प्रसंग त्यांच्या मनातून जाता जात नव्हता. भावा-भावांमध्ये सकाळीच कडाक्याचं भांडण झालं होतं. शेती, सावकारी या कारणांनी घरातले मतभेद दिवसेंदिवस वाढू लागले होते. ही भाऊबंदकी केशव मोरेश्वरांना काही सोसत नव्हती. भांडणतंटा, वादविवाद, अबोला, धुसफूस या गोष्टी केशव मोरेश्वरांच्या स्वभावाला आणि वृत्तीला मानवणाऱ्या नव्हत्या. त्यामुळेच ते फार उदास झाले होते. काय करावं? या कटकटी कशा टाळाव्यात? अशा मन:स्थितीत अचानक त्यांना वाडवडिलांचं बोलणं आठवलं.

"देवावर श्रद्धा ठेवा. असत्यानं वरवर लाभ होतो. पण तो काय कामाचा? सत्याचाच अंतिम जय होतो. कोर्टाची पायरी चढणं आम्ही त्याज्य समजतो. तितिक्षा हवी. शिक्षण घेणं आपला धर्म व शिकवणं हा व्यवसाय. गीता, उपनिषदांवर श्रद्धा ठेवावी."

शिक्षण घेणं हा आपला धर्म आणि शिकवणं हा व्यवसाय असताना आपण हे काय करतोय? भाऊबंदकी? सावकारी? पण मग करावं तरी काय? या विचारांच्या गोंधळात त्यांना आपल्या देवासस्थित मामाची आठवण झाली. जावं का मामाकडे निघून? मामा देईल का आसरा? इथलं सगळं सोडून तेही एवढ्या दूर देवासला? जमेल का? या साऱ्या प्रश्नांच्या आवर्तनांमध्ये एक गोष्ट नक्की झाली होती, ती म्हणजे केशव मोरेश्वरांना कान्हूर पठारात राहायची इच्छा उरली नव्हती. त्यांचं सावकारीत, शेतीत लक्ष लागेना. नुसती भिक्षुकी करणंही त्यांना जमण्यासारखं नव्हतं. रोजच्या कुरबुरी, वितुष्ट, कुटुंबकलह नको या विचारानं त्यांनी आपलं हक्काचं घर सोडायचं ठरवलं आणि मध्य प्रदेशातील (तेव्हाचा मध्य भारत) देवास या संस्थानात, मामाकडे केशव मोरेश्वर निग्रहानं निघाले. ते वर्ष होतं इ.स. १८७५! मूळच्या कोकणातील काटक आणि बुद्धिमान केशव मोरेश्वरांनी नि:स्वार्थी बुद्धीनं महाराष्ट्र सोडला.

केशव मोरेश्वर अभ्यंकर यांचे वाडवडील हे मूळचे कोकणातले – कोकणस्थ ब्राह्मण. कोकणभूमीची दुसरी नावं अपरान्त भूमी किंवा परशुराम भूमी. अपरान्तचा दुसरा अर्थ आहे, वेदविद्या. अभ्यंकर हे वेदविद्येचे उपासक म्हणून प्रसिद्ध होते.

अभ्यंकर. अभयंकर म्हणजे निर्भय करणारा असा एक अर्थ आहे, तर देवांना अभ्यंगस्नान घालणारे ते अभ्यंगकर – अभ्यंकर अशीही अभ्यंकर शब्दाची व्युत्पत्ती सांगितली जाते. शिवकालापूर्वी म्हणजे इ.स. १६३०च्या आधीपासून रत्नागिरी जिल्ह्यात कुर्धे, गावडे, आंबेरे, मालगुंड, पावस, रत्नागिरी इत्यादी ठिकाणी अभ्यंकर घराण्यांची वस्ती होती. त्यांपैकी केशव मोरेश्वर अभ्यंकर हे कुर्धे घराण्याचे. कुर्धे हे गाव पावसपासून अंदाजे ५-६ किलोमीटर अंतरावर आहे. इ.स. १५६८ ते १५७८ या काळात कोणी अभ्यंकर व फडके या दोघा मामा-भाच्यांनी कुर्धे गाव वसवलं, असं इतिहास सांगतो. सध्याही तेथे अभ्यंकर-कुळातील काही कुटुंबं राहतात.

कुर्धे घराण्याचे मूळ पुरुष – नारायण विठ्ठल हे कुर्धे गावाहून पहिल्या बाजीरावाबरोबर देशावर आले आणि देशावरच राहिले. अहमदनगर जिल्ह्यात पारनेर हे तालुक्याचं ठिकाण आहे. या तालुक्यातील कान्हूर पठार या छोट्या गावात नारायण विठ्ठल आणि त्यांच्या पुढच्या पिढ्या राहिल्या. तेथे ही मंडळी शेती, सावकारी आणि भिक्षुकी, पौरोहित्य इ. व्यवसाय करत होती. साधारणपणे इ.स. १७०० ते १८७० हा तो काळ होता.

केशव मोरेश्वर अभ्यंकर यांचा जन्म वर उल्लेखलेल्या कान्हूर पठार येथे इ.स. १८५५ मध्ये झाला. स्वभावाला न मानवणाऱ्या गृहकलहाला कंटाळून स्वाभिमानी वृत्तीच्या केशव मोरेश्वरांनी विसाव्या वर्षी आपलं जन्मगावच नाही, तर राज्यही सोडलं आणि ते देवासला मामाकडे राहायला गेले.

ब्रिटिशांची सत्ता असलेल्या हिंदुस्थानातील मध्य प्रदेशात (मध्य भारतात) देवास हे एक मराठी संस्थान होतं. पहिल्या बाजीराव पेशव्यांनी माळवा प्रांतावर १७२८ मध्ये स्वारी केली. त्यात तुकोजीराव व जिवाजीराव पवार या दोघा भावांनी चांगली कामगिरी केली. त्याबद्दल त्यांना देवास आणि आजूबाजूचे परगणे, प्रदेश इनाम दिले गेले. त्यातूनच देवास संस्थानाचा उदय झाला. कालांतरानं या संस्थानाची घडी विस्कटली आणि संस्थान कर्जबाजारी झालं. संस्थानाचा राज्यकारभार पुन्हा सुधारावा, त्याला गतवैभव प्राप्त करून द्यावं, यासाठी एका अधीक्षकाची नियुक्ती करण्यात आली. त्याचबरोबर महाराष्ट्रातून दिनकरराव राजवाडे, विष्णू केशव कुंटे इत्यादी धूर्त मराठी माणसं दिवाण म्हणून पाठवण्यात आली. या दिवाणांनी संस्थानाची घडी मोठ्या अक्कलहुशारीनं पूर्वपदावर आणली. संस्थानात अनेक लोकोपयोगी सुधारणा केल्या. राजवाडे, कुंटे यांनी मदतनीस म्हणून काही लोक बरोबर आणले होते. त्यांत सहस्रबुद्धे नावाचे एक गृहस्थ होते. हे सहस्रबुद्धे म्हणजे केशव मोरेश्वर अभ्यंकरांचे मामा! त्यांच्याकडेच केशव मोरेश्वर कान्हूर पठाराहून देवासला पोहोचले. दीडशे वर्षांपूर्वीचा हा लांबलचक, अवघड अनोळखी वाटेवरचा खडतर प्रवास केशव मोरेश्वरांनी केवळ अतीव दांडग्या इच्छाशक्तीनंच पार पाडला असावा.

नवा प्रांत, नवी माणसं, परकं वातावरण असं असूनही केशव मोरेश्वरांनी अल्पावधीत देवास संस्थानात आपलं बस्तान बसवलं. त्यांच्या त्यागी आणि अभ्यासू वृत्तीला तिथं पोषक वातावरण मिळालं. मूळच्या सात्त्विक वृत्तीनं देवासवासीयांशी जमवून घ्यायला त्यांना फारसं अवघड गेलं नाही. वाडवडिलांची शिकवण केशव मोरेश्वरांनी मनात पक्की बिंबवली होती. तिला अनुसरून आपल्या घराच्या अंगणातील ओट्यावर एक खासगी पाठशाळा त्यांनी सुरू केली. जवळपासची मुलं तिथं शिकायला येऊ लागली. ही मराठी शाळा अल्पावधीतच पंचक्रोशीत प्रसिद्ध झाली. केशव मोरेश्वर मुलांना मराठी, गणित चांगलं शिकवत होतेच; त्याचबरोबर धार्मिक, आध्यात्मिक आणि ऐतिहासिक कथाही ते मुलांना रंगवून सांगत. त्यामुळे मुलं आवडीनं शाळेत येत होती. देवास संस्थानाच्या ब्रिटिशांच्या प्रभावाखालील सरकारी शाळेपेक्षा ही शाळा व शाळामास्तर देवासवासीयांना अधिक जवळचे आणि आपले वाटणं स्वाभाविकच होतं. केशव मोरेश्वरांनी तब्बल ३० वर्षं ही पाठशाळा चालवली.

ते पैशाचे लोभी नव्हते, पण व्यवहारी नक्कीच होते. थोडंसं बस्तान बसल्यावर त्यांनी स्वत:चं घर बांधलं. सुरुवातीला मामाचा आसरा जरूर घेतला; परंतु वेळीच ते स्वावलंबी झाले. एवढंच नाही, तर आपले वडील मोरेश्वर व तीन बंधू – गोविंद, परशुराम व चिंतामणी (सोन्याबापू) यांनाही देवासला बोलावून घेतलं. या भावांनीही संस्थानाच्या महाराजांकडे पूजापाठ सांगायला जाणं, भिक्षुकी करणं असे छोटे-मोठे

उद्योग करायला सुरुवात केली. यथाकाल सर्वजण संस्थानाच्या वातावरणात रमले आणि चांगले स्थिरावलेदेखील!

अशा तऱ्हेनं अभ्यंकरांची मध्य प्रदेशातील ही 'देवास शाखा' पुढं विस्तारली मोरेश्वरांकडे आणि सर्वार्थानं फोफावलीसुद्धा! अर्थात याचं सर्व श्रेय केशवकडे जातं. अंगी मुरलेल्या तत्त्वांशी तडजोड न करता, आहे त्या परिस्थितीत कुढत, कुंथत ते कान्हूर पठारला राहिले नाहीत; उलट स्वाभिमानी आणि बाणेदार वृत्तीनं थेट राज्याच्या सीमा त्यांनी ओलांडल्या. तिथंही हुशारीनं, कष्टानं स्वत:चा आणि भावांचा संसार उभा केला. हे त्यांचं धाडस वाखाणण्याजोगं असंच होतं.

केशव मोरेश्वरांच्या पत्नीचं नाव लक्ष्मीबाई. महाराष्ट्रातील पिपळवंडी येथील साने घराण्यातील ही मुलगी. परप्रांतात जाऊन केशव मोरेश्वरांनी शून्यातून बस्तान बसवलं होतं. त्यामुळे आर्थिक परिस्थिती बेताचीच होती. असा लांबच्या मुलखातला मुलगा जावई म्हणून करून घेण्याचं धाडस साने मंडळींनी दाखवलं होतं. लक्ष्मीबाईंनीही आहे त्या परिस्थितीत व वातावरणात केशव मोरेश्वरांना चांगली साथ दिली. दोघांनी मिळून टुकीनं संसार केला. त्या काळानुसार त्यांचा परिवारही मोठा होता. केशव मोरेश्वरांना पाच मुली व तीन मुलगे होते. दुर्दैवानं त्यांच्या पाच मुलींपैकी एक अल्पायुषी ठरली, तर चौघींना लवकर वैधव्य आलं.

मोठा मुलगा दामोदर (अण्णा) याचा जन्म १८८९चा! मधला मुलगा विष्णू. त्यांचा जन्म १९०१ चा! तिसरा मुलगा शंकर केशव अभ्यंकर. त्याचा जन्म देवास येथे ४ एप्रिल १९०४ या दिवशी झाला. अजाण वयातच वडलांच्या शाळेत तिन्ही मुलांचा आपसूक प्रवेश झाला. नकळतपणे अभ्यासाची, पाठांतराची त्यांना गोडी लागली. त्यांचं शिक्षणही सुरळीत सुरू झालं. त्याचा फायदा पुढच्या पिढीतल्या मुलांनाही झाला. अभ्यासाची – शिक्षणाची तसेच शिकवण्याची आवड आजोबा, काका, वडील यांच्याकडून सहजच झिरपत आली आणि पुढं कायम राहिली.

शंकर केशव देवास येथून मॅट्रिकची परीक्षा उत्तम गुणांनी उत्तीर्ण झाले. पुढचं शिक्षण घेण्याची त्यांची इच्छा महाविद्यालयामध्ये मिळणाऱ्या शिष्यवृत्तीमुळं पूर्ण झाली. त्यांनी इंदूर येथील ख्यातनाम होळकर महाविद्यालयातून बी.एससी. पदवी मिळवली. महाविद्यालयामध्ये त्यांना गणित, रसायनशास्त्र आणि भौतिकशास्त्र हे विषय शिकायला मिळाले. या विषयांपैकी गणित विषयाची त्यांना विशेष आवड होती. भरपूर गुण मिळवून देणाऱ्या या विषयामुळे दर परीक्षेत शंकर केशवांचा पहिला-दुसरा क्रमांक येई. त्यांना शिक्षणासाठी शिष्यवृत्ती होती, त्यामुळे फीचा प्रश्न मिटला होता; परंतु वरखर्चासाठी वडलांकडून अगदी बेताचे पैसे मिळत. त्यात रोजचा खर्च भागवणं कठीण जाई. महाविद्यालयामध्ये जाण्याआधी सकाळी सरदार

किबे यांच्या घरी ते 'टाइम्स ऑफ इंडिया' वाचून दाखवायला जात. त्याचा त्यांना दोन रुपये मोबदला मिळे. तेवढाच महिन्याच्या खर्चाला हातभार लागे. कपड्यांची श्रीमंती तर परवडणारी नव्हतीच. त्यामुळे दिवसभर घातलेला शर्ट रात्री धुवायचा, वाळवायचा आणि सकाळी तोच अंगात घालून महाविद्यालयात जायचं, असा त्यांचा परिपाठ होता.

बी.एससी. पदवी मिळवल्यानंतर शंकर केशव यांनी विदर्भात चांदा, वर्धा या ठिकाणी शिक्षकाची नोकरी केली. नोकरी करत एल.टी. ही शिक्षणशास्त्राची पदवीही मिळवली. थोडे पैसे साठवून त्यांनी नागपूर विद्यापीठात एम.एससी.ला प्रवेश घेतला. मूळच्या हुशारीला अभ्यासू वृत्ती आणि मेहनतीची तयारी यांची जोड होती. त्यात गणित हा आवडीचा विषय. मग काय गणितात प्रथम क्रमांक आणि सुवर्णपदकाचे मानकरी शंकर केशव यांच्याशिवाय दुसरं कोण होणार होतं?

शंकर केशव यांना त्यांच्या मोठ्या भावांची मुलं 'काका' म्हणत, पुढं त्यांना सर्वच जण काका म्हणू लागले. काकांचं एम.एससी. पूर्ण होण्याआधीच त्यांचं लग्न झालं आणि लग्नानंतर एक वर्षानं म्हणजे १९२७ मध्ये वडलांचं निधन झालं. आई तर त्याआधीच गेली होती. अशा परिस्थितीत काकांना घराची आणि संसाराची जबाबदारी उचलणं आवश्यक होतं. ते नोकरीच्या शोधात असताना ग्वाल्हेर संस्थानातील उज्जैन येथील माधव महाविद्यालयात विविध विषयांच्या व्याख्यात्यांच्या जागा भरण्यासंबंधीची जाहिरात त्यांच्या पाहण्यात आली. त्यात गणित विषयही होता. अर्थात काकांची माधव महाविद्यालयात गणिताचे व्याख्याते म्हणून सहजच नियुक्ती झाली. या नोकरीमुळे त्यांच्या आयुष्याला थोडं स्थैर्य आलं.

त्यांच्या पत्नीचं नाव उमाबाई. बऱ्हाणपूरच्या गोविंद परशुराम ताम्हनकर या प्रसिद्ध वकिलांची ही मुलगी - गोदावरी. १९११ मध्ये श्रावणातल्या नारळीपौर्णिमेला गोदावरीचा जन्म झाला. वडील वकील असल्यामुळे छोट्या गोदावरीला शाळेत जायला मिळालं. चुणचुणीत गोदावरीनं भावंडांबरोबर पाचवीपर्यंत शिकण्याची मजल मारली. शिकलेल्या मुलीचं लग्न जमवणं त्या काळी थोडं कठीण होतं. त्यात मुलगी हुशार, देखणी आणि विचारीही होती. तिनं आपल्या वडलांना धीटपणे स्पष्टच सांगितलं होतं, "मला श्रीमंताच्या घरी, सरदार घराण्यात देऊ नका. मला हुशार, शिकलेला नवरा हवा; मग तो गरीब असला तरी चालेल."

गोविंदराव वकिलांनाही शिक्षणाचं कौतुक होतंच. तेही गोदावरीसाठी शिक्षित वराच्याच शोधात होते. कुठल्याशा वर्तमानपत्रात एका परीक्षेच्या निकालाची गुणवत्ता यादी छापून आली होती. गोविंदरावांनी ती यादी बारकाईनं वाचली. जबलपूरच्या स्पेन्स ट्रेनिंग महाविद्यालयाच्या एल.टी. या शिक्षणविषयक पदवी प्राप्त केलेल्या विद्यार्थ्यांची ती गुणवत्ता यादी होती. त्यात पहिल्या क्रमांकावर नाव होतं, शंकर

केशव अभ्यंकर! लेकीसाठी स्थळ पाहणाऱ्या बापाच्या मनात, अरे हा मुलगा चांगला शिकलेला आणि हुशार दिसतोय, असा विचार सहजच आला. वेळ न दवडता त्यांनी मुलाचा ठावठिकाणा शोधला. मुलीसाठी स्थळ उत्तमच होतं. लगेचच दोन्ही पक्षांकडून हालचाली झाल्या. सर्व काही रीतिरिवाजानुसार झालं आणि २५ मे १९२६ या दिवशी गोदावरी अभ्यंकरांच्या घरची सून झाली - सौ. उमाबाई शंकर अभ्यंकर.

उमाबाईंबद्दल विशेष सांगायचं म्हणजे लहानपणी त्या तापी नदीत धीटपणे पोहायला जात. विणकाम, भरतकामही त्या शिकल्या होत्या. त्यांच्या माहेरी पुस्तकांची कपाटं होती. त्यातील 'गौरवग्रंथमाले'चे ग्रंथ त्यांनी वाचले होते. शिवाय बऱ्हाणपुरात होणाऱ्या निजामपूरकरबुवांची कीर्तनं ऐकायला त्यांची आई, आपल्या मुलांना आवर्जून बरोबर नेत असे.

सहा भाऊ, तीन बहिणी, आईवडील व इतर नातेवाईक अशा मोठ्या कुटुंबातली ही मुलगी अभ्यंकरांच्या संयुक्त कुटुंबात सामावून गेली, ती तिच्या अंगच्या गुणांनी! चार मोठ्या विधवा नणंदा, दोन मोठे दीर, जावा, सासरे या सर्वांना उमाबाईंनी आपलेपणानं सांभाळून घेतलं. मूळच्या हुशार, शिवाय चांगली अक्षरओळख असलेल्या उमाबाई घरातल्या वडीलधाऱ्यांना 'ज्ञानेश्वरी', 'दासबोध', 'शिवलीलामृत' इत्यादी धार्मिक ग्रंथ वाचून दाखवत, तर नवऱ्याबरोबर संस्कृत-इंग्लिश 'रघुवंशा'चं वाचन करत. तुलसीदासाचं 'श्रीरामचरितमानस' वाचून हिंदी भाषेचीही त्यांनी ओळख करून घेतली होती.

आपल्या शिकलेल्या लेकीला सासरी कसं राहावं, वागावं याचे उत्तम धडे उमाबाईंच्या आईनं दिले होते. शिक्षणानं, वाचनानं त्यांच्या वागण्यात समजूतदारपणा, सुज्ञपणा आला होता. त्यामुळेच सासरी होणारा सासुरवास, कुचंबणा त्यांनी कधी नवऱ्याच्या कानावर घातली नाही की कधी माहेरी कळू दिली नाही. या त्यांच्या वागण्याला समंजसपणाची जोड होती. ती म्हणजे उमाबाईंना मनासारखा हुशार, सद्वर्तनी पती मिळाला होता. गरिबीबद्दल त्यांची काहीच तक्रार नव्हती. आपला नवरा उच्चशिक्षित आहे, तसेच महाविद्यालयात गणिताचा उत्कृष्ट प्राध्यापक म्हणून त्याचा नावलौकिक आहे, याचा त्यांना सार्थ अभिमान होता. म्हणूनच नवऱ्याचा रागीट स्वभावही त्यांनी आपलासा केला होता. काकांच्या तापटपणाची झळ घरातल्या सर्वांनाच कधी ना कधी बसली होती. परंतु काकांनी उत्तर आयुष्यात रागावर हळूहळू बऱ्यापैकी नियंत्रण मिळवलं होतं. मात्र उमेदीच्या वर्षांत काकांचा राग हा सर्वांच्या पोटात भीतीचा गोळा आणणारा असे. त्या उलट उमाबाई मात्र अगदी शांत स्वभावाच्या होत्या.

काका शीघ्रकोपी होते. तरी ते कधीही निष्कारण रागवत नसत. कुणाचं खोटं बोलणं, चुकीचं वागणं त्यांना सहनच होत नसे आणि असे अपराध घरातल्यांकडूनच

घडले, की त्यांचा राग अनावर होत असे. काकांना अप्रिय असे प्रसंग घरात घडू नयेत, यासाठी उमाबाई घरातल्या वडीलधाऱ्यांचे किंवा मुलांचे अपराध, चुकीचं वागणं आपल्या पोटात घेत. या गोष्टी शंकररावांपर्यंत जाऊ नयेत, याची त्या सर्वतोपरी काळजी घेत.

उमाबाईंना साधेपणाची आवड होती. त्यांना दागदागिने, भारी साड्या असा कशाचाच सोस नव्हता. पण घरात स्वच्छता असावी, टापटीप असावी, याबद्दल त्या आग्रही होत्या. सासर-माहेरची मंडळी, शेजारी-पाजारी अशा सर्वांच्या अडीअडचणीला, मदतीला त्या धावून जात. त्यात माघार नसे की जात-पातही आडवी येत नसे. उमाबाईंच्या या स्वभावानं काकांच्या महाविद्यालयामधील अहमदला अभ्यंकरांच्या घरात सहजपणे जेवायला मिळे. शेजाऱ्यांच्या ख्रिश्चन मुलीलाही उमाबाई आपल्या हातानं, प्रेमानं भरवून तिचं रडणं थांबवत. अर्थात या सर्व गोष्टींसाठी काकांचा मूक पाठिंबा असे.

## 'श्रीरामा'चा जन्म

या दांपत्याला सात अपत्यं झाली. पहिला व शेवटचा क्रमांक मुलींचा, तर मधली रांग मुलांची. यामध्ये पहिली लेक इंदू! तिचा जन्म १९२९ ला बऱ्हाणपूरला झाला.

त्यानंतर लवकरच उमाबाईंना दुसऱ्या बाळाची चाहूल लागली. इतक्या लवकर पुन्हा दुसऱ्यांदा दिवस राहिले आणि पहिली मुलगी झाली आहे म्हणजे आता हिला मुलीच मुली होणार, असं घरच्या-बाहेरच्या बायका उमाबाईंना बोलू लागल्या. उमाबाईंच्या मनाला त्यांचं बोलणं लागत होतं. तरीसुद्धा आपल्याला चांगला हुशार, सद्गुणी व सुंदर मुलगाच होईल, असं त्यांना मनातून वाटत होतं. बायकांचं बोलणं त्या आपल्या पतीला सांगत, तेव्हा आपल्याला हुशार धाडसी मुलगाच होईल, अशी शंकरराव बायकोची समजूत घालत.

उमाबाईंना आठवा महिना पूर्ण झाला आणि त्यांचं पोट वरचेवर बिघडू लागलं; खाल्लेलं काही पचेना. त्यामुळे त्यांना खूप थकवा येई. केव्हा एकदा दिवस भरतील आणि सुटका होईल, असं उमाबाईंना वाटत होतं. जुलै महिना, पावसाचे दिवस, अशा ढगाळ, कुंद वातावरणात त्या जास्तच गळून गेल्या होत्या.

आषाढी एकादशीचा दिवस होता. त्या सकाळपासून देवाला, ''माझी सुटका कर रे बाबा!'' अशी आळवणी करत होत्या आणि त्याच दिवशी रात्री दहा वाजता उमाबाई बाळंतीण झाल्या. तारीख होती २२ जुलै १९३०! कुशीतल्या सुंदर नाक-डोळे असलेल्या मुलाला पाहून त्यांचा सर्व शीण नाहीसा झाला.

क्षिप्रा नदीच्या काठावर वसलेल्या उज्जैन या मध्य प्रदेशातल्या प्रसिद्ध प्राचीन

ऐतिहासिक तीर्थक्षेत्री हे बाळ जन्माला आलं होतं. उज्जैन ही गणित, ज्योतिष, भूगोल या ज्ञानशाखांबरोबरच साहित्याचीही कर्मभूमी होती. मोक्याचं, मध्यवर्ती केंद्र म्हणून भारतीय भूगोलवेत्त्यांनी येथूनच रेखांश मोजण्याची प्रथा सुरू केली होती. १७३३मध्ये राजा जयसिंगानं येथे मोठी वेधशाळा (जंतरमंतर) बांधली, ती आजही पाहता येते. त्या ठिकाणी ज्योतिषशास्त्रानुसार सूर्य, ग्रह, ताऱ्यांचा अभ्यास केला जाई. आद्य गणिती भास्कराचार्य या वेधशाळेचे प्रमुख हाते. कविकुलगुरु कालिदासाची उज्जैन ही जन्मभूमी.

अशा उज्जैनच्या संपन्न भूमीत जन्मलेल्या या बाळाचं नाव 'श्रीराम' ठेवण्यात आलं.

मनात रेखाटलेल्या मुलाच्या जन्माचं चित्र प्रत्यक्षात उतरल्यामुळे अभ्यंकर दांपत्य खूश झालं होतं. बाळ गुणी आहे, हे त्यांच्या लवकरच लक्षात येऊ लागलं. राम अगदी लवकर म्हणजे नवव्या महिन्यातच चालू लागला. तसंच स्वत:च्या हातानं खाऊही लागला. उलट त्याला कुणी भरवलेलं आवडत नसे. हातात पोळीचा तुकडा घेऊन तो फिरत फिरत खाई. एवढंच काय, पण सर्दीनं नाक आलं, की ते पालथ्या हातानं पुसून हात पाण्याच्या बादलीत बुडवून तो मोकळा होत असे. रामच्या लहानपणाच्या अशा विशेष गुणांनी त्याच्या आईला राम 'स्वयंभू' आहे, असंच नेहमी वाटे, कारण त्याच्या जन्माच्या वेळीही कुणी सुईण किंवा मोठी आत्या यायच्या आतच रामचा जन्म झाला होता. म्हणजेच जन्माच्या वेळीही त्याला कुणाचेच हात लागले नव्हते.

**ग्वाल्हेरच्या आठवणी**

१९३२ मध्ये दोन महत्त्वाच्या घटना अभ्यंकर घराण्यात घडल्या. एक म्हणजे, २८ मार्च १९३२ या दिवशी श्रीरामच्या भावाचा – श्रीधरचा जन्म झाला आणि दुसरी गोष्ट काकांची ग्वाल्हेरच्या प्रसिद्ध व्हिक्टोरिया महाविद्यालयामध्ये बदली झाली. त्यामुळे अभ्यंकर मंडळी उज्जैनपेक्षा मोठ्या संस्थानात – ग्वाल्हेरमध्ये राहायला आली. ग्वाल्हेर उज्जैनपेक्षा सर्वार्थानं प्रगत होतं. तेथे शिक्षण, कला, शेती, वाहतूक अशा विविध क्षेत्रांत सामाजिक आणि सांस्कृतिक सुधारणा झाल्या होत्या. तेथे १९०५मध्ये पहिली आगगाडी धावली होती. स्वातंत्र्यपूर्व काळात ग्वाल्हेरमध्ये वैद्यकीय आणि इंजिनिअरिंग महाविद्यालयं होती. असं शैक्षणिक वातावरण तर काकांना फारच आवडीचं होतं. उज्जैनमध्ये असतानाच श्रीरामच्या जन्मकाळात त्यांचं 'स्टुडण्ट्स एलिमेंटरी अल्जिब्रा' हे बीजगणितावरचं पुस्तक प्रसिद्ध झालं होतं. अभ्यंकरांची विषय शिकवण्याची हातोटी उत्तम होती. शिवाय उज्जैनपेक्षा या महाविद्यालयामध्ये विद्यार्थ्यांची संख्याही जास्त होती. केवळ परीक्षेसाठी

कोणताही विषय शिकायचा नसतो, तर तो आवडीनं स्वत: शिकून समजून घ्यायचा असतो, हा त्यांचा विचार जास्त विद्यार्थ्यांपर्यंत पोहोचत होता. त्यामुळे व्हिक्टोरिया महाविद्यालयामध्ये कडक शिस्तीचे परंतु विद्यार्थिप्रिय अशी काकांची प्रतिमा तयार झाली होती. या त्यांच्या स्वभावाचं घरातही दर्शन घडत होतं.

ग्वाल्हेरच्या घरात इंदूताई, श्रीराम, त्यांचे चुलतभाऊ-बहिणी, मामा अशी लहान-मोठ्या मुलांची फौज होती. सगळ्यांचं खाणं-पिणं, खेळणं, अभ्यास करणं, एकत्रच चाले. श्रीरामची चुलतबहीण लिली घराजवळच्या मुलींच्या शाळेत जात होती. ती लिहायला बसली, की श्रीरामही तिच्याबरोबर बसे. तिचं बघून बघून रामही लिहू लागला. लवकरच रामच्या लिहिण्याच्या प्रगतीनं चांगला वेग घेतला.

रामनं घरीच एका वहीत बोरूनं गीतेतले श्लोक लिहून काढले. ती वही लिलीनं पाहिली. तिला आश्चर्य वाटलं आणि रामचं कौतुकही! आपल्या छोट्या भावाची ही करामत दाखवायला लिली ती वही शाळेत घेऊन गेली. बरोबर राम होताच. शाळेतल्या शिक्षकांनी रामचं खूप कौतुक केलं आणि 'उद्यापासून यालाही शाळेत घेऊन ये,' असं लिलीला बजावलं. त्या काळी शिशुवर्गात मुलांना घालताना पाटीवर 'श्रीगणेशा' लिहून त्यांची शाळा सुरू होई. पण रामचा शाळाप्रवेश असा आगळा वेगळा झाला.

काही दिवसांनी श्रीधरलाही याच शाळेत पाठवलं गेलं. ही शाळा मुलींची असल्यानं वर्गात मुलींची संख्या जास्त, तर मुलांची अगदी बोटांवर मोजण्याएवढी होती. महाराष्ट्रातील शाळांच्या अगदी विरुद्ध अशी ही परिस्थिती होती. अर्थात मुलगे कोणत्या घरातील आहेत, कसे आहेत, हे पारखून त्यांना मुलींच्या शाळेत प्रवेश दिला जाई.

शाळेत एकदा गाण्याची परीक्षा होती. वर्गात मुलींचा गाण्याचा फारच उत्साह होता. जमेल तेवढ्या सुरेल आवाजात प्रत्येकीचं सा रे ग म... म्हणणं चाललं होतं. बाईंनी श्रीरामलाही 'तू म्हण रे सा रे ग म...' असं सांगितलं. त्याबरोबर श्रीरामनं सूर न लावता केवळ अक्षरं धडाधडा म्हणून दाखवली. त्याला सा रे ग म चा सूर वगैरे काही कळलंच नाही. बाईंनी त्याला म्हणूनही दाखवलं. पण श्रीरामला काही ते जमेना. तेव्हा बाईंनी रामचा नाद सोडून दिला. त्याला गाण्याच्या परीक्षेत उत्तीर्णही करून टाकलं. नंतर काही दिवस वर्गातल्या आगाऊ मुली "राम, सा रे ग म म्हण ना!" म्हणून त्याची फिरकी घेत होत्या.

राम तिसरीत असताना त्याच्या वर्गात बाळ जोशी नावाचा एक अंगापिंडानं चांगला दणकट मुलगा होता. व्यायाम करून त्यानं चांगली ताकद कमावली होती. रामनं एकदा त्याची खोडी काढली. त्याबरोबर बाळ त्याला म्हणाला, "चल, माझ्याबरोबर कुस्ती खेळ." दोघं समोरासमोर उभे राहिले. पण लगेचच रामला

बाळची ताकद कळली. "अरे, मी तुझी गंमत करत होतो," असं म्हणत मोठ्या चतुराईनं रामनं आपली सुटका करून घेतली.

ग्वाल्हेरला आल्यावर सुरुवातीच्या तीन-चार वर्षांत अभ्यंकर कुटुंबानं दोन-तीन घरं बदलली. त्या काळात २२ सप्टेंबर १९३३ या दिवशी रामला अजून एक भाऊ मिळाला. त्याचं नाव 'श्रीनिवास' ठेवण्यात आलं. ग्वाल्हेरचं नवं वातावरण, नवी घरं, काकांची नवी नोकरी, आईची बाळंतपणं या सर्व धामधुमीत राम मोठा होत होता.

उज्जैनपेक्षा ग्वाल्हेरचं वातावरण वेगळं होतं. जिवाजीराव शिंदे यांच्या आधिपत्याखाली असलेल्या ग्वाल्हेर संस्थानात चांगली सुबत्ता होती. संस्थानावर जिवाजीरावांचं चांगलं वजन आणि वचक होता. त्यामुळे शाळेत विद्यार्थ्यांना जिवाजीरावांच्या गौरवाची गाणी म्हणावी लागत. ग्वाल्हेरचा दसरा सण तर विशेष असे. या दिवशी महाराज जिवाजीराव शिंदे यांच्या भेटीला काकांना जावं लागे. दसऱ्याला महाराजांची भव्य मिरवणूक निघे. दरबारातल्या, राजघराण्यातल्या महत्त्वाच्या व्यक्तींचा मिरवणुकीत सहभाग असे. सजवलेल्या हत्तीच्या अंबारीत महाराजांना बसवलं जाई. मिरवणुकीत अंबारीच्या पुढं घोडे, उंटही पाहायला मिळत. रस्त्यावर दुतर्फा गर्दी होई. अभ्यंकरांची मुलं मित्रांबरोबर रस्त्यावर, दुकानात उभं राहून किंवा झाडावर बसून ही मिरवणूक पाहत. त्यांना त्याचं विशेष अप्रूप असे. पांढरा अंगरखा, चुडीदार तुमान, डोक्यावर पगडी अशा विशेष दरबारी पोशाखात, मिरवणुकीत चालण्याचा मान मिळालेल्या वडलांना पाहण्याचा मुलांना खूप अभिमान वाटे. दसऱ्याच्या सणानिमित्त चाललेल्या स्वारींच्या कौतुकात सर्व ग्वाल्हेरवासीय उत्साहानं सहभागी होत. या दिवशी राजाला खरी चांदीची नाणी भेट म्हणून दिली जात.

ग्वाल्हेरला कडक उन्हाळा असे. मे, जून आणि जुलैचा अर्धा महिना असे तब्बल अडीच महिने, रणरणत्या उन्हाचे चटके देणारे असत. त्यामुळे या दिवसांत शाळांना उन्हाळ्याची लांबलचक सुट्टी असे. सुट्टी लागली, की अभ्यंकर मंडळी ग्वाल्हेरहून इंदूरला विष्णू अभ्यंकरांकडे म्हणजे भाऊकाकांकडे राहायला जात. तो एक लांबलचक प्रवास असे. मुलांना मात्र हा आगगाडीचा प्रवास फार आवडे. सकाळी ग्वाल्हेरहून निघून भोपाळला पोहोचायला संध्याकाळ होऊन जाई. मग रात्रभर भोपाळच्या स्टेशनवरच सर्वांना पथारी घालावी लागे. सकाळी उज्जैनची गाडी पकडून मंडळी इंदूरला पोहचत. या २४ तासांच्या प्रवासाचा मोठा सोहळाच असे. घरातल्या सर्व मंडळींचे कपडेलत्ते, कोरडं खाण्याचे, जेवणाचे तऱ्हतऱ्हेचे डबे, पाण्याचे फिरकीचे तांबे, सतरंज्या, पांघरुणं असं केवढं तरी सामान घेऊन अभ्यंकर कुटुंब भाऊकाकांच्या घरी उत्साहानं दाखल होई.

मधल्या काळात अभ्यंकरांकडे एक दुर्घटना घडली. श्रीनिवासच्या पाठीवर

जन्मलेला श्रीकांत अल्पायुषी ठरला. 'देवाची मर्जी' असं मानून आई-काकांनी हे दु:ख पचवलं. त्यानंतर दोन वर्षांनी म्हणजे १ सप्टेंबर १९३७ या दिवशी आई-काकांच्या पोटी आणखी एक पुत्ररत्न जन्मलं. परंतु आता मात्र 'श्री'या अक्षरानं सुरुवात होणारं नाव या मुलाचं ठेवायचं नाही, असं दोघांनी ठरवलं आणि या नव्या बाळाचं 'शरद' या नावानं बारसं करण्यात आलं.

तिसरी इयत्ता उत्तीर्ण झाल्यावर राम 'जिवाजीराव मिडल स्कूल' या शाळेत जाऊ लागला. ही शाळा घरापासून लांब होती. परंतु मित्रांबरोबर गप्पा मारत, मजा करत, वेळप्रसंगी लुटुपुटूची भांडणं करत राम पायी शाळेत जात असे. नंतर रामचे धाकटे भाऊही या शाळेत जाऊ लागले. शाळेत मुलांकडून व्यवस्थित अभ्यास करून घेतला जाई. रामचे मोठे काका – अण्णाकाका मुलांना संस्कृत श्लोक शिकवत. तसेच महाभारत, रामायण यांमधील कथाही सांगत. काकांनाही मुलांना शिकवायची फार आवड होती. ते घरी मुलांचा अभ्यास करून घेत. त्यासाठी त्यांनी स्वत:ची पद्धत तयार केली होती. त्यांनी बरीच चौकोनी कार्डं तयार केली होती. त्यांच्यावर गाय, कुत्रा, झाड, केळ, तांब्या अशी विविध चित्रं ते काढायचे आणि त्या चित्रांतून मुलांना अक्षरं शिकवायचे. मुलांच्या अभ्यासाकडे काकांचं बारीक लक्ष असे.

इयत्ता तिसरीपासून शाळेत इंग्रजी विषय शिकवला जाई. हा नवा विषयही मुलांचा पक्का व्हावा म्हणून काकांनी ही चित्रांचीच पद्धत चालू ठेवली. इंग्रजीच्या सरावासाठी रोज एक पान इंग्रजीत लिहिण्याची मुलांना सक्ती केली होती. राम या सर्व गोष्टी फार झटकन आत्मसात करत होता. शाळेतल्या शेकदारबाई, पागनीसबाई, मुख्याध्यापिका सरवटेबाई यांनाही रामच्या विशेष हुशारीचं कौतुक वाटे.

अभ्यंकरांचं कुटुंब म्हणजे परंपरागत मराठी कोकणस्थ कुटुंब होतं. घरातील मोठी माणसं सुसंस्कृत, शिस्तीची आणि नेमस्त होती. त्यामुळे आपोआपच घरातील मुलंही त्याच बाळबोध वातावरणात वाढत होती. घरात धार्मिक आचार-विचारांचं पालन होत होतं, पण त्यांचं फार स्तोम नव्हतं. अभ्यंकरांकडे पंचायतनाची पूजा होई. सुरुवातीच्या काळात तर श्रीरामाचे मामाच पूजा करत. नंतर मुलं थोडी मोठी झाल्यावर त्यांची आई आलटून पालटून प्रत्येकाला पूजा करायला लावी. काका कडक शिस्तीचे, मितभाषी, श्रद्धावान होते. मोठ्या संयुक्त कुटुंबातल्या कर्त्या पुरुषाची सर्व कर्तव्यं काकांना पार पाडावी लागत होती. या सर्व गोष्टी, विशेषत: काकांचं वागणं श्रीरामचं मन टिपकागदाप्रमाणे टिपून घेत होतं.

नवव्या वर्षी श्रीराम आणि श्रीधरच्या मुंजी मोठ्या धामधुमीत पार पडल्या. तेव्हा श्रीधरला नेमक्या कांजिण्या आल्या होत्या. पण त्याची मुंज तर ठरल्याप्रमाणे लावायलाच हवी होती. त्याला अंघोळ न घालता, पारोशीच त्याची मुंज लावण्यात

आली, यावरून मोठेपणीही श्रीराम श्रीधरला चिडवत असे. दर श्रावणी पौर्णिमेला अभ्यंकरांकडच्या पुरुष मंडळींचा वर्षभर घातलेलं जानवं बदलण्याचा धार्मिक कार्यक्रम होई. श्रीराम-श्रीधरची मुंज झाल्यावर त्यांनाही यासाठी नातू गुरुजींकडे नेण्यात येऊ लागलं. सर्वजण देवळात जात. तेथे मंत्रांनी सिद्ध केलेलं जानवं उपाध्यांच्या हातून सर्वांना घालण्याचा धार्मिक विधी केला जाई. तसेच गायीपासून उत्पन्न झालेलं – दूध, दही, तूप, शेण, गोमूत्र असं पंचगव्य शरीरशुद्धीसाठी सर्वांना प्यायला दिलं जाई.

अर्थात पंचगव्य पिणं ही सर्वांसाठी एक शिक्षाच असे. मुलांना ते अजिबात आवडत नसे. पण 'पंचगव्यानं शरीर शुद्ध होतं, शरीरातील कीड, रोगराई मरते,' असं सांगून घरातले वडीलधारे मुलांना ते सक्तीनं, धाकानं प्यायला लावत. पंचगव्यात गोमूत्र असतं, हे रामनं लक्षात ठेवलं होतं. एकदा राम रस्त्यानं जात होता. रस्त्यात त्याला गाय दिसली. गाईला पाहून तो सहजच गाईच्या पोटाखाली वाकला आणि त्यानं गोमूत्र प्यायलं. ते पाहून रस्त्यातली त्याच्या अवतीभोवतीची माणसं थक्क झाली. 'अरे, काय मुलगा आहे हा!' असेच सर्वांच्या चेहऱ्यावर भाव उमटले होते. छोट्या श्रीरामनं सर्वांनाच चकित केलं होतं.

नऊ-दहा वर्षांच्या श्रीरामचं एकूणच वागणं सर्वसाधारण मुलांपेक्षा वेगळं असल्याची जाणीव त्याच्या आई-काकांना, विशेषत: काकांना होऊ लागली होती. ते श्रीरामच्या लहान-सहान वागणुकीवरही बारीक लक्ष ठेवत होते. श्रीरामची आकलनशक्ती, त्याचं बोलणं, वागणं, विचार करणं निराळं आहे; त्याला तीक्ष्ण प्रज्ञेची देणगी लाभली आहे, असं काकांना सतत मनातून जाणवत होतं.

८ डिसेंबर १९४१ या दिवशी श्रीरामच्या सर्वात धाकट्या बहिणीचा जन्म झाला. तिचं नाव पुष्पा ठेवण्यात आलं. परिवार वाढत होता, मुलं मोठी होऊ लागली होती, त्यासाठी मोठं आणि प्रशस्त घर घ्यायला हवं, या विचारानं काका दुसरं भाड्याचं घर शोधू लागले. त्यांना जोशी वाड्याचा पत्ता मिळाला. काकांनी घर पाहिलं आणि नक्की केलं. १९४१च्या सुमारास अभ्यंकर कुटुंब जोशी वाड्यात राहायला आलं. या घराचा पत्ता लोहियाबाजार, लष्कर असा होता. जिवाजीराव शिंदे यांच्या कारकिर्दीत 'लष्कर' हे नवं शहर वसवण्यात आलं होतं. पुढची १५ वर्षं म्हणजे १९५६ पर्यंत अभ्यंकर मंडळी या घरात राहिली.

जोशी वाडा लांब-रुंद आणि ऐसपैस होता. खाली तळमजला आणि वर एक मजला एवढी वाड्याची जागा होती. तीन ओळींमध्ये वाड्याची विभागणी होती. पुढच्या रस्त्याच्या बाजूस संपूर्ण गॅलरी होती. मधल्या ओळीत बैठकीची खोली, त्याला लागून देवघर, स्वयंपाकघर, जेवायची स्वतंत्र खोली अशी खोल्यांची रचना होती. स्वयंपाकघराला लागून थोडी जागा होती. तिथं चहासाठी स्वतंत्र शेगडी होती.

त्याला 'सायबम' असं म्हणत. तिसऱ्या ओळीतल्या खोल्यांमध्ये मुलांचा अभ्यास, खेळ आणि झोपायची व्यवस्था होती. पाहुण्यांना राहण्यासाठी याच बाजूच्या खोल्या वापरल्या जात.

अभ्यंकरांच्या घरात पै-पाहुणा, शेजारी-पाजारी, मुलामुलींचे मित्र असा सर्वांचाच राबता असायचा. त्यात पोरांचा धिंगाणा चाले. कधी कधी घरातच मुलांचा काठीची फळी, बटाट्याचे चेंडू आणि माजघराचं दार विकेट करून क्रिकेटचा खेळ रंगात येई. मुलांचे अण्णाकाका म्हणजे दामोदरकाका ग्वाल्हेरला आले, की मुलांना क्रिकेट खेळण्यासाठी कापडाच्या चिंध्यांचा सुंदर चेंडू बनवून देत. मुलांची आईपण मुलांना वेगवेगळे खेळ मनसोक्त खेळू देई. खेळून दमली, की मुलं अण्णाकाकांच्या भोवती रिंगण करून बसत. मग विविध प्रकारचे बौद्धिक खेळ खेळायला सुरुवात होई. अण्णाकाका गोष्टीरूपात मुलांना गणितं घालत.

उदा. : पन्नास कैऱ्या विकत आणल्या, त्यातल्या बत्तीस कैऱ्यांचं लोणचं घातलं. बारा कैऱ्यांचा मस्त गुळांबा केला, तर चटणीसाठी किती कैऱ्या शिल्लक राहिल्या? गणित ऐकलं, की मुलं मनातल्या मनात आकडेमोड सुरू करायची. उत्तर आलं, की हात वर करायचा. ज्याचा हात पहिल्यांदा वर होईल, त्यानं अण्णाकाकांच्या तळहातावर बोटानं उत्तर लिहायचं, अशी या खेळाची पद्धत होती. या खेळात बहुतेक वेळा श्रीरामचाच हात पहिल्यांदा वर येई. त्या वेळी बाकीचे उत्तर शोधण्यात मग्न असायचे. त्यांचं लक्ष नाही पाहून श्रीराम हळूच अण्णांच्या तळहातावर उत्तर लिहायचा. अशा या मजेमजेच्या तोंडी गणितांमधून मुलांचे पाढे पाठ होत होते. झटपट बेरीज-वजाबाकी करायचा सराव होत होता.

मुलं जेवायला बसली, की ताटात वाढलेल्या पोळीचे कसे आणि किती भाग करता येतील, असा प्रश्न अण्णाकाका मुलांना विचारत. त्यातून मुलांना वर्तुळ, त्रिकोण, अर्धगोल, चौकोन अशा भूमितीच्या संकल्पना शिकायला मिळत. हे अनौपचारिक शिक्षण फार सहजतेनं आणि हसत खेळत होत होतं. त्यात कुठंही धाकधपटशा, रागवारागवी नसायची. त्यामुळे मुलंही मनापासून या खेळाचा आनंद घेत होती. याचा फायदा असा झाला, की मुलांना गणितामधली गंमत समजू लागली आणि त्याबद्दलची त्यांची समजही आपोआपच वाढीस लागली.

अण्णाकाका काकांपेक्षा १०-१२ वर्षांनी मोठे होते. त्यामुळे श्रीराम आणि त्याची भावंडंही अण्णाकाकांची नातवंडावत असलेले पुतणे-पुतणी होते. त्यांना लहान मुलं आवडत आणि लहान मुलांना अण्णा आवडत. त्यांचा स्वभावही लहान मुलांसारखा होता. त्यामुळे या काका-पुतण्यांची छान गट्टी होती. अण्णाकाकांनी ४५-४६व्या वर्षीच नोकरी सोडली होती. त्यांचं वाचन मात्र तऱ्हेतऱ्हेचं आणि अफाटच होतं. अभ्यासू वृत्तीमुळे कुठलाही नवीन किंवा जुना विषय ते कुतूहलानं

वाचत, हे त्यांचं खास वैशिष्ट्य होतं. खरं तर ते बायको-मुलं यांच्यासह इंदूरला राहायचे, परंतु पुतण्यांच्या ओढीनं ते वारंवार ग्वाल्हेरला येत.

काही दिवस ग्वाल्हेरला राहिल्यावर ते इंदूरला परत जायचा बेत आखू लागत. परंतु हा बेत अमलात आणण्यास त्यांना कमीत कमी सहा महिने लागत. कधी कधी तर ते टांग्यानं स्टेशनपर्यंत जाऊन पुन्हा घरी परतायचे आणि प्रवासात खाण्यासाठी दिलेले डब्यातले लाडू पुतण्यांना वाटून टाकायचे.

आश्चर्याची आणि खेदाची गोष्ट म्हणजे याच अण्णाकाकांची त्यांच्या मुलांना – विशेषत: कृष्णाला – फारच कडक शिस्त होती. याउलट पुतणे मात्र त्यांच्या डोक्यावर बसून शब्दश: त्यांची शेंडी ओढत, तेही त्यांना चालत असे. अभ्यास आणि वाचन याशिवाय अण्णाकाकांना कशातच फारसा रस नव्हता.

वैराग्य आणि खेळकर वृत्ती यांचा अनोखा संगम असलेल्या अण्णाकाकांचं रामवर फार प्रेम होतं आणि रामचाही या काकांवर विशेष जीव होता. अण्णाकाकांची अजून एक विशेषता म्हणजे त्यांनी बी.ए.ला संस्कृत हा विषय घेतला होता. संस्कृत विषयात ते पारंगत होते. कितीतरी स्तोत्रं, श्लोक त्यांना तोंडपाठ होते. ते श्लोक नेहमी मोठ्यानं, व्यवस्थित वृत्तात बसवून, चालीवर म्हणत. मुलांकडूनही श्लोक, अभंग, विविध कविता, रामरक्षा, गीता, मनाचे श्लोक... असं कितीतरी पाठांतर त्यांनी करून घेतलं होतं. अण्णाकाकांच्या सहवासातील सर्व मुलांना गणित, संस्कृत श्लोक यांची उत्तम ओळख झाली होती. मजेची गोष्ट म्हणजे काका-पुतण्यांमधील वाद, चर्चासुद्धा या विषयांशी निगडित असत.

त्यातले दोन प्रसंग सांगण्यासारखे आहेत. एकदा काका-पुतणे भेंड्या खेळत होते. अर्थात, भेंड्याही संस्कृत श्लोकांच्या, सुभाषितांच्या, सुविचारांच्या! अण्णांनी 'हस्तीते धुतले, हस्तीते धुतले...' म्हणायला सुरुवात केली. परंतु त्यांना काही केल्या पुढचे शब्द आठवेनात! तेव्हा अण्णाकाकांमुळेच पाठांतरात तरबेज झालेल्या पुतण्यांनी 'जळी वसविले, मालिन्य ही नाशिले' असं एकदम म्हणत, अण्णांवर भेंडी चढवली. अर्थात अण्णा एकदम रागावल्यासारखे झाले आणि भेंड्या खेळणं बंद पडलं.

दुसरा प्रसंग याउलट घडला. अण्णा मुलांना म्हणाले, "चला रे, आपण बुदबळे खेळू," त्याबरोबर श्रीराम म्हणाला, "अण्णाकाका, बुदबळे नाही बुद्धिबळे." रामनं आपली चूक काढली काय, असं वाटून अण्णांनी लगेचच सरस्वती कोश काढला. त्यात हा शब्द पाहिला आणि हातावर बुक्की मारत, विजयी मुद्रेनं ते जोरात म्हणाले, "हे बघ राम, कोशात दोन्ही शब्द आहेत, बुद्धिबळे आणि बुदबळेसुद्धा!" अर्थात अशा प्रसंगांमधून मुलांचं एकंदरीत ज्ञान वाढत होतं खरं!

या सगळ्या गोष्टींमध्ये श्रीरामच्या आईचा सहभाग जरूर असायचा. त्यांना

मुलांचं हे खेळीमेळीचं शिक्षण फार आवडायचं. अशा वेळी आपल्या प्रत्येक मुलाच्या वागण्याकडे त्यांचं लांबून लक्ष असे. त्या मुलांचे लाड करायच्या, तेवढीच त्यांना शिस्तही पाळायला लावायच्या. विशेष म्हणजे त्या कधीही मुलांना मारत नव्हत्या. किंबहुना आयांनी मुलांना मारलेलं, बावळट, वेडा, गाढव असं म्हटलेलं-देखील त्यांना आवडत नसे. मुलं वागायला चुकली, की त्या त्यांच्याशी अबोला धरत. आई आपल्याशी बोलत नाही, ही गोष्ट मुलांच्या मनाला फार लागे. परंतु उमाबाईंचं ते एक प्रभावी शस्त्र होतं.

**गोडी गणिताच्या अभ्यासाची!**

इयत्ता तिसरी-चौथीपर्यंत राम सर्वांबरोबर शिकत होता. भावंडांबरोबर खेळणं, मस्ती करणंही सर्वसाधारण मुलांसारखचं होतं. परंतु त्यानंतर रामच्या वागण्यात फरक दिसू लागला. त्याला अर्थात कारणंही तशीच घडली होती. काका, अण्णाकाका हे जातिवंत शिक्षक होते. त्यांना राममधील असाधारण बुद्धिमत्तेचा अंदाज येऊ लागला होता. त्याला खतपाणी घालण्यासाठी काका मुद्दाम रामला काही गणितं सोडवायला देत, काही गणिती प्रश्न विचारत. त्याबद्दल विचार करण्याची ठिणगी ते रामच्या मनात टाकत. ही त्यांची शिकवण्याची थेट पद्धत होती. त्यांच्या गोखले गुरुजींनी त्यांना 'The duty of a teacher is to make the student independent of himself,' अशी शिकवण दिली होती. ही शिकवण ते सहवासात आलेल्या सर्व विद्यार्थ्यांसाठी, मुलांसाठी वापरत. अर्थात ज्याच्या मनात ही विचारांची ठिणगी पेट घेई, तो हिरीरीनं गणितं सोडवत असे. त्याला गणिताची नक्की गोडी लागे. रामच्या बाबतीत ही गोष्ट शंभर टक्के यशस्वी झाली.

श्रीराम चौथी उत्तीर्ण झाल्यावर एके दिवशी काकांनी त्याला नामदार गोपाळ कृष्ण गोखले यांच्या अंकगणिताच्या पुस्तकातील ३-४ गणितं सोडवायला दिली. काका स्वत: त्याच्याजवळ बसले होते. त्यांनी ती गणितं सोडवायला कितपत मदत केली, हे माहीत नाही; परंतु त्या गणिताची उत्तरं रामनं शोधून काढली, हे मात्र नक्की! गोखल्यांच्या अंकगणिताच्या पुस्तकाचे दोन भाग होते आणि त्यात शालेय अंकगणिताचा समावेश होता. त्या काळची गोखल्यांची अंकगणिताची पुस्तकं अत्यंत दर्जेदार आणि सर्वमान्य होती. सर्व शाळांमध्ये या दोन्ही भागांतून अंकगणित शिकवलं जाई. काकांनी दिलेली उदाहरणं सोडवल्यावर रामला त्या पुस्तकांमधील अजून गणितं खुणावू लागली. तो एकसारखा ती पुस्तकं घेऊन बसू लागला. अखेर रामनं त्या दोन्ही भागांतील सर्व गणितं सोडवलीच! त्या वेळी राम फक्त चौथी उत्तीर्ण झाला होता. अर्थात काकांच्या मार्गदर्शनाची त्याला जोड होतीच.

लहानगा राम आणि काका कितीतरी वेळा गणितासंबंधी बोलत बसत. काका

आजूबाजूच्या छोट्या-मोठ्या गोष्टींमधून रामला प्रश्न विचारत. त्याच्यात गणिताचा भाग नक्कीच असे. अशा प्रश्नांनी रामच्या विचारांना ते चालना देत. अस्सल शिक्षकाला विद्यार्थ्यांच्या तयारीचा पक्का अंदाज असतो, त्याप्रमाणे काकांनाही रामच्या गणिती आकलनाची चांगली कल्पना येऊ लागली. त्याचाच एक भाग म्हणून काकांनी रामच्या हातात भास्कराचार्यांचा 'लीलावती' ग्रंथ ठेवला आणि त्यातलं गणित रामला शिकवायला सुरू केलं. संस्कृत भाषेतील या अद्वितीय ग्रंथात अंकगणित, भूमिती, बीजगणित यातील अनेक उदाहरणं दिलेली आहेत.

श्रीराम दहा वर्षांचा असताना भास्कराचार्यांच्या बीजगणित आणि भूमितीच्या पुस्तकांमधील श्लोकांच्या ओळी त्यांचे वडील रामला पाठ करायला लावत. आधी ते म्हणत, मग त्यांच्या पाठोपाठ राम त्या ओळी म्हणे. त्यांचं शिकवणं प्राचीन भारतीय गुरुकुल पद्धतीचं असल्यामुळे या ओळी पाठ होईपर्यंत राम म्हणत राही. त्यानंतर ते अजून काही ओळी म्हणून दाखवत. त्यांची भास्कराचार्यांच्या गणितावर फार श्रद्धा होती. ती त्यांच्या आवाजातून व्यक्त होई. अशा तऱ्हेनं वडलांच्या अंत:स्फूर्तीनं प्रकट होणाऱ्या त्या ओळींचा अर्थ आपल्याला कळतो आहे, अशा निखालस विश्वासानं रामही त्या ओळी पुन:पुन्हा पाठ होईपर्यंत म्हणत राही. ते म्हणत असताना त्याला आनंद वाटत असे, त्यामुळे त्याचं पाठांतरही लवकर होई, या पिता-पुत्र किंवा गुरु-शिष्याच्या शिकवणीचा रामला कधी कंटाळा आला नाही की त्याचं ओझंही वाटलं नाही. अशा तऱ्हेनं भास्कराचार्यांच्या बीजगणित व लीलावती या दोन पुस्तकांचं रामचं पाठांतर लहानपणीच झालं.

रामला त्या वयात गणितं सोडवण्याशिवाय काही सुचायचंच नाही. त्याचे पाठचे भाऊ, "आमचं क्रिकेट खेळून झालं, आता आम्ही हॉकी खेळणार," असं रामदादाला म्हणायचे. यावर रामचं उत्तर असे, "मी बीजगणित खेळलो, आता भूमिती खेळेन."

ग्वाल्हेरच्या कडक उन्हाळ्यात कितीतरी वेळा राम गॅलरीत गणितं सोडवत बसायचा. कुणीतरी त्याला म्हणायचं, "अरे राम, किती ऊन आहे, इथं कशाला बसलास?" तर हा म्हणायचा, "कडक ऊन कुठंय? मला तर कोवळं वाटतंय. मला ऊन जाणवतही नाही." या त्याच्या तऱ्हेवाईक उत्तरानं घरातली मोठी माणसं काळजीत पडत, तर रामदादा असा काय बोलतो, असं भावंडांना वाटे. राम जेवायला बसला, तरी दोन्ही हातांनी भराभर जेवायचा, हेही अजबच होतं. "अरे हे काय राम, उजव्या हातानं हळू जेव ना! दोन्ही हातांनी जेवतात का?" असं कुणी म्हणालं, की त्यावर रामचं उत्तर, "जेवणात वेळ जायला नको, म्हणून मी दोन्ही हातांनी जेवतो." या रामच्या उत्तरावर कोण काय बोलू शकणार होतं? बरोबरच्या मुलांबरोबर खेळणं नाही, वयानुसार उनाड वागणं नाही. हे पाहून या मुलाला भुताखेतानं झपाटलं की

काय, अशी शंका आई, काकू, आत्या यांना येऊ लागली. त्यावर उपाय म्हणून संध्याकाळी तिन्हीसांजेला रामवरून दहीभात ओवाळून टाकला जाई.

शाळेतही रामची गणिताची झेप पाहून शिक्षक अचंबित होत. त्याचं वागणंही सर्वसाधारण मुलांसारखं नसे. तो कधीही शाळेच्या सांस्कृतिक कार्यक्रमांमध्ये, खेळांमध्ये भाग घेत नसे. त्यांच्या शाळेत राष्ट्रीय स्वयंसेवक संघाची शाखा भरत असे. श्रीरामचे भाऊ शाखेत जात. तेथे मात्र काही वेळा श्रीरामही त्यांच्याबरोबर जाई. त्या वेळी तो खिशात हेडगेवारांचा फोटो ठेवत असे. १९४२च्या 'चलेजाव चळवळी'त शाखा बंद पडली आणि रामचा शाखेशी असलेला संबंधही संपला.

शाळेत राम आपल्याच तंद्रीत असे. सगळे जण त्याला एकलकोंडा म्हणून त्याच्यापासून चार हात लांबच राहात. शिवाय याला खूप जास्त गणित येतं, हा गणितात फार हुशार आहे, असं रामचं इतर मुलांवर चांगलंच दडपण होतं. साहजिकच रामला शाळेत मित्र फार कमी होते. सदाशिव बापट हा मात्र त्याच्या लहानपणीचा, जवळचा मित्र होता. याचं एकमेव कारण म्हणजे, सदाला गणित कळतं, अशी रामची खात्री पटली होती. सतत गणिताबरोबर खेळणारा राम, बॉय स्काऊटच्या जंबुरीला मात्र सात दिवस अमृतसरला गेला होता. तेव्हा त्याचे मित्र होते चंदू भिसे आणि घारपुरे!

## 'वेड' गणिताचं!

राम आठवीत असताना त्याच्या आयुष्याला वेगळं वळण देणारी घटना घडली. ती म्हणजे तो मलेरियानं सडकून आजारी पडला. थंडी वाजून भरणारा ताप, प्रचंड डोकेदुखी यामुळे रामची तब्येत अगदीच खालावली. आठवीची परीक्षा झाली, की मुलांना ग्वाल्हेर स्टेट परीक्षेला बसावं लागे. शालेय शिक्षणात त्या परीक्षेला फार महत्त्व होतं, पण आजारपणामुळे रामला ही परीक्षा देता आली नाही आणि रामचं शालेय वर्ष वाया गेलं. त्याला सक्तीनं वर्षभर घरीच राहावं लागलं. वैद्यांचे काढे, चाटण या औषधांनी राम हळूहळू बरा झाला. मात्र त्या काळातही त्याचं गणिताचं वेड मुळीच कमी झालं नाही, तर जरा जास्तच वाढलं. उलट आता शाळेचा जाच नव्हता. हवी तेव्हा हवी तेवढी गणितं सोडवता येत होती. रामचं गणिती मन वेगानं धावत होतं. उदाहरणांची उकल करताना त्याला नवीन पद्धती सुचत होत्या. सतरंजीवर मांडी घालून बसलेला व पुढ्यातल्या कागदावर तर कधी पाटीवर गणिती आकडेमोड करण्यात मग्न असलेला राम सर्वांना दिसत होता. त्या वेळी तो भावंडांना म्हणे, "सतरंजीच्या खाली पेन्सिली ठेवायला हव्यात. म्हणजे केव्हाही पेन्सिल लागली की, खालून पटकन काढायची व गणित करायचं." आजारपणात रामची शारीरिक ताकद कमी झाली, पण गणिती विचारशक्ती खूपच वाढली होती.

राम पुन्हा शाळेत जाऊ लागला. तेव्हा त्याच्या विचारांमध्ये फार फरक पडला होता. त्याला बरोबरीची मुलं बावळट वाटू लागली. मजा म्हणजे त्यांनाही राम तसाच वाटत होता. तो कोणातही मिसळत नव्हता. एकटा-एकटाच वावरत असे. त्यामुळे मुलं रामला वेडसर समजू लागली होती.

ना धड मोठा ना धड लहान अशा अर्धवट वयाच्या रामचा 'मी सगळ्यांपेक्षा हुशार आहे, मला वर्गात शिकवलेलं गणित आधीच येतं,' असा अहंभाव वाढू लागला. तो इतरांना तुच्छ लेखू लागला. एवढा, की एकदा त्याचे इंदूरला राहणारे भाऊकाका घरी आले. घरच्या रीतीप्रमाणं रामनं ते येताच त्यांना वाकून नमस्कार करायला हवा होता, पण तो तेव्हा गणित सोडवण्यात मग्न होता. भाऊकाका घरात आले, तरी हा जागेवरूनही उठला नाही, मग नमस्कार तर लांबच राहिला. भाऊकाकांना पुतण्यानं केलेला हा अपमान सहन झाला नाही. त्यांनी लगेचच तक्रारीच्या सुरात आपल्या भावाच्या कानावर ही गोष्ट घातली. मुलाच्या अशा 'असंस्कृत' (त्या काळानुसार) वागण्यानं काका फार चिडले. त्यांनी मुलाशी अबोला धरला. रामच्या या बेशिस्त वागण्याला हे 'गणित'च कारणीभूत आहे, अशी त्यांच्या मनाची पक्की खात्री झाली.

या मुलाचं गणिताचं वेड कमी करायला हवं म्हणजे त्याचं तऱ्हेवाईक वागणंही सुधारेल, असं काकांना प्रकर्षानं वाटू लागलं. यावर उपाय म्हणून काकांनी घरातली गणिताची पुस्तकं कुलपात बंद करून ठेवली. काकांचं रामवर जिवापाड प्रेम होतं म्हणूनच काकांनी एवढ्या टोकाचा क्लेशकारक निर्णय घेतला होता का? काकांसारख्या प्राध्यापकाला असं वागणं किती अवघड गेलं असेल! परंतु या गणितापायी राम वेडा तर होणार नाही ना, या भीतीनं काकांना वेढून टाकलं होतं. सतत एकमेकांशी गणितावर गप्पा मारणाऱ्या बाप-लेकांमध्ये दुरावा निर्माण झाला. त्याची झळ दोघांनाही बसू लागली. एका विचित्र, असह्य ताणाखाली दोघे वावरू लागले. अर्थात काकांना त्याची विशेष धग जाणवत होती. एक दिवस श्रीराम नवीन समीकरणं लिहिलेली वही उत्साहानं, नेहमीच्या सवयीनं काकांना दाखवायला गेला. पण काकांनी काही वही पाहिली नाही. आपणच रामला उत्तेजन दिलं नाही, की त्याचं गणिताचं वेड कमी होईल, असा काकांचा त्या मागचा विचार!

काकांनी वही पाहिली नाही, याचं रामला वाईट वाटलं. मात्र अडनिड्या, अर्धवट वयाच्या श्रीरामला या काळात मानसिक आधार मिळाला तो अण्णाकाकांचा! या मनस्वी, एककल्ली मुलाला असं सोडून देऊन चालणार नाही, उलट त्याला त्याच्याच मार्गानं पुढं जाऊ द्यायला हवं, हे त्यांनी वेळीच ओळखलं.

श्रीरामचं गणिताचं वेड कमी करण्यासाठी काही काळ त्याला गणितापासून दूर ठेवायचं, असा आईकाकांनी चंग बांधला होता. त्यामुळे तो दिवसा गणितं सोडवू

शकत नव्हता. इतकी वर्षं काकांच्या जवळ झोपणारा राम, आता अण्णाकाकांपाशी झोपू लागला. ते घरात वरच्या मजल्यावर झोपत, तेथे राम भल्या पहाटे उठे आणि चिमणीच्या मिणमिणत्या प्रकाशात चोरून गणितं सोडवत असे. अर्थात या गोष्टीला अण्णाकाकांची परवानगी आणि सहकार्य दोन्ही होतं, हे महत्त्वाचं! या काळात अण्णाकाकांनी रामला दिलेलं प्रेम आणि आधार फार महत्त्वाचा ठरला. परंतु त्यांचा स्वभाव मात्र काहीसा विरक्त आणि एकांतप्रिय होता. त्यामुळे त्यांच्या खोलीत फारसं कोणी येत-जात नसे. याचाच श्रीरामनं फायदा करून घेतला. पहाटेच्या शांत वेळेत केलेला गणिताचा अभ्यास रामच्या मनात दिवसभर भरून राही. त्यावर त्याचं मनन-चिंतन चाले.

अर्थात कुलुपबंद गणिताची पुस्तकं थोड्याच दिवसांत बाहेर आली, कारण गणिताच्या अभ्यासाच्या अशा बंदीमुळे रामच्या मनानं अधिकच उसळी मारली होती. त्याच्या वयानुसार ते योग्यच होतं. जे आपल्याला आवडतं, ते करू देत नाहीत; मग मी हट्टानं तेच करणार, अशा हेकेखोर वृत्तीनं रामनं या काळातही गणिताची साथ अजिबात सोडली नाही. उलट ती दिवसेंदिवस अधिकच दृढ होत गेली. आधी सोपं, मग अवघड, मग त्याहून अवघड अशी क्लिष्ट गणितं श्रीराम सातत्यानं सोडवत होता. त्यामुळे प्रत्येक उदाहरण सोडवताना किंवा भूमितीतील प्रमेय सोडवताना त्याला 'आता पुढं काय?' असा प्रश्न पडत जाई. या प्रश्नाचं उत्तर मिळवायला, तो वरच्या वरच्या वर्गातील गणिताच्या पुस्तकातील नवीन उदाहरणं सोडवायचा प्रयत्न करी. कधी अडून राही, तर कधी अचानक अवघड गणिताचाही त्याला पटकन उलगडा होई. अशा वेळी वडलांनी स्वावलंबनानं अभ्यास करण्याची रामला लावलेली सवय फार महत्त्वाची ठरली. विषय स्वतःहून समजून घेण्याची स्वाभाविक वृत्ती राममध्ये रुजली. त्यामुळे काकांनी लिहिलेलं 'एलिमेंटरी जॉमेट्री'चं पुस्तक रामनं आठव्या-नवव्या वर्षीच वाचून संपवलं होतं आणि ते त्याला समजलंही होतं. सातव्या इयत्तेत शिकणाऱ्या चुलतबहिणीला तिसरीतला राम गणितं सोडवायला मदत करत असे. रामचा हा गणिती झपाटा घरातल्यांना, शाळेतल्या शिक्षकांना न मानवणारा होता, हे एका परीनं बरोबरही होतं. रामचा हा गणिताचा 'भस्म्या-रोग' सर्वांसाठी खरोखर अनाकलनीय असाच होता.

रामचं शाळेचं शेवटचं वर्ष होतं, तोपर्यंत त्यानं महाविद्यालयामध्ये शिकवल्या जाणाऱ्या गणिताचं आकलन बरंच आधी करून घेतलं होतं. फक्त गणिताचाच अभ्यास करावा, असं मनापासून श्रीरामला वाटे. मात्र परीक्षेसाठी इतर विषयांचा अभ्यासही त्याला करावा लागे. अशा वेळी त्या विषयांचा जुजबी अभ्यास करून तो उत्तीर्ण होई.

थोर गणितज्ञ श्रीनिवास रामानुजन यांनाही शाळकरी वयात सतत 'पुढच्या

गणिता'चा ध्यास लागलेला होता आणि त्याच जिद्दीनं त्यांनी संख्यांचा, गणिताचा सातत्यानं पाठपुरावा केला. बरोबरीच्या मुलांना न कळणाऱ्या गणितातल्या गोष्टी या दोघांनी कितीतरी आधीच आत्मसात केल्या होत्या. स्वयंअभ्यासानं ही झेप घेतली होती. एक मोठा फरक मात्र होता. श्रीरामच्या गणिताची भक्कम बैठक त्याच्या वडलांनी करून दिली होती. रामानुजनच्या घरी मात्र कुणालाच गणित येत नव्हतं.

सर्व मुलांमध्ये राम मोठा भाऊ होता. त्यामुळे तो मधूनमधून आपल्या भावांनाही काही काही शिकवत असे, सांगत असे. राम हातात फूल घेई आणि खाली सोडून देताना विचारे, ''हे काय झालं?'' एखादा उत्तर देई, ''त्यात काय, फूल खाली पडत आहे.'' त्यावर श्रीराम म्हणे, ''तुम्ही फूल खाली पडतं, असं का म्हणता? खाली-वर असं काही नसतं.'' अर्थात हे उत्तर सगळ्यांनाच कितपत समजत असे, हाही एक प्रश्नच होता.

'बीजगणित' आणि 'लीलावती' या पुस्तकांतून रामला भास्कराचार्यांची ओळख लहानपणीच म्हणजे ८-१० वर्षांचा असतानाच झाली. पाश्चात्त्य गणितज्ञांपैकी आयझॅक न्यूटनच्या गणिती सिद्धान्तांनी तो फार प्रभावित झाला होता. केवळ गणिताचंच नव्हे, तर एडिसन, आइनस्टाइन यांचं जीवनचरित्र आणि संशोधन यांचं ही श्रीरामला खूप आकर्षण वाटत होतं. एडिसनबद्दल तर त्याला विशेष प्रेम वाटे. इतकं की, शाळकरी श्रीराम नेहमी एडिसनचं छायाचित्र जवळ बाळगत असे. त्यानं एडिसनची स्तुती करणारी एक कविताही लिहिली होती –

*'नमितो तुला अमरवाणी विधात्या ।*
*करुनिया तुवां तप्त तंतू दीपोत्पत्ति ।*
*केलेस जनते अवघे सुखी ।*
*ज्ञान देई मजसी, आता वदती तुजसी थॉमस अल्वा ।'*

गणितातील नवे सिद्धान्त, प्रमेय, सूत्रं शिकण्याचं रामला अक्षरशः व्यसन लागलं होतं. त्यासाठी त्यानं कितीतरी पुस्तकं वाचली होती. त्यांतली उदाहरणं सोडवली होती. त्यामुळे गणित निर्माण करणाऱ्या प्राचीन गणितज्ञांची नावं रामला तोंडपाठ झाली होती. त्यांचं त्याच्या मनावर विलक्षण गारूड झालं होतं. तो या गणितज्ञांची नावं घेऊन शेवटी स्वतःचं नाव जोडत असे.

एकदा भूमितीचा अभ्यास करताना, काकांनी रामला विचारलं, ''राम, एका चौरसाला किती कर्ण असतात?''

''तीन.''

साधारणतः चौरसाला दोन कर्ण असतात. श्रीरामनं उत्तर दिलं तीन! आपल्या

उत्तराच्या समर्थनार्थ, रामनं चौरसाची एक वेगळी रचना काकांना सांगितली. ''चौरसाच्या समोरासमोरच्या भुजा वाढवाव्यात व त्या अनुक्रमे ज्या दोन बिंदूंना भेटतील, ते दोन बिंदू जोडावेत. हा कर्ण कधी कधी काल्पनिकही असू शकतो.''

अशा पद्धतीच्या अमूर्त गणिताचे विचार रामच्या मनात येऊ लागले होते. गणिताचा अधिकाधिक अभ्यास करण्याचा त्याला ध्यास लागला होता.

शालेय शिक्षण संपवून जीवनाचा एक टप्पा रामनं ओलांडला होता. आता त्याला पुढील शिक्षणासाठी महाविद्यालयात जायचे वेध लागले होते.

ew of ( ), by (5.6) we

LEMMA. For any $C \in \Delta$

$d_1 [T_0 C]$, $q_1 [T_0 C] \geq q_1 [C]$

if $q_{n[C]+1} [C] \neq \infty$ and $h[C$

either $q_1 [C] \equiv 0 (d_1 [C])$ or

d then for

# व्हिक्टोरियातील दिवस

## पाश्चिमात्य गणित पुस्तकांशी मैत्री

श्रीरामनं ग्वाल्हेरच्या व्हिक्टोरिया महाविद्यालयामध्ये पहिल्या वर्षासाठी प्रवेश घेतला. आता आपल्याला काकांच्या वर्गात बसून विद्यार्थी होऊन शिकायला मिळणार, याचा श्रीरामला खूप आनंद झाला होता, अभिमानही वाटत होता. परंतु महाविद्यालयामध्ये काहीतरी राजकारण झालं आणि काकांची बदली उज्जैनच्या महाविद्यालयामध्ये करण्यात आली. श्रीराम हिरमुसला झाला. घरच्यांनाही काकांच्या बदलीच्या बातमीनं उदास वाटू लागलं.

नव्यानं महाविद्यालयाची पायरी चढलेल्या मुलांना महाविद्यालयाच्या वातावरणाचा अनुभव नवा होता. मुलांचे सुरुवातीचे काही दिवस तर महाविद्यालयामध्ये रुळण्यातच गेले. फारसा गंभीरपणे अभ्यासही सुरू झाला नव्हता. महाविद्यालयाच्या मोकळ्या, स्वच्छंदी वातावरणात मुलं मजा करू लागली. रिकाम्या वेळेत टिवल्याबावल्या करण्याची संधी त्यांना मिळू लागली. श्रीरामही महाविद्यालयाचं नवं वातावरण अनुभवू लागला. घरी आल्यावर मात्र त्याला काकांची आठवण येई. ते दूर उज्जैनला असल्यानं, रामला त्यांच्याशी गणिती गप्पा करायला मिळत नव्हत्या. मग फावल्या

वेळात तो काकांच्या कपाटातील पुस्तकं पाहू लागला. हळूहळू ते कपाट श्रीरामसाठी एक मोठ्ठं आकर्षण झालं. कपाटातील क्रिस्टल, बोशर, हार्डी, रसेल, हॉब्सन, फोरसाइथ अशा ज्येष्ठ गणितज्ञांचे ग्रंथ राम डोळे विस्फारून पाहू लागला. तो अधीरतेनं एक एक ग्रंथ कपाटातून काढून चाळू लागला. या ग्रंथांमधून पाश्चिमात्य गणिततज्ज्ञांनी गणितातलं संशोधन लिहिलेलं होतं. रामला गणिताची नवी माहिती मिळू लागली. ती वाचताना त्याला खूप आनंद मिळू लागला.

महाविद्यालयामध्ये क्रमिक पुस्तकांवर आधारित अभ्यासक्रम शिकायचा असतो. त्यामुळे या ग्रंथांमधील एवढे सखोल गणिती सिद्धान्त शिकवण्याची गरज नसते. मात्र प्राध्यापकांसाठी हे ग्रंथ संदर्भ म्हणून उपयोगी पडतात. रामला तर हे सर्व ज्ञानभांडार कपाटातच बंदिस्त राहिलेलं पाहून खेद आणि आश्चर्य वाटत होतं. हे पुस्तक वाचू की आधी ते पुस्तक पाहू, अशी रामची त्या वेळी अवस्था झाली होती. या धामधुमीत रामचं महाविद्यालयाचं पहिलं शैक्षणिक वर्ष सहजच संपलं.

दुसऱ्या वर्षी एक विशेष घटना घडली. व्हिक्टोरिया महाविद्यालयामध्ये विद्यार्थ्यांना गणितात पदव्युत्तर म्हणजेच एम.एससी.चं शिक्षण देण्यासाठी वर्ग सुरू करण्याचे ठरले. त्या वर्गाला गणित शिकवण्यासाठी काकांना परत बोलवण्यात आलं. काका ग्वाल्हेरला परत आले. परंतु काकांच्या वर्गात बसून शिकण्याची रामची इच्छा काही पुरी झाली नाही. काकांच्या ग्रंथसंग्रहानं मात्र रामपुढे जणू गणिताचा खजिना उघडला होता.

महाविद्यालयाची ही दोन वर्षं श्रीरामसाठी काही विशेष नव्हती, कारण तेव्हा तो एम.एससी.च्या अभ्यासक्रमातील गणितं सोडवू शकत होता. इतर विषयांचा अभ्यास परीक्षेच्या आधी करून, त्या विषयांत बऱ्यापैकी गुण मिळवत होता. अर्थात इतर विषयांचा अभ्यास करण्याची तो नेहमी टाळाटाळच करत असे.

एकदा दुसऱ्या वर्षाला असताना रामनं रसायनशास्त्राचा अभ्यासच केला नव्हता. दुसऱ्या दिवशी तर परीक्षा होती. श्रीधर रामला म्हणाला, "अरे राम, उद्या तुझा रसायनशास्त्राचा पेपर आहे आणि तू तर पुस्तकही उघडलं नाहीस? कसा लिहिशील पेपर?"

भावाचं बोलणं ऐकून रामनं एक छोटा तांब्याभर पाणी घटाघटा प्यायलं आणि अभ्यासाचं पुस्तक हातात धरलं. सुरुवातीपासून पुस्तक वाचायला सुरुवात केली. रात्री उशीरापर्यंत पुस्तक वाचून संपवलं. दुसऱ्या दिवशी राम पेपरला गेला. त्यानं आदल्या दिवशी डोक्यात साठवलेलं, पेपरात व्यवस्थित लिहिलं. निकाल हातात आल्यावर पाहिलं, तर रसायनशास्त्र विषयात त्याला चांगले गुण मिळाले होते.

राम कपाटातील गणिताची पुस्तकं काढून वाचत होता. तसंच आता काकांनाही

करावं लागणार होतं. पदव्युत्तर अभ्यास शिकवण्याचा अनुभव त्यांना नव्यानं घ्यायचा होता. त्यासाठी एम.एससी.च्या अभ्यासक्रमातील काही विषयांची त्यांना उजळणी करायची होती. एक दिवस त्यांनी ई. डब्ल्यू. हॉब्सनच्या 'फंक्शन्स ऑफ रिअल व्हेरिएबल्स'चे खंड कपाटातून काढले आणि चाळायला सुरुवात केली. त्यात त्यांना श्रीरामनं काढलेली टिपणं सापडली आणि त्यांना आश्चर्याचा धक्का बसला. चिरंजीवांनी हॉब्सनपर्यंत मजल मारली तर! असा सुखद विचार काकांच्या मनात येऊन गेला.

त्याच काळात श्रीरामनं 'ट्रीटिझ ऑफ कॉम्प्लेक्स व्हेरिएबल्स' हा ग्रंथही अभ्यासला. ट्रीटिझ हा ग्रंथ तेव्हा एम.ए., एम.एससी.च्या गणित अभ्यासक्रमात शिकवला जाई. ब्रिटिश गणितज्ञ जी. एन. वॉटसन यांचा (यांच्या पेटीत गणितज्ञ रामानुजनच्या हरवलेल्या वह्या सापडल्या.) 'कोशीज थिअरम ॲण्ड कॉम्प्लेक्स इंटिग्रेशन' हा प्रबंधही रामला कपाटात मिळाला. या प्रबंधात अनेक जर्मन ग्रंथांचे आणि लेखांचे संदर्भ दिले होते. हा थिअरम समजून घेण्यासाठी या संदर्भांचंही वाचन करणं आवश्यक होतं. परंतु ते सर्व संदर्भ जर्मन भाषेत होते. या प्रबंधाचा सखोल अभ्यास करायचा, तर जर्मन भाषा यायला हवी, असं रामच्या लक्षात आलं. उच्च गणिताच्या अभ्यासासाठी त्यानं जर्मन भाषा शिकायची, असं ठरवलं.

ग्वाल्हेरमध्ये आपल्याला जर्मन भाषा शिकवणारं कोणी मिळेल का, याबद्दल राम जरा साशंक होता. मात्र शोध सुरू केल्यावर डॉ. शार्लेट क्राऊधी यांचं नाव समजलं. डॉ. क्राऊधी यांनी संस्कृत भाषेत पीएच.डी. केली होती. मूळच्या जर्मन परंतु भारतीय संस्कृतीच्या प्रेमामुळे त्या ग्वाल्हेरमध्ये स्थायिक झाल्या होत्या. डॉ. क्राऊधी यांचा पत्ता मिळवून राम तातडीनं त्यांना भेटायला गेला. त्यांनी रामची विचारपूस केली. लगेचच रामची जर्मन भाषेची शिकवणी सुरू झाली. श्रीरामला डॉ. क्राऊधी ही जर्मन विदुषी गुरू म्हणून लाभली. गुरू आणि शिष्य तोडीस तोड होते. श्रीराम जर्मनचा अभ्यास मनापासून करू लागला. त्या वर्षी तो गणिताचा अभ्यास सात-आठ तास करी. जोडीनं जर्मनही तितकाच वेळ वाचू-लिहू लागला. जर्मनचा इतका कसून अभ्यास केल्यावर त्याला वॉटसनच्या प्रबंधातील सिद्धान्त शिकता आला. त्याचबरोबर जर्मन भाषेचे बारकावेही समजले. त्याचा उपयोग रामला जर्मन वाङ्मय वाचताना झाला. तो आवडीनं जर्मन महाकवी योहान गटे, फ्रीड्रिख शिलर यांच्या काव्याचा आस्वाद घेऊ लागला. एवढंच नाही, तर जर्मन भाषेत कविता करण्यापर्यंतही रामची मजल गेली.

## पदवी शिक्षणाचे वेध

गणित, जर्मन आणि महाविद्यालयामधील इतर विषयांचा अभ्यास इतकं

सगळं करत असूनही राम मनातून अस्वस्थ होता. चालू वर्ष संपलं, की पुढं काय करायचं? या प्रश्नानं राम बेचैन होई. काकांशी त्याचं या संदर्भात बोलणं झालं होतं. तेव्हा 'परीक्षेनंतर उन्हाळ्याच्या सुट्टीत तू डॉ. शब्दे, डॉ. गोळे यांना भेट,' असं काकांनी रामला सुचवलं. डॉ. शब्दे काकांचे जवळचे मित्र होते. जबलपूरच्या सरकारी महाविद्यालयात ते प्राचार्य होते. श्रीराम त्यांना भेटला. त्यांच्याशी त्यानं चर्चा केली. परंतु आखीव अभ्यासक्रमाच्या व्यतिरिक्त त्यांचा फारसा अभ्यास किंवा विचार नसल्याचं रामच्या लक्षात आलं. काकांचे मित्र प्रा. गोळे इंदूर महाविद्यालयात प्राध्यापक होते. रामनं त्यांचंही पुढच्या शिक्षणाविषयीचं मत घेतलं. त्यांनी मात्र रामला परखडपणे सांगितलं, ''राम, महाविद्यालयातील प्राध्यापक आपलं ज्ञान सीमित ठेवतात. स्वत: जास्त शिकायचं किंवा विद्यार्थ्यांना जास्तीचं शिकवण्याचं ते मनातही आणत नाहीत. ग्वाल्हेरला राहून तुला पुढचं काही नवीन शिकायला मिळेल, असं मला वाटत नाही. तेव्हा तू पुढील शिक्षणासाठी मुंबईला जा.''

ग्वाल्हेरमध्ये राहून आपली पुढं काही प्रगती होईल, असं रामलाही मुळीच वाटत नव्हतं. त्यात प्रा. गोळे यांनीही मुंबईचाच पर्याय सुचवला होता. परंतु गणिताच्या शिक्षणासाठी ग्वाल्हेर सोडून इतरत्र जाण्यास काका परवानगी देतील का, हा खरा कळीचा मुद्दा होता. एक पर्याय रामला सुचला होता. तो म्हणजे मुंबईच्या 'रॉयल इन्स्टिट्यूट ऑफ सायन्स' या प्रसिद्ध संस्थेत भौतिकशास्त्राचा पदवी अभ्यासक्रम शिकण्यासाठी प्रवेश घ्यायचा. या पर्यायाला काका विरोध करणार नाहीत, असा रामचा अंदाज होता. आधी अर्ज तर करू, मग पुढचं पुढं पाहू. अशा विचारानं रामनं स्वत:च्या माहितीचा अर्ज संस्थेकडे पाठवून दिला.

थोड्याच दिवसांत 'रॉयल इन्स्टिट्यूट ऑफ सायन्स' संस्थेकडून रामला पत्र आलं – 'तुम्हांला या संस्थेत पदवी शिक्षणासाठी प्रवेश देण्यात आला आहे. ताबडतोब दोनशे रुपये फी भरावी.' नेमके त्या वेळी काका बाहेरगावी गेले होते. फी तर लगेचच पाठवावी लागणार होती, नाही तर प्रवेश रद्द होण्याची शक्यता होती. राम पेचात पडला. त्या वेळी घरात पुष्पा आजारी होती. तिच्या इंजेक्शनसाठी काकांनी दोनशे रुपये वेगळे ठेवले होते. रामनं धाकट्या भावाला पत्र दाखवलं. दोघांनी मिळून विचार केला. मनातून अपराधी वाटत असताना, नाइलाजानं ते दोनशे रुपये फॉर्मबरोबर पाठवण्याचं दोघांनी ठरवलं. बाजारपेठेत बेलवलकर नावाचे ओळखीचे दुकानदार होते. त्यांच्या मदतीनं दोघांनी संस्थेला मनीऑर्डर केली. हे काम तर वेळेवर झालं. परंतु पुष्पाला इंजेक्शनही तातडीनं देणं आवश्यक होतं. त्यासाठी रामनं गावातल्या परिचितांकडून दोनशे रुपये उधार आणले. इंजेक्शनच्या भीतीनं पुष्पा मोठ्या मावसबहिणीबरोबर मावशीकडे राहायला गेली होती. मग राम

मावशीकडे गेला. त्यानं पुष्पाची समजूत काढली. तिला पाठीवर घेतलं आणि परस्पर डॉक्टरकडे नेऊन इंजेक्शन दिलं.

रॉयल इन्स्टिटट्यूटमध्ये प्रवेश मिळाला होता, तरीही काकांच्या होकारानंतरच रामचं पुढील शिक्षणासाठी मुंबईला जायचं नक्की झालं. ही गोष्ट घरातल्या सर्वांनाच हुरहूर लावणारी होती. एकत्र कुटुंबात राहिलेल्या रामनंही कधी ग्वाल्हेर सोडलं नव्हतं. राम मुंबईला त्याच्या मामाकडे रहाणार होता, तरीसुद्धा काही जुजबी तयारी करणं आवश्यक होतं. रामच्या आईनं आवश्यक त्या सामानाची जमवाजमव करून दिली. मुंबईला जायच्या आधी रामनं सर्व भावंडांना ग्वाल्हेरच्या टेकडीवर सहलीला नेलं. सोबत शाळा-महाविद्यालयामधले मित्रही होते. सर्वांनी देवदर्शन घेतलं. रामनं सर्वांना मिठाईचा खाऊ दिला.

आता श्रीरामला कधी न पाहिलेल्या मुंबईचे वेध लागले होते. तो मध्य प्रदेशातून महाराष्ट्रात येणार होता. भारताला स्वातंत्र्य मिळून दोन वर्षं झाली होती. ग्वाल्हेर संस्थानात जिवाजीराव शिंद्यांचं 'महाराज' बिरुद जाऊन ते 'राजप्रमुख' झाले होते. मध्य भारताला मध्य प्रदेश हे नवं नाव मिळालं होतं आणि ग्वाल्हेर मध्य भारतातील एक संस्थान न राहता मध्य प्रदेशातील जिल्ह्याचं मुख्य ठिकाण म्हणून नव्यानं ओळखलं जाऊ लागलं होतं.

अशा ऐतिहासिक, भौगोलिक संक्रमणाच्या काळात श्रीरामही नव्या परिवर्तनाच्या दिशेनं निघाला होता. 'चित्ती वाटुनि चित्त खळबळे कर्तृत्वाच्या ध्यासे' अशी रामच्या मनाची अवस्था झाली होती.

# मुक्काम पोस्ट मुंबई

श्रीराम रेल्वेतून मुंबई स्टेशनवर उतरला. ते भव्य, मोठं स्टेशन पाहून गोंधळून गेला. ग्वाल्हेरहून तो कधी फारसा बाहेर पडला नव्हता. उन्हाळ्याच्या सुट्टीत इंदूरला जायचं तरी सर्वांबरोबरच! आता मात्र या सर्वस्वी अनोळख्या मोठ्या शहरात तो एकटाच आला होता. हातातल्या ट्रंकेवरची त्याची पकड अधिकच घट्ट झाली होती आणि खांद्यावरची पिशवी तो पुन्हा पुन्हा चाचपडत होता.

आजोबा जिद्दीनं कान्हूर पठार सोडून, देवासला एकटे गेल्याची गोष्ट रामनं वडीलधाऱ्यांकडून कितीतरी वेळा ऐकली होती. 'त्यामुळे सर्वांचं भलंच झालं,' हे वाक्य त्या गोष्टीला जोडून रामला हमखास ऐकायला मिळायचं. प्लॅटफॉर्मवर काव-या बाव-या मन:स्थितीत उभं राहिलेल्या श्रीरामला अचानक आजोबांची ती गोष्ट व पाठोपाठ ते वाक्य आठवलं आणि एकदम हायसं वाटलं. आजोबा महाराष्ट्र सोडून मध्य प्रदेशात गेले होते. रामचा प्रवास आजोबांच्या प्रवासाच्या विरुद्ध दिशेनं सुरू झाला होता. साम्य एकच होतं, आजोबांसारखा रामही त्याच्या मामाकडेच उतरणार होता.

श्रीरामचे दोन मामा मुंबईत राहत होते. वामनमामाचं दादरला बऱ्यापैकी मोठं घर होतं. परंतु मुंबईसारख्या शहरात भाच्याला ठेवून घ्यायची मामाला जबाबदारी वाटत होती आणि धाकधूकही! पण मामीची इच्छा होती, भाच्यानं आपल्याकडे राहावं म्हणून! शेवटी 'दर शनिवारी राम तू येत जा,' असं मामीनं भाच्याला बजावलं. त्यामुळे राम दर शनिवारी वामनमामाकडे जाऊ लागला. दुसरा महादेव मामा. या मामानं मालाडला बेताच्याच जागेत संसार थाटला होता. परंतु ओळखीतली, नात्यातली मुलं मुंबईला शिकायला आली, की तो त्यांना प्रेमानं आपल्या घरात सामावून घेई. त्यामुळे रामची पथारी महादेव मामाकडे, हे नक्कीच होतं. ग्वाल्हेरच्या, ऐसपैस घरात राहण्याची सवय असलेल्या रामला, छोट्या घरात राहणं अवघड जात होतं. तरीही त्याला तिथं राहण्याशिवाय दुसरा पर्याय नव्हता. मुंबईत राहण्यासाठी काकांकडून पैसे मिळण्याचा प्रश्नच नव्हता; कारण आपला मुलगा मामाकडेच राहील, अशी आईकाकांची सहज मनोधारणा होती.

**नव्या वातावरणात रुळताना**

ग्वाल्हेरच्या शांत वातावरणात वाढलेल्या रामला मुंबईतील माणसांची, वाहनांची गर्दी पाहून गंमत वाटे. रस्त्यांची माहिती नसल्यानं सुरुवातीचे काही दिवस रामला बावचळल्यासारखं झालं. पण हळूहळू त्यानं मुंबईत फिरायला सुरुवात केली. सर्वांत आधी घरापासून 'रॉयल इन्स्टिट्यूट'ला जाण्याच्या रस्त्याची माहिती करून घेतली. शैक्षणिक वर्ष सुरू झालं आणि राम रोज 'रॉयल इन्स्टिटट्यूट ऑफ सायन्स'मध्ये (आता इंडियन इन्स्टिटट्यूट ऑफ सायन्स) जाऊ लागला. सुरुवातीचे काही दिवस रामसाठी नव्या नवलाईचे झाले. मात्र लवकरच तेथील ठरावीक साच्याचा अभ्यासक्रम, तो शिकवण्याची पद्धत, या साऱ्या गोष्टी रामला कंटाळवाण्या वाटू लागल्या. बुद्धीला आव्हान मिळेल... असं काही तिथं त्याला शिकायला मिळेना. साहजिकच अभ्यासातलं लक्ष इकडं तिकडं जाऊ लागलं. रामला मुंबईच्या मुक्त वातावरणाचं वारं लागलं. तो वर्गात बसेनासा झाला. उगाचच आसपास फिरू लागला. सगळ्यांना राम खुशालचेंडू आणि तऱ्हेवाईक वाटू लागला. ग्वाल्हेरच्या घरी बाळबोध, सनातनी वातावरण होतं. तिथं सिनेमाची गाणी, वायफळ बडबड, फुकटचा 'टाइमपास' या गोष्टींना अजिबात थारा नव्हता. वडीलधाऱ्यांचा धाक होता; शिस्त होती. मुंबईत मात्र रामला कुठलाच धाक उरला नव्हता. बंदिस्त वातावरणातून आलेला राम मुंबईत स्वच्छंदी जग अनुभवू लागला.

रामला इन्स्टिटट्यूटमध्ये आणि आजूबाजूला नव्या विचारांचे, वेगळ्या जातिधर्माचे मित्र मिळाले होते. त्यांच्या मौजमजेच्या कल्पना रामसाठी एकदम नवीन आणि खूपच आकर्षक होत्या. त्यांच्याकडून राम सिगारेट ओढायला शिकला. त्यांचा

मांसाहार रामला आवडू लागला. मित्रांबरोबर डान्स करताना रामला मजा येऊ लागली. त्याला छानछोकीचे कपडे घालून फिरण्याची हौस वाटू लागली. त्यासाठी त्यानं मित्राकडून कोट मिळवला. त्यावर स्टायलिश बो लावून रामनं दोन-चारदा मिरवूनही घेतलं. हिंदी सिनेनट दिलीपकुमार यांचे चित्रपट त्या वेळी गाजत होते. त्यांना हीरो म्हणून खूप प्रसिद्धी मिळाली होती. 'तू दिलीपकुमारसारखा दिसतोस,' असं रामला त्याचे मित्र म्हणत. मग रामनं केसांची ठेवणही दिलीपकुमारसारखी केली. एकूण काय, तर तारुण्यसुलभ ऊर्मीत रामला मुंबई शहराचं रूप फार आवडू लागलं होतं.

या सगळ्या बाह्य गोष्टी झाल्या. परंतु रामच्या मनातली अभ्यासू वृत्ती मात्र मुळीच कमी झाली नव्हती.

पहिल्या वर्षातील अभ्यासक्रमाची त्यानं नीट माहिती करून घेतली होती. त्याचा गणिताचा अभ्यास तयारच होता. इतर विषयांचा अभ्यास परीक्षेपुरता केला, तरी त्याला पुरेसं होतं.

मुंबईत कुठंही फिरायचं, काही विकत घ्यायचं, तर खिशात पैसे हवेत, हे भान रामला अनुभवानं येऊ लागलं होतं. त्यासाठी राम शिकवण्या घेऊ लागला. महाविद्यालयामधल्या मुलांना तो गणित विषय शिकवत असे. मिळालेल्या पैशातले थोडे पैसे तो खर्च करी आणि उरलेले वेगळे साठवून ठेवी. रामनं उच्च शिक्षण घेण्याचं स्वप्न पाहिलं होतं. व्हिक्टोरिया महाविद्यालयामध्ये असताना रामला परदेशी गणितज्ञांची पुस्तकं पाहायला, वाचायला मिळाली होती. त्यांच्या गणित-ज्ञानानं राम भारावून गेला होता. अशा बुद्धिमान गणितज्ञांकडून त्याला गणित शिकायचं होतं. जे गणितज्ञ हयात नव्हते, त्यांची कर्मभूमी त्याला पाहायची होती.

रॉयल इन्स्टिट्यूटमधील पहिलं वर्ष पार पडलं. महादेव मामावर आपला अजून भार टाकावा, ही गोष्ट रामच्या मनाला पटेना. मुंबईच्या वातावरणाचे चांगले-वाईट अनुभव त्यानं मिळवले होते. मे महिन्याच्या सुट्टीत तो ग्वाल्हेरला गेला. मुंबईला वसतिगृहामध्ये राहण्याविषयी त्यानं आई-काकांशी चर्चा करून मान्यता मिळवली.

दुसऱ्या वर्षी राम बोर्डिंगमध्ये राहू लागला. त्या वेळी वसतिगृहाच्या वातावरणासंबंधी, तिथल्या राहण्याविषयी रामनं आईला पत्रातून कळवलं –

सौ. आईस,
*मी दोन्ही कांबळी अंथरतो व चादर पांघरतो. एखादे वेळी पहाटे थंडी वाजली, तर दुसरी सतरंजीच पांघरून घेतो. येथे दोनच वेळ जेवण मिळते. चांगले व पोटभर असते. वरण-भात, भाजी-पोळी, भाताला दही, लिंबू,*

*कांदा, चटणी मात्र रोज. जेवण टेबलावर. महिन्याला ५५ रुपये जेवणाचा चार्ज पडतो. मी सकाळी पावभर दूध घेतो. मेसमधील नोकर तापवून देतो. (दुधाचा चार्ज ७।। रु.) मला डालडा तुपामुळे थोडा खोकला झाला. रात्री ९.३० च्या आत रूमवर परत यावं लागतं, नाहीतर शिक्षा होते. मी साबू व डबी, तेलाची बाटली, शाई विकत घेतली. एका मित्रानं राखुंडी दिली. आता घर दूर आहे, ही गोष्ट सोडल्यास बाकी गोष्टींचा त्रास नाही.*

तुझा मुलगा,
श्रीराम

**नव्या संस्थेशी ओळख**

एकदा 'टाटा इन्स्टिट्यूट ऑफ फंडामेटल रिसर्च' (टी.आय.एफ.आर.) या संस्थेची वृत्तपत्रांमध्ये आलेली जाहिरात रामच्या पाहण्यात आली. त्यातील 'फंडामेंटल' या शब्दाचं रामला विशेष आकर्षण वाटलं. भौतिकशास्त्र आणि गणित विषयात मूलभूत संशोधन करण्यासाठी मुंबईला एक संस्था स्थापन करावी, अशी डॉ. होमी भाभांना कल्पना सुचली. ही कल्पना त्यांनी उद्योगपती जे.आर.डी. टाटा यांना बोलून दाखवली. टाटांनी संस्था स्थापण्यासाठी सहकार्य देण्याची तयारी दाखवली आणि सरकारनं १९४५मध्ये ही संस्था सुरू केली. सुरुवातीला मुंबईच्या पेडर रोडवर एका लहानशा जागेत ह्या संस्थेचं काम सुरू झालं.

रामनं संस्थेचा पत्ता शोधला. संस्थेच्या गणित विभागात जाऊन 'वर्तमानपत्रांतील जाहिरात वाचून आलो,' असं सांगितलं. डॉ. डी. डी. कोसांबी, प्रा. फर्नांद लेव्ही (Farnad Levi) आणि प्रा. पेसी मसानी ही नामवंत मंडळी संस्थेत काम करत होती. त्यांनी आस्थेनं पोरसवदा श्रीरामची चौकशी केली. गणिताचा अभ्यास करण्याच्या महत्त्वाकांक्षेनं मध्य भारतातून आलेल्या श्रीरामबद्दल संस्थेतील सर्वांना कुतूहल वाटलं. श्रीरामचं गाव, कुटुंब, शिक्षण अशी सर्व माहिती विचारताना, त्याचे वडील गणिताचे प्राध्यापक एस. के. अभ्यंकर आहेत, हे कळल्यावर प्रा. फर्नांद लेव्ही यांनी अधिक चौकशी केली. प्रा. लेव्ही कलकत्त्याच्या 'स्टॅटिस्टिकल इन्स्टिट्यूट'मधून निवृत्त झाले होते. निवृत्तीनंतर ते टी.आय.एफ.आर. संस्थेत रुजू झाले. विशेष म्हणजे प्रा. लेव्ही काकांना चांगले ओळखत होते. एम.एससी. झाल्यावर काकांना कलकत्त्याच्या 'स्टॅटिस्टिकल इन्स्टिट्यूट'मध्ये संशोधन करण्याची संधी मिळाली होती. पण देवासहून इतक्या लांब जाण्यास काकांना घरच्यांनी विरोध केला आणि काकांची संधी हुकली. एम.एससी. परीक्षेत प्रथम क्रमाकानं उत्तीर्ण झालेला एस. के. अभ्यंकर हा विद्यार्थी प्रा. लेव्हींच्या चांगला

लक्षात होता. त्याचा मुलगा म्हणून प्रा. लेव्ही श्रीरामकडे वेगळ्या नजरेनं पाहू लागले.

प्रा. पेसी मसानींनी हार्वर्ड विद्यापीठाच्या गणित विभागात काम केलं होतं. त्यामुळे त्यांच्याबद्दल रामला विशेष कुतूहल वाटे. तो उत्सुकतेनं मसानींशी गप्पा मारी. त्यांना अनेक प्रश्न विचारी. या प्रश्नांमधून मसानींनी रामची हुशारी ओळखली. हा विद्यार्थी वेगळा आहे, त्याची गणिताची समज फार उत्तम आहे, हे मसानींच्या लक्षात आलं. त्याला पुढील अभ्यासासाठी प्रोत्साहन द्यायला हवं, हे मसानींनी पक्कं ठरवलं. प्रा. मसानी रामला प्रेमानं सुट्टीच्या दिवशी घरी बोलवत. त्याला पोटभर खाऊ-पिऊ घालत. वसतिगृहात राहणारा तरुण राम मसानींच्या घरी चहाबरोबर दिलेली बिस्किटं, केक खाऊन फस्त करी. काही दिवसांनी मसानींकडे रामला चहा बिस्किटांबरोबर पॅटिसही बशीत मिळू लागले. अर्थात बशीतलं सगळं संपवायचा रामचा खाक्या आधीसारखाच राहिला.

टी.आय.एफ.आर.मधील वातावरण रामला फार आवडे. तिथल्या हुशार, अभ्यासू प्राध्यापकांशी गप्पा मारताना त्याला नवीन काहीतरी शिकल्याचा, माहिती मिळाल्याचा आनंद मिळे. एक दिवस आपणही इथं व्याख्यान देऊ, असं स्वप्न तो पाही.

१९५०च्या सुरुवातीला शिकागो विद्यापीठातील प्रसिद्ध गणिती डॉ. मार्शल हार्वी स्टोन (Marshall Harvy Stone) यांची व्याख्यानं टी.आय.एफ.आर.मध्ये आयोजित केली होती. विषय होता – 'हिल्बर्ट स्पेसेस'. या व्याख्यानांना संस्थेतील भौतिकशास्त्राचे दोन प्राध्यापक, प्रा. पेसी मसानी, गणित विषयाचे डॉ. चंद्रशेखर या दिग्गजांची उपस्थिती असे. त्यांच्याबरोबर एकोणीस वर्षांचा रामही हजर असे. साध्या, गबाळ्या कपड्यांतला थोडा खेडवळ दिसणारा हा मुलगा इथं कसा काय येतो? अशी रामला पहिल्यांदा पाहणाऱ्या सर्वांचीच प्रतिक्रिया असे. पण त्याच्याशी बोलताना त्याची गणिताची आवड आणि समज बोलणाऱ्याच्या लक्षात येई. खरं तर 'हिल्बर्ट स्पेसेस' हा विषय रामला अगदी नवीन होता. परंतु काकांनी त्याला गणिताचा मूलभूत अभ्यास शिकवला होता. त्याला स्वत:हून अभ्यास करण्याची चांगली सवय लावली होती. या दोन्ही गोष्टींचा रामला प्रा. स्टोन यांची व्याख्यानं ऐकताना खूप उपयोग झाला. एक नवीन विषय शिकायला मिळाला, याचा रामला आनंद झाला होता. प्रा. स्टोन यांच्या व्याख्यानांनी रामच्या गणिती विचारांचा आवाका वाढण्यास निश्चितच मदत झाली होती.

श्रीरामसाठी 'रॉयल इन्स्टिट्यूट' अणि 'टी.आय.एफ.आर.' ही दोन अगदी भिन्न ठिकाणं होती. रॉयल इन्स्टिट्यूटमध्ये 'आता इथं शिकण्यासारखं काही राहिलं नाही,' अशी त्याची भावना झाली होती. तर 'टी.आय.एफ.आर.'मध्ये

त्याला विद्वान गणितज्ञांच्या सहवासातून खूप शिकायला मिळत होतं. याचा एक तोटा असा झाला, की महाविद्यालयाच्या शिक्षणातलं, वर्गातलं रामचं लक्ष खूप कमी झालं होतं. ही गोष्ट रामच्या गणिताच्या प्राध्यापिकेच्या लक्षात आली होती. त्यांनी रामला एक प्रश्न विचारला. त्याबरोबर राम पटकन उभा राहिला. प्रश्नाचं उत्तर देण्याऐवजी त्यानं त्यांनाच प्रतिप्रश्न विचारला. वर वर पाहता त्यात रामचा भाबडेपणा वाटत होता, मात्र त्यातली खोच प्राध्यापिका बाईंना समजली आणि विद्यार्थ्याची हुशारीही! या प्रसंगानंतर श्रीरामचा खोडसाळपणा जास्त वाढला. तो शिक्षकांशी आगाऊपणे आणि धिटाईनं वागू लागला. 'मी कोणीतरी वरचढ आहे,' असा शिष्टपणाही त्यात दिसू लागला. अर्थात महाविद्यालयाच्या प्राध्यापकांशी रामनं नम्रपणे वागणं अपेक्षित होतं.

ग्वाल्हेरहून येताना 'रॉयल इन्स्टिट्यूट'मध्ये पदार्थविज्ञान विषयात पदवी मिळवायची, असं रामनं ठरवलं होतं. मुंबईत आल्यावर त्याला टी.आय.एफ.आर. संस्थेची माहिती मिळाली. या संस्थेत त्याला त्याच्या आवडीच्या गणिताबद्दल ऐकायला, बोलायला मिळत होतं. अशा परिस्थितीत श्रीरामच्या मनात विचारांचं एक द्वंद्व सुरू झालं होतं. ते म्हणजे पुढचं शिक्षण पदार्थविज्ञानात घ्यावं का? भविष्यात गणित संशोधन करायला नाही जमलं, तर? माझी गणितीय प्रतिभा अचानक कमी झाली, तर? या प्रश्नांची उत्तरं मला कोण देईल? कुणाला हे प्रश्न विचारावेत? असं वाटत असताना डॉ. कोसांबींना हे प्रश्न विचारण्याचं रामनं ठरवलं.

एक दिवस मनाचा हिय्या करून त्यानं डॉ. कोसांबींपुढे मनातील खळबळ व्यक्त केली. रामचं बोलणं पूर्ण होण्याआधीच डॉ. कोसांबी क्षणाचाही विलंब न लावता ताडकन रामला म्हणाले, "तू गणित करू शकणार नसशील, तर मग स्वतःला संपवून टाक." ('If you are unable to do Maths, then you kill yourself.') डॉ. कोसांबींचे ते आत्मविश्वासाचे ठाम उद्गार ऐकून रामची द्विधा मनस्थिती संपली. गणित हा आपल्या पुढच्या वाटचालीसाठी श्रेयस्कर बिंदू पकडायचा, यावर रामनं शिक्कामोर्तब केलं.

### परदेशगमनाची निश्चिती

मध्य प्रदेशातून आलेला, मध्यमवर्गीय हुशार मुलगा उच्च शिक्षणासाठी धडपडतोय, त्याला मदत करायला हवी, असं प्रा. मसानी आणि डॉ. कोसांबींना सतत जाणवत होतं. ते दोघंही संशोधनाच्या कामानिमित्त बऱ्याच वेळा अमेरिकेला जात. त्यामुळे त्यांना प्रगत अमेरिकन शिक्षणाचा आवाका, दर्जा याची चांगली सखोल माहिती होती.

प्रा. मसानींनी रामला अमेरिकेतील विद्यापीठात डॉक्टरेट पदवीसाठी संशोधन

करायला मिळावं, यासाठी बरेच प्रयत्न केले. या संदर्भात त्यांनी एका ठिकाणी म्हटलं, ''मी अभ्यंकरांच्या वतीनं पन्नास तरी पत्रं लिहिली असतील. बहुतेक पत्रं कचऱ्याच्या टोपलीत पडली असणार. अगदी थोड्या पत्रांची दखल घेतली गेली असेल. पण मला आनंद होतोय, राम उच्च शिक्षणासाठी परदेशी जाण्याची धडपड करतोय.'' प्रा. मसानींनी त्यांचे पीएच.डी.चे मार्गदर्शक प्रा. गॅरेट बरकॉफ (Garrett Birkhoff) यांना रामसंबंधी पत्रानं कळवलं आणि 'हार्वर्ड विद्यापीठात त्याला प्रवेश मिळू शकेल का,' अशी विचारणाही केली. तसेच या विद्यापीठात रामला शिक्षण घेता यावं, यासाठी प्रशस्तिपत्रकही दिलं. प्रा. गॅरेट बरकॉफ हे हार्वर्ड विद्यापीठातील गणित विभागाचे प्रमुख होते. त्यांनी प्रा. मसानींना, 'त्याला येऊ दे. पण पहिल्या वर्षी शिष्यवृत्ती मिळणार नाही,' असं उलट टपाली कळवलं.

आता हार्वर्ड विद्यापीठात प्रवेश मिळण्याची निश्चिती झाली होती. पण पैशाचं काय? प्रवासाचा खर्च, पहिल्या वर्षाच्या शिक्षणाची फी आणि अमेरिकेत राहण्याचा खर्च एवढ्या पैशांची सोय करणं भाग होतं. काका अमेरिकेला जाऊ देतील का? हीच जिथं शंका होती, तिथं त्यांच्याकडून पैसे मिळणं तर अवघडच होतं. या दिवसांमध्ये बी.एससी. परीक्षेचा अभ्यास, एकटं राहणं, भविष्याची धाकधूक, परदेशी शिक्षणासाठी जाण्यातल्या अनंत अडचणी यामुळे श्रीरामला खूप अस्वस्थ वाटत होतं. मनातले विचार तर हटत नव्हते. त्याच त्या विचारांनी त्याला अधिकच एकाकी वाटत होतं. जवळच्या माणसांपाशी मन मोकळं करण्याची त्याला गरज होती. त्याला कुटुंबाचा, आईवडिलांचा आश्वासक आधार हवा होता. रात्रीही शांत झोप लागत नव्हती. एकदा असाच राम रात्रीचा विचार करत बसला असताना, त्याला आईची तीव्रतेनं आठवण झाली. मग त्यानं आपल्या भावना पोस्टकार्डवर लिहून आईला पाठवल्या –

१५ फेब्रुवारी १९५०

*आई!! आऽऽई!! उमाई!!*
*पक्षी असतो तर उडून आलो असतो*
*मांडी तुझ्या टेकुनि हे शिर*
*थोपटुनी तू म्हण गाणे मज*
*झोप येऊ दे शांत मज*
*विसरून जगतातिल गोंधळ*

*अधीर चित्ती अति जाहलो मी*
*उमाईच्या कधी बैसतो कडे*
*डोके हे कलकलून गेले असे*

*दोनच महिने परि दोन युगे भासती*
*खरोखरच कवि म्हणतो*
*जेव्हा काका अन् आई तुमची*
*होई आठवण असह्य, फोटो घेऊन बैसतो*
*अन् तयाशीच हृदयी लावून खूप बोलतो, खूप हसतो.*
*सुंदर फूल गोमटे, गोजिरे बसले आई तुझ्या मांडीवरी*
*तया सतत पाहतो, सतत हुंगतो.*
*लहानच मज देवा का नाही ठेविले, म्हणुनि शोकतो, म्हणुनि शोकतो*

*फोटोतून पिताजींचे डोळे, धीर मज देती*
*देव आहे म्हणून सांगती*
*तुझे डोळे बारीक, चष्म्यातूनही दिसती*
*लवकर मजलागि भेट देई म्हणुनि बोलती*

*तुझा,*
*राम,*
*हे कशाला लिहावे?*

एकीकडे बी.एससी.च्या परीक्षेचा अभ्यास तर दुसरीकडे हार्वर्ड विद्यापीठात प्रवेश घेण्यासाठी करायची कागदपत्रांची पूर्तता या धामधुमीत राम खूपच गुंतला होता. त्या गडबडीतच रामनं परीक्षेचे पेपर लिहिले. थोड्याच दिवसांत हार्वर्ड विद्यापीठाकडून रामला प्रवेशनिश्चितीचं पत्रही आलं.

आता रामचं मुंबईतील वास्तव्य संपलं होतं. त्याला परदेशी जाण्याच्या नव्या आव्हानाला सामोरं जायचं होतं. त्यानं मुंबईतला बाडबिस्तरा आवरला आणि तो ग्वाल्हेरला निघाला.

ग्वाल्हेरला जाऊन त्याला आई-काकांशी चर्चा करायची होती. परदेशी जाऊ देण्यासाठी दोघांचं मन वळवायचं होतं. सर्वांत महत्त्वाचं म्हणजे पैशाची जुळवाजुळव करावी लागणार होती.

काकांना मुलगा परदेशी जातोय, ही गोष्ट सुरुवातीला पटवून घेणं अवघड गेलं. त्यांनी प्रा. लेव्ही यांच्याशी पत्रव्यवहार केला. प्रा. लेव्हींनी श्रीरामच्या गणिती बुद्धिमत्तेची, आकलनाची पत्रातून खूप प्रशंसा केली. 'या बुद्धिमत्तेला व्यक्त होण्यासाठी संधी देण्याची आवश्यकता आहे, त्यासाठी श्रीरामला उच्च शिक्षण घेण्यास परदेशी पाठवावं,' असं स्पष्ट पत्र लेव्हींनी काकांना लिहिलं. त्यानंतर काकांनी रामचं शिक्षणासाठी परदेशी जाणं मान्य केलं. मध्य प्रदेशातील शैक्षणिक सोयी-सवलतींची काकांना चांगली माहिती होती. त्याचा उपयोग करून मध्य प्रदेश सरकारकडून

श्रीरामला शैक्षणिक शिष्यवृत्ती मिळाली. तसं पाहिलं, तर २,४०० डॉलर्स रामच्या शिक्षणाच्या खर्चाच्या मानानं तुटपुंजे होते. परंतु सरकारकडून मदत मिळाली, हेच विशेष होतं! पैशांची अडचण असल्यानं विमानानं प्रवास करण्याचा रामनं विचारही केला नाही. त्यामुळे जहाजानं अमेरिकेला जायचं असंच ठरवलं गेलं.

अभ्यंकर कुटुंबात रामच्या परदेशगमनाच्या तयारीची लगबग सुरू झाली. रामचे भाऊ-बहीण, शेजारी, इतर घरोब्याच्या मंडळींसाठी रामचं परदेशी जाणं खूप उत्सुकतेचं आणि कुतूहलाचं होतं. आई-आत्या-काकू रामबरोबर देण्याच्या शिदोरीच्या तयारीत गुंतल्या. शर्ट, कोट, पँट शिवून घेण्यात आली. स्वेटर, कानटोपी अशा लोकरीच्या कपड्यांचीही खरेदी झाली. अभ्यासासाठी पुस्तकं, वह्या, पेन आणि इतर अत्यावश्यक सामानाचीही बांधाबाध भावांनी करून दिली. श्रीरामची प्रवासाला निघण्याची तारीख जवळ येऊ लागली होती.

$3.4_1)$ If $f_2[C] \neq 0$ and

ing properties of $T$

$C] \neq 0$ and $(g, [C], d, [C]$

$d_1[TC] = d_2[C],$

final $\Leftrightarrow$ is final.

# मुंबई ते हार्वर्ड - व्हाया लंडन

श्रीराम मुंबईला गेला, तेव्हा तिथं मामांचा आधार होता. तसंच दिवाळी आणि उन्हाळ्याच्या सुट्टीत तो ग्वाल्हेरला येत होता. आता दूरदेशी अमेरिकेत मात्र तो एकटा असणार होता. शिक्षण पूर्ण झाल्याशिवाय तर रामचं भारतात येणं अशक्य होतं. या विचारांनी आई-काका चिंतातुर झाले होते. त्यांना रामची खूप काळजी वाटत होती. या काळजीला रामची उच्च शिक्षणाची इच्छा पूर्ण होतेय, अशी एक समाधानाची किनार होती. भावंडांनाही रामदादा लवकर भेटणार नाही, याचं वाईट वाटत होतं.

अखेर तो दिवस उजाडला. ८ जुलै १९५१. या दिवशीचं रामचं पी ॲण्ड ओ बोटीचं तिकिट काढलेलं होतं. बोट सुटण्याची वेळ झाली. बोटीचा भोंगा वाजला. हुरहूर आणि हळवेपणा अशा संमिश्र मन:स्थितीत भांबावलेला राम बोटीत बसला. शांतपणे बोटीनं मुंबई बंदर सोडलं.

गणिताच्या अभ्यासातील पितारूपी गुरूचं बोट सोडून नवीन गुरूच्या शोधात श्रीराम शंकर अभ्यंकर विसाव्या वर्षी दूरदेशी निघाले होते.

अभ्यंकरांची बोट अरब देश, इटली, फ्रान्समधील मार्सेल बंदर इथून इंग्लंडमार्गे

गणितयोगी डॉ. श्रीराम अभ्यंकर । ३६

अमेरिकेला पोचणार होती. बोटीत बसल्यावर अभ्यंकरांनी सहजच या प्रवासाच्या मार्गाची उजळणी केली. बीजगणितानंही भारतापासून सुरू केलेला प्रवास याच मार्गानं तर केला होता, हे आठवून ते मनाशीच हसले. या योगायोगाची त्यांना खूप गंमत वाटली.

हार्वर्डला गेल्यावर अभ्यंकरांना डॉ. गॅरेट बरकॉफ यांना भेटायचं होतं. त्यापूर्वी 'तू बरकॉफची काही पुस्तकं वाचून ठेव'. असं डॉ. मसानी यांनी अभ्यंकरांना बजावून सांगितलं होतं. प्रवासात बराच निवांत वेळ मिळेल, त्यावेळी बरकॉफ यांची पुस्तकं वाचू, असं अभ्यंकरांनी ठरवलं हातं. बोटीचा प्रवास अभ्यंकरांना नवीनच होता. त्या वातावरणाशी थोडं जुळवून घेतल्यावर त्यांनी पुस्तकं पाहायला सुरुवात केली.

## प्रवासातील आजारपण

पूर्वतयारीसाठी भारतातून निघताना अभ्यंकरांना भर उन्हाळ्यात मुंबई-ग्वाल्हेर, उज्जैन, इंदूर, पुन्हा मुंबई असा प्रवास करावा लागला होता आणि त्यासाठी धावपळही खूप झाली होती. घरच्यांना सोडून येताना त्यांचं मन खूप अस्वस्थ झालं होतं. पैशाच्या जमवाजमवीचं दडपण, परदेशाची धास्ती अशा कारणांनी त्यांची एकंदरीत शारीरिक आणि मानसिक ताकद कमी झाली होती. बोटीवरचं दमट, उष्ण हवामान काही अभ्यंकरांना मानवलं नाही आणि प्रवासात बोटीवर ते तापानं फणफणले. बोटीवरच्या डॉक्टरांनी विषमज्वराचं निदान केलं. ताप वाढल्यानं त्यांची प्रकृती गंभीर झाली हाती. जहाजावरची वैद्यकीय सेवा यथातथाच होती. अधिकारीही फारसं लक्ष देत नव्हते. अभ्यंकरांना तातडीच्या औषधोपचारांची गरज असतानाही जहाजावरचा सेवक वर्ग थंडच होता. एकंदर तब्येत बघता अभ्यंकरांना तातडीनं हॉस्पिटलमध्ये दाखल करून उपचार करण्याची गरज होती.

अभ्यंकरांच्या जहाजामध्ये गोडबोले व गद्रे नावाचे विद्यार्थी होते. ते जहाजाच्या कप्तानाला भेटले. 'रुग्णाची तब्येत खालावली आहे, त्याला नाविकांच्या रुग्णालयात त्वरित हलवा,' असा दोघांनी आग्रह धरला. दरम्यान अतितापानं अभ्यंकरांची शुद्ध हरपली. अशा अवस्थेत त्यांना इंग्लंडमध्ये उतरवण्यात आलं. ग्रीनविच येथील नाविकांच्या सिमन्स हॉस्पिटलमध्ये दाखल करण्यात आलं. एक भारतीय विद्यार्थी ग्रीनविच येथील सिमन्स हॉस्पिटलमध्ये दाखल करण्यात आला आहे, अशी लंडन रेडिओवर बातमीही देण्यात आली. ती ऐकून लंडनमधील भारतीय लोक त्यांची विचारपूस करण्यास येऊ लागले. त्यातल्या वझे नावाच्या विद्यार्थ्यानं त्यांना खूप मदत केली. इंग्लिश पद्धतीचं खाणं अभ्यंकरांना नवीनच होतं. शिवाय आजारपणामुळे विशेष खाल्लंही जात नव्हतं. तेव्हा वझे त्यांना आपल्या पद्धतीचं जेवणखाण घेऊन जाई. इंदुमती देशपांडे नावाच्या आर्मी ऑफिसर

बाईंनीही अभ्यंकरांना मदत केली. मात्र भारतीय वकिलातीनं मदत करण्यास असमर्थता दर्शवली होती.

अभ्यंकरांच्या आजाराचं वृत्त ग्वाल्हेरच्या घरी कळवण्यात आलं. घरची सर्वजण अतिशय काळजीत पडली. इथं बसून नुसती चिंता करण्यात काही अर्थ नाही, तिकडं तो एकटाच आहे. त्याला धीर द्यायला हवा. या विचारानं काकांनी रामला दिलासा मिळेल, असं पत्र पाठवलं. मनाला शांतवणाऱ्या काकांच्या शब्दांनी रामचा आत्मविश्वास वाढायला खूप मदत झाली. आपणही काकांना स्वत:च्या हातानं पत्र लिहून पाठवावं म्हणजे सर्वांची काळजी थोडी कमी होईल; असं अभ्यंकरांना वाटलं. अशक्तपणामुळे उठून नीट बसण्याची, हातात पेन धरून लिहिण्याचीही अभ्यंकरांमध्ये ताकद नव्हती. थरथरत्या हातानं, कापऱ्या अक्षरांत त्यांनी काकांना पत्र पाठवलं. एरवीची पत्र पाठवतानाची तारीख, वार, नमस्कार-आशीर्वाद अशी पत्राची शिस्त मात्र त्यांनी याही पत्रात पाळलेली दिसते.

*'तुमचे पत्र गद्र्यांनी आणून दिले. वाचून आनंद झाला. हिंमत आली. दवाखान्यात फार त्रास होतो. उगीच कॉस्टिक साबूने वॉश देतात. फार आग होते. डॉक्टर त्याच्यासाठी औषध देत नाहीत. खायचे हाल आहेत. जबरदस्तीने काहीतरी खायला देतात. दवाखान्याचा कंटाळा आला आहे. मात्र येथील नर्सेस फार आपुलकीने वागतात. हा परका, बाहेरचा अशी वागणूक देत नाहीत.*

*पुढच्या बोटीत बहुतेक जागा मिळणार नाही. विमानाने जायला पैसे जास्त लागतील. गद्रे आज येणार आहे. पासपोर्ट मी बरोबर आणला की नाही, हे आठवत नाही. गद्र्यांना सामानात पाहायला सांगतो. आता ताप नाही. त्यामुळे थोड्याच दिवसांत मी नक्की हार्वर्डला जाईन. शिनूच्या इन्टरव्ह्यूचे काय झाले? आईचा पाय कसा आहे?*

*तुमचे पत्र रोज दहादा वाचतो. बरे वाटते. मनातली निराशा कमी होते. घरून रोज पत्र आले तर किती चांगले होईल! महिन्याला ११-१२ रुपये जास्तीचे लागतील. पण मला बरे वाटेल.*

*सौ. आईला, तुम्हांला, इंदूला, मामा-मामीला नमस्कार. शिदू, शिनू, बाळू, पुष्पा यांना आशीर्वाद.*

तुमचा,
श्रीराम

अभ्यंकरांनी हे आजारपण मोठ्या धीरानं आणि धीटपणे घेतलं. त्यांना लवकर बरं होऊन हार्वर्ड विद्यापीठात पोहोचायचं होतं. इस्पितळातील नकोशा

वातावरणात पलंगावर पडल्या पडल्या त्यांच्या मनात अनेक विचार येत. त्याबद्दल एका ठिकाणी त्यांनी लिहिलं, ''दिवसरात्र अंथरुणात पडून असताना सिल्व्हेस्टर (Sylvester, १८४०), सामन (Salmon, १८५२), केली (Caley, १८८७) या गणितज्ञांनी केलेल्या गणिताच्या अभ्यासाच्या, संशोधनाच्या लहरी माझ्यापर्यंत पोहचत असल्याचं मला जाणवत होतं. त्यांचं काम तर १०० वर्षांपूर्वीचं होतं. याचा अर्थ मी १८४०-१८८० या काळात गेलो होतो का? कारण तेव्हा तर या तिघांनी हे संशोधन केलं होतं. या लहरींमध्ये मला त्यांची सहृदयता, सहानुभूती आणि आधार प्रतीत होत होता. या लहरींचा खेळ मोठा विलक्षण आणि चकित करणारा होता. त्याचबरोबर न्यूटनच्या बायनॉमिअल थिअरमचं महत्त्व माझ्या मनावर ठसलं जात होतं. माझं मन मी वाचलेल्या, शिकलेल्या गणितात आणि गणितींमध्ये गुंतत होतं. अशा गणिती आठवणींनी मला आजारपण निभावून नेण्याची ताकद मिळाली असावी.''

या अनपेक्षित आणि जीवघेण्या आजारपणात अभ्यंकर दोन महिने हॉस्पिटलमध्ये होते. थोडं बरं वाटल्यावर मुंबईच्या थॉमस कुक कंपनीनं त्यांची बोस्टनपर्यंतच्या विमान प्रवासाची सोय केली. अभ्यंकरांना विमानतळावर पोहोचण्यापर्यंतची सर्व मदत वझ्यांनी केली.

## अमेरिकेला प्रस्थान

ऑक्टोबरच्या पहिल्या आठवड्यात अभ्यंकर अमेरिकेच्या प्रवासाला निघाले. त्या काळी लंडन ते बोस्टन या प्रवासाला चोवीस तास लागत. ६० वर्षांपूर्वीची विमानं आकारानं लहान होती आणि वेगही हल्लीच्या मानानं बराच कमी असे. विमानात इंधन भरायलाही मध्येच थांबावं लागे. त्यात वेळ जाई. आजारानं अभ्यंकर फार अशक्त झाले होते. त्यात खाण्यापिण्याची खूप आबाळ झाली होती. त्यांना विमानात नीट बसताही येत नव्हतं. अंग लटपटत होतं. थंडी वाजत होती. अशक्तपणामुळे आत्मविश्वास वाटत नव्हता; मन हळवं झालं होतं. उशीर झाल्यानं विद्यापीठातल्या प्रवेशाचं काय होणार, या काळजीनं तर गेले दोन महिने त्यांची पाठ सोडली नव्हती. एका मोठ्या संकटाच्या अगदी टोकावर आपण उभे आहोत, अशा अगतिक मानसिकतेत अभ्यंकरांचा पहिला विमान प्रवास सुरू होता. कधी एकदा हे हवेत तरंगणं संपतंय आणि जमिनीवर उतरतोय, असं त्यांना वाटत होतं. त्यांच्या चेहऱ्यावरची चलबिचल, तगमग शेजारी बसलेल्या चिनी विद्यार्थ्याच्या लक्षात आली होती. त्यानं अभ्यंकरांना धीर दिला आणि बोस्टन विमानतळापासून हार्वर्ड विद्यापीठापर्यंत जाण्यास मदत केली.

हार्वर्डमध्ये आपण खरंच पोहोचलो, या विचारानं त्यांच्या मनानं खूप उभारी

धरली. विद्यापीठाचं अतिभव्य, प्रशस्त आवार, गर्द झाडांनी वेढलेल्या इमारती, हिरवळीतून ठळकपणे नजरेत भरणारे छोटे, लांबच लांब रस्ते हे हार्वर्डचं रूप पाहून तर ते अधिकच उल्हसित झाले. सर्व बळ एकवटून अभ्यंकर हार्वर्ड विद्यापीठाच्या गणित विभागात पोहोचले. विद्यापीठाच्या शांत पण गंभीर वातावरणात अभ्यंकरांना एक प्रकारचं भारावलेपण जाणवलं. गणित विभागात सामसूम होती. कुणी विद्यार्थीही दिसत नव्हते. त्यांना एक महिला कर्मचारी मात्र भेटली. तिनं अभ्यंकरांची प्राथमिक चौकशी केली आणि सुचवलं, "आज शनिवार असल्यानं सहसा कुणी प्राध्यापक विभागात येत नाहीत. पण ऑस्कर झारिस्की (Oscar Zariski) आले आहेत. ती समोरची त्यांची खोली. त्यांना तू भेटू शकतोस."

## दुसऱ्या गुरूची भेट

अचानक दारात उभ्या राहिलेल्या तरुणाकडे झारिस्कींनी अचंब्यानं नीट न्याहाळून पाहिलं. अशक्त अंगकाठी, खोल गेलेले डोळे, अंगावर ढगळ कोट, पँट, पायांत साधेसे बूट, थरथरणारे हात. कोण हा मुलगा, असं वाटून त्यांनी अभ्यंकरांना आत बोलावलं आणि खुर्चीत बसायची खूण केली. बाह्य अवतारावरून हा मुलगा बऱ्याच प्रयत्नांनी, परिश्रमांनी इथवर पोहोचल्याचं झारिस्कींना जाणवलं. त्याला शांत, स्वस्थ करण्यासाठी झारिस्की प्रश्न विचारू लागले.

झारिस्की : कुठून आलास?

अभ्यंकर : भारतातून.

झारिस्की : तुझे वडील काय करतात?

अभ्यंकर : माझे वडील गणिताचे प्राध्यापक आहेत, तुमचे वडील काय करतात?

झारिस्की : तू भारतातून कुठून आलास?

अभ्यंकर : मध्य प्रदेशातील ग्वाल्हेरहून. तुम्ही कुठले?

झारिस्कींनी प्रश्न विचारला, की अभ्यंकरही त्यांना प्रतिप्रश्न विचारत होते. ग्वाल्हेरच्या अघळपघळ वातावरणातून आलेल्या अभ्यंकरांना समोरच्या व्यक्तीला खासगी प्रश्न विचारू नयेत, हा पाश्चिमात्य शिष्टाचार कसा माहीत असणार? ते आपले बिनधास्त झारिस्कींशी बोलत होते, शिवाय हार्वर्ड विद्यापीठात त्यांना भेटलेली झारिस्की ही पहिलीच व्यक्ती. त्यांच्याशी ओळख वाढवायची, तर त्यांची माहिती विचारून घ्यायला हवी, अशा सरळ, धोपट विचारानं विशीतले श्रीराम झारिस्कींशी बोलत होते. कारण त्यांना झारिस्की कोण आहेत, हे तरी कुठं माहिती होतं? आणि माहिती असण्याचं काही कारणही नव्हतं. त्यामुळे ते झारिस्कींशी आत्मविश्वासानं बोलत होते. झारिस्कींनाही या विद्यार्थ्याबद्दल कुतूहल निर्माण झालं होतं.

आजारपणानं अशक्त झालेल्या या मुलाच्या तरतरीत डोळ्यांतील हुशारीची झाक मात्र झारिस्कींनी हेरली होती. सुरुवातीची ओळख-परेड झाली. आता दोघांच्यात गणिताच्या गप्पा सुरू झाल्या. झारिस्कींनी त्यांना गणितातले काही प्रश्न विचारले. त्याबरोबर अभ्यंकरांच्या अंगात एकदम अनामिक शक्ती आली. स्फुरण चढलेल्या मावळ्याच्या आवेशानं ते गणिताची खिंड यशस्वीपणे लढू लागले. अभ्यंकरांची अभ्यासपूर्ण उत्तरं ऐकून झारिस्की प्रभावित झाले. हा पूर्वेकडून आलेला मुलगा 'स्पेशल' असल्याचं त्यांना जाणवलं. त्या भरात त्यांनी अभ्यंकरांना घरी येण्याचं निमंत्रण दिलं. अभ्यंकरांना हे निमंत्रण म्हणजे पर्वणीच होती. सर्वस्वी अनोळखी अशा अमेरिकेच्या भूमीत एका प्राध्यापकानं पहिल्याच भेटीत अभ्यंकरांना घरी बोलावलं होतं. ही अभ्यंकरांच्या गणिती प्रज्ञेची बक्षिसी होती, की भविष्यात अभ्यंकर जागतिक कीर्तीचे गणितज्ञ होण्याची ती नांदी होती?

संध्याकाळी अभ्यंकर झारिस्कींच्या घरी गेले. सौ. झारिस्कींनी त्यांचा चांगला पाहुणचार केला. झारिस्कींनी त्यांना अभ्यासासाठी एक पुस्तकही दिलं.

मुंबईहून येताना अभ्यंकरांच्या शिक्षकांनी हार्वर्डमध्ये तीन प्राथमिक आणि एक त्याहून वरचा असे चार कोर्सेस करण्यास सांगितलं होतं. हा मूलभूत अभ्यासक्रम पूर्ण केल्यावरच पदवीधर विद्यार्थ्याला हार्वर्डचं शिक्षण घेता येत होतं. ही हार्वर्डची शिक्षण पद्धती होती. परंतु अभ्यंकरांशी गणिती गप्पा झाल्यावर, झारिस्कींनी त्यांना वेगळंच सुचवलं. त्यांच्या सूचनेनुसार पुढे अभ्यंकरांनी तीन प्रगत आणि एक प्राथमिक कोर्स केला. अर्थात झारिस्की शिकवणार होते म्हणून त्यांनी हे मान्य केलं.

अभ्यंकरांच्या आयुष्यातील तो दिवस आणि ती संध्याकाळ अविस्मरणीय होती, कारण पहिल्या गुरूचा म्हणजेच काकांचा हात स्वदेशात सोडून ते नव्या गुरूच्या शोधात हार्वर्डला आले होते. पहिल्याच भेटीत झारिस्कींशी त्यांचे चांगले स्नेहबंध जुळले होते. मात्र भविष्यात झारिस्की हेच आपले दुसरे गुरू असणार आहेत, याची त्यांना त्या वेळी पुसटशीही कल्पना आली नाही.

अभ्यंकरांची झारिस्कींशी झालेली भेट ही अगदीच अनपेक्षित होती. आता अभ्यंकरांना प्रा. गॅरेट बरकॉफ यांची मुद्दाम भेट घ्यायची होती. प्रा. बरकॉफ यांच्या मार्गदर्शनाखाली अभ्यंकर हार्वर्डमध्ये उच्च शिक्षण घेणार, असं साधारणपणे भारतातून निघताना ठरलं होतं. डॉ. गॅरेट बरकॉफ यांचा हार्वर्डमध्ये चांगला दबदबा होता. त्याला पार्श्वभूमीही तशीच होती. डॉ. गॅरेट हे डॉ. जॉर्ज डेव्हिड बरकॉफ (George David Birkhoff) यांचे चिरंजीव! १९२० पूर्वी, अमेरिकेतील विद्यापीठांमध्ये गणित शिकवण्यासाठी युरोपातून गणिताचे प्राध्यापक येत. परंतु डॉ. जॉर्ज बरकॉफ यांनी अमेरिकेत गणितावर संशोधन केलं आणि तिथंच ते

अध्यापक म्हणून काम करू लागले. एका अर्थानं ते अमेरिकेसाठी स्वदेशी गणिती होते. त्यांना अमेरिकेत फार मानाचं स्थान होतं.

अशा या ज्ञानी गुरूकडे प्रा. दामोदर धर्मानंद कोसांबी यांनी १९२६ मध्ये शिक्षण घेतलं होतं, तर प्रा. पेसी मसानी यांनी प्रा. गॅरेट बरकॉफ यांच्या मार्गदर्शनाखाली पीएच.डी.चं संशोधन केलं होतं. साहजिकच प्रा. कोसांबी आणि प्रा. मसानी या दोघांचेही बरकॉफ पितापुत्रांशी उत्तम संबंध होते. म्हणून अभ्यंकरांनीही डॉ. गॅरेट बरकॉफ यांना भेटावं, असं मसानींनी सुचवलं होतं आणि ओळखपत्रही दिलं होतं. प्रा. बरकॉफ यांना भेटण्यापूर्वीची तयारी म्हणून प्रा. मसानींनी आपल्या गुरूचं 'लॅटिस थिअरी' या विषयाचं पुस्तक अभ्यंकरांना वाचायलाही दिलं होतं. प्रा. गॅरेट बरकॉफ यांचा 'लॅटिस थिअरी'चा विशेष अभ्यास होता. मुंबईहून येतानाच्या जहाजावरच्या प्रवासात अभ्यंकरांनी हे पुस्तक वाचायला सुरुवात केली होती. त्यातील एक पूर्ण, तर दुसरं अर्धं प्रमेय त्यांचं जहाजावरच सोडवून झालं होतं.

**प्रबंधाच्या विषयातील आव्हानं**

ठरवल्याप्रमाणे प्रा. मसानींचं ओळखपत्र घेऊन अभ्यंकर प्रा. गॅरेट बरकॉफ यांना भेटायला गेले. 'लॅटिस थिअरी'वरची सोडवलेली प्रमेयांची वहीही बरोबर ठेवली. प्रा. बरकॉफ यांनी ओळखपत्र पाहिलं आणि वहीही बघितली. "माझ्या तासांना बसत जा," असं त्यांनी अभ्यंकरांना सांगितलं. त्यानंतर श्रीराम काही दिवस त्यांच्या व्याख्यानांना जात होते. बरकॉफ उत्तम शिकवत. लॅटिस थिअरीतील अवघड भागही ते फार सहजपणे स्पष्ट करत. परंतु अभ्यंकरांचं काही या विषयाशी जमेना म्हणून त्यांनी पुन्हा बरकॉफ यांची भेट घेतली. त्या वेळी 'ती' प्रमेय सोडवलेली वही त्यांनी पुन्हा बरकॉफ यांना दाखवली. या वेळी बरकॉफ यांनी जरा बारकाईनं वही वाचली. त्यांना समाधान वाटलं. ते अभ्यंकरांना म्हणाले, "ही प्रमेयं तू चांगल्या प्रकारे सोडवली आहेस. यातच पुढं अजून काम केलंस, तर तुझ्या पीएच.डी.च्या प्रबंधाचं काम पूर्ण होईल."

"लॅटिस थिअरी एवढी सोपी असेल, तर त्यात काम करून काय उपयोग?" असं अभ्यंकरांना सहजच वाटून गेलं; कारण अभ्यंकरांच्या संशोधनाच्या कल्पना वेगळ्या होत्या. एवढ्या कामावर पीएच.डी. मिळवण्याचा मार्ग त्यांना पटणारा नव्हता. परदेशात उच्च प्रतीचं, गणितातलं मूलभूत संशोधन त्यांना करायचं होतं. हे स्वप्न म्हणजे त्यांच्या प्रखर बुद्धीला आव्हान होतं. त्यामुळे बरकॉफ यांचा पीएच.डी. प्रबंधाचा प्रस्ताव काही अभ्यंकरांना रुचला नाही. या मार्गावरून जायचं नाही, हा मनाचा कौल त्यांनी मानला. साहजिकच प्रा. बरकॉफ अभ्यंकरांवर नाराज झाले.

अशा तऱ्हेनं अभ्यंकरांची पहिली सहामाही चाचपडत पार पडली. अर्थात नेमलेल्या अभ्यासक्रमातील विषयांचा अभ्यास ते करतच होते. शिवाय हार्वर्ड विद्यापीठातील वातावरणात हळूहळू रुळत होते. आता त्यांची तब्येतही मूळपदावर आली होती. घरच्यांबरोबर नित्य नेमानं पत्र-भेटी होत होत्या. जगातील सर्वोत्तम विद्यापीठात अभ्यास करण्याची संधी अभ्यंकरांना मिळाली होती. तिथल्या पहिल्या दिवसांच्या त्यांच्या आठवणी पत्रांतून वाचायला मिळतात.

*"इथं येणारा प्रत्येक विद्यार्थी शिक्षणाचं उच्च ध्येय मनात ठेवूनच येतो. त्या ध्येयाप्रत जाण्यासाठी, ठरवलेल्या विषयाचं समग्र ज्ञान मिळवण्यासाठी प्रत्येक जण खूप प्रयत्न करतो. मला ग्वाल्हेरमध्ये वेडसर समजत, तर मुंबईत विक्षिप्त. इथं सर्वच वेडे आणि विक्षिप्त आहेत. अर्थात मला त्याचा खूप फायदा होईल. इथं गणिताचा अभ्यास करणारे ज्ञानपिपासू विद्यार्थी माझे चांगले मित्र झाले आहेत. त्यांच्याशी गणिताबद्दल, गणिताच्या संकल्पनांसंबंधी बोलताना विचारांची देवघेव होते. त्यात मला परमानंद मिळतो."*

## प्रबंधाच्या विषयाची शोधाशोध

प्रो. ऑस्कर झारिस्की हे बैजिक भूमिती (अल्जिब्राइक जॉमेट्री) या गणिताच्या एका शाखेचे संशोधक होते. बीजगणित व भूमिती जिथं एकरूप होतात, ती बैजिक भूमिती! प्रो. झारिस्कींचं बैजिक भूमिती या विषयात क्रांतिकारक, उच्च प्रतीचं संशोधन प्रसिद्ध होतं. या विषयावर स्वतः करत असलेल्या संशोधनावर ते वर्गात मुलांना शिकवत. हार्वर्ड विद्यापीठात असंच शिक्षण दिलं जातं, हे अभ्यंकरांना थोड्याच दिवसांत लक्षात आलं. अशा पद्धतीच्या शिक्षणाची त्यांना भारतात सवय नव्हती. परंतु झारिस्कींच्या तासाला बसल्यावर, ते जे शिकवत, ते ऐकल्यावर आपल्या विचारांना चालना मिळत होती, असं त्यांनी एका ठिकाणी मुद्दाम नमूद केलं आहे.

पहिल्या सत्राचा अभ्यास करताना, 'प्रोजेक्टिव्ह जॉमेट्री' या विषयाचं अभ्यंकरांच्या मनात प्रचंड कुतूहल निर्माण झालं होतं. त्याबद्दल ते झारिस्कींशी एकदा बोललेही. "हा विषय मी प्रबंधासाठी घेऊ का?" असंही त्यांनी झारिस्कींना विचारलं. "हा विषय चांगला आहे, पण आता मागं पडलाय. संशोधनासाठी त्यात फारसं शिल्लक राहिलेलं नाही. त्यामुळे त्यात तू संशोधन करू नयेस," असं झारिस्कींनी अभ्यंकरांना स्पष्ट सांगितलं. प्रबंधाचा विषय आणि मार्गदर्शक ठरवण्याचा प्रश्न कसा सोडवायचा, असा पेच अभ्यंकरांना पडला. मनातल्या उलट्या-सुलट्या विचारांनी प्रश्नाचा गुंता अधिकच वाढू लागला होता.

एकदा त्यांनी झारिस्कींना काही पुस्तकं वाचायला मागितली. त्यावर "माझ्याकडे

पीएच.डी. कर, मी पुस्तकं देईन,'' असं झारिस्की उत्तरले. या जागतिक कीर्तीच्या प्राध्यापकांकडे पीएच.डी. करावी, असं मात्र अभ्यंकरांना अजूनही मनापासून वाटत नव्हतं. झारिस्की किती उच्च प्रतीचे गणितज्ञ आहेत, याचा त्यांना तपास करायचा होता. त्यामुळे त्यांनी काही झारिस्कींना लगेच होकार दिला नाही. ते गप्प राहिले. दोन दिवसांनी त्यांना पुन्हा झारिस्की भेटले आणि ''माझ्याकडे येऊन पुस्तकं घेऊन जा,'' असं त्यांनी अभ्यंकरांना सांगितलं. कोर्सचा काहीच विषय काढला नाही. अभ्यंकर झारिस्कींकडे पुस्तकं आणायला गेले. झारिस्कींनी त्यांना बैजिक भूमितीवरची चार पुस्तकं दिली. ती सर्व पुस्तकं जर्मन भाषेत होती. जर्मन भाषा उत्तम अवगत असल्यानं अभ्यंकरांनी पुस्तकं झपाटल्यासारखी वाचली. नॉयमान, एच. ष्टाल, एच. वे अशा पाश्चिमात्य रथी-महारथींची पुस्तकं वाचताना अभ्यंकरांना अथांग समुद्रात डुंबल्याचा आनंद मिळत होता. या लेखकांची विषयावरची घट्ट पकड आणि सुसूत्र मांडणी, स्वत:च्या अभ्यासाबद्दलचा आत्मविश्वास अशा कितीतरी गोष्टी नकळतपणे या अभ्यासू विद्यार्थ्याच्या डोक्यात पक्क्या होत चालल्या होत्या. त्यानंतर अभ्यंकरांना प्रा. झारिस्कींकडे पीएच.डी. करावी, असं वाटू लागलं. मात्र स्वत:ची खातरी करून घ्यायची आणि मगच झारिस्कींना होकार द्यायचा, असं त्यांनी आधी ठरवलेलं होतंच.

सहसा मार्गदर्शक विद्यार्थी निवडतो, इथं तर विद्यार्थ्यानंच मार्गदर्शक निवडण्याचं स्वातंत्र्य घेतलं होतं. अभ्यंकरांनी झारिस्कींच्या संशोधनाचा रीतसर अभ्यास करण्याचं मनात योजलं.

दुसऱ्या सत्राच्या उन्हाळ्याच्या सुट्टीत अभ्यंकर दिवसातले बारा-पंधरा तास ग्रंथालयात घालवू लागले. त्या वेळी त्यांना मधूनच घरच्या पुस्तकांचं कपाट आठवे. त्या ग्रंथालयातील ज्ञानानं त्यांना 'श्रीमंत' केलं होतं, तर या भव्य ग्रंथालयानं त्यांना 'अतिश्रीमंत' होता येणार होतं. इथल्या गणिताच्या विभागातील किती पुस्तकं पाहू आणि किती वाचू, असं त्यांना झालं होतं. परंतु त्यांनी आपलं लक्ष एकाच गोष्टीवर केंद्रित केलं. ते म्हणजे प्रा. झारिस्कींच्या संशोधन-लेखांचा सखोल अभ्यास करणं. अर्थात ही गोष्ट अवघड होती. परंतु अभ्यासाच्या आत्यंतिक इच्छेनं, स्वयंअभ्यासाच्या सवयीनं त्यांना हा अभ्यास करायला जमू लागला.

मार्गदर्शक निवडीबरोबरच अभ्यंकरांना अजून एका गोष्टीची काळजी लागून राहिली होती, ती म्हणजे शिष्यवृत्तीच्या पैशाची! मध्य भारत सरकारनं त्यांना शिष्यवृत्ती दिली होती. परंतु लाल फितीच्या कारभारात ती अडकली होती. त्या शिष्यवृत्तीच्या पैशाच्या भरवशावर तर ते इथवर आले होते. पैसे वेळेवर न आल्यानं रोजचा खर्च कसा भागवावा, हा प्रश्न त्यांना पडत होता. बाहेर फिरण्याचा खर्च होत नव्हता. कारण त्यांनी ग्रंथालयात जणू मुक्कामच ठोकला होता. परंतु खाण्यापिण्याच्या

खर्चाचं काय? ग्रंथालयाची स्वच्छता, झाडलोट करायला एक बाई येई. तिच्या लक्षात आलं की, हा मुलगा सारखा इथंच असतो. तिनं अभ्यंकरांची विचारपूस केली. अभ्यंकरांनी मोकळेपणानं तिला आपली अडचण सांगितली. मग ती बाई त्यांना घरून काहीतरी खायला घेऊन येऊ लागली. अर्थात अभ्यंकरांनी काकांना शिष्यवृत्तीच्या विलंबाबद्दल कळवलं होतंच. त्यांनीही विशेष प्रयत्न केले आणि योग्य ती कार्यवाही होऊन अभ्यंकरांपर्यंत शिष्यवृत्तीचे पैसे पोचले. पैशाचा प्रश्न तात्पुरता तरी सुटल्यानं ते जरा निश्चिंत झाले. आपल्या अडचणीच्या काळात आईसारखी माया आणि प्रेम देणाऱ्या या बाई अभ्यंकरांच्या कायम स्मरणात राहिल्या.

त्या दोन महिन्यांत, अभ्यंकरांनी प्रा. झारिस्कींच्या अनेक शोधनिबंधांचा कसून अभ्यास केला. त्यात त्यांना झारिस्कींनी गणिताच्या केंब्रिज आंतरराष्ट्रीय परिषदेत वाचलेला शोधनिबंध मिळाला. या परिषदेचं विशेष ऐतिहासिक महत्त्व होतं, कारण दुसऱ्या महायुद्धामुळे थांबलेली ही परिषद पुन्हा तब्बल सोळा वर्षांनी सुरू झाली होती. या परिषदेत प्रा. झारिस्कींनी अमूर्त बैजिक भूमितीसंबंधीचं मूलभूत संशोधन मांडलं होतं. त्या संशोधनातून त्यांनी एक प्रश्न उभा केला होता. त्यासंबंधात त्यांनी लिहिलं होतं, "हा प्रश्न भूमितीच्या अभ्यासकांसाठी नाही, तर तो बीजगणितज्ञांसाठी आहे. त्यात कितीतरी शक्यता तपासून पाहण्यासारख्या आहेत. या शक्यता रूढ वाटेनं जाणाऱ्या असणार नाहीत, तर त्या निराळ्याच असू शकतील. त्या सहजासहजी पटणाऱ्या, मानवणाऱ्या, समजणाऱ्या असतील, असंही नाही."

हे वाचता क्षणी अभ्यंकरांच्या मनानं कौल दिला, "माझा प्रबंधाचा विषय सापडला."

अभ्यंकरांची हार्वर्डमधील पहिली उन्हाळ्याची सुट्टी संपली आणि सप्टेंबरच्या पहिल्या आठवड्यात अभ्यंकरांची आणि झारिस्कींची गाठ पडली. झारिस्की सायकलवरून घरी जात होते. वाटेत त्यांना अभ्यंकर दिसले. झारिस्की सायकलवरून उतरले. दोघांनी इकडच्या-तिकडच्या थोड्या गप्पा मारल्या. मग अभ्यंकरांनी त्यांना विचारलं, "सर, या सत्रात मी तुमच्याबरोबर रीडिंग कोर्स घेऊ का?" (रीडिंग कोर्स म्हणजे एखादा खूप विशेष विषय, एखाद्याच विद्यार्थ्याला अभ्यासासाठी देतात. मग त्या विषयासंबंधी प्राध्यापक फक्त त्याच्याशी चर्चा करतात आणि त्याला विशेष मार्गदर्शन करतात.)

त्यावर झारिस्कींनी विचारलं, "तू माझ्याकडे अल्जेब्राइक कर्व्ह या विषयावरील पीएच.डी.साठी नाव नोंदवणार का?" तेव्हा अभ्यंकरांनी माहिती नाही, नक्की नाही, अशा पद्धतीनं खांदे उडवले. ते पाहून झारिस्की सायकलवर बसले. थोडं पुढं गेले आणि पुन्हा माघारी फिरून अभ्यंकरांपाशी आले. पुन्हा त्यांचा तोच प्रश्न – "तू

माझ्याकडे काम करणार आहेस का?'' अभ्यंकरांचं तेच उत्तर – ''मला माहीत नाही.''

त्यावर लगेच झारिस्कींनी सायकलवर टांग मारणं – थोडं पुढं जाणं – पुन्हा मागं येणं असं दोन-तीनदा झालं. शेवटी गुरूनं शिष्याच्या निग्रहापुढं हार मानली. अभ्यंकरांना रीडिंग कोर्स देण्याचं त्यांनी मान्य केलं आणि ते शांतपणे सायकलवर बसून निघून गेले.

**प्रबंधाच्या विषयाची निश्चिती**

दोघांमधील या मजेशीर, नाट्यपूर्ण संवादानंतर अभ्यंकरांनी झारिस्कींच्या रीडिंग कोर्सला नाव नोंदवलं. झारिस्कींच्या अल्जेब्राइक कर्व्हच्या पहिल्या तासाला अभ्यंकर गेले. झारिस्कींची या विषयातील प्रगल्भता आणि त्याची मांडणी ऐकून अभ्यंकर खूपच प्रभावित झाले. त्या अल्जेब्राइक कर्व्हच्या अंतरंगात त्यांना वेगळंच गणित दिसू लागलं. हे काहीतरी विलक्षण घडल्याची जाणीव अभ्यंकरांना झाली. तास संपल्यावर अभ्यंकर धावत झारिस्कींकडं गेले आणि म्हणाले, ''सर, मी तुमच्याकडेच पीएच.डी.चं काम करणार आहे. तुम्ही १९५० मधील आंतरराष्ट्रीय गणित परिषदेच्या भाषणात जो विषय इतरांवर सोपवला होता, तो माझ्या प्रबंधाच्या संशोधनाचा विषय असणार आहे.''

झारिस्कींना अभ्यंकरांच्या स्वरात वेगळाच आत्मविश्वास जाणवला. त्यांनी फक्त मंदस्मित केलं आणि ते निघून गेले. झारिस्कींचे गणिती प्रश्न अवघड होते, त्यामुळे तेव्हा त्यांच्याकडे एकही विद्यार्थी पीएच.डी.साठी संशोधन करत नव्हता. आता अभ्यंकरांसारखा विद्यार्थी मिळाल्यानं ते त्याच्याकडे संपूर्ण लक्ष देत होते, त्याच्याशी सतत संवाद साधत होते. पुढचे काही महिने झारिस्की 'हा प्रश्न तू प्रबंधासाठी घेऊ नकोस, दुसऱ्या एखाद्या सोप्या प्रश्नावर संशोधन कर आणि पीएच.डी. मिळव,' असं सातत्यानं अभ्यंकरांना येन-केन मार्गानं सांगण्याचा प्रयत्न करत होते.

दरम्यानच्या काळात पुढच्या एका सत्रासाठी झारिस्की इटलीला निघून गेले. अर्थात अभ्यंकरांचा आणि झारिस्कींचा पत्रव्यवहार चालू होता. अभ्यंकरांच्या पत्रांमधून झारिस्कींच्या लक्षात आलं, की अभ्यंकर स्वत: निवडलेल्या प्रबंधाच्या विषयावर ठाम होते. झारिस्कींना अभ्यंकरांनी निवडलेला प्रश्न किती अवघड आहे, याची पूर्ण कल्पना होती. आपल्या शिष्याला तो प्रश्न सोडवायला जमला नाही, तर त्याचे भगीरथ प्रयत्न वाया जातील. शिवाय त्याचा वेळही वाया जाईल. कदाचित अपयशानं तो निराश होईल. अशा विचारानं झारिस्कींना आपल्या शिष्यानं या प्रश्नाचा नाद सोडावा, असं वाटत होतं; तर दुसरीकडे गुरूला न सुटणारा प्रश्न

सोडवण्याचं धाडस शिष्य दाखवतोय, याचा आनंदही होत होता. 'शिष्यादिच्छेत्
पराजयम्' अशी झारिस्कींच्या मनाची दोलायमान स्थिती झाली होती.

त्यानंतर झारिस्कींनी अभ्यंकरांना एक चार पानी पत्र पाठवलं. त्यात 'मागच्या
शंभर वर्षांतील जर्मन आणि इटलीतील गणितज्ञांनी कर्व्हज आणि सरफेसेस
यासंबंधी केलेलं संशोधन पाहावं, त्यातल्या त्यात एच.डब्ल्यू. युंग (H.W.Jung)
आणि सी. शेवाले (C.Chevalley) यांच्या संशोधनाचा सखोल अभ्यास करावा,'
असं सुचवलं होतं. त्यानुसार अभ्यंकरांनी सहा महिने झटून अभ्यास केला. या
अभ्यासावर आधारित ५० पानी निबंध लिहून काढला. त्यात या गणितज्ञांनी
केलेल्या संशोधनावर स्वत:चे विचार मांडले होते. त्यासाठी बरीच आकडेमोड
करून निष्कर्षही काढले होते.

"तुमच्या चार पानी पत्राला हे माझं उत्तर आहे, ते वाचावं आणि मी योग्य दिशेनं
अभ्यास करतोय का, हे कृपया मला सांगावं," अशी विचारणा करणारं पत्र
अभ्यंकरांनी त्या निबंधासोबत पाठवून दिलं. झारिस्कींनी हा निबंध वाचला आणि
त्यात सोडवलेल्या गणितासंबंधी अभ्यासपूर्ण टिपणं पाठवली. या टिपणांमध्ये 'हे
असं का? ते तसं का? हे उत्तर कुठून आलं? अमुक समीकरणाची पुढची पायरी
ही नसावी, मला शक्यता वाटत नाही,' अशा प्रकारची नकारात्मक भाषाच जास्त
होती. अभ्यंकरांनी ती टिपणं बारकाईनं वाचली. झारिस्कींच्या प्रत्येक शंकेला
प्रतिसिद्धता, प्रतिउदाहरण देऊन त्यांच्या शंकांचं निरसन करण्याचा प्रयत्न केला.
झारिस्कींनी अभ्यंकरांचं उत्तर वाचून पुन्हा काही शंका उपस्थित केल्या.

अशा तऱ्हेनं अभ्यंकरांच्या निबंधावर दोघांमध्ये पत्रांतून दोन-तीन संशोधनपर
चर्चेच्या फेरी झाल्या. त्यानंतर मात्र झारिस्कींनी सपशेल माघार घेतली. 'आता
याच्यापुढे मी तुला शंका विचारू शकत नाही, माझे या प्रश्नातले तर्क आता
संपुष्टात आले आहेत,' असं अभ्यंकरांना झारिस्कींनी कळवून टाकलं. जणू काही
आता हा विषय माझ्याकडून मी संपवला आहे, असाच झारिस्कींचा त्या पत्रातला
सूर होता. गुरूनंच अशी भूमिका घेतल्यावर अभ्यंकर विचारात पडले, निराश झाले.
त्यांनी दोन-तीन आठवड्यांनी झारिस्कींच्या घरी फोन केला आणि 'मी प्रबंधाच्या या
विषयासंदर्भात यापुढं काहीही करू शकत नाही,' असं निकराचं सांगून टाकलं.
त्यावर झारिस्कींनी "ठीक आहे. आपण थोड्या दिवसांनी चर्चा करून, तुझ्यासाठी
योग्य असा प्रबंधाचा विषय ठरवू" असं म्हणून फोन ठेवला.

प्रा. झारिस्कींचं बोलणं ऐकून हा पीएच.डी.चा 'विद्यार्थी' अधिकच अस्वस्थ
झाला. त्या प्रश्नाच्या विचारांनी त्याच्या डोक्यात कल्लोळ माजला. डॉ. कोसांबींचे
शब्द मनात घुमू लागले. त्या शब्दांनी अभ्यंकरांच्या मनातल्या निराशेची जागा
स्फूर्तीनं घेतली. पुन्हा जोमानं कामाला लाग, असा मनानं कौल दिला. आता

त्यांच्या डोक्यात फक्त गणित आणि गणितच येऊ लागलं. त्यांची तहान भूक-झोप हरपली. जणू काही ते एका वेगळ्याच जगात वावरू लागले. गणिताच्या आकडेमोडीशिवाय त्यांच्या मेंदूपर्यंत कुठल्याच संवेदना पोहोचत नव्हत्या की काय? अशा अवस्थेत त्यांनी अक्षरश: तीन दिवस व तीन रात्री असं अखंड ७२ तास काम केलं आणि त्यांना आशेचा पहिला किरण दिसला. झारिस्कींनी 'रेझोल्यूशन ऑफ सिंग्युलॅरिटीज' हा प्रश्न झीरो कॅरॅक्टरिस्टिककरता सोडवला होता आणि त्यांच्या मते तो कोणत्याही कॅरॅक्टरिस्टिकसाठी अडतो. अभ्यंकरांनी हा प्रश्न द्विमितीसाठी सोडवला होता. त्यांनी अत्यानंदानं झारिस्कींना मध्यरात्रीच फोन केला. भल्या पहाटे दोघं गणित विभागात भेटले.

अभ्यंकरांनी फळ्यावर आकडेमोड सुरू केली. पण लिहिताना ते अडखळू लागले. तेव्हा झारिस्कींनी वैतागून विचारलं, "हे काय चाललंय राम? अरे, अंगात ताप असूनही मी तुझं ऐकायला आलोय." अभ्यंकरांनी स्वत:ला सावरलं, मन एकाग्र केलं. थोड्याच वेळात त्यांचं चाचपडणं थांबलं. ते आत्मविश्वासानं फळ्यावर गणिताची एकेक पायरी लिहू लागले, तसतसे झारिस्की आश्चर्यानं पाहातच राहिले. अर्थात त्या प्रश्नाची संपूर्ण सिद्धता खूप मोठी होती. परंतु अभ्यंकरांनी जेवढं काही फळ्यावर लिहिलं होतं, त्यावरून ते सिद्धतेपर्यंत पोहोचले असल्याची झारिस्कींची खात्री झाली. ३-४ आठवड्यांनंतर अभ्यंकरांनी पुन:पुन्हा लिहीत या प्रश्नाची उकल झारिस्कींसमोर ठेवली.

**प्रबंधाची पूर्तता**

हे संशोधन पीएच.डी.चा प्रबंध म्हणून विद्यापीठाला सादर करावं, असं झारिस्कींनी अभ्यंकरांना सुचवलं. अभ्यंकरांना मात्र त्यात अजून पुढच्या संशोधनाची भर घालून प्रबंध लिहावा, असं वाटत होतं. 'परंतु पुढचं काम तू पीएच.डी. पदवीनंतरसाठी कर,' असं झारिस्कींनी त्यांना समजावलं; एवढंच नाही, तर नव्यानं स्थापन झालेल्या 'नॅशनल सायन्स फाऊंडेशन' या संस्थेकडे १९५४-५५ या वर्षासाठी अभ्यंकरांना अभ्यासवृत्ती द्यावी, असं पत्रही पाठवलं. हे ऐकून अभ्यंकरांनी २९ सप्टेंबर १९५४ या दिवशी विद्यापीठाकडे प्रबंध सादर केला.

त्याच दिवशी संध्याकाळी झारिस्कींनी शिष्याचं यश साजरं करण्यासाठी सर्वांना छानसं जेवण दिलं. त्या वेळी झारिस्कींनी आपल्या शिष्याजवळ मनातल्या भावना मोकळेपणानं व्यक्त केल्या. ते म्हणाले, "राम, तू जेव्हा प्रबंधाचा हा विषय सोडून द्यायचा, असं ठरवलंस, तेव्हा मीही मनातून नाराज झालो होतो. माझा हिरमोड झाला होता. तू निवडलेला प्रश्न हा प्रबंधाचा विषय होऊ शकणार नाही, हे सांगणं माझं कर्तव्य होतं. तरीपण इतका कठीण प्रश्न तू सोडवू शकशील, अशी आशाही

मला वाटत होती. तू झटून प्रयत्न करत होतास, पण माझ्या मनात मात्र चलबिचल चालू होती.''

झारिस्कींचं हे बोलणं अभ्यंकरांसाठी शाबासकीची थापच होती.

अभ्यंकरांनी प्रत्यक्ष प्रबंधलेखन सुरू केलं, तेव्हा झारिस्की त्यांना कितीतरी छोट्या-मोठ्या सूचना करत होते. अभ्यंकरांचा प्रबंधही झारिस्कींसाठी महत्त्वाची आणि प्रतिष्ठेची गोष्ट झाली होती. अभ्यंकरांनी प्रबंधासाठी फक्त दोन पानी प्रस्तावना लिहिली होती. तेव्हा झारिस्कींनी ''प्रबंधाची प्रस्तावना सविस्तर लिही, कारण तुझे दुसरे परीक्षक रिचर्ड ब्रॉअर (Richard Brauer) हे बहुधा तुझ्या प्रबंधाचा तेवढाच भाग वाचतील, अशी शक्यता आहे,'' असं कळवलं. अभ्यंकरांनी गुरूची आज्ञा मानून बारा पानी प्रस्तावना लिहिली. झारिस्कींचा अंदाज खरा ठरला. प्रा. ब्रॉअर यांच्यासारख्या अमूर्त बीजगणितात अत्यंत मूलभूत काम करणाऱ्या विद्वानानं अभ्यंकरांच्या प्रबंधाची परीक्षा प्रस्तावना वाचूनच केली होती.

ज्या दिवशी अभ्यंकरांच्या प्रबंधाचं परीक्षकांसमोर सादरीकरण (डिफेन्स) होतं, त्याच दिवशी हार्वर्डच्या गणित विभागात प्रा. जॉन टेट (John Tate) रुजू झाले होते. प्रा. टेट यांनी अभ्यंकरांची तोंडी परीक्षा घेतली. अभ्यंकरांनी त्यांच्या सर्व प्रश्नांची समाधानकारक उत्तरं दिली.

झारिस्कींच्या शिफारशीनुसार अभ्यंकरांना १९५४-५५ या शैक्षणिक वर्षासाठी अभ्यासवृत्ती मिळाली. त्यामुळे अभ्यंकर खूष होते. त्या काळात प्रा. टेट यांच्याबरोबर अभ्यंकरांचे छान संबंध जुळले. कितीतरी वेळा प्रा. टेट अभ्यंकरांच्या खोलीवर येऊन त्यांना अल्जेब्राइक नंबर थिअरी शिकवत. याच वर्षी प्रा. ईवासावा (Iwasawa) यांची एम.आय.टी. या संस्थेत आयोजित केलेली गाल्वा सिद्धान्तावरची व्याख्यानं अभ्यंकरांना ऐकायला मिळाली. प्रा. ब्रॉअर, प्रा. ईवासावा आणि प्रा. टेट यांच्याकडून गणित शिकण्याची उत्तम संधी अभ्यंकरांना मिळाली. बैजिक मूलभूत सिद्धान्तावर काम करताना हे शिक्षण त्यांना फार उपयोगी पडलं. अभ्यंकरांच्या या संशोधनावर तीनही गणितींचा प्रभाव दिसतो.

झारिस्कींनी जरी द्विमितीच्या पुढच्या मितींच्या कामासाठी अभ्यंकरांना एक वर्षाची अभ्यासवृत्ती मिळवून दिली होती, तरी त्रिमितीच्या प्रश्नाची उकल करण्यासाठी त्यांना पुढची दहा वर्षं लागली. त्यासंबंधीचं संशोधन त्यांनी १९६६ मध्ये लिहिलेल्या 'रिझोल्यूशन ऑफ सिंग्युलॅरिटिज ऑफ इम्बेडेड अल्जिब्राइक सरफेसेस' या ॲकेडेमिक प्रेसनं प्रसिद्ध केलेल्या पुस्तकात लिहिलं आहे. (मात्र त्रिमितीहून जास्त मितीसाठी हा प्रश्न अजून सुटलेला नाही. १९६६ नंतर या प्रश्नात फारशी भर पडली नाही, हे पाहून १९९८ मध्ये स्प्रिंगर-व्हरलॅग प्रकाशन संस्थेनं वरील पुस्तकाची नवीन आवृत्ती प्रकाशित केली.)

डॉ. अभ्यंकरांनी पीएच.डी.साठी बैजिक भूमिती या विषयातील एक प्रश्न निवडला होता. भूमिती म्हटलं, की आपल्या डोळ्यांसमोर विविध आकृत्या येतात. या कधी द्विमितीच्या असतात किंवा कधी त्रिमितीय घनाकृतीच्या. एकदा या आकृत्यांची समीकरणं घेतली, की भूमितीचा संबंध संपतो अणि मग बैजिक कसरत सुरू होते. उदाहरणार्थ, वर्तुळ व लंबवर्तुळ यांचा छेद हा प्रश्न घेतला, तर त्याची उकल करण्यासाठी या दोहोंची द्विघाती समीकरणं घ्यावी लागतात आणि पुढं ती बीजगणितानं सोडवावी लागतात. असे पुढे आणि कितीही मितीचे आकार घेतले, तर त्यात चढत्या कोटींची समीकरणं येतात.

बैजिक भूमितीत निष्पन्न होणारी अशी समीकरणं सोडवण्याच्या रीतींचा उगम काहीसा भास्कराचार्यांच्या 'सिद्धान्त शिरोमणी' या ग्रंथात सापडतो, असा अभ्यंकरांचा दावा होता. तेव्हाच्या आणि आताच्या रीतींमध्ये खूप फरक आहे. तरीसुद्धा भास्कराचार्यांनी आपल्या श्लोकांत द्विघाती, त्रिघाती, चतुर्घाती समीकरणांच्या रीती दिल्या आहेत, हे विशेष. अभ्यंकरांनी लहानपणी सोडवलेल्या भास्कराचार्यांच्या बीजगणिताचा धागा त्यांना उच्च शिक्षणासाठी असा जोडता आला, ही गोष्ट विलक्षण वाटते.

## हार्वर्डमधील दिवस

१३ ऑक्टोबर १९५१ या दिवशी अभ्यंकर बोस्टनच्या लोगन विमानतळावर उतरले होते. त्यानंतरचं तीन वर्षांचं हार्वर्डमधील त्यांचं आयुष्य खूपच आव्हानात्मक गेलं. त्यात दुःख, निराशा, वैफल्य, उदासीनता, समाधान, दिलासा, आनंद अशा संमिश्र भावना होत्या.

भारतात महाविद्यालयामध्ये असताना त्यांनी अनेक पाश्चिमात्य गणितींच्या ग्रंथांचा परिचय करून घेतला होता. तशा प्रकारचं गणितात संशोधन करायचं, तर सातासमुद्रापार जायला हवं, अशी प्रबळ इच्छा अभ्यंकरांनी मनात बाळगली होती. त्या इच्छेच्या जोरावरच, अनेक अडचणी पार करत ते हार्वर्डला पोहोचले होते. इथं त्यांना झारिस्कींसारखे पितृतुल्य गुरू भेटले. त्यांच्या मार्गदर्शनाखाली पीएच.डी.पदवीसाठी गणितातलं मूलभूत काम करून ते डॉ. श्रीराम अभ्यंकर असं सन्मानानं ओळखले जाऊ लागले.

तारुण्यसुलभ वयाप्रमाणे अभ्यंकरांनी हार्वर्डला मौजमजाही केली. विद्यापीठाजवळ एक सिनेमागृह होतं. बऱ्याच वेळा ते दुपारच्या वेळी सिनेमाला जात. मग रात्रभर अभ्यास करायला त्यांना जोर चढे. सिनेमा कोणता, याच्याशी त्यांना फारसं देणंघेणं नसे. तिथं त्यांना फ्रेंच, इंग्रजी, इटालियन , अमेरिकन सिनेमे पाहायला मिळत. मात्र एकही हिंदुस्थानी सिनेमा पाहायला मिळाला नाही, अशी खंत होती. बोस्टन बंदरातील डॉकयार्ड विभागात खलाशांसाठी स्ट्रिप्टीजसारखे रंगेल करमणुकीचे

प्रकार आयोजित केले जात. ही अपरिचित पाश्चिमात्य करमणूक पाहायलाही अभ्यंकर अधूनमधून मित्रांबरोबर चक्कर मारत. सतत विद्यापीठाच्या आवारात वावर असल्यामुळे त्यांचा मित्र-मैत्रिणींचाही मोठा गट होता. त्यांच्याबरोबर सुट्टीच्या दिवशी मजा करण्याची संधी अभ्यंकर सहसा सोडत नसत.

हार्वर्ड विद्यापीठातील चार वर्षांच्या वास्तव्यात अभ्यंकरांची गणिताचा तसेच इतर विषयांचा अभ्यास करणाऱ्या अनेक लोकांशी मैत्री होती. त्यात गणिताचे प्राध्यापक हरीश चंद्र होते. तसेच हार्वर्डला डॉक्टरेट करणारे शि. द. जोशी होते. नंतरच्या काळात डॉ. जोशींना संस्कृतचे थोर पंडित म्हणून जगात प्रसिद्धी मिळाली. त्यांचे गुरू प्रा. डॅनिअल ईगल्स यांच्या वर्गातही अभ्यंकर मजा म्हणून मधूनमधून बसत. प्रा. ईगल्स यांचा भाषाशास्त्राचा सखोल अभ्यास होता. प्रा. जॉन नॅश यांच्यासह इतरही अनेक बुद्धिवंतांशी अभ्यंकरांचे स्नेहसंबंध होते. वेगवेगळ्या विषयांत कुतूहलानं रस घेऊन विचार करण्याची त्यांची बुद्धीची ठेवण होती. अशा अभ्यासू, विद्वान लोकांबाबत त्यांच्या मनात निर्मत्सर आदरभाव असे.

प्रा. झारिस्कींच्या घरी तर ते नेहमी जात. झारिस्की अभ्यंकरांचे गुरू होते. परंतु दोघांचं नातं केवळ गुरू-शिष्याचं न राहता त्यात स्नेहाचे बंध तयार झाले होते. पहिल्या भेटीपासूनच झारिस्की पतिपत्नींना अभ्यंकरांविषयी आत्मीयता निर्माण झाली होती. गुरु-शिष्यांच्या गणिती गप्पा फार रंगत. सुरुवातीला या गप्पा चर्चेच्या स्वरूपात असत. मग त्या वादविवाद, प्रतिवाद अशा अवघड वळणावर पोचत. काही वेळा तर दोघांच्यात चक्क अबोला होई. अशा वेळी सौ. झारिस्की मध्यस्थाची भूमिका पार पाडत. त्या अभ्यंकरांना घरी जेवायला बोलावून दोघांच्यात दिलजमाई घडवून आणत. झारिस्कींची मुलगी व्हेरा तेव्हा महाविद्यालयामध्ये शिकत होती. व्हेरा कधीतरी अभ्यंकरांबरोबर फिरायला, डान्सला जात असे. ते पाहून 'शिष्यानं गुरूच्या मुलीला पटवलेलं दिसतंय,' अशी कुजबुज विद्यापीठाच्या आवारात होऊ लागली. परंतु कालांतरानं यात काही प्रगती न झाल्यानं ही कुजबुज तशीच विरून गेली.

हार्वर्डला आल्यामुळे आपला गणिताच्या अभ्यासासाठी मोठ्या विश्वात प्रवेश झाला, या जाणिवेनं अभ्यंकरांनी भावाला पत्रात लिहिलं होतं, "इथं आल्यापासून मला वाटतंय, की मला काहीच गणित माहिती नाही आणि येतही नाही. त्यामुळे मी दिवसरात्र गणिताचाच अभ्यास करतो. अर्थात त्याचा मला खूप आनंद मिळतो. इथं वेगवेगळ्या देशातून आलेल्या गणितज्ञांना भेटायला, त्यांच्याशी बोलायला मिळतं." विद्यार्थी असताना प्रा. झारिस्कींबरोबर ठिकठिकाणच्या गणित-परिषदांना जायची संधी अभ्यंकरांना मिळाली. पीएच.डी. पूर्ण झाल्यावर तर त्यांनाच व्याख्यानांसाठी निमंत्रणं येऊ लागली, त्यामुळे बैजिक भूमितीत संशोधन करणाऱ्या गणितींशी

त्यांची ओळख झाली, त्यातील जपानमधील क्योटो विद्यापीठातील प्रोफेसर जुन-इचि-इगुसा (Jun-ichi-Igusa) हे दोन वर्षांसाठी हार्वर्डला आले होते. ते पुढं अभ्यंकरांचे चांगले मित्र झाले. बोल्डर विद्यापीठातील गणित परिषदेमध्ये त्यांची जपानी गणिती प्रा. कुनिहिको कोडाइरा (Kunihiko Kodaira) यांच्याशी मैत्री झाली. त्यांच्याशी गणिती चर्चा करताना, प्रा. झारिस्कींच्या तोडीच्या गणितज्ञाशी बोलायला मिळालं, अशी सुखद भावना वडलांना लिहिलेल्या पत्रात त्यांनी व्यक्त केली होती.

हार्वर्डच्या अभ्यासू वातावरणात अभ्यंकर पूर्णपणे समरसून गेले होते. तरीसुद्धा घरच्यांच्या आठवणींनी, पत्रांनी अभ्यंकरांना बऱ्याच वेळा फार एकटं वाटे. अशा वेळी 'मी इथं गणित शिकायला आलोय,' या विचारानं ते स्वत:ला उभारी देत आणि कधी आई-काकांना तर कधी बहीण-भावांना पत्र लिहायला घेत. अभ्यंकरांची आठवड्याला दोन-तीन तरी पत्रं ग्वाल्हेरच्या पत्त्यावर पोचत. या पत्रांमध्ये बरीच विविधता असे. काकांना लिहिलेली पत्रं बहुधा गणिताशी संबंधित असत. कधी ग्रंथालयात पाहिलेल्या पुस्तकाबद्दल, तर कधी चक्क सोडवलेली गणितंही ते पत्रांतून वडलांना कळवत. एखाद्या दिवशी अभ्यंकरांना चांगलं बौद्धिक खाद्य मिळे, विचारांना गती येई. अशा गोष्टी तर काकांना कळवल्याशिवाय त्यांना चैनच पडत नसे. एका पत्रात अभ्यंकरांनी मुद्दाम झारिस्कींचे विचार काकांना कळवले होते. झारिस्की अभ्यंकरांना म्हणाले, "राम, तू एका गणित अध्यापकाचा मुलगा आहेस आणि तुला स्वत:हून अभ्यास करण्याची उपजत सवय आहे. या दोन्ही गोष्टी गणितज्ञ बनण्यासाठी फार आवश्यक असतात." यावर अभ्यंकरांनी वडलांना लिहिलं, "मला अभिमान वाटतो, की या दोन्ही गोष्टी तुम्हीच मला दिलेल्या आहेत. प्रत्येक शिक्षकानं आपला विद्यार्थी स्वतंत्रपणे अभ्यास करू शकेल, एवढं विद्यादान करावं; ते त्याचं कर्तव्य असतं, हे तुमचं तत्त्व मला अतिरम्य वाटतं. मी स्वत:ला भाग्यवान समजतो."

आईला पत्र लिहिताना ते चैत्रगौरीच्या हळदीकुंकवाबद्दल चौकशी करत. काही पत्रात ग्वाल्हेरच्या मांढरा देवीची आठवण काढत. 'परवा चतुर्थी आहे. राखीपौर्णिमा तुम्ही सगळ्यांनी साजरी केली ना?' 'पुष्पाला काय भेट दिली?' असे कितीतरी घरगुती उल्लेख त्यांच्या पत्रात आढळत. आईच्या तब्येतीची चौकशी तर प्रत्येकच पत्रात असे. एवढंच काय, पण आपल्या विधवा आत्यांना गं.भा. (गंगा-भागीरथी) लिहिणंसुद्धा ते विसरत नसत. दादा या नात्यानं पाठच्या भावंडांना अभ्यासाचं महत्त्व पटवत; तर काही पत्रांत उपदेशात्मक सांगणंही असे. त्यांना अमेरिका कशी आहे, याचं वर्णन करत. कधी तिथं बर्फ पडल्यावर निसर्ग कसा दिसतो, याचं सविस्तर कथन, तर कधी वसंत ऋतूतील अमेरिकेचं दर्शन! पत्रावर मजेनं चार्ली

गंगा किनारा, केंब्रिज काशी असंही लिहीत. बहिणींच्या पत्रांत हमखास स्वतः केलेल्या पदार्थांच्या गमती-जमती असत. त्याचबरोबर काही पाककृतीही विचारून घेत.

एका पत्रात त्यांनी आईला लिहिलं, ''मुलगा २१ वर्षांचा झाल्यावर त्यानं वडलांकडून पैशांची मदत घेऊ नये. उलटपक्षी त्यानं जमेल तशी वडलांना मदत करावी, असं माझं निश्चित मत आहे. म्हणूनच काकांनी माझे शिष्यवृत्तीचे पैसे मध्य प्रदेश सरकारला परत करू नयेत.''

या पत्राखाली त्यांनी आईला 'तुझा श्रीराम' असं न लिहिता मजा म्हणून एक विसावा, गणपतीची आवडती संख्या, माझं वय असं लिहिलं होतं.

शालेय आयुष्यात श्रीरामनं एका गणिताच्या प्रश्नावर काकांबरोबर सतत तीन दिवस चर्चा केली होती. काकांना असंख्य प्रश्न विचारून अक्षरशः भंडावून सोडलं होतं. अर्थात त्यातूनच त्यांना विश्लेषण भूमिती (ॲनालिटीक जॉमेट्री) शिकायला मिळाली होती. पीएच.डी.ची पदवी मिळवण्यासाठी निवडलेल्या बैजिक भूमितीतील अवघड प्रश्नाचा उलगडा होण्यासाठी अभ्यंकरांनी स्वतःच्या मनाशीच सलग तीन दिवस झगडा केला होता. त्याचं फळ म्हणजे त्यांना गणितातील मूलभूत संशोधन सिद्ध करता आलं. पहिल्या प्रसंगात काका त्यांचे गुरू होते, तर दुसऱ्या वेळी प्रा. ऑस्कर झारिस्की! अशा दोन गुरुत्तमांच्या सहवासानं, मार्गदर्शनानं डॉ. श्रीराम अभ्यंकरांनी गणिताच्या प्रांगणात दमदार पावलं टाकायला सुरुवात केली होती.

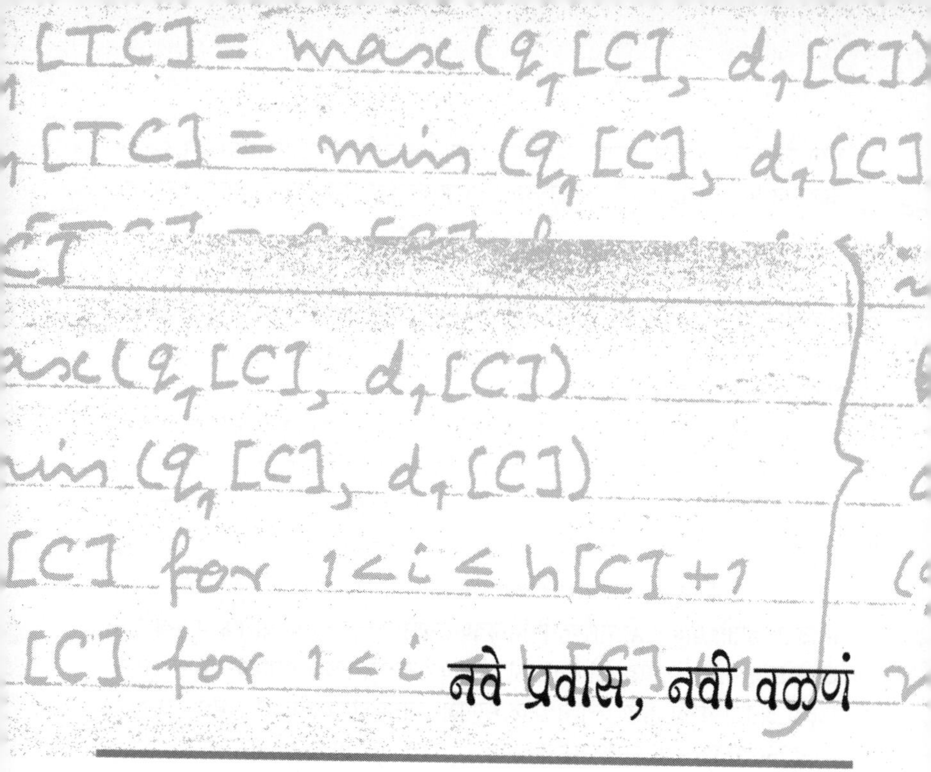

$[TC] = \max(q_1[C], d_1[C])$

$[TC] = \min(q_1[C], d_1[C])$

$\max(q_1[C], d_1[C])$

$\min(q_1[C], d_1[C])$

$[C]$ for $1 < i \leq h[C]+1$

$[C]$ for $1 < i$

# नवे प्रवास, नवी वळणं

हार्वर्ड विद्यापीठातील तीन वर्षांच्या वास्तव्यानंतर अभ्यंकरांपुढे दोन पर्याय उभे राहिले. कोलंबिया विद्यापीठात जावं की प्रिन्स्टन विद्यापीठाचं आमंत्रण स्वीकारावं, अशी त्यांची द्विधा मनस्थिती झाली. गणिताच्या अभ्यासाच्या, संशोधनाच्या दृष्टीनं दोन्ही विद्यापीठं सारख्याच तोलामोलाची होती. पण प्रिन्स्टनचं त्यांना आधी बोलावणं आलं होतं, म्हणून अभ्यंकरांना तिकडं रुजू व्हावं, असं वाटणं साहजिक होतं. मधल्या काळात ते पीट्सबर्गला गेले होते. तेथे त्यांची आयलेनबर्ग (Eilenberg) आणि हरीश चंद्र या दोन गणित संशोधकांशी भेट झाली. ते दोघेही त्या वेळी कोलंबिया विद्यापीठात काम करत होते. आयलेनबर्ग यांनी 'प्रिन्स्टन हे राहण्यासाठी फारसं आवडणारं शहर नाही, तर तू कोलंबियात रुजू हो,' असं आग्रहानं अभ्यंकरांना सांगितलं. शिवाय 'न्यूयॉर्कपासून प्रिन्स्टन फारसं दूर नाही. त्यामुळे तू तिथल्या मित्रांना रविवारीही भेटायला जाऊ शकशील,' असंही सुचवलं.

आयलेनबर्ग यांचा सल्ला मानून अभ्यंकर १९५६ मध्ये कोलंबिया विद्यापीठात रुजू झाले. एक वर्ष संशोधन साहाय्यक, तर पुढच्या वर्षी अभ्यागत साहाय्यक

प्राध्यापक म्हणून काम करू लागले.

अभ्यंकरांना अमेरिकेत येऊन पाच वर्षं झाली होती. पत्रांमधून ते घरच्यांची अर्धभेट घेत होते. परंतु आता त्यांना भारतात जाऊन आईवडिलांना भेटायची खूप ओढ लागली होती. अर्थात शिक्षणासाठी घेतलेलं कर्ज फेडण्याचीही त्यांच्यावर जबाबदारी होती. अमेरिकेतील सुरुवातीच्या वास्तव्यात त्यांना मध्य भारत सरकारची शिष्यवृत्ती आणि सेठना ट्रस्टचं कर्ज उपयोगी पडलं होतं. पीएच.डी. करताना त्यांना हार्वर्डच्या शिष्यवृत्तीनं हात दिला. रोजचा खर्च भागवून, मिळालेल्या पैशांची बचत करत त्यांनी १९५४ मध्ये सेठना ट्रस्टचं कर्ज फेडलं. पीएच.डी.चं काम झाल्यावर मध्य भारत शासनाचे पैसे परत करायचे आणि भारतात घरी जाण्यासाठी पैसे जमवायचे, असं त्यांचं ठरलं होतं.

त्याचबरोबर कधीही न पाहिलेल्या मुंबापुरीत शिक्षणासाठी राहताना त्यांना मामांचा फार भक्कम आधार मिळाला होता, याची त्यांना पुरेपूर जाणीव होती. कृतज्ञता व्यक्त करण्यासाठी मामांना काही पैसे द्यावेत, असंही त्यांना मनापासून वाटत होतं.

अभ्यंकरांना पैसे साठवून नजीकच्या भविष्यकाळात काही गोष्टी करायच्या होत्या. परंतु ही आर्थिक गणितं अवघड होती. रोजचा स्वतःचा खर्च भागवायचा होता. त्याच वेळी वडलांना हक्काचं घर घेण्यासाठी आपणच पैसे द्यायला हवेत, हे पुत्रकर्तव्यही त्यांना आठवत होतं. पण त्यात एक अडचण होती. काकांना घर खरेदी करण्यासाठी मदत करायची, तर पैसे शिल्लक राहणं शक्य नव्हतं. त्यामुळे भारतात जाणंही १९५९मध्येच जमू शकेल, असं त्यांच्या लक्षात आलं होतं.

या आर्थिक आकडेमोडीत आणि विचारांमध्ये अभ्यंकर अस्वस्थ होत. घरच्यांच्या आठवणींनी बेचैन होत. अशा वेळी गणिताचा अभ्यास करणं त्यांना अशक्य होई. अशा भावुक अवस्थेत काही आठवडेही निघून जात. यावर एकच उपाय असे, तो म्हणजे काकांना पत्र लिहून मनातली खळबळ व्यक्त करणे. एका पत्रात त्यांनी स्पष्टच लिहिलं, "मी मोकळेपणानं पैशाच्या जमवाजमवीबद्दल तुम्हांला मागच्या पत्रात लिहिलं आहे; याचा अर्थ, तुम्ही मला काही पैसे द्यावेत, असा मुळीच नाही. त्यासंबंधीचे माझे विचार मी आईला मागं लिहिलेल्या पत्रातून कळवले आहेतच. म्हणूनच जेव्हा मला तिकडे येणं व्यवहार्य होईल, तेव्हा लगेचच येणार आहे." शक्यता आणि व्यवहार्यता यांतला फरक हा केवळ आर्थिक निकषांवर ठरणार होता.

## कोलंबिया विद्यापीठ

कोलंबिया विद्यापीठात अध्यापनाचं काम सुरू केल्यावर अभ्यंकर न्यूयॉर्कमध्ये

राहू लागले. तेथील बटलर हॉल या पंधरा मजली इमारतीत त्यांना राहायला जागा मिळाली. या इमारतीत विद्यापीठातील बरेचसे प्राध्यापक राहात होते. त्यामुळे ते खूश होते. सुरुवातीला पहिल्या सत्रात नंबर थिअरी आणि नॉट थिअरी [कार्ल फ्रेड्रिक गौस (Carl Fredrick Gauss) या नामवंत गणितज्ञानं गाठींना गणिती स्वरूप दिलं. कालांतरानं टोपॉलॉजी या विषयांतर्गत नॉट थिअरी – गाठींचा सिद्धांत – हा एक उपविषय झाला.] हे दोन विषय शिकवायचं त्यांनी ठरवलं होतं आणि त्यासाठी त्यांनी वाचन-मनन चालू केलं. शिवाय कोलंबियात येण्यापूर्वी अभ्यंकरांनी आधीच्या संशोधनावरचे शोधनिबंध लिहायला सुरुवात केली होती. पाच महिन्यांत त्यांनी चार शोधनिबंध लिहून पूर्ण केले. स्वतःच्या कामाबरोबरच इतरांनी केलेलं संशोधन वाचणं, ते संदर्भ योग्य रीतीनं वापरणं आणि मग आपली सिद्धता मांडणं असं हे शोधनिबंध लिहायचं कौशल्यपूर्ण काम करताना अभ्यंकरांना खूप आनंद मिळत होता. परंतु त्यातही त्यांची एक तक्रार असे. ते म्हणत, "दुसऱ्यानं लिहिलेला शोधनिबंध वाचणं, समजावून घेणं ही गोष्ट स्वतः शोधनिबंध लिहिण्यापेक्षा जास्त कटकटीची आणि त्रासदायकच!"

अभ्यंकरांच्या पीएच.डी.च्या संशोधनाचा गणिती जगात बराच बोलबाला झाला होता. शिवाय त्यांचे शोधनिबंधही एका पाठोपाठ एक लिहून होत होते. मॅग्रा हिल प्रकाशनसंस्थेच्या प्रकाशकांनी अभ्यंकरांना "तुमचे शोधनिबंध एकत्र करून पुस्तकरूपात छापू या," असं सुचवलं. या प्रस्तावाला अभ्यंकर तयार झाले नाहीत. "शोधनिबंध पुस्तकरूपात लिहायचे, तर त्यात खूप वेळ जातो. पुस्तक लिहिण्यापेक्षा नवीन समीकरणं सोडवणं, संशोधन करणं यात मला विशेष रुची आहे," असं त्यांनी मॅग्रा हिलच्या संपादकांना कळवून टाकलं.

पीएच.डी.नंतर अभ्यंकरांना बैजिक भूमितीशिवाय टोपॉलॉजी (क्षेत्रविद्या) आणि नंबर थिअरी (संख्या सिद्धान्त) या विषयांचा अभ्यास करावा, असं प्रकर्षानं वाटू लागलं. वरील तिन्ही गणिती प्रवाह वरवर वेगवेगळे वाटतात, परंतु शाखा-उपशाखा सिद्धान्तानुसार (रॅमिफिकेशन थिअरी) ते एकत्रित बांधता येतील, अशी दाट शक्यता त्यांना वाटत होती. म्हणूनच त्या दिशेनं ते सतत विचार करत होते. त्याचबरोबर कोलंबिया विद्यापीठात शिकवत असलेल्या कोर्सेसवरही शोधनिबंध लिहिण्याचं काम जोमानं चालू होतं.

विद्यार्थ्यांना पदवी परीक्षेसाठी शिकवायचं म्हटलं, की अभ्यासक्रमाच्या चौकटीत शिकवावं लागतं. त्यानंतर परीक्षेसाठी प्रश्नपत्रिका तयार करणं, परीक्षा घेणं, उत्तरपत्रिका तपासणं, विद्यार्थ्यांचा निकाल लावणं अशी विविध कामं प्राध्यापकांना करावीच लागतात. या कामांमध्ये अभ्यंकरांना मुलांच्या उत्तरपत्रिका तपासण्याचं काम अजिबात आवडत नसे. मुळात अभ्यंकरांना विद्यार्थ्यांची परीक्षा घेणंच पटत

नसे. 'परीक्षा पद्धत समूळ उखडून टाकली पाहिजे. विद्यार्थ्यांनी शाळा-महाविद्यालयात शिकण्यासाठी जावं, पदवी मिळवण्यासाठी नाही. मला जर कधी यासंबंधी स्वत:चे अधिकार वापरायला मिळाले, तर मी सर्व पदव्या आणि पदविका रद्द करून टाकीन,' असं त्यांचं मत होतं. अर्थात नावडत्या परंतु सक्तीनं कराव्या लागणाऱ्या वरील कामांबरोबरच त्यांनी दोन आघाड्यांवर लक्ष केंद्रित केलं होतं.

## योगसाधनेचं आकर्षण

पहिली आघाडी – गणिताचा अभ्यास. तो अभ्यंकरांच्या विचारांच्या कायमच केंद्रस्थानी होता. दुसरी आघाडी मात्र थोडी वेगळ्या वळणाची होती. अभ्यंकरांना 'योगसाधना' या विषयाचं आकर्षण वाटू लागलं होतं. त्यांनी उपनिषदांचं वाचन चालू केलं होतं. स्वामी विवेकानंदांच्या कर्मयोग, भक्तियोग, ज्ञानयोग आणि राजयोग या संबंधीच्या पुस्तकांची त्यांना अनामिक ओढ लागली होती. त्याचबरोबर ते विनोबांच्या लिखाणामधून आपला स्वधर्म समजून घ्यायचा प्रयत्न करत होते. नाताळच्या सुट्टीनंतर ते जोमानं गणिताच्या अभ्यासाला लागलेही होते. तरीसुद्धा त्यांना स्वत:मध्ये काही बदल झाल्याचं जाणवू लागलं होतं. मनात खूप खळबळ माजली होती. विचारांच्या ऊर्मी त्यांना अतिशय अस्वस्थ करू लागल्या होत्या. त्या भरात त्यांनी काकांना एक दीर्घ पत्र, इंग्रजीत लिहिलं. त्याचा हा गोषवारा :

२३ मे १९५७

काल रात्री मी सहजच काही गणित कोडी शोधत बसलो. ती शोधताना मला खूप मजा वाटली. मग मी झोपलो. सकाळी नेहमीप्रमाणे आवरून मी व्याख्यान द्यायला गेलो. मागच्या महिन्यात जॉन हॉपकिन्समध्ये सोडवलेला नवा सिद्धान्त आणि काल रात्री शोधलेली गणित कोडी मुलांना सोडवायला दिली. त्यानंतर वर्गाबाहेर पडलो आणि अचानक माझ्या डोक्यात गणितापेक्षा वेगळे विचार लाटांसारखे धडकू लागले. मी तातडीनं घरी आलो. हे विचार तुमच्यापाशी बोलायलाच हवेत, असं मला मनापासून वाटू लागल्यानं मी हे पत्र तुम्हांला लिहायला घेतलं.

तुम्हांला माहीतच आहे, की वेळोवेळी माझा आतला आवाज किंवा इच्छा म्हणा, मी कोण? या प्रश्नानं मला सतावत असतो. परंतु या ऐहिक किंवा प्राकृत जगातील माझं बहुतांश जग हे गणित विषयानं व्यापलेलं असतं. मी आणि माझं गणित, एवढंच हे जग आहे. तरीसुद्धा 'को अहं' हा मूळ प्रश्न माझ्या मनाच्या एका कोपऱ्यात सतत सुप्त स्वरूपात असतो आणि संधी मिळताच तो उसळी मारून माझ्या मनातील संवेदना, भावना आणि आचार-विचारांमध्ये भरून राहतो. हा विचार माझा पिच्छाच सोडत नाही.

*दोन-अडीच महिन्यांपूर्वी एक दिवस सकाळीच मी जागा झालो, ते काही अवघड सिद्धान्तांच्या मनात आलेल्या उत्तरांमुळे! चार्ल्स पिकार्ड (Charles Picard) आणि ऑस्कर झारिस्कींनी अर्धवट सोडवलेला सिद्धान्त मी सोडवला होता. खरं तर अतिशय सावधपणे, विचारपूर्वक मी या प्रश्नावर काम करत होतो. अचानक उत्तर मिळाल्यानं मला आश्चर्य वाटलं आणि समाधानही मिळालं. माझ्या गणिती मनाच्या 'बहुप्रसवा स्थिती'नं माझं मन उल्हसित झालं. एकाएकी मी नव्या जोमानं गणिताच्या अधिक क्लिष्ट, गुंतागुंतीच्या प्रश्नांकडे वळलो.*

*तुम्ही विश्वास ठेवा अगर न ठेवा, पण एक महिन्यापूर्वी एका संध्याकाळी मी शांतपणे, स्वस्थतेनं पायी फिरायला गेलो होतो. अचानक, पूर्णपणे अनभिज्ञ असे सिद्धान्त, त्यांच्या सिद्धतेसह, विवरण आणि अर्थबोधासकट माझ्या डोक्यात, विजेच्या लोळासारखे लख्ख चमकून गेले. मी अक्षरश: अवाक् झालो. बऱ्याच वेळा माझ्या मनाची ती अवस्था मला स्पष्ट आठवते आणि मी बेचैन होतो.*

*गणिताचा अभ्यास करणारी व्यक्ती गणिती प्रश्नाचा तर्कशुद्ध विचार करून विश्लेषणात्मक विधान करते. ते विधान सिद्ध करण्याचा प्रयत्न करते. काही वेळा बऱ्याच प्रयत्नांनी ते विधान किंवा सिद्धान्त सुटतो किंवा सुटतही नाही. परंतु या वेळी मात्र माझ्या अंतर्मनात वर वर्णिलेल्या सिद्धान्तांबद्दल कुठलीही पूर्वकल्पना नव्हती. त्यामुळे ते जणू काही थेट आकाशातून-अज्ञात शक्तीतून माझ्या मनात आले, असं मला ठाम वाटतं. अर्थात हे केवळ बोलणं आहे, कारण जे बाहेर आहे, ते खरं तर आतच अंतर्मनातच असतं, हे मला पुरेपूर ठाऊक आहे.*

*गेल्या महिनाभरात मी गणिताचा विशेष अभ्यास केला नाही. मात्र गूढ, अगम्य आणि मनाला भिववणाऱ्या विषयांचं खूप वाचन करतो आहे.*

*मी वेगवेगळ्या उपनिषदांचं (कथा, ईशा, केन, कठ, प्रश्न, मुंडक, ऐतरेय, तैतरीय, छांदोग्य, बृहदारण्यक, कौषीतकी व श्वेताश्वतर) इंग्रजी भाषांतर वाचतो आहे. त्याचबरोबर बर्कले, कान्ट या पाश्चिमात्य विचारवंतांचे ग्रंथ, विवेकानंदांचं लेखन, बायबल, गाथा असे धार्मिक ग्रंथ, लोकमान्य टिळकांचं 'गीतारहस्य' अशी विविध पुस्तकंही वाचली. अर्थात माझं मन नेहमीच नि:संदिग्ध ज्ञानाकडे ओढ घेतं. मी या सर्व पुस्तकांच्या प्रती तुम्हांला पाठवायच्या विचारात आहे. कारण काका, तुम्हीच तर मला पूर्वी सांगितलंय ना की, सर्व धर्मांत आणि तत्त्वज्ञानात विचारांचं, प्रज्ञेचं*

*एकरूपत्व असतं.*

*तरीसुद्धा काही प्रश्नांची उत्तरं मिळत नाहीत. डोळ्यांना आकार आणि रंग पाहायला कुणी सुचवलं? कानांना ऐकण्याची, जिभेला बोलण्याची शक्ती कुठून आली? असे अनेक अनुत्तरित प्रश्न आपल्या जीवनाशी निगडित आहेत.*

*फुटे तरुवर उष्णकाळमासि । जीवन तयासि कोण घाली ।*
*कोणे केली बाळा दुग्धाचि उत्पत्ती । वाढवे श्रीपती सवे दोन्ही ।।*

*हेच खरे!*

*सदा भरलेला मम आनंदाचा पेला*
*अमंगल मी मंगल मीच*
*प्रियाप्रिया रिपुसुहृदही मीच!*
*पण मी कोण?*
*द्वंद्वे मीच, द्वंद्वातील तत्त्वही मीच!*

तुमचा श्रीराम

अशा वेगळ्या विचारांमध्ये गढलेल्या अभ्यंकरांना योग शिकावा, ध्यानधारणा करावी, अशी खूप इच्छा होऊ लागली. या इच्छेचं मूळ त्यांच्या लहानपणात होतं. शाळकरी श्रीराम बऱ्याच वेळा अण्णाकाकांजवळ झोपत असे. तसंच त्यांचा पहाटेचा गणिताचा अभ्यासही त्यांच्याजवळ होई. अण्णाकाका धार्मिक आणि अभ्यासू वृत्तीचे होते. ते पहाटे उठून जपजाप्य, वैश्वदेव करत. मोठ्या आवाजात देवाची स्तोत्रं म्हणत. ते एवढ्या मोठ्यानं म्हणत, की एका घरमालकानं याच कारणासाठी अभ्यंकर मंडळींना घर सोडायला सांगितलं होतं. त्यांना पुस्तकं वाचायचा खूप नाद होता. वाचनासाठी अण्णाकाकांना कोणताच विषय वर्ज्य नव्हता, मग तो धार्मिक असो की वैद्यकीय!

राम १२-१३ वर्षांचा असताना एकदा त्याच्या मनात काय आलं, कुठला विचार आला कुणास ठाऊक आणि त्या विचारात तो एकटाच लांब कुठेतरी जाऊन बसला. घर सोडावं, घरची माणसं सोडावीत, असं त्याला वाटू लागलं. तेव्हा चुलतभावांनी छोट्या श्रीरामचं मन वळवलं आणि घरी आणलं. अशा विचारांपासून परावृत्त केलं.

आता पुन्हा अभ्यंकरांच्या मनात ध्यानधारणेचा विचार उफाळून आला होता. हा विचार एवढा प्रबळ होता, की ते सतत ध्यानधारणा करू लागले. कोलंबियात वे-लंग-चाऊ (Wei-Lang-Chow) या विद्यार्थ्याबरोबर ते राहत होते. चाऊला

सर्वजण लाडानं 'एडी' म्हणत. तो बडबड्या व पटकन मैत्री जमवणाऱ्यांतला होता. दोघांच्या वयांत वीस वर्षांचं अंतर होतं. ते दोघे रात्र-रात्र गप्पा मारत आणि कामही करत. हे निशाचर प्राणी पहाटे झोपून मध्यान्हाला उठत. चिनी आणि भारतीय संस्कृती या विषयावर दोघे खूप चर्चा करत. रात्रभर बडबड केल्यानं एडीचा घसा बसतो, असा एडीच्या बायकोचा तक्रारीचा सूर असायचा. तरीसुद्धा योगाभ्यास करावा की गणिताचा अभ्यास, या प्रश्नावरही ते दोघे खूप खल करत. अभ्यंकरांना तर ध्यानधारणेचा फारच नाद लागला होता.

अभ्यंकरांना पतंजलीच्या सूत्राप्रमाणं योगी व्हायचं होतं. योगाच्या सिद्धी काय असतात? मनाची शक्ती वाढवण्यासाठी या सिद्धींचा उपयोग करून घेता येतो का? आणि शक्य असेल, तर कसा? यासारखे विचार अभ्यंकरांच्या मनात सारखे घोळू लागले. योगसाधनेबद्दल त्यांना जबरदस्त आकर्षण वाटू लागलं होतं. त्या मानसिक स्थितीत धाकटा भाऊ शरद ऊर्फ बाळूला हिंदीतून लिहिलेल्या पत्रात अभ्यंकरांनी ज्ञानयोगाविषयीचे काही संस्कृत श्लोक लिहून पाठवले. त्यात निर्विकार, निर्विकल्प आयुष्याच्या कल्पना मांडलेल्या होत्या. त्याला जोडून पुढं त्यांनी लिहिलं, 'मेरी संस्कृत पढने की इच्छा है। महामुनि श्रीमद् आद्य शंकराचार्य के भक्तिमार्ग के काव्यसाहित्य का अध्ययन करने की भी मेरी बहुत इच्छा है।''

वरील पत्रांवरून लक्षात येतं, की या काळात अभ्यंकरांच्या आयुष्याला अगदी निराळं वळण लागण्याची शक्यता निर्माण झाली होती. लहानपणी अंगात शिरलेल्या विरक्तीच्या वाऱ्याला मोठ्या माणसांकडून आवर घातला गेला होता. पण आता, वयाच्या २७-२८ व्या वर्षी आणि तेही परदेशात अभ्यंकरांच्या अशा असाधारण मानसिक अवस्थेला कोण आणि कसा लगाम घालणार होतं? अमेरिकेत केवळ गणित आणि गणितच शिकण्याच्या ठाम निश्चयानं आलेले तरुण श्रीराम अभ्यंकर या अवस्थेतूनही सही सलामत बाहेर पडले, ते एका अपघातानं!

### अपघाताचं संकट

शहराच्या उत्तर पूर्व कोपऱ्याला एक कॉटेज घ्यायचं आणि योगसाधना करायची, असं अभ्यंकरांनी मनाशी ठरवलं. आता त्याशिवाय तरणोपाय नाही, असंच जणू काही त्यांना वाटू लागलं होतं. जागाही निश्चित केली, पण तिथपर्यंत जायचं कसं? त्यासाठी गाडी हवी. अभ्यंकरांनी लगेचच गाडी खरेदी केली. एखादी गोष्ट करायची ठरवली, की ती करायचीच, असा अभ्यंकरांचा खाक्या!

नव्या गाडीतून ते प्रवासाला निघाले. सलग कितीतरी तास त्यांनी गाडी चालवली. वाटेत थांबले. विचारांच्या तंद्रीत रात्र निघाली. भल्या पहाटे त्यांना अचानक काही नवीन गणित सुचलं. ते सिद्धांत त्यांनी मनात घोळवत ठेवले.

तशा मनाच्या अवस्थेत त्यांनी सकाळी पुढचा प्रवास सुरू केला. तो दिवस होता, १६ ऑगस्ट १९५७! संध्याकाळ झाली, तरी अभ्यंकरांचा प्रवास काही संपला नव्हता. ते संथपणे, कडेनं गाडी चालवत होते. विरुद्ध दिशेनं एक मोटार भरवेगात येत होती. अचानक समोरून येणारी ती गाडी बघून अभ्यंकरांनी गाडी थांबवली. मात्र त्या गाडीच्या ड्रायव्हरला गाडी थांबवता आली नाही आणि ती गाडी अभ्यंकरांच्या गाडीवर आदळली. या जोरदार टकरीत अभ्यंकरांना खूपच लागलं. त्यांना तातडीनं अगस्टा जनरल हॉस्पिटलमध्ये दाखल करण्यात आलं. अभ्यंकरांच्या छातीच्या उजव्या बरगडीची हाडं मोडली होती. डाव्या पायाच्या गुडघ्याची वाटी सरकली होती. शिवाय या गुडघ्याच्या सांध्यालाही दुखापत झाली होती. पायाच्या पोटरीच्या नसांना जबरदस्त धक्का बसला होता. यावर उपचार म्हणून सर्वप्रथम छातीची बरगडी सांधण्यासाठी प्लास्टर घालण्यात आलं. गुडघ्याची हाडं सांधण्यासाठी जांघेपासून पाय प्लास्टरमध्ये बंदिस्त केला गेला. त्यामुळे गुडघ्याच्या वाटीची हाडं सांधली जाणार होती. पायावर खूप सूज आली होती. ही सर्व मोडतोड दुरुस्त होण्यासाठी अभ्यंकरांना दवाखान्यातच किमान दीड ते दोन महिने राहावं लागणार होतं. एकंदरीत अपघाताचं स्वरूप गंभीर होतं.

मनाचा हिय्या करून अभ्यंकरांनी काकांना अपघाताची बातमी कळवली. आपलं पत्र वाचून घरच्यांना धीर मिळावा, इतपत काळजी घेऊन अभ्यंकरांनी पत्र लिहिलं होतं. त्या पत्रामध्ये त्यांनी लिहिलं,

> *"अपघात झाल्यावर 'व्यर्थची धाव मनाची, मर्जी देवाची' असा विचार माझ्या मनात आला, पण तो क्षणभरच टिकला; कारण जगत्जननी निसर्गमाया, तिला मातीतून हाडं उत्पन्न करता येतात व तुटलेली हाडं सांधताही येतात, या विचारानं मन शांतावलं. सतत बिछान्यावर पाठीवर पडून व छातीत जरा दुखत असल्यानं मला खूप अस्वस्थ वाटतं. आडवं पडून लिहिल्यानं पत्रातील अक्षरही अगदीच गचाळ येतं. तीन आठवडे पाय ३०° कोनात छातीपासून उंच ठेवला होता. बर्फाचा शेक चालू होता, त्यामुळे पायाची सूज कमी झाली. आता मी बिछान्यावर पडून वर्तमानपत्र वाचू लागलो आहे. गीता जवळ आहे. गणिताच्या अभ्यासास हळूहळू सुरुवात करेन. तुम्ही काळजी करू नका. मनातल्या मनात आशीर्वाद द्यावा. माझी मन:स्थिती उत्तम आहे. 'उत्थान भारत का होगा तभी । दुर्दम्य होंगी जब आशा आकांक्षा ।।' औषधोपचार, वेगवेगळे व्यायाम, योग्य आहार अशा उपायांनी मी माझ्या पायांवर पुन्हा एकदा उभा रहाणार आहे. दोन-चार*

*महिन्यांनी धावूसुद्धा लागेन. तुम्ही देवाला अभिषेक व सत्यनारायण करावा म्हणजे माझ्या मनाच्या भोळ्या-भाबड्या अंशाचं समाधान होईल.''*

पुन्हा एकदा ग्वाल्हेरचं घर रामच्या काळजीनं काळवंडून गेलं. काका रामला वरचेवर पत्रं पाठवू लागले. रामला उभारी मिळावी, असा मजकूर काकांच्या पत्रांत असे.

अभ्यंकर १६ ऑगस्ट ते १८ ऑक्टोबर असे दोन महिने हॉस्पिटलमध्ये राहिले होते. त्यानंतर दोन-तीन महिने तरी त्यांना कुबड्यांच्या आधारानंच चालावं लागणार होतं. हळूहळू चालणं वाढवण्याच्या सूचना डॉक्टरांनी दिल्या होत्या, जोडीला व्यायामाचे प्रकारही नियमितपणे करायचे होते.

सर्व तब्येत पूर्वपदावर येण्यास तीन ते चार महिने लागले.

हॉस्पिटलमधून घरी आल्यावर त्यांनी २-३ आठवडे विश्रांती घेतली. त्यानंतर ते कॉर्नेल विद्यापीठात साहाय्यक प्राध्यापक या पदावर रुजू झाले. अर्थात त्यांच्या गुडघ्याच्या फ्रॅक्चरचं दुखणं फारसं कमी झालं नव्हतं. चालताना गुडघा दुखतच होता. सारख्या औषध-गोळ्या, पायाचे व्यायाम, पाय शेकणं या प्रकारांनी अभ्यंकर कंटाळून गेले होते. गणिताच्या अभ्यासात गुंतवून घेणं हाच त्यावर उपाय होता.

नाताळच्या सुट्टीत हार्वर्डहून २-३ गणिती त्यांच्याशी चर्चा करायला, भेटायला आले होते. अभ्यंकरांनी स्वतःच्या घरीच त्यांची राहायची सोय केली. त्यानंतर ते बाल्टिमोरला चाऊ, इगुसा, सॅमसन, वॉशनिट्झर या गणिती मित्रांना भेटायला गेले. ४-५ दिवसांच्या त्या मुक्कामात अनेक चर्चा, वादविवाद, विचारांची देवाणघेवाण झाल्यानं अभ्यंकर मनानं उल्हसित झाले. या गणितज्ञांशी झालेल्या लागोपाठच्या भेटीगाठी त्यांना मेजवानीसारख्या वाटल्या. बाल्टिमोरचा मुक्काम आटोपून ते प्रिन्स्टनला गेले. तेथे एच. ग्रावर्ट (H. Grauert) या गणितीची त्यांनी भेट घेतली. त्यांच्याकडून नंबर थिअरी शिकून घेण्यासाठी अभ्यंकर मुद्दाम त्यांना भेटले.

हळूहळू अभ्यंकरांच्या अपघातापूर्वीच्या आणि नंतरच्या मानसिक अवस्थेत बराच फरक पडू लागला. ३-४ महिन्यांच्या सक्तीच्या विश्रांतीच्या काळात त्यांनी स्वस्थपणे मनाशी संवाद साधला असावा. गणिताचं मनन-चिंतन तर चालूच होतं. अपघाताच्या आदल्या रात्रीही काही गणिती सिद्धता त्यांना सुचल्या होत्या. त्यांतून पुढं त्यांनी वेगवेगळी कंजेक्चर्स (गणितातील तर्क, अंदाज, अनुमान, गृहीतक यासाठी 'कंजेक्चर' हा इंग्रजी शब्द वापरला जातो.) तयार केली. यथावकाश त्याचे पाच-सहा शोधनिबंध त्यांनी लिहिले. १९५९-६०च्या दरम्यान 'अमेरिकन जर्नल ऑफ मॅथेमॅटिक्स' या जर्नलमध्ये हे शोधनिबंध प्रसिद्ध झाले. त्यांचं मन पुन्हा गणिताकडं वळलं, ही जशी या दुर्घटनेतून चांगली गोष्ट घडली, तशीच अजून

एक आनंदाची घटना घडली, ती म्हणजे याच काळात अभ्यंकरांना 'जीवनसाथी' मिळाली!

## तारू किनाऱ्याला लागलं...

अभ्यंकरांच्या अपघाताची बातमी कळल्यावर एक 'खास' व्यक्ती घाईघाईनं त्यांना हॉस्पिटलमध्ये भेटायला आली. तिचं नाव इव्हॉन मार्गरिट क्राफ्ट (Yvonne Margaret Kraft). अगदी अल्प काळासाठी अभ्यंकरांची विद्यार्थिनी असलेली ही मुलगी नंतरच्या काळात त्यांची अर्धांगिनी झाली.

अभ्यंकर कोलंबिया विद्यापीठात विविध अभ्यासक्रम शिकवत, त्यांपैकी एक होता, ॲडव्हान्स्ड कॅल्क्युलस कोर्स! हा पदवीपूर्व विषय होता. त्या वेळी कोलंबिया विद्यापीठात मुलींना पदवीपूर्व विषयांना प्रवेश देत नसत. परंतु या विद्यापीठाशी संलग्न असलेल्या बर्नार्ड महाविद्यालयात मात्र मुलींना पदवीपूर्व विषयांना प्रवेश मिळे. याचा फायदा इव्हॉननं घेतला आणि शालेय शिक्षण झाल्यावर ती बर्नार्ड महिला विद्यापीठात शिकू लागली. पहिल्या वर्षी इव्हॉननं ॲडव्हान्स्ड कॅल्क्युलसच्या विषयासाठी नाव नोंदवलं आणि या विषयापुरती तरी ती अभ्यंकरांची विद्यार्थिनी झाली.

इव्हॉन विद्यापीठाच्या परिसरात मैत्रिणींबरोबर राहत होती. अभ्यासाच्या निमित्तानं सर आणि विद्यार्थिनीची मधूनमधून भेट होई. एकदा अभ्यंकरांनी विद्यार्थिनीला जेवायला बोलावलं. त्यानंतर तिनंही सरांना जेवायचं आमंत्रण दिलं. जेवणाच्या निमित्तानं होणाऱ्या गप्पांमधून हळूहळू दोघांची ओळख वाढू लागली. परदेशातल्या या मैत्रिणीबद्दल अभ्यंकरांनी सर्वप्रथम पुष्पाला पत्रातून लिहिलं. त्यानंतर त्यांनी आईला पाठवलेल्या पत्रात इव्हॉनबरोबर होत असलेल्या गाठीभेटींचा उल्लेख केला.

> *'मी इव्हॉन या माझ्या मैत्रिणीबद्दल पुष्पाच्या पत्रात लिहिलं होतं. मी तिला मधूनमधून जेवायला बोलवतो. एखादे वेळी ती मला तिच्या घरी डिनरला बोलवते. ८-१० दिवसांपूर्वी मी इव्हॉनबरोबर सर्कस पाहायला गेलो होतो. परवा तिच्या पसंतीनं एक सूट विकत घेतला. कारण माझे सर्व कपडे फाटत आले आहेत.'*

१९५७मध्ये इव्हॉन पदवीधर झाली. पुढच्या शिक्षणासाठी तिनं बोस्टन विद्यापीठात प्रवेश घेतला. तिला पदार्थविज्ञानात पदव्युत्तर शिक्षण घ्यायचं होतं. मैत्रिणींबरोबर केंब्रिजमधल्या एका सदनिकेत ती राहत होती. त्या वेळी अभ्यंकर कार्नेल विद्यापीठात शिकवत होते. पण झारिस्कींना भेटायला ते केंब्रिजमध्ये वारंवार येत. त्या वेळी या मैत्रिणीलाही आवर्जून भेटत. अर्थात दोघांचे विषय वेगळे. त्यामुळे अभ्यासाच्या

निमित्तानं वरचेवर भेटण्याची संधी त्यांना मिळत नसे. दोघंही आपापल्या कामात व्यग्र होते. त्यामुळे मधले काही महिने तर ते फारसे भेटूही शकले नव्हते. परंतु अभ्यंकरांना गंभीर अपघात झाल्याची बातमी समजताच इव्हॉन तातडीनं त्यांना भेटायला हॉस्पिटलमध्ये गेली. तेव्हाची अभ्यंकरांची मानसिक स्थिती, अपघाताचं गंभीर स्वरूप त्यामुळे इव्हॉन यांचा त्यांना खूपच आधार वाटला असावा. तिथून पुढं या दोघांच्या गाठीभेटी वाढल्या, जवळीकही वाढली. अखेर मैत्रीचं रूपांतर प्रेमात झालं. एक अत्यंत हुशार, भारतीय तरुण अमेरिकेत येऊन गणितात अव्वल संशोधन करतो, ही अभ्यंकरांची त्या वेळची ओळख होती. पण इव्हॉन क्राफ्ट ही विद्यार्थिनी कोण? कुठली?

इव्हॉनचा जन्म हॉलंडचा. तिच्या जन्मानंतर तीन वर्षांतच दुसऱ्या महायुद्धाला प्रारंभ झाला आणि सगळंच वातावरण बदललं. त्यामुळे इव्हॉनला युद्ध, अस्थिर सामाजिक जीवन, महासंहार या गोष्टींचा लहानपणीच अनुभव मिळाला. अशा वातावरणात तिची मानसिक जडणघडण झाली. काही वर्षांनी इव्हॉन व तिची आई अमेरिकेत न्यूयॉर्कला राहायला आल्या. वडील मात्र जर्मनीतच थांबले. इव्हॉनची आई ग्रंथपाल होती, तर वडील तत्त्वज्ञानाचे प्राध्यापक होते. क्राफ्ट दांपत्याचं इव्हॉन हे एकुलतं एक अपत्य! शिक्षणाच्या निमित्तानं तिची अभ्यंकरांशी ओळख झाली. एवढंच नाही, तर त्या पाश्चिमात्य मुलीचे या भारतीय तरुणाबरोबर प्रेमाचे बंध जुळले. तिनं या मुलाबरोबर लग्न करण्याचा धाडसी निर्णयही घेतला. मध्यम बांध्याच्या, सावळ्या श्रीरामच्या गणिती बुद्धिमत्तेवर ती आकर्षित झाली होती का? भिन्न संस्कृतीत वाढलेल्या त्या दोघांनी विवाहबंधनात अडकण्याचा निर्णय कसा काय घेतला? लग्नाला घरच्यांनी विरोध केला नाही का? हा प्रश्न दोघांनाही लग्नानंतर नेहमी विचारला जाई. यावर इव्हॉनचं उत्तर असे, ''पाश्चिमात्य देशांत मुलामुलींना लग्नासाठी आईवडिलांच्या परवानगीची गरज नसते.'' अभ्यंकर म्हणत, ''मला तशी गरजच वाटली नाही. आम्ही दोघांनी परस्परसंमतीनं हा निर्णय घेतला.''

घरातील वडीलधाऱ्या माणसांनी मुला-मुलींचं लग्न ठरवायचं असतं, त्यांची या निर्णयात महत्त्वाची भूमिका असते, अशा संस्कृतीत अभ्यंकर वाढले होते. या रूढ चौकटीत इव्हॉन मुळीच बसत नव्हती. अभ्यंकरांनी पत्रातून इव्हॉनशी लग्न करण्याची परवानगी काकांना मागितली. त्यासंबंधी दोघांच्यात काही पत्रव्यवहार झाला. त्यानंतर काकांनी श्रीराम-इव्हॉनच्या लग्नाला होकार दिला. त्या वेळी इव्हॉननं आपल्या भावी पतीला विचारलं होतं, ''तुझ्या वडलांनी आपल्या लग्नाला नकार दिला, तर तू काय करशील?'' तेव्हा श्रीरामनी उत्तर दिलं, ''मी कोणत्याही परिस्थितीत तुझ्याशीच लग्न करणार आहे.''

इव्हॉनच्या वाढदिवसाच्या दिवशी लग्न करायचं, ही अभ्यंकरांची तीव्र इच्छा

होती. त्यानुसार न्यूयॉर्क शहरात ५ जून १९५८ या दिवशी दोघांनी नोंदणी विवाह केला.

लग्न झाल्यावर जे. पी. सेर या फ्रेंच मित्राच्या खास आमंत्रणावरून हे नवपरिणीत जोडपं मधुचंद्रासाठी पॅरिसला गेलं. तिथं ते एक महिना राहणार होतं. 'या महिन्यात तू फारसं गणित करू नकोस,' असं सेरनं अभ्यंकरांना बजावलं होतं. मात्र प्रत्यक्षात ते तितकंसं दोन्ही मित्रांकडून पाळलं गेलं नाही. सेरनी स्वत: मॉन्टेलबर्ट नावाच्या हॉटेलमध्ये दोघांची राहण्याची खास व्यवस्था केली होती.

पॅरिसचा एक महिन्याचा मुक्काम संपवून दोघं ग्वाल्हेरला आली. ग्वाल्हेरला अभ्यंकरांचे आई-वडील, बहीण-भाऊ असे सर्वचजण आतुरतेनं, उत्सुकतेनं दोघांची वाट पाहत होते. अर्थात हे साहजिकच होतं. एक तर श्रीरामच ७-८ वर्षांनी सर्वांना भेटणार होते आणि तेही पत्नीसह! ५५-६० वर्षांपूर्वीच्या काळातील कुटुंब-व्यवस्थेला अभ्यंकरांचा हा लग्नाचा निर्णय सहजासहजी मानवणारा नव्हता. तरीसुद्धा घरातील ज्येष्ठ व्यक्तींनी मुलाच्या इच्छेचा मान राखला होता, ही गोष्ट प्रशंसनीय. आपली अमेरिकन सून पाहायला आईवडील, तर वहिनी पाहण्यासाठी भावंडं अधीर झाली होती.

पहिल्याच भेटीत इव्हॉननं सर्वांची मनं जिकली. सतेज, चित्पावनी गोऱ्या रंगाची इव्हॉन सर्वांना पाहता क्षणी आवडली. विशेष म्हणजे तिनं चक्क साडी नेसली होती, त्यामुळे तिच्या चेहऱ्यावरच्या सात्त्विकतेत अजूनच भर पडली होती. इतक्या वर्षांनी मुलाला पाहताच श्रीरामच्या आई अत्यंत भावनाविवश झाल्या. पत्रातून मुलाला भेटण्याचं समाधान ही केवळ तडजोड होती. समोर प्रत्यक्ष मुलगा-सून भेटण्याचा आनंद त्या माउलीच्या सहनशक्तीच्या पलीकडचा झाला. त्या भरात त्यांना पायऱ्या उतरायचं भान राहिलं नाही. त्या काही पायऱ्या गाळून, गडगडत खाली आल्या आणि त्यांनी मुलाला पोटाशी घेतलं. सुदैवानं त्यांना काही लागलं नाही.

सर्वस्वी भिन्न वातावरणात वाढलेल्या इव्हॉनची पहिली भारत भेट अविस्मरणीय अशीच होती, कारण ती पतीबरोबर भारतात आली, तेही थेट सासरच्या घरी! अभ्यंकरांच्या घरी खूप माणसं होती. एवढ्या अनोळखी माणसांत वावरताना तिला खूप बुजल्यासारखं झालं होतं. घरातली मंडळी मराठीत बोलत होती. त्यामुळे त्यांचं बोलणं तिला कळत नव्हतं. सर्वांच्या चेहऱ्यावरचे आनंदाचे भाव मात्र तिच्या लक्षात येत होते. अमेरिकन संस्कृतीपेक्षा एका अगदी वेगळ्या संस्कृतीची तिला ओळख होत होती.

इव्हॉन सर्वांशी इंग्रजीतून बोलत होती. घरातले सगळेच उच्चशिक्षित असल्यानं त्यांच्याशी बोलताना तिला अडचण आली नाही. तिच्या सासूबाईंना मात्र इंग्रजी बोलण्याचा सराव नव्हता. त्यासाठी नणंद पुष्पा दुभाषी झाली. पुष्पा आपल्या आईचं

मराठी बोलणं इव्हॉनला इंग्रजीतून सांगायची आणि इव्हॉनचं इंग्रजी बोलणं आईला मराठीत भाषांतर करून ऐकवायची. सासू-सुनेमध्ये अशा प्रकारचा संवादाचा द्राविडी प्राणायाम चालू झाला होता.

ही संवादाची कसरत थांबवण्यासाठी इव्हॉननं मराठी शिकायचं ठरवलं. तसं श्रीरामांनी तिला जुजबी मराठी शिकवलं होतं, पण गप्पागोष्टींसाठी ते फारसं उपयोगी पडणारं नव्हतं.

ग्वाल्हेरच्या घरातल्या माणसांच्या गोतावळ्यात इव्हॉनची – सून, वहिनी, काकू, मामी अशी नवीन नाती तयार झाली. अमेरिकेत अशा नात्यांचा प्रश्नच नव्हता. शिवाय आईवडिलांनाही त्या एकुलत्या एक होत्या. त्यामुळे नात्याचे हे नवे बंध इव्हॉनला अपरिचित असूनही गमतीचे वाटत होते. सर्वांनी आपापल्या नात्यात इव्हॉनला प्रेमानं, आपुलकीनं आणि मोकळेपणानं स्वीकारलं होतं.

नवीन सुनेच्या स्वागतासाठी सासूबाईंनी लक्ष्मीपूजनाचा कार्यक्रम ठरवला. त्यात नवीन सुनेचं नाव बदलण्याचा विधीही केला. इव्हॉन या फ्रेंच शब्दाचा पहाट असा अर्थ सासऱ्यांनी (काकांनी) शोधून काढला आणि त्याच अर्थाचं 'उषा' हे नाव सुचवलं. अशा तऱ्हेनं इव्हॉनची 'उषा' झाली. मग सर्वजण त्यांना 'उषा' नावानं हाक मारू लागले. इव्हॉननंही हे नाव आपलंसं केलं. त्या सौ. उषा श्रीराम अभ्यंकर अशी पत्राखाली आवर्जून सही करू लागल्या.

गमतीची गोष्ट म्हणजे अभ्यंकरांनी पत्नीला कधीच उषा नावानं हाक मारली नाही. ते इव्हॉनच म्हणत. या बाबतीत त्यांच्या एका मित्रानं अभ्यंकरांना विचारलं, ''तू बायकोला उषा न म्हणता इव्हॉन म्हणतोस. इथं तुझं संस्कृतचं, मराठीचं प्रेम कसं आडवं येत नाही?'' त्यावर अभ्यंकरांचं स्पष्टीकरण असे, ''जेव्हा आम्ही पहिल्यांदा भेटलो, तेव्हा तिनं मला इव्हॉन नावानं स्वतःची ओळख करून दिली होती. त्यानंतर प्रत्येक भेटीत, पत्रात मी तिच्याशी इंग्रजीत संवाद साधताना इव्हॉनच म्हणत होतो. आमची मैत्री, हळुवार प्रेम इंग्रजीतच फुललं. माझ्या सर्व भावना 'इव्हॉन'शी गुंफल्या गेल्या आहेत.''

## शोध नव्या वाटांचा!

ग्वाल्हेरच्या घरी दोन महिने मुक्काम करून अभ्यंकर दांपत्य अमेरिकेला परतलं. अभ्यंकरांनी जॉन हॉपकिन्स विद्यापीठात 'सहयोगी प्राध्यापक' या पदावर नोकरी स्वीकारली होती. म्हणून ती दोघं अमेरिकेतल्या बाल्टिमोरला गेली.

या विद्यापीठाच्या गणित विभागाला एक तेजस्वी इतिहास आहे. १७२९ मध्ये वसलेलं बाल्टिमोर हे युनायटेड स्टेट्समधील मोठं शहर आहे. त्या ठिकाणी जॉन हॉपकिन्स विद्यापीठात १८७५ मध्ये गणिताचे विविध शैक्षणिक अभ्यासक्रम सुरू

करण्यात आले. त्यासाठी जे.जे. सिल्व्हेस्टर (J.J. Sylvester) यांची मदत घेण्यात आली होती. सिल्व्हेस्टर हे जन्मानं इंग्लिश ज्यू! एकोणिसाव्या शतकातील श्रेष्ठ गणितज्ञ म्हणून त्यांची प्रसिद्धी होती. अमेरिकन गणिताच्या विकासासाठी या विद्यापीठानं त्यांना मुद्दाम अमेरिकेत येण्याचं आमंत्रण दिलं होतं. तेव्हा त्यांनी 'मला सोन्याच्या रूपात पगार मिळावा, कारण अमेरिकन डॉलरवर माझा विश्वास नाही,' अशी अट घातली होती. त्याचं कारण त्या काळात अमेरिकन डॉलरला फारशी पत नव्हती.

प्रा. सिल्व्हेस्टर यांनी जॉन हॉपकिन्सला गणित विभाग प्रमुख म्हणून काहीच वर्षं काम पाहिलं. परंतु तेवढ्या अवधीत त्यांनी अमेरिकेत गणिताच्या वाढीसाठी फार महत्त्वाची कामगिरी बजावली. त्यांनी गणिताच्या संशोधनासाठी उत्तम वातावरण तयार केलं. गणितात पीएच.डी. करण्यासाठी विद्यार्थ्यांना विशेष प्रशिक्षण देण्याची व्यवस्था केली. त्यामुळे गणित विभागात हुशार, उत्साही संशोधक गणितींची फळी निर्माण झाली. वरचेवर त्यात भरच पडत गेली. सिल्व्हेस्टर यांनी दूरदृष्टीनं 'अमेरिकन जर्नल ऑफ मॅथेमॅटिक्स' हे जर्नल सुरू केलं. त्यात गणिताचे शोधनिबंध प्रसिद्ध करण्याची विद्यार्थ्यांना चांगली संधी मिळू लागली. १९२७-२८ या शैक्षणिक वर्षात झारिस्कींनी या विद्यापीठात गणिताचं संशोधन केलं होतं. त्या योगे त्यांचा अमेरिकन गणिती जगतात प्रवेश झाला होता. तीस वर्षांनी १९५८-५९ या शैक्षणिक वर्षात अभ्यंकर त्या ठिकाणी पोहोचले होते.

उषाताईंनीही या ठिकाणी पदार्थविज्ञानातील अभ्यासक्रमासाठी प्रवेश घेतला, परंतु पदवी मिळण्यास त्यांना जास्त वेळ लागला. याचं मुख्य कारण म्हणजे अभ्यंकरांची भ्रमंती! अभ्यंकर जॉन हॉपकिन्सला चार वर्षं सहयोगी प्राध्यापक होते. परंतु प्रबंधाच्या महत्त्वपूर्ण संशोधनामुळे त्यांना विविध विद्यापीठांतून गणित अध्यापनासाठी निमंत्रणं येत होती. त्यानुसार ते एक वर्ष हार्वर्डला गेले, तर जर्मनीतल्या म्युन्स्टर आणि एर्लागन विद्यापीठांमध्ये प्रत्येकी एका सत्रासाठी त्यांनी गणित शिकवलं. १९६३ मध्ये चार महिने ते मद्रासमधील 'मॅटसायन्स' संस्थेत शिकवत होते, तर त्याच वर्षी पुढचं सत्र त्यांनी येल विद्यापीठात घालवलं. या सर्व ठिकाणी ते अभ्यागत प्राध्यापक म्हणून कार्यरत राहिले. या भ्रमंतीत उषाताई त्यांच्याबरोबर असत. साहजिकच उषाताईंचं शिक्षण संपण्यास वेळ लागला.

साहाय्यक प्राध्यापक अभ्यंकरांनी प्रिन्स्टन विद्यापीठाचं बोलावणं स्वीकारलं. तिथं त्यांना अभ्यागत साहाय्यक प्राध्यापक म्हणून काम करण्याची संधी मिळाली.

प्रिन्स्टन विद्यापीठाबद्दल अभ्यंकरांना आधीपासूनच आकर्षण वाटत होतं. तेथील 'इन्स्टिट्यूट फॉर ॲडव्हान्स्ड स्टडीज' ही संशोधन संस्था म्हणजे बुद्धिवंतांचं नंदनवन! १९३०मध्ये संस्थेचं काम सुरू झालं. संस्थेचे संस्थापक-संचालक डॉ.

अब्राहम फ्लेक्सनर (Abraham Flexner) हे अमेरिकेतील नाणावलेले शिक्षणतज्ज्ञ होते. त्यांनी अमेरिकेतील शिक्षणपद्धतीत अनेक महत्त्वपूर्ण बदल घडवून आणले होते. या संस्थेत मूलभूत संशोधनाबरोबरच अध्यापनाचीही सोय करण्यात आली होती.

जगातल्या उत्तमोत्तम संशोधकांना या संस्थेत संशोधनासाठी बोलवायचं, ही डॉ. फ्लेक्सनर यांची इच्छा होती. त्यानुसार १९३२मध्ये जगद्विख्यात संशोधक अल्बर्ट आइन्स्टाइन यांना संस्थेत येण्याचं निमंत्रण दिलं गेलं. जर्मनीत कार्यरत असलेल्या आइन्स्टाइन यांनी ते मान्य केलं. संस्थेच्या गणित विभागाच्या प्रमुखपदाची धुरा त्यांच्यावर सोपवण्यत आली. आइन्स्टाइन यांच्याबरोबर गणिताचे ज्येष्ठ संशोधक आणि संगणकशास्त्राचे जनक जॉन नॉमन (John Neumann), उपयोजित गणिताचे तज्ज्ञ हर्मन वे (Herman Wey), अल्जेब्राइक टोपॉलॉजी या विषयाचे तज्ज्ञ जेम्स अलेक्झांडर (James Alexander), टोपॉलॉजी विषयाचे तज्ज्ञ ऑस्वाल्ड व्हेब्लाँ (Oswald Veblen) इ. अव्वल, थोर संशोधकांची फळी काम करत होती. सर्वांनी मिळून तेथील गणित विभागाची उत्तम भरभराट केली. अशा ठिकाणी अभ्यंकरांचे गुरू डॉ. झारिस्की यांनाही १९३४-३५ या शैक्षणिक वर्षासाठी प्रिन्स्टनकडून संशोधनाचं काम करण्यासाठी आमंत्रण मिळालं होतं. त्यांनी या संधीचा स्वत:च्या गणिती ज्ञानाच्या प्रगतीसाठी पुरेपूर फायदा उठवला होता.

अशी उज्ज्वल पार्श्वभूमी लाभलेल्या या संस्थेत पीएच.डी. पदवी प्राप्त बुद्धिमान विद्यार्थ्याला गणितात उच्च संशोधन करण्यासाठी सर्व सोयी-सवलती उपलब्ध करून दिल्या जात. अट एकच, ती म्हणजे संशोधकाची शैक्षणिक कारकीर्द उत्कृष्टच असायला हवी. ही अट अभ्यंकर सहजच पुरी करू शकत होते. शिवाय झारिस्कींबरोबरच्या गप्पांमधून अभ्यंकरांना प्रिन्स्टनमधील त्यांच्या वास्तव्याच्या, अभ्यासाच्या, संशोधनाच्या कितीतरी महत्त्वपूर्ण आणि कुतूहलाच्या गोष्टी ऐकायला मिळाल्या होत्या. 'ज्या ठिकाणी मला गणिताचं खूप बौद्धिक खाद्य मिळालं, बीजगणित, भूमिती या गणिताच्या शाखांसंबंधीची माझी मतं पक्की झाली, त्या ठिकाणी तू अवश्य जा,' असं झारिस्कींनी अभ्यंकरांना पूर्वीच सुचवलं होतं आणि अशी संधी अभ्यंकरांना खरंच मिळाली होती.

गणित हेच माझं जीवन आहे, असं मानणाऱ्या अभ्यंकरांना गणित संशोधनासाठी प्रिन्स्टनच्या रूपात अजून एक महाद्वार उघडलं गेलं होतं.

### प्रा. झारिस्कींची ग्वाल्हेरला भेट

श्रीरामला पीएच.डी. मिळाल्याचा काकांना फार आनंद झाला. त्यांना पीएच.डी. करण्याची संधी मिळूनही प्रत्यक्षात ती पूर्ण करता आली नव्हती. साहजिकच

मुलाच्या यशानं त्यांना समाधान मिळालं. काकांचा गणितातील अभ्यास आणि अधिकार लक्षात घेता, मुलानं प्रबंधासाठी निवडलेल्या अवघड प्रश्नापासून तो सोडवण्यात मिळवलेल्या यशाचं मोल त्यांना विशेषत्वानं समजलं होतं. तसाच प्रो. झारिस्कींचा बैजिक भूमितीतला सखोल अभ्यास आणि दबदबा काकांना कळला होता.

हार्वर्डच्या परदेशी मुलखात श्रीराम झारिस्कींच्या कुटुंबात सामावून गेले होते. ते झारिस्की पतिपत्नींना 'दुसरे आई वडील' मानत होते. परदेशात राहूनही निर्माण झालेले त्यांच्यातील अनौपचारिक संबंध आई-काकांना दिलासा देत होते. एका पत्रात श्रीरामनी काकांना कळवलं होतं, ''झारिस्कीगुरुजी कंबरेच्या दुखण्यानं घरी झोपून आहेत. मी रोज त्यांचं ऑफिसमधलं टपाल त्यांना घरी नेऊन देतो. गणिताच्या गोष्टी करत त्यांच्यापाशी बसतो.'' हे वाचून श्रीरामच्या आईवडिलांना आनंद वाटला होता. श्रीराम नेहमी पत्रात झारिस्कींचा उल्लेख 'गुरुजी' असा करत.

गणितात आंतरराष्ट्रीय कीर्ती मिळवलेल्या मार्गदर्शकाप्रती कृतज्ञता व्यक्त करण्यासाठी काकांनी झारिस्कींना पत्र पाठवलं होतं (१० जानेवारी १९५५). त्यात त्यांनी लिहिलं होतं,

"When keen students are enabled to do a substantial work, the credit for the work in progress is not solely due to the preceptors but to the humanity of the teachers."

आपल्या दोन गुरूंची – काकांची आणि झारिस्कींची – भेट व्हावी, असं अभ्यंकरांना मनापासून वाटत होतं आणि तसा योगही आला. १९५६च्या नोव्हेंबर-डिसेंबर महिन्यात झारिस्कींना 'टाटा इन्स्टिट्यूट ऑफ फंडामेंटल रिसर्च, मुंबई' या संस्थेत व्याख्यानं देण्यासाठी निमंत्रण होतं. ही बातमी अभ्यंकरांनी लगेचच काकांना कळवली. काकांनीही राजदूतावासामार्फत झारिस्की पति-पत्नींना ग्वाल्हेरला येण्याचं आमंत्रण दिलं.

झारिस्की पतिपत्नी ग्वाल्हेरला अभ्यंकरांच्या घरी आले, तेव्हा अभ्यंकर कुटुंब वागळे वाड्यात राहत होतं. ग्वाल्हेरच्या महाराजांनी, ग्वाल्हेरवासीयांनी आणि अभ्यंकर कुटुंबीयांनी त्यांचं उत्तम स्वागत केलं. (महाराजांनी झारिस्कींना राजवाड्यावर राहण्याचं निमंत्रण दिलं होतं. झारिस्कींना राजवाड्यात राहायला आवडणार नाही, ते आपल्याच घरी राहतील, 'असं श्रीरामनी काकांना परस्पर कळवून टाकलं. ही गोष्ट झारिस्कींना नंतर कळली व त्यांचा हिरमोड झाला, असं झारिस्कींच्या आत्मचरित्रात नमूद केलेलं आहे.)

झारिस्कींनी काकांच्या महाविद्यालयाला भेट दिली, मात्र तेथे त्यांनी 'व्याख्यान देणार नाही, मी खूप थकलो आहे,' असं काकांना सांगितलं. तेव्हा काकांनी

"सर्वांना तुम्हांला पाहायची खूप इच्छा आहे. त्यांच्याकडून तुम्ही फक्त हार घालून घ्या,'' अशी विनंती केली. झारिस्कींनी थोडीशी नाराजी दाखवत ही गोष्ट मान्य केली. 'या स्वागत समारंभात मी तेथे केवळ ममी किंवा देवासारखा बसून होतो,' अशी झारिस्कींनी टिप्पणी केली.

सौ. झारिस्कींनी श्रीरामना पत्र पाठवून भेटीचा वृत्तांत कळवला. पत्रात अभ्यंकर कुटुंबीयांच्या प्रेमळ आतिथ्याचं कौतुक केलं. श्रीरामच्या भाऊ-बहिणींशी गप्पा मारून आनंद वाटल्याचं आवर्जून कळवलं.

श्रीरामना काकांची आणि झारिस्कींची भेट झाल्याचं अतीव समाधान लाभलं. सुमारे ११,००० किलोमीटर लांब अंतरावर असलेल्या श्रीरामच्या या दोन्ही गुरूंची भेट झाली होती. या भेटीच्या निमित्तानं श्रीरामनी एका मजेशीर योगायोगाचा काकांच्या पत्रात उल्लेख केला – "मी ११ वर्षांचा असताना माझे पहिले गुरू Abhyankar म्हणजे A होते. मी २२ वर्षांचा असताना माझे दुसरे गुरू Zariski म्हणजे Z होते. याचा अर्थ मला From A to Z lessons चे केवढे क्रमपर्याय (Permutations) मिळू शकतात!

# पर्ड्यूच्या प्रांगणात मार्शल प्रोफेसर

१९६०च्या दशकाच्या उत्तरार्धात अमेरिकेतील शैक्षणिक धोरणात काही महत्त्वपूर्ण आणि मोठे बदल घडून आले. या बदलांना एक वैज्ञानिक घटना कारणीभूत ठरली. १९५७मध्ये रशियानं स्पुटनिक–१ हा उपग्रह अवकाशात सोडला होता. ही घटना म्हणजे रशियाची अवकाशविज्ञान क्षेत्रातील फार मोठी भरारी होती. आपणच नेहमी जगाचं नेतृत्व करावं, याच ईर्षेनं कायम पेटलेल्या अमेरिकेत साहजिकच या घटनेचे विशेष पडसाद उमटले. रशियाशी स्पर्धा करण्यासाठी आपल्या देशानंही विज्ञान-तंत्रज्ञान क्षेत्रात अजून भरीव कामगिरी केली पाहिजे, असा दूरदर्शी विचार अमेरिकेच्या उच्चपदस्थ धुरीणांनी केला. तत्कालीन अमेरिकन राष्ट्राध्यक्ष जॉन एफ. केनेडी यांनी अमेरिकेच्या विज्ञान-तंत्रज्ञान क्षेत्रात विशेष लक्ष देण्याचं धोरण अग्रक्रमानं ठरवलं. त्यासाठी शाळा-महाविद्यालयांच्या अभ्यासक्रमात, विशेषत: विज्ञान विषयांमध्ये आमूलाग्र बदल करण्यात आले. विद्यार्थ्यांमध्ये विज्ञान विषयाची आवड निर्माण होण्यासाठी विज्ञान प्रकल्प, विज्ञान प्रयोग यांसारखे उपक्रम धडाक्यात सुरू झाले. केनेडी यांनी विद्यापीठांमधील गणितासह मूलभूत आणि उपयोजित विज्ञान संशोधन विभागांचं काम जोमानं व्हावं, यासाठी संशोधन निधीत भरीव वाढ केली. तसंच

भौतिक, रसायन, जीवशास्त्र, गणित या विषयांच्या उच्च पदावर कर्तृत्ववान ज्येष्ठ संशोधकांच्या नेमणुका केल्या. त्यांच्यासाठी विशेष सोयी-सवलती केल्या. एकूणच अमेरिकेतील विज्ञान-तंत्रज्ञान क्षेत्र गतिमान होण्यासाठी पूरक अशी शैक्षणिक पुनर्रचना करण्यात आली.

## पर्डू विद्यापीठातील नेमणूक

अमेरिकेतील या बदलत्या शैक्षणिक पार्श्वभूमीवर अभ्यंकरांनाही काही विद्यापीठांच्या गणित विभागांकडून बोलावणं आलं होतं. विशेष पद आणि सोयी-सवलती देऊन गणित विभागप्रमुख म्हणून नेमणूक करण्याची या विद्यापीठांची तयारी होती. त्यातलं एक पर्डू विद्यापीठ होतं. अभ्यंकरांना मार्शल-चेअर (हा सन्मान फक्त पर्डू विद्यापीठात आहे.) हे विद्यापीठातील उच्च पद देण्याची पर्डू विद्यापीठानं इच्छा दर्शवली होती. विद्यापीठ त्यांना वर्षाकाठी ३०,००० डॉलर्स एवढं मानधन द्यायला तयार होतं. शैक्षणिक क्षेत्रात नोकरी करणाऱ्या व्यक्तीचं त्या काळातलं ते सर्वोच्च मानधन होतं. पर्डूचं निमंत्रण ही अभ्यंकरांना मोठी सुवर्णसंधी होती.

अभ्यंकरांनी पर्डू विद्यापीठाची निवड केली, याची दोन कारणं होती. एक म्हणजे पर्डूचा पगार उत्तम होता. दुसरं म्हणजे इतर राज्यांच्या तुलनेनं इंडियाना राज्याचा प्राप्तिकर कमी होता. अभ्यंकरांना पर्डू विद्यापीठ, तेथील कोणी सहकारी किंवा गणितज्ञांच्या विशिष्ट गटामध्ये विशेष स्वारस्य होतं, असा काही भाग नव्हता. त्यांना फक्त गणितात संशोधन करायचं होतं. पर्डू विद्यापीठाच्या गणित विभागालाही अभ्यंकरांसारख्या उत्कृष्ट संशोधकाची गरज होती. अभ्यंकरांच्या लौकिकाला साजेसा मान आणि धन देण्याची विद्यापीठानं तयारी दर्शवली होती. त्याच्या जोडीनं आपोआपच अनेक सोयी-सवलती त्यांना मिळणार होत्या.

अभ्यंकर पतिपत्नी मार्च १९६३ मध्ये पर्डू विद्यापीठात रुजू व्हायला आले. त्या वेळी त्यांचा पत्ता होता ३२५, युनिव्हर्सिटी स्ट्रीट, वेस्ट लाफीयत, इंडियाना, यूएसए. हे घर त्यांच्या मित्रानं शोधलं होतं. या भाड्याच्या घरात ते तीन वर्षं राहिले. नंतर मात्र तिथं राहण्यासाठी त्यांना मुदतवाढ मिळाली नाही. लाफीयत हे गाव लहान असल्यानं त्यांना तिथं भाड्यानं दुसरं घर मिळणं कठीण होतं. म्हणून त्यांनी एक जुनं घर विकत घेतलं. त्याचा पत्ता १११, वॉल्ड्रन स्ट्रीट, वेस्ट लाफीयत, इंडियाना, यूएसए. पुढची ४८ वर्षं म्हणजे शेवटपर्यंत अभ्यंकर याच घरात राहिले.

## पर्डू विद्यापीठाचा पूर्वेतिहास

इंडियाना राज्यातील वाबाश नदी आणि नदीखोऱ्याच्या रम्य परिसरात लाफीयत हे गाव वसलेलं आहे. वाबाश नदीमुळे गावाचे पूर्व लाफीयत आणि पश्चिम

लाफीयत असे दोन भाग ओळखले जातात. नेटिव्ह अमेरिकन लोक वाबाश दरी-खोऱ्याच्या अप्रतिम निसर्गसौंदर्याच्या प्रेमात पडले. काही आदिवासी जमातींनी तेथेच वसाहती केल्या. कालातरानं फ्रेंचांनी आपली ठाणी त्या भागात वसवली आणि व्यापार सुरू केला. हा इतिहास आहे २०० वर्षांपूर्वीचा! या नव्या घडामोडींनी वाबाश परिसरात बदल होऊ लागले. वसाहतवाद्यांच्या जीवनशैलीत फरक पडू लागला. या परिवर्तनाला तिथं राहणाऱ्या दोन भावांनी विरोध केला. त्यांनी फ्रेंचांविरुद्ध बंड पुकारलं. त्यात रेड इंडियन जमातीचा बीमोड झाला.

हळूहळू वाबाश नदीच्या दोन्ही काठांवर वस्ती वसू लागली. विस्तीर्ण पात्र असलेल्या, बारमाही वाहणाऱ्या या नदीचा उपयोग वाहतुकीसाठी होऊ लागला. आधी साध्या बोटी, नंतर वाफेवर चालणाऱ्या बोटी नदीत फिरू लागल्या. वाहतुकीचं साधन उपलब्ध झाल्यामुळे वाबाश नदीच्या काठी गावं, शहरं वसली. फ्रेंच राज्यक्रांतीचा नायक Marquis de Lafayette याच्या नावानं लाफीयत हे गाव वसलं. नदीच्या पूर्व तीरावर ईस्ट लाफीयत हे मूळ गाव आणि पश्चिम तीरावर वेस्ट लाफीयत हे वाढीव गाव, अशी रचना झाली. लाफीयतमध्ये रेल्वे, टपालसेवा, व्यापार अशा सुविधा आल्या आणि अल्पावधीत लाफीयत हे महत्त्वाचं शहर ठरलं.

हा सर्व इतिहास सांगायचं कारण असं, की इंडियाना राज्यातील लोकांना उच्च शिक्षणाची सोय हवी होती. त्यासाठी त्यांनी नदीच्या पश्चिम काठावरची शंभर एकर जागा राज्यकर्त्यांच्या स्वाधीन केली. या जागेवर पर्डू विद्यापीठ उभं करायचं ठरलं. जॉन पर्डू या उदार सद्‌गृहस्थानं १,५०,००० डॉलर्सची देणगी विद्यापीठाच्या बांधकामासाठी दिली. या मदतीच्या आधारावर १८६९मध्ये पर्डू विद्यापीठाची स्थापना झाली. जॉन पर्डू यांचं नाव विद्यापीठाला देण्यात आलं. १८७६ मध्ये जॉन पर्डू यांचं निधन झालं. विद्यापीठाच्या आवारातच त्यांचं दफन करण्यात आलं.

पर्डू विद्यापीठाचं कामकाज १८७४मध्ये सुरू झालं. सुरुवातीला सहा प्राध्यापक आणि ३९ विद्यार्थी होते. त्या वेळी विद्यापीठात फक्त शेतकीशास्त्र हा विषय शिकवला जात होता. हळूहळू विद्यापीठाचा विस्तार होत गेला, तसतशी इतर विषयांच्या अध्यापनाची सोय होत गेली. आता या विद्यापीठात अमेरिकेतील अत्युच्च दर्जाच्या सर्व तऱ्हेच्या तंत्रज्ञानाचा अभ्यास आणि संशोधन केलं जातं. अवकाश संशोधनासाठी तर हे विद्यापीठ अग्रक्रमांकावर आहे. चंद्रावर पहिलं पाऊल ठेवलेले नील आर्मस्ट्राँग हे याच विद्यापीठाचे विद्यार्थी! अमेरिकेतील उत्कृष्ट विद्यापीठांच्या यादीत या विद्यापीठाचं नाव गेली अनेक दशकं सातत्यानं वरच्या क्रमांकावर आहे. सध्या हजारो विद्यार्थी विविध विषयांचं शिक्षण या विद्यापीठात घेत आहेत.

पर्डू विद्यापीठाच्या आवारात गणित विभागाची स्वतंत्र दहा मजली इमारत होती. त्यात सुरुवातीला गणित, सांख्यिकी आणि संगणकशास्त्र हे विभाग होते. (आता

संगणकशास्त्रासाठी स्वतंत्र इमारत आहे.) गणित विभागासाठी सहा ते दहा असे पाच मजले होते. या इमारतीच्या तिसऱ्या मजल्यावर गणिताच्या अभ्याससाधनांचं भव्य ग्रंथालय होतं.

अभ्यंकरांचं कार्यालय नवव्या मजल्यावर, एका कोपऱ्याला होतं. ही कोपऱ्याची जागा इतर मधल्या जागांपेक्षा जरा मोठी आणि बऱ्याच खिडक्या असलेली, हवेशीर होती. त्यांचं कार्यालय इतरांपेक्षा फार काही निराळं असं नव्हतं, इतकंच काय, तर त्यांच्या कार्यालयाच्या बाहेर लावलेल्या नावाच्या पाटीवरही, नावाशिवाय इतर काहीही, म्हणजे त्यांचा हुद्दा, पदव्या इ. लिहिलेलं नव्हतं.

अभ्यंकरांच्या विद्यार्थ्यांच्या खोल्याही नवव्या मजल्यावरच होत्या. अभ्यंकर रोज विभागात येत नसत. पहिल्यापासून त्यांचे मंगळवार आणि गुरुवार हे दोन दिवस ठरलेले होते. या दिवशी दुपारी दोन ते सहा या वेळात त्यांचे अभ्यासवर्ग चालत. अभ्यंकर पर्डू विद्यापीठाचे 'मार्शल प्रोफेसर' होते. त्यामुळे त्यांना संशोधन करण्याची, विद्यार्थ्यांना पाहिजे तेव्हा पाहिजे ते शिकवण्याची मुभा होती. त्यांच्या सेमिनारला बैजिक भूमिती, टोपॉलॉजी इत्यादी विषयांचे प्राध्यापकही येऊन बसत. वर्गात जे उपस्थित असतील, त्यांच्यासमोर ते ज्या गणिताचा, सिद्धान्ताचा अभ्यास, संशोधन चालू असेल, तेच मांडत. त्यांच्या मनात त्या वेळी गणिताबद्दल जे विचार सुरू असत, त्यावर ते बोलत.

अभ्यंकर पर्डूत रुजू झाल्यावरची पहिल्या सत्राची व्याख्यानं संपली आणि गणित विभागात परीक्षेचं वेळापत्रक लागलं. विद्यार्थ्यांनी अभ्यंकरांना ही बातमी दिली. त्यावर अभ्यंकर त्यांना म्हणाले, "मी सर्वांनाच 'ए' ग्रेड देणार आहे. मात्र ज्यांना 'ए+' ग्रेड हवी, त्यांनी उद्या मला भेटावं." दुसऱ्या दिवशी दोन मुलं सरांना भेटायला गेली. तेव्हा अभ्यंकर त्यांना म्हणाले, "तुम्ही मला भेटायला आलात, याचा अर्थ तुम्हांला आत्मविश्वास आहे. तुम्हांला मी 'ए+' ग्रेड देतो. मी जे वर्गात बोलतो, त्यातलं तुम्हांला कळत असेल, तर तिथंच तुमची खरी परीक्षा होते. केवळ तीन तासांत पेपर लिहून गणित कळलं की नाही, असं ओळखता येत नसतं."

परीक्षेसाठी अभ्यासक्रम, प्रश्नपत्रिका, परीक्षेतले गुण याबद्दल अभ्यंकरांच्या मनात रागच होता. एखादा पेपरातला प्रश्न सोडवून कधी गणित येत असतं? असा त्यांचा प्रश्न असे. अभ्यासक्रमानुसार ठरावीक शिकवणं अभ्यंकरांना कधीच जमलं नाही. त्याचप्रमाणे वर्गात शिकवतानाही त्यांनी कधी हातचं राखून शिकवलं नाही.

अभ्यंकर 'हाडाचे शिक्षक' होते. संध्याकाळपर्यंत वर्गात शिकवून झालं, की ते विद्यार्थ्यांना म्हणत, "चला, आता घरी जाऊ या." ज्यांना सरांचं शिकवणं समजलं नसेल किंवा अधिक काही जाणून घ्यायची इच्छा असेल, असे विद्यार्थी सरांबरोबर घरी येत. जणू काही सूर्य हलला, की ग्रह हलायचे. सरांच्या घरच्या अभ्यासखोलीत

मग नव्यानं पुन्हा गणिताचा अभ्यास सुरू होई. या बाबतीत अभ्यंकरांचं घर म्हणजे 'गुरुकुल' होतं.

## गणिताचं ज्ञानमंदिर

अभ्यंकरांचं घर गणित विभागापासून अगदी पाच मिनिटांच्या अंतरावर होतं. पर्डू विद्यापीठाच्या मुख्य आवारातील स्टेट स्ट्रीटच्या दुतर्फा इमारती आहेत. एका बाजूस विद्यापीठाच्या इमारती, तर दुसऱ्या बाजूस हजारो विद्यार्थ्यांची निवासाची सोय आहे. विविध विषयांच्या टोलेजंग इमारतींनंतर कुंपण आणि त्या पलीकडे एक छोटा, वर्दळ नसलेला शांत रस्ता. या रस्त्याला समांतर वॉल्डन स्ट्रीट आहे. या रस्त्यावरील १११ क्रमांकाच्या छोटेखानी, पूर्वाभिमुख लाकडी बंगल्यात अभ्यंकर राहत.

तळघर, तळमजला, छोटासा पहिला मजला आणि मग ॲटिक - माळावजा एक खोली, अशी त्या टुमदार प्रसन्न घराची रचना होती. बंगल्याला कुंपण नाही. बाहेरची बसायची खोली (हॉल) खूप मोठी, प्रशस्त. त्याला लागून स्वयंपाकखोली आणि जेवायच्या टेबलाची जागा. सुरुवातीला अभ्यंकरांची अभ्यासिका तळघरात होती. त्या वेळी घरभर पुस्तकांची कपाटं ठेवलेली होती. मात्र १९७७ च्या दरम्यान अभ्यंकरांसाठी स्वतंत्र अभ्यासिका तयार करण्यात आली.

मूळ घराला लागूनच २२ फूट लांब व १५ फूट रुंद अशी ही प्रशस्त, छानदार लाकडी अभ्यासिका होती. तिचा दरवाजा बंद केला, की घराशी संबंध राहत नसे. अभ्यंकर, त्यांचे विद्यार्थी, मित्र अशी साऱ्यांची वर्दळ या अभ्यासिकेच्या पश्चिममुखी दारातून होई.

अभ्यासिकेत उजव्या हाताला अभ्यंकरांचं काम करण्याचं सुंदर लाकडी टेबल आणि त्यांची बसायची भव्य, प्रशस्त फिरती खुर्ची होती. खुर्चीच्या उजव्या हाताला संगणकाचं सारं साहित्य, त्या पलीकडे काही खुर्च्या व मग संपूर्ण काच असलेली, त्या आलिशान अभ्यासिकेची पश्चिमेकडील भिंत! संध्याकाळची उतरती उन्हं त्या भिंतीतून झिरपत येत आणि अभ्यासिकेत थोडी नैसर्गिक ऊब जाणवू लागे. या भिंतीसमोरची भिंत दिसतच नसे, कारण भिंतीला लागूनच असलेला भला थोरला अस्सल स्लेटच्या दगडाचा, अभ्यंकरांचा आवडता ४ × १४ फुटी फळा लावलेला असे. फळ्याशेजारी ठेवलेले भरपूर उत्तम दर्जाचे खडू. या फळ्यावर कितीतरी गणितं स्वत: अभ्यंकर आणि त्यांचे अनेक विद्यार्थी सोडवत. या सर्वांच्या डोक्यात चाललेली आकडेमोड या फळ्यावर उमटून जाई. टेबलाच्या एका बाजूला काही कपाटं होती. त्यांत अभ्यंकरांचे शेकडो शोधनिबंध, त्यांच्या प्रती, अभ्यासाच्या कागदांचे ढीग, पत्रव्यवहाराच्या फायली... अतिशय व्यवस्थित ठेवलेलं असे. या नव्या अभ्यासिकेत पलंग आणि सोफे होते.

सोफ्यांवर मोठ्या उश्या ठेवलेल्या असत. अभ्यासिकेतील एका कपाटात अक्षरश: ढिगानं महाभारताच्या कॅसेट्स होत्या, तर इतर कपाटांमध्ये अभ्यंकरांनी जमवलेली गणित आणि इतर विषयांची काही हजार पुस्तकं नीटनेटकी, ओळीनं ठेवलेली होती. या पुस्तकांना मात्र कुणीही हात लावलेला अभ्यंकरांना खपत नसे. त्यासाठी त्यांची परवानगी घ्यावी लागे.

जगभरातले गणिती अभ्यंकरांकडे मुक्कामाला वा भेटायला येत असत. त्यात उत्तुंग यशाचे मानकरी पॅरिसचे सेर, क्वोटोचे नगाटा, फील्ड प्राइज विजेते हिरोनाका, मम्फर्ड अशा कित्येकांचा समावेश असे. प्रा. हाइन्झर, प्रा. पीटर रसेल, प्रा. बलवंत सिंग यांचं गणितही या अभ्यासिकेत चाले. नंतरच्या पिढीतले प्रा. देवधर, प्रा. ठाकूर, प्रो. अविनाश साठये, प्रा. मुळे ... अशा कितीतरी गणितींना अभ्यंकरांच्या अभ्यासिकेत गणित करायला मिळालं. अभ्यंकरांचे पितृतुल्य गुरू प्रा. झारिस्की तर त्यांच्याकडे दोन-दोन महिने मुक्कामाला असत. सामान्य विद्यार्थ्यांपासून ते जागतिक कीर्तीच्या गणितज्ञांना ही अभ्यासिका एखाद्या देवळासारखी समान हक्कानं उघडी असे. अभ्यंकरांच्या गणितानं भारलेला भूलोकावरचा हा 'गणितलोक' होता.

विद्यापीठातील गणिताचे तास संपल्यावर, संध्याकाळी सर आणि विद्यार्थी या अभ्यासिकेत येत. तिथं थोड्या गप्पागोष्टी होऊन, सर पुन्हा गणित सांगायला सुरू करत. एखाद्या विद्यार्थ्यास तहान-भूक लागली, तर फ्रीज, गॅस आणि स्वयंपाकघर विद्यार्थ्यांसाठी नेहमी उघडं असे. उषाताईंचा या मुक्तद्वाराला कधीच विरोध नसे. काही वेळा उषाताईंच्या हातचा खाऊही विद्यार्थ्यांना मिळे. अशा या अगदी अनौपचारिक वातावरणामुळे विद्यार्थी घरी आले, तरी संकोचून, बिचकून जात नसत. हरी-काशी यांचाही घरात सहज वावर असे. परदेशी आलेल्या विद्यार्थ्यांना अभ्यंकरांचं घर म्हणजे जणू काही हक्काचं 'दुसरं घर' होतं.

घरच्या गणिताच्या अभ्यासाला थांबायचं की नाही, हे विद्यार्थी त्यांच्या मर्जीनं ठरवत. ज्यांना थांबायचं, ते विद्यार्थी थांबत. कुणाला सर शिकवत असलेला तो विशिष्ट विषय समजत नसेल किंवा त्या विषयात त्याला गोडी वाटत नसेल, तर तो निघून जायचा. पण कुणाला काय झालं? कोण का आला नाही? हा का गेला? तो केव्हा येणार? असे प्रश्न अभ्यंकर कधीही विद्यार्थ्यांना विचारत नसत. त्याचबरोबर एखाद्या विद्यार्थ्याला, 'तुला काय कळलं नाही? मग मी पुन्हा सांगतो,' अशी प्रश्नोत्तरंही ते विद्यार्थ्यांबरोबर करत नसत. एक मात्र खरं, की सरांना गणिती चर्चा, संकल्पना समजावणं याचा कधीच कंटाळा नसे.

घरच्या गणिती अभ्यासाला सहसा गंभीर स्वरूप नसे. त्यात मराठी साहित्य, संस्कृत श्लोक, महाभारतातले प्रसंग, दाखले नेहमीच डोकावत. अर्थात या अवांतर गप्पांमधून, अभ्यंकरांच्या बोलण्यातून, विद्यार्थ्यांना खूप शिकायला मिळे. त्याला

विषयाचं, वेळेचं बंधन नसे. काही वेळा तर सरांकडे रात्रभर थांबल्याच्या त्यांच्या विद्यार्थ्यांच्या आठवणी आहेत. अभ्यंकरांच्या मनातली तळमळ मात्र एकच; ती म्हणजे गणित शिकवणं, गणिताबद्दल बोलणं!

अभ्यंकरांचं स्वत:चं गणिती चिंतन-मनन बहुधा रात्रीच चाले. रात्रीच्या नि:शब्द शांततेत त्यांची फळ्यावर आकडेमोड चाले. त्या वेळी त्यांचं मन त्या आकडेमोडीत पूर्णपणे समरस झालेलं असे. अभ्यासिकेत येरझारा घालत, फळ्याच्या एका टोकापासून दुसऱ्या टोकापर्यंत लिहिलेली समीकरणं ते पुन्हा पुन्हा वाचत व ती सोडवण्यात पूर्णपणे गढून जात. उच्चकोटीला पोहोचलेल्या मनाच्या तन्मयतेत, अभ्यंकरांना खचितच नवं गणित सुचत असे.

मनाच्या निर्विकल्प अवस्थेत काम करताना अभ्यकरांना वेळेचं भान राहणं केवळ असंभवनीयच!अशा तऱ्हेनं गणिती एकाग्रतेत निमग्न अभ्यंकर रात्रभर काम करत आणि पहाटे कधीतरी झोपत. ते बहुतेक वेळा मोठ्या सोफ्यावर आडवे होत. कित्येक वेळा अभ्यासिकेत किंवा खोलीत काम करता करता उशी मानेखाली घेऊन झोपण्याची त्यांची सवय होती. त्यांना कुठंही बसताना उशी हातात लागायची. त्यामुळे त्यांच्या घरात बरेच प्रशस्त सोफे आणि इकडे-तिकडे उश्या ठेवलेल्या असत.

रात्री जागून काम करण्याच्या सवयीनं त्यांचा दिवस सकाळी दहानंतर उजाडत असे. रोजचं आवरून चहा-नाष्टा होईपर्यंत दुपारचे १२-१२॥ वाजत. अभ्यंकर कायम रेघारेघांचा हाफशर्ट आणि पायजमा या वेशात असत. विद्यापीठात जातानाही याच कपड्यांवर कोट घालून पायी चालत ते पाच मिनिटांत गणित विभागात पोहोचत. सर त्यांच्या खोलीत आले आहेत, ही वार्ता लगेचच विद्यार्थ्यांना समजत असे. त्यांच्यातील एखादा विद्यार्थी सरांची टपालपेटी उघडून त्यातील पत्रं-मासिकांचा गठ्ठा सरांना आणून देई. १९८६-८८ नंतर मात्र ई-मेलचं युग सुरू झालं आणि ई-मेल पाहण्याचं नवीन काम त्यांचं त्यांना करणं भाग पडू लागलं. असा सुरुवातीचा एक तास पत्रव्यवहार पाहण्यात गेला, की कॉफी पिण्याचा कार्यक्रम होई. अभ्यंकर विद्यार्थ्यांबरोबर कॉफी पिऊन व्याख्यान द्यायला जात.

## अध्यापक अभ्यंकर

परदेशी रिवाजानुसार ते वर्गात कोट घालून जायचे. परंतु शिकवायला सुरुवात करण्यापूर्वी कोट काढून खुर्चीला अडकवत. पूर्ण आत्मविश्वासानं ते फळ्यापाशी जात. सगळा फळा स्वच्छ पुसून घेतला, की मागं वळून मिस्कील स्मितहास्य करत गरुडाच्या धारदार नजरेनं, वर्गातल्या उपस्थित विद्यार्थ्यांकडे (यामध्ये कितीतरी वेळा काही प्राध्यापक मंडळीही असत) पाहून घेत. त्यानंतर फळ्याला टेकून, डावीकडचा खांदा तिरका करून उभे राहत आणि घनगंभीर आवाजात प्रतिपाद्य विषय मोठ्या

अधिकारवाणीनं सांगायला सुरुवात करत. त्यांच्या व्यक्तिमत्त्वानं वातावरण भारून जाई. भारदस्त शब्द कमी पडेल, असा अभ्यंकरांचा आवाज आणि व्यक्तिमत्त्व होतं. १००-१२५ विद्यार्थ्यांपर्यंत सहजच पोहचू शकेल, एवढा मोठा त्यांचा आवाज होता. (अर्थात गणित विषयाला एवढे विद्यार्थी कधी नसत.) समोरचा विद्यार्थी सहजच एकचित्त होईल, अशी त्या आवाजात जादू होती.

त्यांचं शिकवणं आणि फळ्यावर लिहिणं एकाच वेळी सुरू होई. त्या वेळी त्यांच्या हातात एकही पुस्तक किंवा कागदाचं चिटोरंही नसायचं. परंतु तो डोक्यातला विषय त्यांना एवढा पक्का माहिती असायचा, की त्या विषयाचं अंग-प्रत्यंग त्यांच्यापुढे चित्राप्रमाणे लख्ख उभं असायचं. त्यातील सूक्ष्मातील सूक्ष्म बारकाव्यांनी जणू काही वेगवेगळ्या 'पोझेस' घेतलेल्या असत. हातातील खडूनं अनुभव, तर्क आणि सुसूत्र आविष्कारपद्धती या तीन मूलभूत रंगांतून गणितलिपीच्या विविध नवनव्या रंगाच्या छटा भरत, ते गणितचित्र फळ्यावर साकार करत. त्याच वेळी गणितलिपी समजावून सांगणारी त्यांची निःसंदिग्ध, ठाशीव, अभिनयपूर्ण प्रतिभाशाली भाषा ऐकताना विद्यार्थी किंवा उपस्थित श्रोतृवर्ग मंत्रमुग्ध होई. असं हे कथ्य गणिताचं सुस्पष्ट, विधायक चित्र उभं करण्याची किमया अभ्यंकर अखंड आणि अस्खलितपणे २-३ तास करत असत. विषय अमूर्त, चिन्हांच्या भाषेत मांडण्याऐवजी तो बहुपदी आणि घातश्रेणीसारख्या मूर्त लिपीत स्पष्ट करणं त्यांना विशेष पसंत पडत असे. बोलण्याच्या ओघात मधूनमधून ते क्षणभर थांबत. हे थांबणंही अर्थपूर्ण असे.

अभ्यंकरांना फळ्यावर लिहिण्याचा अजिबात कंटाळा नव्हता. उलट फळ्याच्या डावीकडून अगदी वरून लिहायला सुरुवात करत, ते उजवीकडे शेवटीच थांबत. जणू काही आपण २-३ तासांत जे गणित शिकवतोय, ते सर्व फळ्यावर यावं, असा त्यांचा प्रयत्न असे. त्यांना घडीचे फळे फार आवडत. एकावर लिहून संपलं, की दुसरा, नंतर तिसरा असे फळे उलगडत त्यावर त्यांना लिहिता येत असे. ते खडूही उत्तम दर्जाचे वापरत.

अभ्यंकर मध्यम बुद्धीच्या मुलालासुद्धा अगदी उत्तम शिकवू शकत. पण त्यातली ग्यानबाची मेख अशी होती, की त्या वेळी अभ्यंकरांच्या डोक्यात घोळत असलेला विचार ते शिकवू शकत. अभ्यासक्रमातला एखादा भाग किंवा सिद्धान्त शिकवायचा आणि तोही परीक्षेपुरता किंवा परीक्षेसाठी नेमलेल्या पुस्तकांनुसार? हे त्यांना कधीच जमलं नाही. मात्र ते संशोधन किंवा विचार करत असलेला गणिती प्रश्न त्यांनी शिकवायला सुरुवात केली, की ते सुरुवातीला सोप्या संकल्पना शिकवत आणि हळूहळू ते त्यातलं खोलवरचं सांगायला सुरू करत. त्या सांगण्यातील त्यांची नाट्यमय इशारत, उन्मेषयुक्त आविर्भाव आणि चेहऱ्यावरची खोल कळकळ यामध्ये ऐकणारा रंगून जायचा. तसंच 'हे काहीतरी

खूप महत्त्वाचं सांगताहेत', हेही ऐकणाऱ्याला जाणवायचं; त्यामुळे तोही तन्मयतेनं ते ऐकायचा. परंतु त्या पुढं जाऊन त्याला ते खरंच काही कळायचं, असं नसे; कारण एखाद्या नवीन गाणं शिकणाऱ्यानं एकदम भीमसेन जोशी किंवा कुमार गंधर्व यांच्यासारख्या गुरुजींकडे गाणं शिकावं, अशी अपेक्षाच नसते. तसंच नवीन गणित जाणून घेणाऱ्या विद्यार्थ्याला अभ्यंकरांचं शिकवणं समजलं किंवा समजलं पाहिजे, अशी आशा धरणं फोलच ठरणारं होतं. एक गोष्ट मात्र निश्चित, एखाद्याला एका विशिष्ट पातळीपर्यंतच गणित येत असेल आणि तो अभ्यंकरांच्या त्या वेळच्या कामाशी समरस होऊ शकणार असेल, तर त्यांची व्याख्यानं त्या विद्यार्थ्यासाठी 'कामधेनू' ठरत.

असं असलं, तरी बऱ्याच जणांच्या मते, अभ्यंकरांची व्याख्यानं समजून घेणं अवघड जाई, कारण ते सोपं बोलत नसत. ऐकणाऱ्याला विसकळीतपणा जाणवायचा. ज्येष्ठ वक्ते व साहित्यिक प्र.के. अत्रे म्हणत, "व्याख्यानाच्या सभागृहातील पुढच्या रांगेत बसणाऱ्यांच्या पगड्या हलल्या म्हणजे वक्त्याचं भाषण कळलं, असं नसतं, तर शेवटच्या रांगेतील श्रोत्याची मान हलली पाहिजे." अभ्यंकरांचं मात्र तसं नव्हतं. त्यांचं व्याख्यान सामान्यांसाठी नसे. काही वेळा व्याख्यानाचा विषय अगदी प्राथमिक असला, तर काही वेळ त्यांचं बोलणं सामान्यांना कळू शके. जाणकारांना मात्र अभ्यंकरांच्या शिकवण्यातून खूप काही नवीन समजत असे. प्रभावी, नेमके शब्द वापरून अर्थपूर्ण वाक्यरचना करणाऱ्या अभ्यंकरांची बोलण्याची शक्ती उपस्थितांना अचंबित करत असे. काहींच्या मते, अभ्यंकरांचं व्याख्यान ऐकल्यावर अक्षरशः दिव्यदर्शन घडल्याचा अनुभव मिळे.

अभ्यंकरांची व्याख्यानं म्हणजे न विसरण्याजोगा अनुभव असंच कित्येकांना वाटत असे. कुणा भारतीयाला अभ्यंकरांची व्याख्यानं ऐकून गणितातही 'अष्टसात्त्विक भाव' जागा झाल्याचा स्वानुभव येई. प्रा. झारिस्कींचे विद्यार्थी व अभ्यंकरांचे मित्र प्रा. डेव्हिड मम्फोर्ड हे मधूनमधून हार्वर्ड विद्यापीठात जात. त्या वेळी ते अभ्यंकरांचं व्याख्यान कधीही चुकवत नसत, कारण त्यांना ती गणित मेजवानी वाटे.

पर्डू विद्यापीठातील वास्तव्यात अभ्यंकरांच्या संशोधनाला पुन्हा धुमारे फुटले होते. त्यांच्या मनाला चेतना मिळाली होती. योगसाधनेकडे वळलेलं त्यांचं मन पुन्हा एकदा गणिताकडे नव्या जोमानं वळलं. वैवाहिक जीवनाचं स्थैर्य त्यांना पर्डूतच लाभलं. मधल्या काही काळात अभ्यंकरांमध्ये नकारार्थी परिवर्तन झालं होतं. प्रबंधाच्या संशोधनाइतकं चांगलं काम आपल्या हातून आता होणार नाही, अशी त्यांची निराश मनोधारणा झाली होती. परंतु पर्डूतील वास्तव्यात, त्यांची गणिताच्या अभ्यासाची गाडी रुळावर तर आलीच, पण वेगानं धावूही लागली.

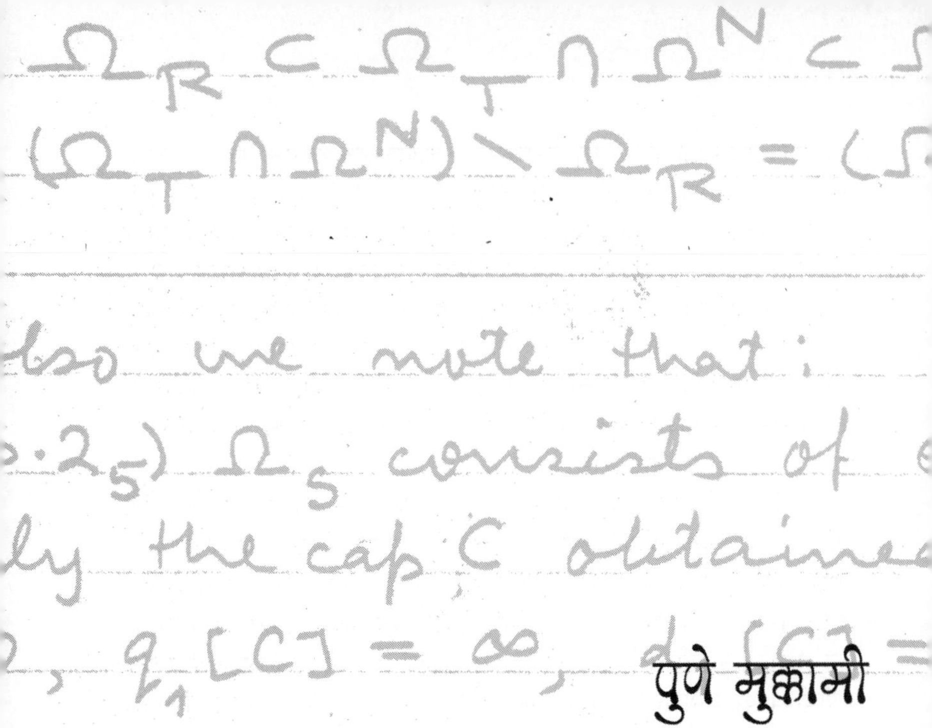

$$\Omega_R \subset \Omega_T \cap \Omega^N \subset S$$
$$(\Omega_T \cap \Omega^N) \setminus \Omega_R = (S$$

lso we note that :

$\cdot 2_5)\ \Omega_S$ consists of

ly the cap $C$ obtaine

, $q_1[C] = \infty,$

# पुणे मुक्कामी

एकीकडे संशोधन, शोधनिबंध लेखन, पर्ड्यूत स्थायिक होण्यासाठी चाललेली धावपळ या गोष्टी करतानाच अभ्यंकरांचं भारतातल्या कुटुंबाकडेही तितकंच लक्ष असायचं. काकांनी निवृत्तीनंतर काय करावं, स्वत:चं घर घेण्यासाठी पैशांची तजवीज कशी काय करता येईल, घर कुठं घ्यावं, यासंबंधी त्यांचा काकांबरोबर सतत पत्रव्यवहार चालू होता.

या काळात अभ्यंकरांनी पर्ड्यू विद्यापीठात नवी नोकरी स्वीकारली होती, तर काकांनी निवृत्तीनंतर पुण्यात स्थायिक व्हावं, असा सर्वानुमते निर्णय घेतला होता. त्याला दोन कारणं होती. ती पूर्णपणे श्रीरामांच्या दृष्टीनं काकांनी विचारात घेतली होती. अमेरिकेतून श्रीराम-उषा काही महिन्यांसाठी भारतात येत. त्या वेळी ग्वाल्हेरला राहणं गैरसोयीचं होई. एक तर तिथलं विषम हवामान दोघांना मानवत नसे. त्याचा त्रास दोघांनाही होई. याचा त्यांनी पूर्वी अनुभव घेतला होता. दुसरी गोष्ट म्हणजे श्रीराम भारतात येण्यापूर्वीच त्यांची भारतातील व्याख्यानं, विविध परिषदांचं वेळापत्रक, टी.आय.एफ.आर.सारख्या संस्थांमधील विशेष व्याख्यानं या गोष्टी ठरलेल्या असत. त्या दृष्टीनं मुंबईत राहणं त्यांना जास्त सोयीचं होतं. परंतु मुंबईतल्या दमट

हवामानापेक्षा पुण्यातील कोरडी, थंड हवा दोघांना जास्त बरी वाटे. असा सर्व विचार करून काकांनी पुण्यात राहायचं नक्की केलं.

काकांची मुलगी इंदुताई आणि जावई डॉ. कृष्ण रघुनाथ करमरकर पुण्यात राहत होते. डॉ. करमरकर पुण्यातल्या कॉलेज ऑफ मिलिटरी इंजिनिअरिंग (सी.एम.ई.) येथे गणिताचे प्राध्यापक होते. करमरकरांनी गणितात एम.एससी., पीएच.डी. केलेलं होतं. सासरे आणि जावई हे एकाच पंथातले – गणितातले असल्यानं त्यांचे संबंध अधिकच घनिष्ठ होते. त्याचबरोबर दुसरी बाजू अशी होती की, करमरकरांना बहीण-भाऊ असं जवळच्या नात्यातलं कुणीही नव्हतं. अभ्यंकर कुटुंबात या हुशार व सज्जन जावयाला मायेची भरपूर माणसं मिळाली.

अभ्यंकर कुटुंबानं पुण्यात राहायला यावं, असा करमरकरांचा आग्रह होता. काकांची संमती मिळाल्यावर करमरकरांनी पुढाकार घेतला आणि बंगल्यासाठी जागेचा शोध सुरू केला. एरंडवणे येथील भारती को.-ऑपरेटिव्ह हाऊसिंग सोसायटीतील जागा काकांच्या पसंतीस उतरली. जागेचा रीतसर ताबा मिळाल्यावर बंगल्याचा आराखडा तयार करण्यासाठी आर्किटेक्टची शोधाशोध सुरू झाली.

अभ्यंकर कुटुंबीयांची श्रीरामकृष्ण परमहंसांवर दृढ श्रद्धा आहे. त्यांच्या आचारविचारांचा सर्वांवर खोल परिणाम झालेला दिसतो. ग्वाल्हेरला असल्यापासूनच त्यांचा नागपूरमधील श्री रामकृष्ण आश्रमाशी निकटचा संबंध होता. त्या आश्रमातील इमारतींचे आराखडे व बांधकाम श्री. गोखले यांनी केलेलं होतं. त्यांचा पुतण्या श्री. चिंतामण गोखले यांचं नाव काकांना सुचवलं गेलं. दोघांच्या भेटी, चर्चा होऊन गोखले यांनी आराखडा तयार केला. काकांनी बंगल्याच्या रचनेसंबंधी बारकाईनं विचार केलेला होता.

बंगल्याचं 'श्री ठाकूरधाम' असं उचित नाव ठेवण्यात आलं. श्री ठाकूरधामच्या दर्शनी भागाची भिंत निळ्या बेसॉल्ट दगडाची आहे. त्यावर चुन्यामधील रेषांची आकर्षक मांडणी केलेली आहे. बंगल्याच्या खिडक्याही निमुळत्या, परंतु जमिनीपर्यंत घेतल्या आहेत. त्यांत सर्वांत खालच्या भागात पेशवेकालीन पद्धतीचे लाकडी, नक्षीदार चपटे कठडे आहेत. घराच्या मध्य भागात पांढऱ्या संगमरवरी दगडाचं सुंदर देवघर बांधलेलं आहे. रामकृष्ण आश्रमासारखी देवघराची रचना केलेली आहे. त्यातील देव्हारा मुद्दाम बनारसहून मागवला होता. अगदी पोस्टाच्या पेटीपासून या घराच्या सुबक मांडणीचा सखोल विचार केलेला होता. श्री ठाकूरधाममध्ये नागपूरहून रामकृष्ण आश्रमातील संन्यासी राहायला येत. त्यांच्यासाठी स्वतंत्र व्यवस्था होती. (काकांचं १९८५ मध्ये निधन झाल्यावर अभ्यंकर बंधूंनी हा बंगला विकला. परंतु नव्या मालकांनी प्रभाकर – शीलाताई परळीकर यांनीसुद्धा बंगल्याच्या रचनेत बदल केलेले नाहीत.)

१९६४ मध्ये श्री ठाकूरधाममध्ये अभ्यंकर कुटुंबाची पहिली दिवाळी साजरी

झाली. त्या निमित्तानं सर्व भाऊ, बहिणी एकत्र जमले होते. त्या वेळी अर्थात अमेरिकेहून अभ्यंकरांना येणं शक्य नव्हतं. भावुक होऊन अभ्यंकरांनी आईवडिलांना पत्रात लिहिलं होतं, "आई-काकांची स्वतःच्या हक्काच्या घरात राहण्याची इच्छा पूर्ण होतेय, याचा आनंद होतोय. तसंच समाधानही वाटतंय. तुम्ही सगळे एकत्र जमलात. मी मनानंच येऊ शकतो. गेल्या तेरा वर्षांपासून मी भाऊबीजेला नाही. केव्हा असू शकेन, ही परमेश्वर इच्छा! यापुढे उन्हाळ्याच्या सुट्टीत मात्र मी दरवर्षी येणार आहे."

आई-काका आणि पुष्पा पुण्यात नव्या बंगल्यात राहू लागले. थोडं स्थिरस्थावर झाल्यावर श्रीरामच्या आईला वाटू लागलं, की रामनं परदेशात शिक्षण पूर्ण केलं, लग्नही केलं. त्यानं आता भारतात परत यावं. हा विचार त्यांनी पत्र पाठवून श्रीरामला कळवला. त्यावर अभ्यंकरांनी आईला उलटटपाली लिहिलं,

*" 'तुला तुझ्या देशाची व वातावरणाची ओढ नाही का?' असं तू मला विचारलं आहेस. त्याचं उत्तर आहे, खूप आहे. असा एकही दिवस जात नाही, की मला घरची, देशाची आठवण येत नाही. गेली ४-५ वर्षं मी यासंबंधी विचार करतो आहे. पण हा विचार करताना माझं चित्त द्विधा होतं. नुसती आठवण येऊन काय मार्ग सापडणार आहे का? परंतु मी आता दरवर्षी घरी येणार आहे. त्या दृष्टीनं आखणीही करत आहे. वर्षातले २-३ महिने किंवा सवलत मिळाल्यास सहा महिने मी पुण्यात राहू शकेन. मी पर्डू विद्यापीठाला अशी विनंतीही केली आहे. ती मान्यही झाली आहे. या सर्व गोष्टी मी पूर्वी कळवल्या नाहीत, कारण विद्यापीठाच्या मान्यतेचा प्रश्न होता. ठरवलेलं पार पडलं नाही, तर मनास उद्विग्नता येईल – तुमच्या आणि माझ्याही!"*

या पत्राचा शेवट त्यांनी 'तुझा दर्शनउत्कंठित मुलगा – राम' असं लिहून केला होता.

अभ्यंकर मुंबईहून हार्वर्डला शिकायला गेले, तेव्हा त्यांना भारत आणि अमेरिका या दोन्ही देशांतील शिक्षणपद्धतींत फार फरक जाणवला. आपल्याकडील विद्यार्थी चांगले हुशार आहेत, पण त्यांना योग्य मार्गदर्शन मिळत नाही. त्यांच्या बुद्धीला चालना मिळेल, असं इथं शिकवलं जात नाही, याचं त्यांना फार शल्य वाटत होतं. पर्डू विद्यापीठातील नोकरीत थोडी स्वस्थता आल्यावर तर ते या संदर्भात अधिक विचार करू लागले. आईनं पाठवलेल्या पत्रानं त्यात भरच पडली.

आता अभ्यंकरांकडे पीएच.डी.चं काम करण्यासाठी विद्यार्थी येऊ लागले होते. ए. अझिवेडो (A. Azevedo), एम.एफ. हुवांग (M. M. Huang), टी.टी. मो (T. T. Moh) इत्यादी विद्यार्थ्यांनी अभ्यंकरांकडे संशोधनाचं काम सुरू केलं होतं.

तेव्हाच पुण्याहून काही विद्यार्थ्यांना पर्डूला आणून त्यांना तेथे गणित संशोधनाची संधी द्यावी, असं अभ्यंकरांना फार वाटू लागलं.

अर्थात या इच्छेमागे त्यांची अनुभवातून आलेली काही मतंही होती. त्यांच्या मते, एखादा समाज किती प्रगल्भ, किती सुसंस्कृत आणि प्रगत आहे, हे त्या समाजात गणिताचं काय स्थान आहे, यावर ठरतं. आज अमेरिकेनं गणितात आघाडी घेतली, परंतु एकेकाळी भारत गणितात अग्रेसर होता. बाराव्या शतकापर्यंत म्हणजे भास्कराचार्यांपर्यंत भारतात गणिताच्या नवीन संकल्पना निर्माण झाल्या. त्या काळापर्यंत भारतानं विविध क्षेत्रांत उत्तम प्रगती साधली. ब्रिटिशांच्या गुलामगिरीत तर आपण आपल्या प्रखर बुद्धिमान गणितींचा वारसाच विसरलो. ब्रिटननं आयझॅक न्यूटन या एकाच गणितज्ञाची दखल घेतली आणि तत्कालीन अन्य गणितींची अवहेलना केली. दुसऱ्या महायुद्धाच्या आगे-मागे हे गणितज्ञ अमेरिकेच्या आश्रयाला गेले. अमेरिकेनं त्यांना सामावून घेतलं आणि उत्तरोत्तर गणिताच्या संशोधनाचा उपयोग करून विज्ञान-तंत्रज्ञान क्षेत्रात मोठी झेप घेतली.

## महाराष्ट्रातील गणित अभ्यासाची स्थिती

अभ्यंकर भारतात आणि विशेषत: महाराष्ट्रातील गणित अभ्यासाचीही वेळोवेळी मीमांसा करत आणि आपली ठाम मतं मांडत. महाराष्ट्रातील गणित अभ्यासाविषयी अभ्यंकरांना विशेष ममत्व होतं. महाराष्ट्रात रँग्लर या परीक्षेला अवास्तव महत्त्व दिलं गेलं. गेली कित्येक शतकं इंग्लंडमधील केंब्रिज विद्यापीठात गणिताची 'रँग्लर' परीक्षा घेतली जाते. त्यात थोड्या काळात आकड्यांची धूर्तपणे मांडणी करत उदाहरणं सोडवावी लागतात. परीक्षेच्या या स्वरूपामुळे गणिताचा मूलभूत विचार करण्याकडे दुर्लक्ष होतं. महाराष्ट्रात रँग्लर उत्तीर्ण झालेली व्यक्ती गणितज्ञ मानली जाऊ लागली. याबाबतीत अभ्यंकरांनी विशेष नाराजी व्यक्त केली होती. खुद्द इंग्लंडमध्येही ज्येष्ठ गणितज्ञ आणि रामानुजनचे गणिती गुरू जी. एच. हार्डी यांनीही या परीक्षेचं स्तोम कमी करण्यासाठी त्यांच्या परीनं खूप प्रयत्न केले होते. रँग्लर पदवी मिळवलेल्या सर्व गणित प्राध्यापकांबद्दल अभ्यंकरांना नक्कीच आदर होता; परंतु गणिताच्या वाढीसाठी या पदवीचा उपयोग होत नाही, अशी त्यांची निश्चित विचारसरणी होती.

विद्यार्थ्यांना गणित विषयात संशोधन करण्यासाठी प्रोत्साहन देण्याच्या निमित्तानं अभ्यंकरांचा वरचेवर विद्यार्थ्यांशी संबंध येऊ लागला. गणित विषयात अनुत्तीर्णांची संख्या अधिक असते, याचं कारण काय असावं, यावर ते विचार करू लागले. त्या वेळी आपल्याकडील गणित शिकवण्याची पद्धत सदोष असल्याचं त्यांना जाणवलं. अमेरिकन आणि भारतीय शिक्षणपद्धतींतला फरक त्यांच्या लक्षात आला. गणिताची समस्या फक्त भारतात नाही, तर अमेरिकेतही आहे. फरक इतकाच, की अमेरिकेत

गणित शिकवण्याच्या शैलीत वेगळेपण आहे. एखाद्या विद्यार्थ्यानं नेहमीपेक्षा वेगळ्या पद्धतीनं गणित सोडवलं, तर अमेरिकेत त्याची ती रीत स्वीकारली जाते. हे अमेरिकन शिक्षणपद्धतीचं बलस्थान आहे. आपल्याकडे नेमक्या याच मोकळ्या मनोवृत्तीचा अभाव आहे, असं अभ्यंकर परखडपणे बोलून दाखवत.

आपल्याकडे मुलांची बुद्धिमत्ता त्यांच्या प्रगतिपुस्तकावर ठरते. आई-वडील मुलाला घोड्याला शर्यतीत पळवावं, तसं शाळा, शिकवणी या चक्रात अडकवतात; कारण त्यांना मुलाचं प्रगतिपुस्तक सुधारायचं असतं. अशा वेळी 'आईवडील आपली प्रगतिपुस्तकं विसरतात,' अशी बोचरी टीका अभ्यंकर करत. दहावी-बारावीची परीक्षा, गुणांची शर्यत, शाळेतील अ, ब, क... अशा तुकड्या, शिक्षणाचं सेमी-इंग्रजी माध्यम, शिक्षकांनी, शिक्षणमंडळानं तयार केलेल्या आदर्श उत्तरपत्रिकेचे नमुने... या सगळ्या गोष्टींना अभ्यंकर 'अशैक्षणिक दहशतवाद' असं म्हणत. शाळेत मिळालेलं शिक्षण पुढच्या आयुष्यावर फार मोठा परिणाम घडवतं, असं ते विशेष तळमळीनं म्हणत, त्याला कारण त्यांचा स्वानुभव! ते म्हणत, ''काकांनी मला गणित शिकवलं, हे खरंच; परंतु त्यांना विषय शिकवण्याची फार उत्तम हातोटी होती. ते जातिवंत शिक्षक होते. ते महाविद्यालयातील विद्यार्थ्यांना शिकवत. परंतु लहान मुलाशी बोलता बोलता ते कधी त्यांना गणिताच्या जगात घेऊन जात, हे मुलांना समजत नसे. मुलंही कुतूहलानं काकांनी विचारलेल्या प्रश्नाचा विचार करू लागत. एकदा का कुठल्याही प्रश्नाबद्दल जिज्ञासा वाटू लागली, की मुलं त्या प्रश्नाचा नक्कीच विचार करू लागतात. त्यांना त्याची आवड वाटू लागते. मुलांना लहानपणीच अंकांची, आकृत्यांची जादू समजायला लागली, की ती आयुष्यभराची शिदोरी ठरते.''

पुण्यात महाविद्यालयातील विद्यार्थ्यांशी संवाद साधताना अभ्यंकरांच्या असं लक्षात आलं, की महाविद्यालयात हुशार मुलं खूप आहेत. त्यांना गणिताची आवड आहे. परंतु पदवीनंतर एम.एससी., पीएच.डी. करताना त्यांना खास विशेष शिक्षण मिळत नाही. एम.एससी. करतानाही अभ्यासक्रमात अडकावं लागतं. गणितातील संशोधनासाठी वेगळा दृष्टिकोन मिळत नाही. या विद्यार्थ्यांना अभ्यासासाठी मुक्त वातावरण नसतं, उलट त्यांना शाळकरी मुलांसारखं बंदिस्त शिक्षणच दिलं जातं. परीक्षांच्या बजबजपुरीत विद्यार्थी केवळ परीक्षार्थीच केले जातात; त्यांना ज्ञानार्थी करण्याचं राहूनच जातं. याचं मुख्य कारण गणिताच्या प्राध्यापकांना गणितात संशोधन करावं, अशी आंतरिक ओढ निर्माण झालेली नसते. त्याचबरोबर गणितात विशेष काही करायचं, तर रँग्लरची परीक्षा द्यायची, एवढ्यापुरतंच गणिताच्या अभ्यासाबद्दलचं जनमत महाराष्ट्रात तयार झालं होतं.

रँग्लर पदवी मिळवलेल्या एकाही व्यक्तीला महाराष्ट्रात गणितात मूलभूत संशोधन

करण्यासाठी एखादी संस्था काढावी, असं वाटलं नव्हतं. त्याचबरोबर भास्कराचार्यांनंतर महाराष्ट्रात विसाव्या शतकातही एखादा सुप्रसिद्ध विद्वान गणिती नसावा, ही गोष्ट अभ्यंकरांना अत्यंत खेदाची वाटत होती. त्यासाठी काय करायला हवं, हा प्रश्न त्यांच्या मनात सतत घोळत असे.

दरम्यान अभ्यंकरांनी दिलेल्या व्याख्यानानं स. प. महाविद्यालयाच्या गणित विभागात एक वेगळं चैतन्य निर्माण झालं. चाकोरी सोडून गणिताचा अभ्यास करता येतो, हा विचार सर्वांना प्रेरणा देणारा होता. त्यावेळी स.प. महाविद्यालयाच्या गणित विभागात प्रा. एस. पी. उडपीकर आणि प्रा. एम. आर. मोडक हे अध्यापनाचं काम करत होते. त्यांना आपल्या विभागातील अविनाश साठये हा विद्यार्थी गणितात विशेष हुशार असल्याचं माहिती होतं. त्याची व डॉ. अभ्यंकरांची गाठ घालून द्यावी, या उद्देशानं प्रा. उडपीकर त्याला अभ्यंकरांकडे घेऊन गेले. अभ्यंकरांचं शिकवणं आणि साठये यांची उत्तम ग्रहणशक्ती या दोन्ही गोष्टींचा चांगला मेळ जमला. यथावकाश साठये यांनी पर्डू या विद्यापीठात, अभ्यंकरांच्या मार्गदर्शनाखाली पीएच.डी. केली. एवढंच नाही, तर काही वर्षांनी उडपीकर आणि मोडक हे दोघेसुद्धा अभ्यंकरांचे पीएच.डी.चे विद्यार्थी झाले. अभ्यंकर पुण्यात असताना त्यांचा वामन कोल्हटकर यांच्याशी परिचय झाला. कोल्हटकरांनी घैसास गुरुजींकडे वेदाभ्यास केला होता आणि घैसास गुरुजींची अभ्यंकर कुटुंबीयांशी ओळख होती. कोल्हटकरांचे वडील कीर्तनकार होते. या समान आवडीच्या धाग्यांनी कोल्हटकर आणि अभ्यंकर एकमेकांशी छान बांधले गेले. पुढे त्यांची घनिष्ठ मैत्री झाली. अभ्यंकरांनी कोल्हटकरांनाही गणिताच्या अभ्यासासाठी मार्गदर्शन केलं.

अभ्यंकर आणि कोल्हटकर यांच्या गप्पांमध्ये मराठी मुलांना गणितातील संशोधनासाठी कशी संधी द्यावी, हा मुख्य विषय असे. अभ्यंकरांना महाराष्ट्रातले हुशार विद्यार्थी पर्डूला घेऊन जावेत, असं मनापासून वाटत होतं. तरी ते प्रत्यक्षात आणणं अवघड होतं. एखाददुसरा हुशार विद्यार्थी परदेशी जाऊ शकेल, पण सगळ्यांना कसं शक्य होईल? हा खरा प्रश्न होता. 'या प्रश्नावर तोडगा म्हणजे भारतातच गणितात विशेष अभ्यास करण्याची संधी मुलांना द्यावी. त्यासाठी पुण्यात तुम्ही एक संस्था स्थापन करा,' असं कोल्हटकरांनी अभ्यंकरांना सुचवलं. या संदर्भात दोघांचा बराच पत्रव्यवहार झाला. अभ्यंकर संशोधन, अध्यापन, शोधनिबंध लिहिणं, गणित परिषदांना जाणं अशा विविध कामांमध्ये व्यग्र असत. त्यातूनही सवड काढून संस्था स्थापन करण्याचा विचार त्यांनी पक्का केला.

### 'भास्कराचार्य प्रतिष्ठान'ची स्थापना

१९७५-७६ या वर्षात संस्था स्थापण्यासाठी लागणारी प्राथमिक जुळवाजुळव

झाली आणि १९७६च्या मे महिन्यात 'भास्कराचार्य प्रतिष्ठान' या नावाची गणित संशोधन संस्था पुण्यात स्थापना झाली. गणितातील मूलभूत संशोधनाला चालना देणं हा संस्थेचा मुख्य हेतू होता.

मुंबईतील 'टाटा इन्स्टिटय़ूट ऑफ फंडामेंटल रिसर्च'या संस्थेमध्ये गणिताचं मूलभूत संशोधन होत होतं, तेव्हा भारतातील ती एकमेव संस्था होती. चंडीगढ, मद्रास अशा मोजक्या ठिकाणी गणिताची प्रगत संशोधनकेंद्रं होती. तसंच काही तुरळक विद्यापीठांमध्ये गणितावर संशोधन करण्याची सोय होती. या मर्यादित सोयींमुळे फार थोड्या विद्यार्थ्यांना भारतात गणिताचा विशेष अभ्यास करायला मिळे. परदेशांत जाऊन गणितात संशोधन करावं, हा विचारही त्या वेळी फारसा रुजला नव्हता. तसेच जे विद्यार्थी परदेशात जात, ते तिकडेच नोकरी शोधत. अशा परिस्थितीत 'भास्कराचार्य प्रतिष्ठान'सारख्या संस्थेची आपल्याकडे खूप आवश्यकता होती. भविष्यकाळात 'भास्कराचार्य प्रतिष्ठान' हे नावाजलेलं 'गणितपीठ' होईल, अशी संस्थापकांची रास्त अपेक्षा होती.

गणित विषयाला महाग उपकरणं लागत नाहीत, त्यामुळे गणिताच्या प्रयोगशाळा चालवण्यासाठी खूप मोठा खर्च नसतो. फक्त दोन गोष्टींची गरज असते. एक म्हणजे सुसज्ज ग्रंथालय आणि विषयाला समर्पित उत्साही शिक्षक! तसंच उत्तम संशोधन होण्यासाठी त्या प्रकारचं वातावरणही गरजेचं असतं.

'भास्कराचार्य प्रतिष्ठान'ची स्थापना झाली. परंतु अभ्यंकर आणि कोल्हटकरांचे सुरुवातीपासूनच संस्था कशा पद्धतीनं आणि कोणी चालवावी, याबद्दल दुमत होतं. कोल्हटकरांच्या म्हणण्यानुसार स्थानिक लोक घेऊ नयेत. बाहेरचे गणित अभ्यासक निमंत्रक, सभासद म्हणून घ्यावेत; तर अभ्यंकरांना अशा गोष्टींचं विशेष महत्त्व वाटत नसे. संस्था स्थापन होताना असे वादविवाद, चर्चा होत होत्या; ध्येयावर मात्र सर्वांचं एकमत होतं. त्यानुसार संस्थेची घटना तयार करण्यात आली. कुणी संस्थेसाठी केवळ देणगीरूपात पैसे दिले म्हणून त्याला सभासद करून घेऊ नये; तसंच सभासदाला तीन वर्षांचं सभासदत्व द्यावं; अभ्यंकर कायमचे सभासद असतील, अशा प्रकारची नियमावली करण्यात आली. अभ्यंकरांची पहिले संचालक म्हणून नेमणूक झाली, तर कोल्हटकरांना विश्वस्त करण्यात आलं. श्रीधर ढवळे हेही संस्थापकांपैकी एक होते. प्रतिष्ठान पुणे विद्यापीठाशी संलग्न होतं. गणित विषयातील पदव्युत्तर संशोधनसंस्था म्हणून प्रतिष्ठानला मान्यता होती. त्यामुळे तिथं पीएच.डी. करणाऱ्या विद्यार्थ्यांना पुणे विद्यापीठाची पदवी मिळणार होती.

प्रतिष्ठानचा सुरुवातीचा पत्ता कोल्हटकरांचं घर म्हणजेच शुक्रवार पेठ, नातूबाग हा होता. संस्थेच्या स्थापनेनंतर ३॥-४ वर्षांत सर्वांच्या अथक प्रयत्नांनी प्रतिष्ठानला मोठी जागा मिळाली. लॉ कॉलेज रोडवरच्या फिल्म इन्स्टिटय़ूटच्या पलीकडे,

हनुमान टेकडीच्या पायथ्याशी संस्थेनं अंदाजे ३२,००० चौरस फूट जागा मिळवली. ती ताब्यात घेण्याचा छोटासा समारंभ करण्यात आला. एकूण कार्यक्रम दोन तासांचा भर उन्हात झाला. जमलेले गणितप्रेमी झाडांच्या सावलीत उभे होते. अभ्यंकरांचे वडील – प्रा. शं. के. अभ्यंकर यांनी उपस्थितांना गणितासंबंधी चर्चात्मक व्याख्यान दिलं. भास्कराचार्यांच्या गणिती विद्वत्तेबद्दल ते भरभरून बोलले. भारतातील प्राचीन गणित परंपरेची त्यांनी सर्वांना छान माहिती दिली. भूमिपूजनाच्या कार्यक्रमानंतर थोड्याच महिन्यांत इमारतीचं बांधकाम सुरू झालं. यथावकाश या जागेवर प्रशस्त इमारत उभी राहिली.

पहिल्या तीन वर्षांपैकी, दोन वर्षं अभ्यंकर पुण्यात होते. त्यामुळे प्रतिष्ठानच्या कार्याला वेग आला होता. गणित संशोधनाची आवड व गणित विषयात रस असलेल्या विद्यार्थ्यांचा प्रतिष्ठानतर्फे शोध घेतला जात होता. तीन वर्षांमध्ये प्रतिष्ठाननं दोन वेळा राष्ट्रीय पातळीवर गणिताची उन्हाळी शिबिरं आयोजित केली. या शिबिरांचा लाभ घेण्यासाठी भारताच्या विविध राज्यांतून विद्यार्थी पुण्याला आले होते. त्यांची पुण्यात राहण्याची सोय संस्थेनं केली होती.

संस्थेतर्फे विख्यात गणितज्ञांची व्याख्यानं आयोजित केली जात. त्यासाठी अभ्यंकरांचे सहकारी, गणितज्ञ मित्र, टी.आय.एफ.आर.मधील गणित संशोधक संस्थेत येत. पुण्यातील विविध महाविद्यालयांतील प्राध्यापक, गणिताचे विद्यार्थी, गणितप्रेमी या सर्वांना ही व्याख्यानं म्हणजे उत्तम बौद्धिक मेजवानी असे. गणित क्षेत्रात एक वेगळं वातावरण निर्माण होण्यास चालना मिळत होती. गणितात संशोधन करण्याचा विचार विद्यार्थ्यांच्या मनात रुजवला जात होता. प्रतिष्ठानच्या ग्रंथालयासाठी अनेकांनी गणिताचे दुर्मीळ ग्रंथ दिले. अभ्यंकरांनी गणिताच्या काही जगन्मान्य नियतकालिकांचे अंक प्रतिष्ठानला मिळवून दिले. भारतीय गणितज्ञांच्या संशोधनाचा परिचय सर्वसामान्य वाचकांना करून देण्याचंही काम प्रतिष्ठाननं सुरू केलं होतं. त्यानुसार 'भास्कराचार्यांच्या बीजगणिताचा मराठी व इंग्रजी अनुवाद' हे पुस्तक – प्रा. शं. के. अभ्यंकरांनी लिहिलं आणि प्रतिष्ठाननं ते प्रकाशित केलं. हे अवघड काम प्रा. शं. के. अभ्यंकरांनी वयाच्या ७० व्या वर्षीही आवडीनं केलं ते भास्कराचार्यांच्या प्रेमापोटीच!

सुरुवातीला अभ्यंकरांनी स्वत:चे पैसे प्रतिष्ठानसाठी दिले, परंतु संस्थेसाठी कायमस्वरूपी पैसा उभा करणं गरजेचं होतं. संस्था चालवण्यासाठी वेगळ्या व्यवहारज्ञानाची आवश्यकता होती. त्यासाठी योग्य तो मार्ग शोधायला हवा होता. यासंबंधीची एक आठवण कोल्हटकरांनी सांगितली, ''मी आणि अभ्यंकर लक्ष्मी रोडला प्रत्येक दुकान हिंडलो. प्रत्येक दुकानात जाऊन 'भास्कराचार्य प्रतिष्ठान'ची माहिती दिली. दोन्ही बाजूंनी हिंडून केवळ ६००-७०० रुपये जमा झाले. हा पैसे

जमा करण्याचा मार्ग नाही, हे मी अभ्यंकरांना समजावून सांगितलं.''

भारतात देणग्या कशा मिळवायच्या, त्याची कायदेशीर पद्धत काय, याबद्दल अभ्यंकरांना माहिती नव्हती. काही व्यक्तींची पारख चुकली, पर्यायानं सल्लाही चुकीचा मिळाला. देणग्यांचे पैसे मिळाले, तरी ते खर्च कसे करायचे, त्याचे हिशोब कसे ठेवायचे, याबद्दल अभ्यंकर अनभिज्ञ होते.

'भास्कराचार्य प्रतिष्ठान' स्थापन करण्यामागे अभ्यंकरांचा हेतू उदात्त होता. त्यांची स्वप्नं मोठी होती. पुण्यात गणित संशोधन संस्था सुरू करायची, हे कसं नक्की झालं, या संदर्भात एक घटना कशी कारणीभूत झाली, हे अभ्यंकर मित्रमंडळीमध्ये बोलूनही दाखवत. ते म्हणाले, ''संस्थेचं नक्की करण्याआधी ४-५ दिवस काही रामदासी पंथाची माणसं माझ्या घरावरून चालली होती. त्यांना पाहून मला वाटलं, रामदासस्वामी त्यांच्या पंथांच्या अनुयायांमुळे गेली ३००-३५० वर्षं टिकून आहेत. त्यांच्या कार्याच्या रूपात अजून ते आठवणीत आहेत. तशीच काही पुढची शतकं कार्यरत राहणारी गणित शिकवणारी संस्था काढावी, असा विचार मनात आला. त्याच वेळी मला आठवलं, 'अशक्य ते काय तुम्हा नारायणा, निर्जीवा चेतना आणावया.' ''

अभ्यंकरांचे विचार उदात्त होते. परंतु जसजसा संस्थेचा पसारा वाढायला लागला, तसतशी संस्थेसाठी पैशांची गरजही वाढू लागली. त्यासाठी संस्थेचं उत्तम संघटन आणि व्यवस्थापन करणं आवश्यक होतं. परंतु संस्थेची आर्थिक घडी काही विचित्र निर्णयांनी आणि घटनांनी बिघडली. संस्थेसाठी हा काळ फार अवघड आणि कसोटीचा होता. त्या वेळी अभ्यंकर पुण्यात नव्हते. परंतु संस्थेला अडचणींतून बाहेर आणण्यासाठी संस्थापक सदस्यांसह बऱ्याच जणांनी खूप कष्ट घेतले.

संस्थेचा मूळ हेतू गणिताच्या संशोधकांना येथे शांतपणे काम करण्याची सोय व्हावी, हा होता. नंतर पैसे उभारण्यासाठी इतर ध्येयं जोडली गेली. मधल्या काही काळात अभ्यंकरांचे आणि प्रतिष्ठानचे संबंध दुरावले गेले. परंतु पुन्हा अभ्यंकर प्रतिष्ठानमध्ये जाऊ लागले.

१९८४ मध्ये केंद्र सरकारनं 'नॅशनल बोर्ड फॉर हायर मॅथेमॅटिक्स' या समितीची स्थापना केली. या समितीद्वारे भारतात गणिताच्या अभ्यासासाठी विशेष प्रयत्न करण्याचं ठरलं, तसेच काही उपक्रमही सुरू केले गेले. त्यानुसार १९८९ पासून भारतानं जागतिक गणित ऑलिम्पियाड स्पर्धेत भाग घेण्याचं ठरवलं. या संधीचा फायदा घेऊन प्रतिष्ठानमध्ये गणित ऑलिम्पियाड स्पर्धेसाठी मार्गदर्शन करण्याचे वर्ग सुरू झाले.

गणितातील प्रगत विषय शिकण्यासाठी प्रतिष्ठानमध्ये व्याख्यानं दिली जातात. २००८-२००९ मध्ये विद्यार्थ्यांसाठी गणित व्याख्यानमाला आयोजित केली होती. संपूर्ण भारतातून ३०-३५ विद्यार्थ्यांनी उत्तम प्रतिसाद देत, या व्याख्यानमालेला

हजेरी लावली. त्यात अभ्यंकरांनीही काही तास घेतले होते.

**पुणे विद्यापीठातील कारकीर्द** (१९७८ ते १९८५)

अभ्यंकरांना महाराष्ट्रातील शिक्षणपद्धतीच्या कल्पना अमान्य होत्या. त्यांना त्यात बऱ्याच उणीवा जाणवत होत्या. असं असूनही आपल्या मुलांना हरी-काशीला मराठीतून शालेय शिक्षण देण्याच्या मतावर ते ठाम होते. त्यासाठी त्यांनी पुण्याला राहण्याची तयारीही केली होती. पर्डू विद्यापीठाकडून एक आड एक वर्ष पुण्यात येण्याची मान्यताही त्यांनी मिळवली. पुण्यात येण्यामागे अभ्यंकरांचा मुख्य हेतू मुलांचं शिक्षण हा होताच. शिवाय पुण्यात राहिल्यानं तीन-चार गोष्टी साध्य होतील, असं त्यांना वाटत होतं. एक तर मुलांना आजी-आजोबा आणि इतर नातेवाइकांचा सहवास मिळणार होता. मुलांना मराठी भाषेबरोबर मराठी वातावरणाचीही ओळख होणार होती. पुण्यात एक गणित संशोधनसंस्था स्थापन करण्याच्या कामाला विशेष चालना मिळणार होती. भारतातल्या इतर राज्यांमधील विद्यापीठांमध्ये व्याख्यानांसाठी वरचेवर जाणं अभ्यंकरांना शक्य होणार होतं.

१९७५ पूर्वीही अभ्यंकर भारतात आले, की त्यांची भारतातल्या विविध विद्यापीठांमध्ये व्याख्यानं ठेवली जात. त्यांच्या गणिती ज्ञानाचा फायदा घेण्याची संधी ही विद्यापीठं आवर्जून मिळवत. त्यामानानं पुणे विद्यापीठाशी मात्र अभ्यंकरांचा फार कमी संबंध आला होता. त्या वेळी पुणे विद्यापीठात संख्याशास्त्र आणि गणित या दोन्ही विषयांसाठी एकच विभाग होता. १९५० मध्ये पुणे विद्यापीठात या विभागाची स्थापन करण्यात आली. दोन्ही विषयांतले पदव्युत्तर शिक्षणाचे वर्ग येथे घेतले जात. हळूहळू दोन्ही विषयांसाठी विद्यार्थ्यांची संख्या वाढू लागली होती. विभागाच्या रौप्यमहोत्सवी वर्षाचं निमित्त साधून विभागात काही मूलभूत बदल करायला हवेत, असं रँग्लर ग. स. महाजनी यांना वाटू लागलं. 'सध्या एकत्रित काम करणाऱ्या गणित आणि संख्याशास्त्र या दोन्ही विभागांचं विभाजन करावं. एकाच इमारतीत पण दोन्ही विभाग स्वतंत्र कामकाज करतील. दोन्ही विषयांसाठी विभाग प्रमुख आणि इतर कर्मचारी वर्ग वेगळा असावा,' असा रँ. ग. स. महाजनी यांनी प्रस्ताव मांडला. या प्रस्तावावर विद्यापीठ कार्यकारिणीमध्ये चर्चा होऊन तो मान्य करण्यात आला. विद्यापीठाच्या कार्यपद्धतीनुसार हे बदल होण्यात काही महिने गेले. तोपर्यंत अभ्यंकरांची भारतात राहण्याची मुदत संपून ते एका वर्षासाठी अमेरिकेत निघून गेले. ते वर्ष होतं १९७७-७८! त्यापूर्वी अभ्यंकर पुण्यात असताना विद्यापीठात भौतिकशास्त्र विभागानं अभ्यंकरांना सन्मानानं व्याख्यानं द्यायला बोलावलं होतं. त्या वेळी भौतिकशास्त्राचे विभागप्रुख डॉ. एम. आर. भिडे होते. व्याख्यानं ऐकायला पुण्यातील विविध महाविद्यालयांतील गणित आणि भौतिकशास्त्राचे प्राध्यापक आवर्जून येत असत.

जून १९७८ मध्ये डॉ. राम ताकवले यांची पुणे विद्यापीठाच्या कुलगुरू पदावर नेमणूक झाली. डॉ. ताकवले भौतिकशास्त्र विभागात प्राध्यापक म्हणून काम करत होते. त्यांनी अभ्यकरांची व्याखानं ऐकलेली होती. शिवाय अभ्यंकरांचा गणित अभ्यासाचा आवाका त्यांना कळला होता. त्यामुळे कुलगुरुपद स्वीकारल्यावर त्यांनी लगेचच अभ्यंकरांशी संपर्क साधला आणि 'पुणे विद्यापीठाच्या गणित विभागाचे प्रमुख म्हणून आपण रुजू व्हावं,' असं अभ्यंकरांना पत्र पाठवलं.

अभ्यंकरांना पुण्यात यायचं होतंच. त्यांचं कुटुंब इथं होतं. मुलांचं शिक्षण चालू होतं. त्यांना पुण्यात काम करण्याची इच्छा होती. त्यामुळे त्यांनी आनंदानं ही जबाबदारी स्वीकारली. त्यापूर्वी १९७६ मध्ये त्यांनी पुण्यात गणित संशोधनसंस्था स्थापन केली होती. भारतात परतल्यावर ही संस्था आणि विद्यापीठातील गणित विभाग या दोन्हीचं कामकाज बघता येईल, असा अभ्यंकरांचा विचार होता.

अभ्यंकरांनी गणित विभागाच्या प्रमुखपदाची सूत्रं हाती घेतली. परंतु त्यांची गणिताबद्दलची मतं इथं पटण्यासारखी नव्हती. 'उपयोजित गणित हे खरं गणित नाही,' असं त्यांचं स्पष्ट मत होतं. त्याचबरोबर 'संख्याशास्त्र हे गणित नाही, संख्याशास्त्राच्या दबावाखाली गणिताची अवहेलना होते,' असं अभ्यंकर कायमच म्हणत. या मतमतांतरांमुळे वरील विषयाच्या प्राध्यापकांचा अभ्यंकरांवर साहजिकच रोष होता. अभ्यंकरांच्या गणित विषय शिकवण्याच्या कल्पना खूप वेगळ्या होत्या. प्राध्यापकांनी अध्ययनाबरोबर गणितात संशोधनही करावं, अशी त्यांची इच्छा होती. 'नुसतं अभ्यासक्रमापुरतं गणित विद्यार्थ्यांना शिकवू नका, तर विभागात गणिताचं संशोधनही सुरू व्हावं,' असं ते सर्व प्राध्यापकांना आवर्जून सांगत, अर्थात सर्वांनाच अभ्यंकरांची ही ठाम मतं पटणारी आणि पचनी पडणारी नव्हती.

अभ्यंकरांना रोखठोक बोलायची सवय होती. पोटात एक आणि ओठात एक अशी त्यांची वृत्ती नव्हती. मनाला जे पटेल, जे रुचेल तेच ते बोलत. त्या वेळी समोरच्या माणसाला काय वाटेल, याचा ते विचार करत नसत. या त्यांच्या स्वभावाचा इतरांना त्रास होई आणि मग वादाला तोंड फुटे. परिणामी अभ्यंकर आणि विभागातले कर्मचारी यांच्यात कुरबुरी सुरू झाल्या. एकमेकांच्यात सहकार्याची भावना रुजली नाही. छोट्या-छोट्या तक्रारींना मोठं स्वरूप दिलं जाऊ लागलं. विभागप्रमुखांकडून सर्व, अगदी किरकोळ कामंही व्हावीत, अशी अपेक्षा करण्यात येऊ लागली. बऱ्याच वेळा वादाचे प्रसंग निर्माण होऊ लागले.

अभ्यंकर विभागप्रमुख म्हणून इतरांवर अधिकार गाजवायचे. त्यांना इथल्या कार्यालयीन कामांची पद्धत माहिती नव्हती. पर्डूत ते म्हणतील ती पूर्व दिशा असायची. शिवाय तिथं त्यांना प्रशासकीय कामं करावी लागत नव्हती. पुणे विद्यापीठात व्याख्यानं देणं, परीक्षा घेणं, परीक्षांचे निकाल लावणं, विद्यार्थ्यांची

हजेरी, कर्मचाऱ्यांच्या रजा, विभागाला मिळणारे पैसे, संशोधनासाठी मिळणारे वेगळे निधी, पैशाचं अंदाजपत्रक आणि हिशोब अशा कितीतरी गोष्टी विभागप्रमुखानं बघाव्यात, अशी अपेक्षा असे. त्यांना हे सगळं न जमणारं व न मानवणारं होतं.

पुण्यात अभ्यंकरांना गणितात संशोधन करण्याचं वातावरण निर्माण करायचं होतं. पुणे विद्यापीठाच्या माध्यमातून त्यांना ही चांगली संधी मिळाली होती. त्यांचा हेतू शुद्ध आणि स्वच्छ होता. परंतु ते साध्य करण्यासाठी इतरांशी नमतं घेणं, जुळवून घेणं ही वृत्ती त्यांच्यापाशी नव्हती. गोड बोलून संघटनकौशल्याची किमया साधणं, हा त्यांचा स्वभाव नव्हता. परंतु त्यांना भांडायलाही जमत नसे. सहकारी कर्मचाऱ्यांकडून त्यांच्याही काही अपेक्षा होत्या. उलटपक्षी हे लोक प्रत्येक गोष्ट विभागप्रमुखाच्या माथ्यावर मारू लागले. एकूण अभ्यंकरांना हे काही मानवेना. शेवटी वैतागून, कंटाळून त्यांनी विभागातल्या एका सहकाऱ्याकडे आपला कार्यभार सोपवला आणि १९८५मध्ये अभ्यंकर अमेरिकेत परत गेले.

## अभ्यंकरांच्या आठवणींतले वडील!

२० नोव्हेंबर १९८५ या दिवशी अभ्यंकरांचं पितृछत्र हरपलं. त्या रात्री अंथरुणावर पडल्या पडल्या अभ्यंकरांना काकांच्या सहवासातले कितीतरी प्रसंग आठवू लागले.

आठवी-नववीत असताना श्रीराम प्लेन कोऑर्डिनेट जॉमेट्रीचं एक पुस्तक वाचत होता. ते वाचताना त्याच्या मनात प्लेन किंवा समतलऐवजी थ्री (त्रिमिती) डायमेन्शल कोऑर्डिनेटच्या संदर्भात अनेक शंका निर्माण झाल्या. तो सतत तीन दिवस त्याबद्दल काकांना प्रश्न विचारत होता. नुसतं विचारत नव्हता, तर अक्षरशः या प्रश्नांनी काकांना त्यानं भंडावून सोडलं होतं. काकाही त्याच्या प्रश्नांची सतत उत्तरं देत होते. चौथ्या दिवशी मात्र काकांची सहनशीलता संपली आणि ते रामवर चिडले. त्यांच्या चिडण्याचं कारणही तेवढंच गंभीर होतं. झालं होतं असं, की काका महाविद्यालयामध्ये वर्गात जो विषय शिकवत होते, त्याचं त्यांना मध्येच विस्मरण झालं होतं; कारण त्यांचं मन रामनं विचारलेल्या प्रश्नांनी विचलित झालं होतं. शिकवण्याची एकाग्रता कमी झाल्यानं, अध्यापक काकांच्या आयुष्यात असा प्रसंग पहिल्यांदाच उद्‌भवला होता.

काकांना किती राग येतो, हे रामला चांगलंच ठाऊक होतं. तरीसुद्धा या वेळचं काकांचं रागावणं रामनं फारसं मनावर घेतलं नाही; कारण काकांनी सुचवल्या-प्रमाणेच त्यानं आर. टी. बेल या गणितीचं 'ॲन एलिमेंटरी ट्रीटिझ ऑन को-ऑर्डिनेट जॉमेट्री ऑफ थ्री डायमेन्शन्स' (१९२०) आणि सी. स्मिथ यांनी लिहिलेलं 'ॲन एलिमेंटरी ट्रीटिझ ऑन सॉलिड जॉमेट्री' (१८८४) या गणितावरील नामांकित ग्रंथांमधून थ्री डायमेन्शनल कोऑर्डिनेट जॉमेट्रीबद्दलची बहुतांश माहिती मिळवली

होती. शंभर वर्षांपूर्वी लिहिलेल्या या पुस्तकांनी रामच्या कितीतरी शंका फिटल्या होत्या. त्याचबरोबर कितीतरी नव्या गोष्टी त्याला समजल्या होत्या. ती पुस्तकं म्हणजे रामला माहितीचा खजिनाच वाटला होता. रामला त्रिमिती पृष्ठभाग आणि त्रिमिती वक्र यांच्या बैजिक भूमितीची तोंडओळख या पुस्तकांमधून झाली होती. या बौद्धिक खाद्यानं राम आनंदात होता.

पीएच.डी.च्या प्रबंधासाठी निवडलेल्या प्रश्नाचा उलगडा होण्यासाठी शालेय आयुष्यात केलेला गणिताचा अभ्यासच अभ्यंकरांच्या कामी आला होता. काकांनी शिकवलेलं गणित त्यांच्या मनात आणि डोक्यात सुप्त अवस्थेत राहिलं. पुढील आयुष्यातील संशोधनात ते अभ्यंकरांना कायम साहाय्यकारी झालं. काकांनी श्रीरामला किती गणित शिकवलं, याचं मोजमाप करणं अशक्य आहे, हेच खरं!

लहानगा राम तापानं आजारी असला, की काकांचं मन काळजीनं सैरभैर होई. त्याचा ताप उतरेपर्यंत ते त्याच्यापासून हलत नसत. राम गणिताच्या वेडानं तब्येतीकडं दुर्लक्ष करतो, असं वाटून काकांना रामानुजनची आठवण येई. मग त्यांच्या मनात रामबद्दल अगदी टोकाचे, अस्वस्थता निर्माण करणारे विचार घोळू लागत. अशाच एका प्रसंगात काकांनी रामला कळवळून विचारलं होतं, "राम, रामानुजनसारखं आजारी पडून तुला मरायचंय का?"

रामचं गणिताच्या अभ्यासाचं वेड, त्यासाठी परदेशी जाणं, जागतिक गणितज्ञ म्हणून नाव कमावणं, संसार, मुलं-नातवंडं या सर्व गोष्टी पाहायचं भाग्य काकांना लाभलं. त्या पितापुत्रांचं नातं गणिताच्या चिवट धाग्यानं शेवटपर्यंत घट्ट बांधलं गेलं होतं. रामचं मन जाणण्यात, त्याची बुद्धिमत्ता समजून घेण्यात हा पिता कधीच कमी पडला नाही, तर वडलांचं अपरिमित प्रेम रामनंही वेळोवेळी जाणलं होतं, अनुभवलं होतं.

अभ्यंकरांनी पितारूपी पहिल्या गुरूचं ऋण कायम मान्य केलं होतं. त्यांनी वेळोवळी कृतज्ञतेनं या गोष्टीचा उल्लेख केलेला आढळतो. अशा पित्याच्या पोटी जन्माला आलो, याचा अभ्यंकरांना सार्थ अभिमान होता. काकांमधील गणित जणू काही परासरण (ऑसमॉसिस) प्रक्रियेनं रामकडे आपसूकच आलं होतं. वयोपरत्वे दोघांमधील गुरुशिष्याचं नातं अधिक समृद्ध होत गेलं. काकांच्या मृत्यूनंतर रामनी वडलांशी असलेल्या दुहेरी नात्याचा अन्वयार्थ लावण्याचा सतत प्रयत्न केला. लहानपणापासूनच्या आईवडिलांच्या कितीतरी आठवणींना ते कायमच नातेवाइकांमध्ये, मित्रपरिवारात उजळा देत राहिले. परदेशात शिक्षणासाठी गेल्यावर तर आईवडिलांच्या स्वभावातील विरोधाभासाची अभ्यंकरांना तीव्र जाणीव झाली होती. रागीट म्हणून प्रसिद्ध असलेल्या वडलांनी विवेकानं आणि चिकाटीनं प्रयत्न करून रागावर ताबा मिळवला होता; तर त्यांची आई कधी कोणावर रागावलीच नव्हती. अशा अनुभवाच्या

आठवणींमधील भावभावनांच्या छटा उमगू लागल्यावर तर अभ्यंकर अधिकच अस्वस्थ होत.

वयानुसार काकांच्या तब्येतीच्या कुरबुरी सुरू झाल्या होत्या. तेव्हा ते पुण्यात राहत होते. श्रीराम तेव्हा पुण्यातच होते. काकांच्या डॉक्टर पुतणीचा इंदूरला दवाखाना होता. तिच्या देखरेखीखाली औषधोपचार करावेत, म्हणून काकांना इंदूरला न्यायचा निर्णय झाला. घरच्या डॉक्टरच्या उपचारांनी त्यांचं मानसिक स्वास्थ्यही चांगलं राहील, असा त्यामागे विचार होता. आई-काकांना इंदूरच्या बसमध्ये बसवण्यासाठी श्रीराम मुद्दाम बसस्टँडवर गेले होते. बस हलली, तसा त्यांनी काकांच्या हातातला हात बळेबळे सोडवून घेतला. त्या स्पर्शात शब्दातीत भावना होत्या, असं श्रीरामांना वाटून गेलं. बस दूरवर जाईपर्यंत काका आपल्या लाडक्या रामकडेच पाहात होते.

इंदूरला काकांच्या तब्येतीत फारसा फरक पडला नाही, उलट दिवसेंदिवस तब्येत खालावतच चालली. या आजारातून उठून आपण काही आता परत पुण्याला जाऊ शकणार नाही, असं काकांना जाणवू लागलं. या जाणिवेनं त्यांचं मन अधिकच हळवं झालं होतं. त्यांना रामशी बोलावंसं वाटत होतं. इंदूरच्या घरी फोन नव्हता. मात्र इच्छाशक्तीच्या जोरावर एक दिवस ते मुद्दाम घराबाहेर पडले व सार्वजनिक फोन केंद्रावरून त्यांनी रामला फोन केला. त्यांना मुलाचा आवाज ऐकायचा होता. बहुधा कोण जाणे, पुढं ऐकू येईल की नाही, अशी त्यांच्या मनाची चलबिचल चालू असावी. प्रत्यक्ष बोलताना त्यांचा आवाज कातर झाला होता. त्या आवाजातील आर्तता अभ्यंकरांच्या मनातून कधीच गेली नाही. मित्रपरिवारात, नातेवाइकांशी बोलताना काकांच्या आठवणी निघाल्या, की अभ्यंकरांना या प्रसंगाची हमखास आठवण येई आणि ते बेचैन होत.

अभ्यंकर परिवार ग्वाल्हेरला राहत होता, तेव्हा तिथं नव्यानं विमानसेवा सुरू झाली होती. छोट्या रामला काका विमान दाखवायला घेऊन गेले होते. तसंच एकदा ग्वाल्हेरच्या चित्रपटगृहात 'सिकंदर' नावाचा सिनेमा लागला होता. तोही काकांनी रामला मुद्दाम दाखवला होता. काकांची रामवर वेगळीच विशेष मर्जी होती. त्याच्या बुद्धीची झेपही त्यांनी ओळखली असावी. आपल्या मुलानं विमानात बसून दशदिशा पादाक्रांत कराव्यात आणि सिकंदरासारखं गणिताच्या साम्राज्यावर राज्य करावं, अशीच तर काकांची मुलाकडून अपेक्षा असावी!

खरोखर, बुद्धिसामर्थ्याच्या आणि इच्छाशक्तीच्या जोरावर मुलानं वडलांची इच्छा पूर्ण केली. 'पुत्राद् इच्छेत पराजयम्' ही उक्ती सार्थ झाली.

$\Sigma_F$ = the set of all final c
$\Sigma_N$ = the set of all nonfin
$\Sigma_P$ = the set of all posit
$\Sigma_S$ = the set of all plan
$\Sigma_O$ = the set of all overs
$\Sigma_T$ = the set of all tight
$\Sigma_L$ = the set of all light

# गणित संशोधनाची चढती भाजणी

गणित आणि धास्ती, भीती हे सर्वसामान्य समीकरण मानलं जातं. आपल्याकडे गणिताबद्दल फार पूर्वीपासून बाऊ केला जातो. अगदी शाळेत असल्यापासून गणिताचा पेपर म्हणजे अगदी जीवन-मरणाचा प्रसंग, असं मानलं गेलं आहे. मान्यवर, लोकप्रिय साहित्यिकांनीही आपल्या साहित्यात गणिताविषयी धसका निर्माण होईल, असंच लिहिलं आहे. म्हणूनच चारचौघांसारखे शाळकरी श्रीराम अभ्यंकर हे आंतरराष्ट्रीय गणितज्ञ कसे काय झाले, याचं कुतूहल वाटतं. त्यांच्या आयुष्याची जडणघडण जाणून घेताना, मनाच्या कोपऱ्यात दबा धरून बसलेली गणिताची धास्ती आपल्याला नक्कीच जाणवत असते.

हवा जशी नकळत बाष्प शोषून घेते, तसं अभ्यंकरांनी वडलांकडून गणित आत्मसात केलं. त्याचा परिणाम असा झाला, की अभ्यंकरांना लहानपणीच गणित करताना मजा वाटू लागली. एक गणित सुटलं, की दुसरं करू, मग तिसरं करू, अशी त्यांची वृत्ती बनत गेली. आधी सोपं, मग अवघड, मग अजून थोडं अवघड अशी गणितं सोडवण्याची ते स्वतःशीच स्पर्धा करू लागले. घरातही वडील, काका यांच्यामुळे गणिताचा पिढीजात वारसा अभ्यंकरांना लाभला होता आणि त्या वातावरणातच

ते लहानाचे मोठे झाले. साहजिकच तेव्हापासूनच गणित हा त्यांचा आवडता विषय झाला.

पुढं आयुष्यभर त्यांनी गणिताचा एवढा ध्यास घेतला, की गणित हाच त्यांच्या आयुष्याचा शेवटपर्यंत केंद्रबिंदू राहिला. तिसरीत असताना शाळकरी श्रीराम सातव्या इयत्तेतील गणितं सोडवू शकत होता, एवढी त्याची गणिताची बैठक पक्की झाली होती. महाविद्यालयामध्ये जाण्यापूर्वीच त्यानं हॉब्सनची ट्रिग्नॉमेट्री, हार्डीचं प्युअर मॅथेमॅटिक्स आणि क्रिस्टलचे अल्जिब्राचे खंड १ व २ या गणितातील जगन्मान्य पुस्तकांचा अभ्यास केला होता, तर महाविद्यालयाच्या पहिल्या दोन वर्षांत नॉपचं 'इनफायनाइट', डब्ल्यू. एस. बर्नसाइड, ए. डब्ल्यू. पॅन्टनचं 'थिअरी ऑफ इक्वेशन्स' आणि एम. बॉशरचं 'इन्ट्रोडक्शन टु हायर अल्जिब्रा' या पुस्तकांमधूनही गणित शिकून घेतलं होतं.

या सर्व अभ्यासातून अभ्यंकरांच्या गणितातील मूलभूत संकल्पना पक्क्या झाल्या. सूत्रं, समीकरणं, सिद्धता, सिद्धान्त, प्रमेय, अनुमान ही गणिती भाषा त्यांच्या मनात उत्तम प्रकारे ठसली आणि फार चांगली गणिती दृष्टी तयार झाली. अभ्यंकरांची भारतीय आणि परदेशी गणित परंपरेची ओळख दृढ झाली. या पूर्वसूरींनी केलेल्या गणिताच्या प्रचंड अभ्यासातून अभ्यंकरांना गणित म्हणजे अलीबाबाची गुहा वाटू लागली.

वडलांनी लहानपणी दाखवलेली गणिताची वाट आणि भास्कराचार्यांच्या गणिताच्या पुस्तकातील संस्कृत काव्यानं अभ्यंकरांच्या मनावर गणित विषयाचा प्रचंड परिणाम झाला. अशा तऱ्हेनं गणिताच्या मजबूत, पक्क्या पायावर अभ्यंकरांनी आयुष्यभर गणिताची नवनिर्मिती करण्याइतकं संचित मिळवलं.

अभ्यंकर साठ वर्षांहून अधिक काळ गणिताच्या अभ्यासात, संशोधनात मग्न होते. गणिताच्या कितीतरी शाखा, उपशाखांमध्ये त्यांनी संशोधन केलं. अल्जेब्राइक जॉमेट्री, कम्युटेटिव्ह अल्जिब्रा, लोकल अल्जिब्रा, थिअरी ऑफ फंक्शन्स ऑफ सेव्हरल कॉम्प्लेक्स व्हेरिएबल्स, क्वान्टम इलेक्ट्रोडायनॅमिक्स, सर्किट थिअरी, इनव्हेरिएन्ट थिअरी, कॉम्बिनेटोरिक्स, कॉम्प्युटर एडेड डिझाइन, रोबोटिक्स इ. विषयांमध्ये अभ्यंकरांनी संशोधन केलेलं आहे. ग्रुप थिअरी, जाकोबिअन प्रॉब्लेम या विषयांमध्ये तर त्यांनी अक्षरश: दहा-बारा वर्षं काम केलं. त्यात त्यांनी स्वत:ला झोकून दिलं होतं.

जेव्हा ते एखाद्या विशिष्ट विषयावर लक्ष केंद्रित करत, तेव्हा त्यात पार बुडून जात. त्या विषयावरील मिळतील ती पुस्तकं, शोधनिबंध वाचून काढत, त्या विषयाच्या तज्ज्ञांच्या भेटी घेत, त्यांच्याशी चर्चा करत, त्यांना शंका विचारत. या बेहिशोबी ज्ञानलालसेनं एक दिवस तेच त्या विषयाचे तज्ज्ञ बनून जात.

मनात तयार झालेलं गणिताचं नवं विचारधन-संशोधन मग शोधनिबंधाच्या रूपात अभ्यंकरांकडून प्रकट होई.

## संशोधनाचा श्रीगणेशा

महान जर्मन गणिती डेव्हिड हिल्बर्ट यांच्याप्रमाणे अभ्यंकरांचं संशोधन काही ठळक टप्प्यांमध्ये विभागता येतं. पहिला टप्पा - १९५४-१९६७, दुसरा टप्पा - १९६७-२००५ आणि तिसरा टप्पा - २००५-२०१२. तरीसुद्धा अभ्यंकरांनी गणितात केव्हा संशोधन सुरू केलं? त्यांचा पहिला शोधनिबंध कोणता? याचा शोध घेताना पहिल्या टप्प्याच्या थोडं आधी म्हणजे १९५१ मध्ये डोकवावं लागतं.

अभ्यंकरांनी सीनिअर बी.एससी.ला असताना 'इंडियन इन्स्टिटट्यूट ऑफ सायन्स' या संस्थेच्या नियतकालिकात पहिला शोधनिबंध लिहिला. हा निबंध वर्ग समीकरणाशी (क्वाड्रॅटिक इक्वेशन) संबंधित होता. वर्ग समीकरणाला दोनपेक्षा जास्त रूट्स असू शकत नाहीत, असं मानलं जात होतं. परंतु अभ्यंकरांनी या निबंधात वर्ग समीकरणाला दोनपेक्षा जास्त रूट्स कशी असू शकतात, हे दाखवून दिलं. याच काळात त्यांनी क्रमिक पुस्तकांमध्ये सहनिर्देशक भूमिती किंवा कोऑर्डिनेट जॉमेट्री कशी सर्रास वगळली आहे, याबद्दल 'मॅथेमॅटिक्स स्टुडन्ट' या जर्नलच्या १९५१च्या अंकात शोधनिबंधाच्या रूपात लिहिलं. अशा तऱ्हेनं अभ्यंकरांची शोधनिबंध लिहिण्याची सुरुवात आणि बी.एससी. पदवीपर्यंतचं शिक्षण एकाच वर्षी झालं.

त्यानंतर अभ्यंकरांनी उच्च शिक्षण घेण्यासाठी धाडस करून एक मोठी उडी घेतली. ते अमेरिकेतल्या हार्वर्ड विद्यापीठात पदव्युत्तर शिक्षणासाठी दाखल झाले. याच ठिकाणी त्यांनी पीएच.डी.च्या प्रबंधाचं कामही मोठ्या कष्टानं आणि चिकाटीनं पूर्ण केलं. त्यांचा प्रबंधाचा विषय बैजिक भूमिती या गणितातल्या एका उपविषयाशी संबंधित होता. प्रा. झारिस्की यांच्या मार्गदर्शनाखाली या विषयातील एका अतिशय अवघड आणि जटिल प्रश्नाची उकल अभ्यंकरांनी करून दाखवली होती. प्रबंधासाठी केलेल्या परिश्रमपूर्वक अभ्यासानं अभ्यंकरांनी १९५४ मध्ये हार्वर्ड विद्यापीठाची डॉक्टरेट ही पदवी मिळवली. बैजिक भूमितीतील या अभ्यासानं गणित जगतात त्यांना स्वत:ची ओळख निर्माण करण्याची उत्तम संधी मिळाली.

## कोलंबिया विद्यापीठातले दिवस

पीएच.डी. पदवी मिळाल्यानंतर अभ्यंकर कोलंबिया विद्यापीठात अध्यापनाचं काम करू लागले. त्या आधीच्या चार वर्षांच्या हार्वर्ड विद्यापीठातील वास्तव्यात अभ्यंकरांना मोठा मित्रपरिवार मिळाला होता. त्यातील काही मित्र 'केंब्रिज एअर फोर्स रिसर्च सेंटर' या कोलंबिया विद्यापीठातील संस्थेत काम करत होते. हवाईदलाची

काही कामं सोपी करून घेण्यासाठी गणिताचा उपयोग करून घ्यायला हवा, असं या संस्थेच्या अधिकाऱ्यांना वाटत होतं. त्यासंबंधी त्यांनी दलातील सहकाऱ्यांशी चर्चाही केली. त्या चर्चेत अभ्यंकरांच्या मित्रांचाही सहभाग होता. त्यांनी या कामासाठी अभ्यंकरांचं नाव सुचवलं. मित्रांना अभ्यंकरांच्या गणिती अभ्यासाचा आवाका चांगला माहीत होता. थोड्याच दिवसांत हवाई दलातर्फे अभ्यंकरांशी कामाचं स्वरूप आणि त्याबद्दल मिळणारा मोबदला यासंबंधीची बोलणी करण्यात आली. शैक्षणिक वर्षाच्या सुट्टीतील दोन महिन्यांत अभ्यंकरांना हे काम करता येणार होतं.

या कामाचे पैसे मिळणार होते, त्यामुळे नकार देण्याचा प्रश्नच नव्हता. अभ्यंकरांनी ते काम स्वीकारलं. त्यांना काम करण्यास केवळ दोन दिवस पुरले. काम कसं करावं, त्यासाठी कुठल्या गणिताच्या पद्धतीचा उपयोग होईल, असा विचार करताना, अभ्यंकरांना 'लॅटिस थिअरी'संबंधीचं एक पुस्तक वाचलेलं आठवलं. अभ्यंकर बोटीनं अमेरिकेला निघाले, तेव्हा प्रा. मसानींनी त्यांना प्रवासात वाचण्यासाठी काही पुस्तकं दिली होती, त्यांत हे पुस्तक होतं. या पुस्तकात 'बुलियन अल्जिब्रा' या बीजगणितातील संकल्पनेची माहिती दिलेली होती. ही अपरिचित संकल्पना अभ्यंकरांनी उत्सुकतेनं वाचली होती.

इंग्रज गणितज्ञ आणि तर्कशास्त्रज्ञ जॉर्ज बुल (George Bull) यांनी तर्कशास्त्राची बीजगणिताच्या परिभाषेमध्ये मांडणी केली. त्यांनी तर्कशास्त्राला गणिती सूत्राची जोड देऊन एक सुसूत्र चिन्हांकित तर्कशास्त्र तयार केलं. बुलचं हे नवं गणित दूरध्वनी संदेशवहनाच्या कामात फार उपयोगी पडलं. त्यानंतर तर संगणकांच्या मंडलांची रचना करण्यात ही परिभाषा खूपच उपयुक्त होऊ लागली. या बुलियन अल्जिब्राचा संदर्भ अभ्यंकरांनी हवाई दलाच्या कामाशी लावला. संस्थेच्या डिजिटल कॉम्प्यूटरच्या सर्किट संबंधातील प्रश्न सोडवायचा होता. त्या ठिकाणी बुलची संकल्पना साहाय्यकारी ठरली. अभ्यंकरांच्या या गणिती कामाचा हवाई दलाच्या प्रकल्पात उत्तम उपयोग झाला. त्यानंतर पुढच्या वर्षीही अभ्यंकरांना उत्तम मानधन देऊन अजून काही काम करण्यास सांगितलं गेलं. पहिल्या कामाइतकंच सहजतेनं अभ्यंकरांनी हेही काम पार पाडलं. तिसऱ्या वर्षी मात्र त्यांनी संस्थेच्या कामाला नकार दिला, कारण त्यांनी गणिताच्या इतर संशोधनात लक्ष घातलं होतं.

हवाई दलासाठी केलेल्या कामाचा अभ्यंकरांनी एक वृत्तांत लिहून काढला. 'इन्व्हेस्टिगेशन ऑफ मॅथेमॅटिकल मेथड्स फॉर दि अॅनालिसिस अॅण्ड सिन्थेसिस ऑफ कॉम्प्यूटर सर्किट्स' या नावानं तो केंब्रिज एअरफोर्स रिसर्च सेंटर, कोलंबिया विद्यापीठ, न्यूयॉर्क या संशोधन केंद्राला त्यांनी सादर केला. त्यानंतर १९५८-५९ मध्ये 'आयआरई ट्रॅन्झॅक्शन्स ऑन इलेक्ट्रॉनिक कॉम्प्यूटर्स' या नियतकालिकात तो लेखस्वरूपात छापूनही आला.

या उमेदीच्या वर्षांमध्ये केलेल्या गणिताच्या विशेष अभ्यासानं अभ्यंकरांना पैसा मिळवून दिला. त्याची त्यांना त्या वेळी अत्यंत निकड होतीच.

कोलंबिया विद्यापीठात अभ्यंकरांची एका महान भारतीय गणितज्ञाशी ओळख झाली. या गणितज्ञाचं नाव डॉ. हरीश चंद्र! विद्यापीठात त्या दोघांची पहिली भेट झाली. योगायोगानं दोघे एकाच इमारतीत राहत होते. त्यामुळे तर अभ्यंकरांची हरीश चंद्र यांच्या कुटुंबाशी विशेष ओळख झाली. विशेष ओळख असं म्हणण्याचं कारण म्हणजे अभ्यंकरांना हरीश चंद्र यांच्या महाराष्ट्रीय पत्नीशी मराठीत गप्पा मारण्याची संधी मिळाली. हरीश चंद्र यांच्या पत्नीलाही अभ्यंकरांशी बोलून मराठीत बोलायची हौस भागवता येऊ लागली.

पीएच.डी. पदवीनंतर अभ्यंकर नव्यानंच नोकरीला लागले होते. त्यामुळे हरीश चंद्र यांच्या ओळखीचा त्यांना विशेष फायदा होऊ लागला. त्यांच्या सहवासात अभ्यंकरांना गणिती गप्पा मारण्याचा खूप आनंद मिळू लागला.

डॉ. हरीश चंद्र यांची शैक्षणिक पार्श्वभूमी खूप उच्च होती. त्यांनी पदव्युत्तर शिक्षण डॉ. होमी भाभा यांच्या हाताखाली घेतलं होतं, तर पीएच.डी.चं संशोधन केलं होतं, डॉ. पॉल दिराक या जगप्रसिद्ध फ्रेंच भौतिकशास्त्रज्ञांकडे! उच्च दर्जाचं गणित संशोधन केलेल्या हरीश चंद्र यांचे अनुभव अभ्यंकरांना जाणून घेता येत होते. प्रा. ऑस्कर झारिस्कीही हरीश चंद्र यांची हुशारी जाणून होते. झारिस्कींनी त्यांच्या एका पुस्तकाचं हस्तलिखित चंद्र यांना वाचायला दिलं. झारिस्कींना ते परत मिळालं, तेव्हा त्यात अनेक शंका, काही प्रश्न, काही टिपण जोडलेल्या चिठ्ठ्या लावलेल्या होत्या. या सर्व गोष्टी अभ्यंकरांसाठी फार कुतूहलाच्या होत्या.

एकदा अभ्यंकर बहुसंकलक (मल्टिपल इंटिग्रल) या संकल्पनेवर विचार करताना एका टप्प्यावर अडकले. पुढची आकडेमोड त्यांना सुचेना. तेव्हा त्यांनी हरीश चंद्रांना विचारलं. दुसऱ्या दिवशी हरीश चंद्रांनी पुढची सिद्धता लिहिलेला कागद अभ्यंकरांच्या हातात ठेवला.

हरीश चंद्र यांनी पदार्थविज्ञान विषयात डॉक्टरेट पदवी मिळवली. मात्र त्यानंतर संशोधन सुरू केलं ते गणितात! आणि त्यातही ते अव्वल ठरले. हरीश चंद्र यांची संशोधक म्हणून झालेली निराळी जडणघडण, त्यांची वेगळी विचारसरणी या गोष्टी अभ्यंकरांना त्यांच्या सहवासातून जाणून घेता आल्या. त्यातून त्यांना स्वतःच्या भावी वाटचालीसाठी मार्गदर्शनही मिळालं असावं. एकूण कोलंबिया विद्यापीठातील वास्तव्यात अभ्यंकरांना प्रसिद्ध भारतीय गणितज्ञाचा सहवास मिळाला. दोघांच्या घट्ट मैत्रीचा दुवा त्यांचं आवडतं गणित हा होता. दुर्दैवानं हरीश चंद्रांच्या अकाली निधनानं (१९८३) ही मैत्री खंडित झाली.

कोलंबिया विद्यापीठात काम करताना अभ्यंकरांना अंतःस्फूर्तीचा अनुभव आला

होता. या अवस्थेत त्यांना कितीतरी नवे गणिती विचार सुचले होते. ते त्यांना लिहून काढण्यात, त्याच्यावर मनन-चिंतन करण्यात, ते गणित भाषेत मांडून सिद्ध करण्यास तीन वर्षं लागली. कालांतरानं या अभ्यासातून अभ्यंकरांचे सहा शोधनिबंध तयार झाले.

१९५५-५६ या काळात अभ्यंकरांनी कोलंबिया विद्यापीठात दिलेल्या व्याख्यानांच्या टिपणांवर आधारित प्रिन्स्टन युनिव्हर्सिटी प्रेसनं 'रेमिफिकेशन थिऑरेटिक मेथड्स इन अल्जेब्राइक जॉमेट्री' हे पुस्तक १९५९ मध्ये प्रकाशित केलं.

## अभ्यासपूर्ण पुस्तकाची निर्मिती

कार्नेल विद्यापीठातील गणित विभागात शिकवत असताना, अभ्यंकरांना इलेक्ट्रिकल इंजिनिअरिंगच्या पीएच.डी.च्या विद्यार्थ्यांना मार्गदर्शन करण्याची विनंती करण्यात आली होती. त्यानंतर अभ्यंकर जॉन हॉपकिन्स विद्यापीठात रुजू झाले. तिथंही त्यांना इलेक्ट्रिकल इंजिनिअरिंगच्या विद्यार्थ्यांना शिकवायची संधी मिळाली.

१९६० च्या उत्तरार्धात अभ्यंकरांनी परिमितीभूमिती (अफाइन जॉमेट्री) या विषयाकडे विशेष लक्ष पुरवलं. तेव्हा त्यांच्या लक्षात आलं, की या विषयात जे अजून सोडवले गेलेले नाहीत असे अनेक कुतूहलजन्य प्रश्न आहेत, त्यामुळे जवळजवळ १९७० पर्यंत हा विषय अभ्यंकरांचा केंद्रबिदू ठरला. या विषयावर त्यांनी जगभर व्याख्यानं दिली आणि संशोधनासाठी विद्यार्थीही मिळवले.

गणिताच्या संकल्पना मुळापासून नीट समजून घेतल्या म्हणजे त्या डोक्यात पक्क्या बसतात आणि आवश्यकतेनुसार योग्य वेळी बरोबर मनात हजर होतात. या संकल्पनांचा उपयोग करून नवीन सिद्धता मांडता येतात, असं अभ्यंकर स्वानुभवानं म्हणत. त्याचबरोबर गणिताचा अभ्यास कुठे आणि कसा होईल, हे सांगता येत नाही, असं त्यांचं मत तयार झालं होतं. वरील दोन्ही गोष्टी अभ्यंकरांसाठी खऱ्याच होत्या.

१९६० मध्ये अभ्यंकरांनी एका प्रकल्पाखाली गणिताच्या काही सिद्धता केल्या होत्या. त्यांचे निष्कर्ष 'अमेरिकन मॅथेमॅटिकल सोसायटी'च्या वार्षिक सभेत सर्वप्रथम जाहीर करण्यात आले. त्यातील काही भागाचा हार्वर्ड आणि जॉन हॉपकिन्स या दोन विद्यापीठांमधील गणिताच्या अभ्यासक्रमात समावेश करण्यात आला. हळूहळू क्रमाक्रमानं हे काम शोधनिबंधांच्या रूपात प्रकाशित करावं, असा अभ्यंकरांचा सुरुवातीला विचार होता, पण हा ॲनालिटिक जॉमेट्रीचा विषय मुळापासून समजावून सांगावा, असं वाटल्यानं त्यांनी पुस्तक लिहिण्याचं ठरवलं. त्या दृष्टीनं त्यांनी जोरात तयारी सुरू केली. अनेक जुन्या-नव्या गणितींच्या कामाचं वाचन केलं. त्याचबरोबर काही प्राध्यापकांची या विषयावरची व्याख्यानं ऐकली. प्रा. आर. रेमर्ट (R.

Remmert) या जर्मन गणितीच्या व्याख्यानांचा विशेष उपयोग करून घेतला आणि लेखन पूर्ण केलं. 'ॲकॅडेमिक प्रेस'नं या पुस्तकाच्या प्रकाशनाची तयारी दर्शवली. एकूण ५२० पानांचं अतिशय अभ्यासपूर्ण पुस्तक तयार झालं. एवढ्या पानांची प्रुफं एकदा-दोनदा काळजीपूर्वक वाचण्यात बराच वेळ जातो, असं अभ्यंकरांना वाटत होतं. शेवटी हे काम पूर्ण होऊन १९६४ मध्ये 'लोकल ॲनालिटिक जॉमेट्री' या नावानं हे पुस्तक प्रसिद्ध झालं. या त्यांच्या पुस्तकाला कायमच मागणी राहिली. जानेवारी २००१ मध्ये 'वर्ल्ड सायंटिफिक पब्लिकेशन कंपनी'नं या पुस्तकाचे स्वामित्व हक्क मिळवून ते प्रकाशित केलं.

हार्वर्डला सोडवलेले काही सिद्धान्त लिहून काढण्याचं कामही बाकी राहिलं होतं. ते काम नीटनेटकं आणि व्यवस्थित होणं महत्त्वाचं होतं. अभ्यंकरांच्या मते 'सिद्धता लिहून काढण्याचं काम कंटाळवाणं होतं, पण लिहून न काढल्यास ते विसरणार,' म्हणूनच ते नेटानं तेही काम करत होते.

१९६३ हे वर्ष अभ्यंकरांना प्रकृतीच्या दृष्टीनं यथातथाच गेलं. वारंवार सर्दी, खोकला आणि तापाचा त्रास उद्‌भवत होता. आश्चर्याची गोष्ट अशी, की प्रकृती बरी नसताना त्यांचं गणित संशोधनाचं काम मात्र जोरात चालू होतं. याचं मुख्य कारण झारिस्की गुरुजींचा सहवास! या वर्षीच्या एका सत्रात अभ्यंकरांना झारिस्कींबरोबर काम करण्याची संधी मिळाली. त्यावर अभ्यंकर गमतीनं म्हणत, "या काळात मी झारिस्कींचा शेजारी होतो, झारिस्कींशेजारी नाही बरं का!" १९५५ नंतर तब्बल आठ वर्षांनी अभ्यंकरांना आपल्या गुरुजींबरोबर संशोधनाची संधी मिळाली होती. त्यांच्या सहवासात त्यांना संशोधनासाठी खूप स्फूर्ती मिळाली. गुरुजींच्या सहवासानं अभ्यंकर पुन्हा त्यांच्या प्रबंधाच्या विषयाकडे वळले. त्यांना तो नव्यानं नीट समजला, अशी त्यांच्या मनाची खात्री झाली. तसेच या प्रबंधाच्या संशोधनाची पुढची पायरी त्यांना दिसू लागली. तिथपर्यंत पोहोचण्याचा मार्ग त्यांना लक्षात येऊ लागला. 'ही सर्व गुरूच्या सान्निध्याची कृपा,' अशी अभ्यंकरांची नि:संशय खात्री आणि श्रद्धा होती. त्यासंबंधी वडलांना पत्रात त्यांनी लिहिलं, "मला सध्या गुरुर्ब्रह्मा गुरुर्विष्णु... या श्लोकाची प्रचिती येत आहे. गुरूपासून मैल दोन मैलांच्या परिघात राहिलं व मधूनमधून गुरुजींचं दर्शन झालं म्हणजे काम झालं. आध्यात्मिकाबद्दल जसा गुरुमहिमा असतो, तसा शास्त्रविद्यांबद्दलही असतो, असं दिसतं."

**पर्डू विद्यापीठात काम सुरू...**

१९६३ मध्ये अभ्यंकरांच्या कारकिर्दीमध्ये एक महत्त्वपूर्ण घटना घडली. ती म्हणजे अभ्यंकरांनी पर्डू विद्यापीठात गणित विभागाचं प्रमुखपद स्वीकारलं! पर्डू विद्यापीठानं त्यांना मानाचं स्थान आणि पैसा या दोन्ही गोष्टी देऊ केल्या. जणू काही

अभ्यंकरांना सरस्वती आणि लक्ष्मी यांचे वरदहस्त लागले.

अभ्यंकरांनी पर्डू विद्यापीठात अध्यापनाचं काम सुरू केलं, परंतु त्यांना आधी घेतलेल्या काही जबाबदाऱ्या पूर्ण करायच्या होत्या. अभ्यंकरांचं गणितज्ञांमध्ये एव्हाना मोठं नाव झालं होतं. त्यांना विविध विद्यापीठांकडून व्याख्यानांसाठी किंवा एखादा विषय शिकवण्यासाठी आमंत्रणंही येऊ लागली होती. ते मधूनमधून अमेरिकेतील इतर विद्यापीठांत आणि इतरही देशांत एखादं सत्र शिकवायला जात होते. अमेरिकेच्या लवचीक शैक्षणिक धोरणामुळे अभ्यंकरांना ही मुभा मिळाली होती. त्यानुसार अभ्यंकरांनी जर्मनीतील म्युन्स्टर विद्यापीठ आणि एर्लॅन्गान विद्यापीठात आणि भारतातील मद्रास येथील 'मॅटसायन्स' या संस्थेत एकेक सत्र काम केलं. अशा नव्या नव्या ठिकाणी गेल्यानं अभ्यंकरांना संशोधनाची देवाणघेवाण करता आली. तसेच गणितातले इतर विषयही शिकवण्याची संधी मिळाली. त्यासाठी त्यांना त्या त्या विषयांचा अभ्यास करायला मिळाला. त्याचा उपयोग पुढील काळात नवे सिद्धान्त, प्रमेयं मांडण्यासाठी अभ्यंकरांनी केला. या सर्व भ्रमंतीत अर्थातच उषाताई त्यांच्याबरोबर होत्या. उषाताईंनी पर्डूत आल्यावर काही संगणकाचे आणि भौतिकीचे अभ्यासक्रम पूर्ण केले होते.

त्यांचा 'रिझॉल्यूशन ऑफ सिंग्युलॅरिटिज ऑफ एम्बेडेड अल्जेब्राइक सरफेसेस' हा महत्त्वपूर्ण ग्रंथ १९६६ मध्ये प्रसिद्ध झाला. ॲकॅडमिक प्रेस, न्यूयॉर्क यांनी हा ग्रंथ प्रकाशित केला. १९६६ मध्ये मॉस्कोच्या परिषदेतील अभ्यंकरांचं अभ्यासपूर्ण भाषणही खूप गाजलं.

## संशोधनाचा दुसरा टप्पा (१९६७ ते २००५)

१९६७ मध्ये पर्डू विद्यापीठानं अभ्यंकरांना 'मार्शल डिस्टिंग्विश्ड प्रोफेसर ऑफ मॅथेमॅटिक्स' हे पद बहाल केलं. डॉ. श्रीराम अभ्यंकर पर्डू विद्यापीठाच्या अध्यापकांच्या यादीत पहिल्या क्रमांकाच्या स्थानावर विराजमान झाले.

१९६८मध्ये इंडियाना विद्यापीठानं 'मॅथेमॅटिकल फिजिक्स' या विषयावर एक परिषद आयोजित केली होती. या परिषदेला विविध देशांचे गणितज्ञ आणि भौतिकशास्त्रज्ञ उपस्थित होते. परिषदेत अभ्यंकरांनी डॉ. सी. रिक्स या सहकाऱ्याबरोबर 'क्वान्टम इलेक्ट्रोडायनॅमिक्स' या विषयाशी संबंधित एक शोधनिबंध सादर केला होता. तसेच परिषदेच्या संयोजकांनी अभ्यंकरांना बैजिक भूमितीचा भौतिकशास्त्रासाठी कसा उपयोग करून घेता येतो, या विषयावर व्याख्यान देण्यास सांगितलं. अभ्यंकरांना दोन्ही विषयांतील तज्ज्ञांसमोर बोलण्याची संधी मिळाली. विशेष म्हणजे त्यांना भौतिकशास्त्रज्ञांसमोर बीजगणितातील समीकरणांचा भौतिकशास्त्रासाठी होणारा उपयोग मांडता आला. जागतिक कीर्तीच्या भौतिकशास्त्रज्ञांसमोर विषय सादरीकरणाची

अभ्यंकरांसाठी ती पर्वणी होती. या व्याख्यानातून अभ्यंकरांचा 'सिंग्युलॅरिटिज ऑफ अल्जेब्राइक कर्व्हज' हा शोधनिबंध प्रसिद्ध झाला.

### ऐतिहासिक कवितेचा जन्म

ऑगस्ट १९७०मध्ये फ्रान्समधील नीस विद्यापीठात गणिताची जागतिक परिषद भरली होती. व्हॅन डर वार्डन (Van der Waerden) या गणितीनं बैजिक भूमिती या गणिताच्या शाखेचा टप्प्याटप्प्यानं कसा विकास होत गेला, हा विषय या परिषदेत मांडला. अभ्यंकर या व्याख्यानाला हजर होते. व्हॅन डर वार्डनचं बोलणं ऐकत असताना अभ्यंकरांनी एक कविता लिहिली, ती पुढीलप्रमाणे –

**Polynomials and Power Series**

*Polynomials and power series*
*May they forever rule the world.*
*Eliminate, eliminate, eliminate*
*Eliminate the eliminators of elimination theory.*
*As you must resist the superbourbaki coup*
*So must you fight the little bourbakis too.*
*Kronecker, Kronecker, Kronecker above all*
*Kronecker, Mertens, Macaulay, and Sylvester.*
*Not the theology of Hilbert*
*But the constructions of Gordon.*
*Not the surface of Riemann*
*But the algorithm of Jacobi.*
*Ah! the beauty of the identity of Rogers and Ramanujun*
*Can it be surpassed by Dirichlet and his principle?*
*Germs, Viruses, fungii, and functors*
*Stacks and sheaves of the lot*
*Fear them not*
*We shall be the victors.*
*Come ye forward who dare represent a functors*
*We shall eliminate you*
*By resultants, discriminants, circulants, and alternanants*
*Given to us by Kronecker, Mertens, Macaulay, and Sylvester.*
*Let not here enter the omologists, homologists*

*And their cohorts the cohomologists crystalline*
*For this ground is sacred.*
*Onward soldiers! defend your fortress*
*Fight the Tor with a determinant long and tall*
*But shun the Ext above all.*
*Morphic injectives, toxic projectives*
*Etal, eclat, devious devisage*
*Arrows poisonous large and small*
*May the armour of Tschirnhausen*
*Protect us from the scourge of them all.*
*You cannot conquer us with rings of Chow*
*And shrieks of Chern*
*For we too are armed with polygons of Newton*
*And algorithms of Perron.*
*To arms, to arms, fractions continued or not*
*Fear not the scheming ghost of Grothendieck*
*For the power of power series is with you*
*May they coverge or not*
*May they be polynomials or not*
*May they terminate or not*
*Can the followers of G. by mere 'smooth' talk*
*Ever make the tiniest singularity simple*
*Long live Oscar Zariski and Karl Weierstrass.*
*What need have we for rings japanese, excellent, or bad,*
*When, in person, Nagata himself is on our side.*
*What need to tensorize*
*When you can uniformize*
*What need to homologize*
*When you can desingularize*
*(Is Hironaka on our side?)*
*Alas! Princeton and fair Harward you too*
*Reduced to satellites in the Bur-Paris Zoo.*

- Dr. Shreeram K. Abhyankar

या कवितेतून अभ्यंकरांनी गणिताचं सार मांडलं आहे. त्यांची गणितींसंबंधीची विचारसरणी या कवितेतून व्यक्त होते. त्यांच्या मते बहुपदी (पॉलिनॉमिअल्स) आणि घातश्रेणी (पॉवर सेरीज) या दोन संकल्पनांनी संपूर्ण गणिताचं जग दाखवता येतं. ''गणितात दोन गट आहेत. एका गटाची गणित लिहिण्याची धाटणी अमूर्त आहे. त्यात अलेक्झांडर ग्रोथेंडिक (Alexander Grothendieck) हा गणिती अग्रेसर आहे. त्याच्या या शैलीचा खूप प्रसार झाला आहे, ते फोफावलं आहे. परंतु ते फारच संक्षेपानं आणि त्रोटक लिहिलेलं असतं, तर दुसरा गट मूर्त पद्धतीनं गणित मांडतो.'' (यामध्ये अभ्यंकरांचा समावेश आहे. त्यांच्या गणिती शैलीमध्ये तेच ज्येष्ठ आहेत.)

'ही अमूर्त मांडणीची लाट थोपवायला हवी, कारण त्यातून मूळ गणित हरवून जाईल. सूत्ररूपानं, पद्धतशीर जे गणित मांडता येतं, ते काल्पनिक वाक्यांनी मांडू नये. काल्पनिक, आभासी गणिताचा प्रसार (फॅन्सी मॅथेमॅटिक्स) थांबवायला हवा. एखादं गणित कसं सोडवलं, त्याची रीत काय, हे वाचणाऱ्याला कळलं पाहिजे, पटलंही पाहिजे. गणिताबद्दल पोकळ बोलू नये,' या मतावर अभ्यंकर आग्रही होते. म्हणून त्यांनी या कवितेतून वेगवेगळे गणिती, त्यांची गणित व्यक्त करण्याची धाटणी यासंबंधीची मतं मांडली आहेत.

ही कविता स्प्रिंगर-व्हरलॅग या प्रकाशनसंस्थेच्या 'मॅथेमॅटिकल इन्टिलिजन्सर'या नियतकालिकाच्या सप्टेंबर १९७२च्या तिसऱ्या अंकात पहिल्यांदा प्रसिद्ध झाली. त्यानंतर 'अल्जेब्राइक जॉमेट्री ॲन्ड इट्स ॲप्लिकेशन्स' या ग्रंथातही या कवितेचा समावेश करण्यात आला.

**भारतीय गणिती श्रीनिवास रामानुजन यांच्यावरील व्याख्यान**

१९७० मध्ये सर 'सी. पी. आर. अय्यर फाऊंडेशन'तर्फे 'थिओरेटिकल फिजिक्स ॲण्ड मॅथेमॅटिक्स' या विषयावर एक परिषद आयोजित करण्यात आली होती. अभ्यंकरांना व्याख्यान देण्यासाठी फाऊंडेशननं निमंत्रण दिलं होतं. अभ्यंकरांनी भारतीय गणिती श्रीनिवास रामानुजन यांचं गणितातील योगदान सांगावं, अशी फाऊंडेशनची अपेक्षा होती. त्यानुसार अभ्यंकरांचा 'दि कॉन्ट्रिब्यूशन्स ऑफ रामानुजन टु मॅथेमॅटिक्स' हा व्याख्यानाचा विषय होता.

काकांनी रामानुजनच्या गणिताच्या गोष्टी शाळकरी श्रीरामला सांगितल्या होत्या. त्याचबरोबर त्याचा फोटोही श्रीरामनं पाहिला होता. तेव्हापासून अभ्यंकरांच्या मनात रामानुजनबद्दलच्या कुतूहल आणि आदर अशा संमिश्र भावना तयार झाल्या होत्या. अर्थात आता व्याख्यान देण्याची वेळ आल्यावर रामानुजन आणि त्यांचं गणित या विषयीची माहिती अभ्यंकर गोळा करू लागले. रामानुजनच्या जीवनचरित्राबद्दल त्यांनी बऱ्याच वेळा ऐकलं होतं; परंतु गणित माहिती करून घेण्यासाठी ते

रामानुजनच्या कामावरची हार्डींची व्याख्यानं वाचू लागले. तेव्हा त्यांच्या लक्षात आलं, की रामानुजनचं काम खूपच चांगलं आणि सखोल आहे, परंतु ते संक्षिप्त आणि समजायला कठीण अशा पद्धतीनं लिहिलेलं आहे. त्यामुळे रामानुजनचं गणित काही प्रमाणात जरी समजून घ्यायचं, तरी कमीत कमी पाच वर्षं त्यावर लक्ष केंद्रित करायला हवं. व्याख्यान देण्यासाठी कमी अवधी हातात आहे, तसंच एका व्याख्यानात रामानुजनचं गणित सांगणं शक्य नाही; तरीसुद्धा रामानुजन या व्यक्तीबद्दल आपले विचार व्याख्यानात मांडावेत. त्यातून परिषदेला आलेल्यांपैकी काही जणांना स्फूर्ती मिळून ते रामानुजनच्या गणिताचा अभ्यास करण्यास प्रवृत्त होतील, असा विचार करून अभ्यंकरांनी हे व्याख्यान दिलं.

*"रामानुजनच्या गणितात त्यांचं आकड्यांवरील आत्यंतिक प्रेम दिसून येतं. अंकांसंबंधीची त्यांची सखोल समज आश्चर्यचकित करते. रामानुजनच्या बैजिक समीकरणांबद्दलची अंतर्दृष्टी आणि त्यातील प्रावीण्य यांची तुलना जगप्रसिद्ध युरोपियन गणिती लिओनार्द ऑयलर आणि जी. जे. जाकोबी यांच्याशी होऊ शकते. त्याचबरोबर रामानुजनने शोधून काढलेली बीजगणिताची समीकरणं थक्क करणारी आणि बहुतांश गणितज्ञांच्या स्वप्नातसुद्धा येणार नाहीत, अशी आहेत...*

*"स्वयंभू गणिती रामानुजनच्या संशोधनाचे दोन पैलू आहेत. एक म्हणजे पूर्वीच्या गणितज्ञांनी काय काम केलं आहे, ते समजून घेऊन मग आपण काही काम करावं, असा फायदा त्यांना मिळाला नाही, त्यामुळे त्यांच्या गणिताच्या अभ्यासाचा/कामाचा बराचसा भाग हा पुनर्शोध आहे. तसेच गणिताची सिद्धता म्हणजे नक्की काय, याबद्दलची त्यांना स्पष्ट कल्पना नव्हती. पुरावे आणि अंत:प्रेरणा या दोन गोष्टी मिळून त्यांना एखाद्या सिद्धतेची खात्री मिळत असे. परिणामी त्यांच्या काही सिद्धता आणि काही सूत्रं चुकली. या दोन गोष्टी गृहीत धरूनही रामानुजन यांनी अनेक सुंदर आणि गहन सिद्धता व सूत्रं शोधून काढली. त्यांच्या अकाली निधनानंतर अनेक गणितींनी त्यांच्या टिपणांच्या वह्यांचं संशोधन करून बऱ्याच सिद्धता मांडल्या. तरीसुद्धा आजही रामनुजनांची काही कन्जेक्चर्स सुटलेली नाहीत. रामानुजनचं प्रत्येक सूत्र, चूक असो की बरोबर, पण अतिशय लक्षवेधक आहे, असं हार्डींचंही मत होतं. रामानुजनचं गणिती आकड्यांचं सूक्ष्म ज्ञान आणि बीजगणितातील समीकरणांवरची अचूक पकड समजून घेताना ते किती 'जीनियस' भारतीय गणिती होते, याची कल्पना येते."*

(आधी उल्लेख केलेल्या 'पॉलिनॉमिअल्स ॲण्ड पॉवर सेरीज' या स्वरचित

कवितेत अभ्यंकरांनी 'रामानुजन'चा गौरवानं उल्लेख केला आहेच.)

## इतिहास घडवणारा शोधनिबंध

'हिस्टॉरिकल रॅम्बलिंग्ज इन अल्जेब्राईक जॉमेट्री ॲण्ड रिलेटेड अल्जिब्रा' या शीर्षकाचा अभ्यंकरांचा एक शोधनिबंध आहे. 'अमेरिकन मॅथेमॅटिकल मंथली' (खंड ८३, अंक ६, १९७६) या नियतकालिकामध्ये 'मॅथेमॅटिकल असोसिएशन ऑफ अमेरिका' या संस्थेतर्फे तो प्रसिद्ध करण्यात आला.

हा शोधनिबंध अनेक दृष्टींनी महत्त्वाचा आहे. या ४० पानी दीर्घ निबंधात अभ्यंकरांनी बैजिक भूमितीचा अनेक मितींनी परामर्श घेतला आहे. 'बीजगणित आणि भूमिती' या दोन्ही विषयांशी जोडलेला हा विषय आणि त्याच्याशी संबंधित ऐतिहासिक सखोल फेरफटका अभ्यंकरांनी मारला आहे. अभ्यंकरांच्या शोधनिबंध लिहिण्याच्या शैलीमुळे ही सहल क्लिष्ट न होता, उत्सुकतेनं केली जाईल, अशी त्याची रचना झाली आहे. शिवाय त्यातून वाचकाला नक्कीच खूप काही माहिती मिळते, हे महत्त्वाचं!

या निबंधात अभ्यंकरांनी बीजगणिताची तीन विभागांत विभागणी केलेली दिसते. एक शालेय बीजगणित, दोन महाविद्यालयीन बीजगणित आणि तीन विद्यापीठीय बीजगणित! या तीन स्तरांवर शिकलेलं बीजगणित फार महत्त्वाचं ठरतं आणि हे शिक्षण बीजगणिताच्या पुढच्या प्रगत संशोधनासाठी खूप उपयोगी पडतं. या तीनही प्रकारांतील गणितं सोडवल्यानं मनाला विश्लेषणाची चांगली सवय लागते. शालेय बीजगणितावर विशेष जोर द्यावा, असं अभ्यंकरांनी त्यात नमूद केलं आहे. कारण त्यांच्या मते त्या स्तरावरचं बीजगणित उत्तम समजून घेतलं, तर हुशारीनं, कौशल्यानं समीकरण सोडवण्यात तरबेज होता येतं.

अभ्यंकरांच्या मते शालेय बीजगणिताची सुरुवात भारतात झाली. आर्यभट, ब्रह्मगुप्त, भास्कराचार्य या प्राचीन गणितींनी कितीतरी मूलभूत संकल्पना मांडल्या. भास्कराचार्यांनी तर गणितात खूपच प्रगती केली. बीजगणिताचा प्रवास भारतात सुरू होऊन अरबस्तान,युरोप, इटली असा होत गेला. हा काळ १५०० ते १६००! त्या त्या देशातील गणितींनी मूळ गणितात कशी भर घातली, हे अभ्यंकरांनी या शोधनिबंधात मांडलं आहे.

झारिस्कींचा बैजिक भूमिती हा विषय समजून घेताना अभ्यंकरांना त्यांच्या पूर्वीच्या गणिताचा पायरी-पायरीनं विचार करण्याच्या प्रशिक्षणाचा खूप उपयोग झाला. एखादं सूत्र किंवा सिद्धता मांडताना काही वेळा त्यात सुसंगती येत नाही. तरीसुद्धा त्या संधीच्या विचारांचा अटकाव करायचा नाही. एखाद्या कठीण गोष्टीचा उलगडा होण्याची वेळ आलेली नाही, असा त्याचा अर्थ होतो, असे स्वानुभवही

अभ्यंकरांनी या निबंधात लिहिले आहेत.

अभ्यंकरांनी प्रबंधाचा प्रश्न सोडवताना शाळेत आणि महाविद्यालयात शिकलेल्या बीजगणिताचा एकत्रित उपयोग केला. विविध विदेशी गणितज्ञांच्या गणिताचा अभ्यास करताना अभ्यंकरांनी आयझॅक न्यूटनचा द्विपद सिद्धान्त (बायनॉमिअल थिअरम) समजून घेतला होता. हा अद्वितीय सिद्धान्त मांडणारे न्यूटन हे सर्वश्रेष्ठ गणिती होते, असं अभ्यंकर मानत. प्रबंधाच्या अभ्यासानंतर दहा वर्षांनी त्यांना द्विपद सिद्धान्त थोडा अधिक समजला आणि त्याच्या साहाय्यानं १९६५ मध्ये ते काही नवीन गणित मांडू शकले. त्यानंतर प्रबंधाच्या संशोधनाची पुढची पायरी म्हणून त्रिपदी पृथक्करण (ट्रायनॉमिअल रिझॉल्यूशन) सिद्ध करण्यासाठी अभ्यंकरांनी शाळेत शिकलेल्या बीजगणिताच्या संकल्पनांचाच उपयोग केला. शालेय पातळीवरील गणितामध्ये पुढच्या गणिताची बीजं असतात, हे त्यांनी सप्रमाण दाखवून दिलं.

१७, १८ आणि १९व्या शतकातील कितीतरी विदेशी गणितज्ञांच्या संकल्पनांचे उल्लेख या शोधनिबंधात आहेत. त्यांचं गणितही शाळा, महाविद्यालयातील गणिताच्या पायावर उभं आहे. त्याचबरोबर पायथॅगोरस, क्रॉनेकर, मॅक्युले, शेवाले, झारिस्की, नगाटा यांनी बैजिक भूमितीच्या क्षेत्रात महाविद्यालयीन बीजगणिताचा कसा उपयोग करून घेतला, हेही अभ्यंकरांनी दाखवून दिलं आहे.

एकंदरीत अभ्यंकरांनी हा आढावा घेताना स्वत: केलेल्या गणिताचा अभ्यास, विविध गणितींचा अभ्यास, त्यावर स्वत:चे विचार, चिंतन सुसूत्रपणे मांडलं आहे. नीटनेटक्या सूत्रबद्ध रीतीनं मांडलेल्या या निबंधानं अभ्यंकरांना खूप प्रसिद्धी आणि सन्मानाची बक्षिसं मिळवून दिली.

'अमेरिकन मॅथेमॅटिकल मन्थली' या जर्नलचे संपादक (१९४२-४६), मॅथेमॅटिकल असोसिएशन ऑफ अमेरिका या संस्थेचे अध्यक्ष (१९४७-४८) आणि सन्माननीय गणिती लेस्टर आर. फोर्ड यांच्या नावानं 'मॅथेमॅटिकल असोसिएशन ऑफ अमेरिका' (एम्एए) पुरस्कार देते. अभ्यंकरांना 'हिस्टॉरिकल रॅम्बलिंग्ज इन अल्जेब्राइक जॉमेट्री ॲन्ड रिलेटेड अल्जिब्रा' या शोधनिबंधासाठी फोर्ड पुरस्कारानं गौरवण्यात आलं. दरवर्षी पाच गणितींची या पुरस्कारासाठी निवड करतात. सिॲटलमधील ऑगस्ट १९७७ च्या एम.ए.ए.च्या कार्यक्रमात अभ्यंकरांना हा बहुमान देण्यात आला.

'युनायटेड स्टेट्स नेव्हल ॲकॅडमी' या संस्थेत विल्यम शोव्हेने (W. Chauvenet) हे गणिताचे प्राध्यापक म्हणून कार्यरत होते. त्यांच्या सन्मानार्थ १९२५ पासून ५०० डॉलरचं 'शोव्हेने पारितोषिक' दर तीन वर्षांनी दिलं जातं. निवडलेल्या तीन वर्षांच्या कालावधीत लिहिल्या गेलेल्या शोधनिबंधांचं सर्वेक्षण होतं. त्यातील

कोणता शोधनिबंध मॅथेमॅटिकल असोसिएशनच्या सदस्यांना त्यांच्या अभ्यासासाठी सर्वांत जास्त उपयुक्त ठरला, हे पाहिलं जातं आणि त्या शोधनिबंधाला हे पारितोषिक बहाल करण्यात येतं. या असोसिएशनचे पन्नास सदस्य आहेत. त्यांनी सर्वानुमते निवडलेल्या निबंधासंबंधीचा ठराव ऑगस्ट महिन्यात मान्य केला जातो. त्यानंतर येणाऱ्या वर्षाच्या पहिल्या महिन्यात म्हणजे जानेवारीत हा पुरस्कार दिला जातो.

अभ्यंकरांचा 'हिस्टॉरिकल रॅम्बलिंग्ज...' हा शोधनिबंध १९७६ मध्ये प्रसिद्ध झाला. अमेरिकन मॅथेमॅटिकल असोसिएशननं अभ्यंकरांना १९७४-७६ या तीन वर्षांतील गणितातील बैजिक भूमिती आणि त्याच्याशी संबंधित बीजगणिताचं उत्तम विवेचन करणारा शोधनिबंधकार म्हणून गौरवलं. त्यासाठी असोसिएशनचं प्रशस्तिपत्रक आणि ५०० डॉलर्सचा पुरस्कार दिला. जॉर्जिया राज्यातील अॅटलान्टा येथे भरलेल्या 'मॅथेमॅटिकल असोसिएशन ऑफ अमेरिका' या संस्थेच्या १९७८ च्या वार्षिक अधिवेशनात अभ्यंकरांना हा पुरस्कार देण्यात आला.

अभ्यंकरांनी ही आनंदाची बातमी आई-काकांना पत्रानं कळवली. पत्रात त्यांनी लिहिलं, " 'हिस्टॉरिकल रॅम्बलिंग्ज...' या निबंधासाठी तीस-पस्तीस देशांमधील तीनशेहून अधिक गणितींची पत्रं आली. या सर्वांनी तुमच्या या शोधनिबंधामुळे आमच्या अभ्यासात खूप मदत झाली, तरी त्याची प्रत पाठवावी, असं लिहिलं आहे. गेल्या २० वर्षांत माझे ८० शोधनिबंध प्रसिद्ध झाले आहेत. परंतु या एकाच निबंधाला मात्र खूपच मागणी आली आहे."

अशा तऱ्हेनं या शोधनिबंधाबद्दल 'मॅथेमॅटिकल असोसिएशन ऑफ अमेरिका' या संस्थेतर्फे १९७७ आणि १९७८ अशी लागोपाठ दोन वर्षं अभ्यकरांचा पुरस्कार देऊन गौरव झाला. त्यानंतर दहा वर्षांनी भारतातील दोन प्रमुख विज्ञानसंस्थांनी अभ्यंकरांच्या संशोधन कामगिरीची दखल घेतली. १९८७मध्ये 'इंडियन नॅशनल सायन्स अॅकडमी'नं अभ्यंकरांना सन्माननीय सदस्यत्व (फेलो) बहाल केलं; तर पुढच्याच वर्षी १९८८ मध्ये 'इंडियन अॅकॅडमी ऑफ सायन्सेस' या संस्थेनं अभ्यंकरांचा सन्माननीय सदस्य म्हणून गौरव केला.

## शोधनिबंधांच्या लेखनाची वैशिष्ट्यं

अभ्यंकर विद्यार्थ्यांना कधीही हातचं राखून शिकवत नसत. तीच गोष्ट शोधनिबंध लिहितानाची होती. शोधनिबंध सविस्तरच लिहायचा, यावर त्यांचा विशेष भर असे. थोडक्यात किंवा संक्षिप्त लिहिणं त्यांना पटत नसे. शोधनिबंधातील सिद्धता ते पायरीपायरीनं लिहायचे. त्यामुळे त्यांचे शोधनिबंध मोठे आणि किचकट वाटत. एखाद्या सिद्धतेत दोन बाजू मांडताना दोन्ही भागांची समांतर सिद्धता व्हायला हवी, असा त्यांचा आग्रह असे. तसेच त्यातील उपपायऱ्यांची संख्याही सारखी असावी,

याकडे त्यांचा कटाक्ष असे. त्यांचं म्हणणं, पेपर दिसायलासुद्धा नीटनेटका आणि रेखीव असावा. त्यात विस्कळीतपणा नसावा. याचा अर्थ त्यांच्या मेंदूमध्ये एखाद्या सिद्धतेची मांडणी अगदी क्रमवार तयार होऊन त्याची अक्षरशः झेरॉक्स प्रत कागदावर उमटत असावी. एखादा प्रश्न सोडवताना, त्यासंबंधीचे सर्व विचार एका मागोमाग एक, दोऱ्याच्या रिळासारखे सरळ, नीटनेटके त्यांच्या मनात उलगडत असावेत, असं म्हणण्यास हरकत नसावी.

इतरांपेक्षा एखाद्या प्रश्नाकडं अगदी वेगळ्या नजरेनं पाहण्याची अभ्यंकरांना दृष्टी होती. अशा एखाद्या गणिती प्रश्नानं मनात रुंजी घालायला सुरुवात झाली, की त्यासंबंधीच्या विचारांनी अभ्यंकरांचं मन व्यापून जायचं. अशा वेळी ते स्वतःच्याच दुनियेत जायचे. सतत काही ना काही कागदावर लिहून ठेवायचे. संगणक नव्हता तेव्हा सर्व लिखाण हातानं चाले. तेव्हा ते एकेका शोधनिबंधाच्या १०-१५... कधी २०-२० प्रती करत. पुन्हा पुन्हा लिहिलेलं वाचणं, तपासणं, त्यात बदल करणं आणि नव्यानं लिहून काढणं ही प्रक्रिया शोधनिबंध लिहिताना अनेक वेळा होत असे.

कालांतरानं संगणक आला. अभ्यंकर संगणक वापरायला शिकले. त्यामुळे त्यांचे हातानं लिहायचे श्रम वाचले. अर्थात पुन्हा पुन्हा लिहिलेलं तपासून, त्यात बदल करणं, चालूच असे. संगणकामुळे या प्रक्रिया किती वेळा होत होत्या, याला गणतीच राहिली नाही.

'लेटेक' या गणिताच्या सॉफ्टवेअरमध्ये संगणकाकडूनच मांडणी (फॉरमॅटिंग) केली जाते. त्यात संगणकाकडून मधूनमधून सूचना येत राहतात. उदा. अमुक ठिकाणी आडवी रेघ मोठी झाली किंवा तमुक बाजूची रेघ लहान हवी. अशा सूचनांकडे विशेष लक्ष द्यायची तितकीशी गरज नसते. परंतु अभ्यंकरांना ते चालायचं नाही. ते अशा सूचनांचं अवश्य पालन करत. त्यासाठी मग काम करताना कितीही वेळ गेला किंवा गणिताच्या पुढच्या पायऱ्या करण्यासाठी विलंब लागला, तरी तो त्यांना चालत असे. त्यांच्या मते संगणकाच्या या सूचनांना महत्त्व द्यायलाच हवं. त्याकडे दुर्लक्ष करता कामा नये.

एखाद्या प्रश्नावर दोन व्यक्ती मिळून काम करतात, तेव्हा त्या संशोधनाचा शोधनिबंधही दोघांनी मिळून लिहावा, अशी सर्वसाधारण पद्धत असते. परंतु अभ्यंकरांना दुसऱ्यांनी लिहिलेलं पटत नसे. ते काम केल्याचं श्रेय त्या लेखकाला नक्कीच देत. शोधनिबंध मात्र स्वतःच्या शैलीत लिहीत. अगदी पुस्तकाबाबतही त्यांचं हेच धोरण होतं.

अभ्यंकरांनी सोडवलेल्या, प्रश्नांची उकल केलेल्या गणिताच्या कितीतरी वह्यांचा मोठा संग्रह आहे. डोक्यात अव्याहतपणे चालू असलेले गणिती विचार, नव्या कल्पना टिपून ठेवण्याची त्यांची सवय होती. अशा या एखाद्या प्रश्नासबंधी

लिहिलेल्या शेकडो पानांमधून त्यांचा नेटका पेपर साकार होई.

अभ्यंकरांचे सुरुवातीचे शोधनिबंध फार विस्तारानं लिहिलेले नाहीत. जसजशा त्यांच्या संशोधनाच्या कक्षा व्यापक झाल्या, तसतशी त्यांनी स्वत:ची अशी शोधनिबंध लिहिण्याची खास शैली तयार केली. ते सखोल, इत्थंभूत अशा पद्धतीनं लिहू लागले. 'एक तास यमन गाण्यापेक्षा सहा तास गाता यायला हवा. गायकाची एवढी तयारी हवी. गणिताचं संशोधनही अशाच तयारीनिशी करायला हवं,' अशी अभ्यंकरांची धारणा होती.

विद्यार्थ्यांबरोबर चर्चा करताना कितीतरी वेळा इतर गणितज्ञांनी केलेल्या सिद्धांतांचा विषय निघे, चर्चा होई. अशा वेळी एखादा विद्यार्थी अमुक गणितज्ञाचा शोधनिबंध माझ्याकडे आहे, असं उत्साहानं, पटकन म्हणून जाई. त्यावर अभ्यंकर त्याला विचारत, "तो तू वाचलायस का? आणि तो तुला समजलाय का?"

यावर तो विद्यार्थी गांगरून जाई. त्याच्या चेहऱ्यावरचे भाव ओळखून अभ्यंकर लगेचच म्हणत, "झेरॉक्स मशीनचा आपण ज्या पद्धतीनं उपयोग करतो, त्याचं मला वाईट वाटतं. कारण झेरॉक्स केलेले कागद कधी वाचले जात नाहीत, असं माझं निरीक्षण आहे. माझ्या दृष्टीनं शोधनिबंध वाचायचा म्हणजे तो प्रश्न समजावून घ्यायचा, स्वत:हून ती सिद्धता सोडवायचा प्रयत्न करायचा. शोधनिबंधाचा सखोल अभ्यास करणं फार गरजेचं असतं. आपल्या संशोधनासाठी त्याचा उपयोग होतो."

अभ्यंकरांचे शोधनिबंध नेमकेपणानं लिहिलेले आहेत. त्यात पूर्णपणे लक्ष घातल्याशिवाय ते नुसते वाचणंही शक्य नाही. याचं मुख्य कारण म्हणजे अभ्यंकरांची निबंध लिहिण्याची विशेष पद्धत!

शोधनिबंधाच्या सुरुवातीला प्रस्तावना, नंतर १, २, ३, ४ अशा मोठ्या भागांमध्ये विभागणी, त्या भागांचे उपभाग, काही वेळा उपभाग सिद्ध करताना मागच्या तमुक तमुक भागावरून अमुक भाग मिळतो, असं स्पष्टीकरण! अशा पद्धतीनं शोधनिबंध लिहून अभ्यंकर सिद्धतेकडे जात. शोधनिबंधात 'वैयक्तिक अनुभव' लिहिणं ही अभ्यंकरांची खासीयत होती. त्यात कधी वडलांसंबंधी, तर कधी शाळा-महाविद्यालयामध्ये सोडवलेल्या गणितासंबंधी लिहिलेलं असे. या लिखाणानं शोधनिबंधातील रुक्षता कमी होऊन तो अधिक वाचनीय होई. याचा परिणाम म्हणजे विद्यार्थ्यांना शोधनिबंध अधिक सखोल वाचण्याची सहजच चालना मिळे.

अभ्यंकरांच्या लिहिण्यात शिस्त आणि सुसंगती असे. शोधनिबंध लिहिण्याची ही शैली वाचणाऱ्यानं समजून घ्यावी, अशी अभ्यंकरांची इच्छा असे. आपण लिहिलेल्या पेपरमध्ये अभ्यासकानं गुंतून राहावं, अशी अपेक्षाही ते व्यक्त करत.

एकदा अभ्यंकरांना त्यांच्या शोधनिबंध लिहिण्याच्या विशिष्ट पद्धतीबद्दल विचारलं

गेलं होतं, तेव्हा क्षणाचाही विलंब न करता ते म्हणाले, ''मी जी काही सिद्धता लिहिलेली असते, ती शिकण्यासाठी खूप मेहनत घेतलेली असते. म्हणूनच माझ्या पेपरचा अभ्यास करणाऱ्यांनीही काही कष्ट घ्यायला हवेतच ना! त्यांना ते सहजपणे मिळायला नको, असं मला वाटतं.''

अभ्यंकरांच्या या विचारसरणीचा त्यांच्या विद्यार्थ्यांनी पुरेपूर अनुभव घेतलेला आहे. त्यांचे शोधनिबंध बारकाईनं, पुन्हा पुन्हा वाचणाऱ्यांनी त्यातून स्वत:हून काही शिकल्याचा, समजून घेतल्याचा आनंद मिळवला आहे, त्याबरोबरच प्रेरणाही! एखादा प्रश्न गणिती तत्त्वांना धक्का न लावता, सोप्या पद्धतीनं सोडवता येतो, ही गोष्ट अभ्यंकरांचे शोधनिबंध वाचताना शिकायला मिळते. त्याचबरोबर एखाद्या सिद्धतेत अतिशय कौशल्यानं आणि हुशारीनं कशी बैजिक पुनर्मांडणी करावी, याचा अभ्यंकरांचे शोधनिबंध म्हणजे उत्तम वस्तुपाठ आहेत.

अभ्यंकरांची व्याख्यानं ऐकणं, शोधनिबंध समजून घेणं म्हणजे एखाद्या विद्यार्थ्याला 'अनंत हस्ते कमलवराने, देता किती घेशील दो करांनी...' अशी अवस्था होण्यासारखं आहे.

**साठावा वाढदिवस**

१९९० हे वर्ष अभ्यंकरांसाठी विशेष होतं. त्यावर्षी त्यांचा साठावा वाढदिवस साजरा करण्यात आला. पीएच.डी.च्या प्रबंधाच्या अवघड पण यशस्वी कामगिरीनं जगातल्या गणितींचं अभ्यंकरांकडे लक्ष गेलं होतं. अर्थात पीएच.डी.चं संशोधन ही आपण निवडलेल्या विषयातील संशोधनाची केवळ सुरुवात असते, अशी अभ्यंकरांची धारणा होती. त्यामुळेच डॉक्टरेट पदवीनंतर ते अजून जोमानं कामाला लागले होते. सातत्यानं संशोधन करणं, संशोधनावर आधारित शोधनिबंध लिहिणं आणि ते गणित विषयाच्या वेगवेगळ्या नियतकालिकांमध्ये प्रसिद्ध करणं हे अभ्यंकरांच्या कारकिर्दीचं चक्र कायमच फिरत राहिलं. अगदी अखेरपर्यंत त्यात खंड पडला नाही. अभ्यंकरांना देशी-विदेशी विद्यापीठांमध्ये दरवर्षी गणिताच्या परिषदांना निमंत्रण असे आणि परिषदेत त्यांचं सन्मानपूर्वक व्याख्यानही ठेवलेलं असे. ही त्यांच्या यशस्वी, अभ्यासपूर्ण कामाची पावती असे.

पीएच.डी.च्या प्रबंधानंतरची ३५-३६ वर्षं अभ्यंकरांचं सातत्यानं गणितात संशोधन चालूच होतं. म्हणूनच पर्डू विद्यापीठाच्या गणित विभागातर्फे अभ्यकरांच्या साठाव्या वाढदिवसानिमित्त 'अल्जेब्राइक जॉमेट्री ॲण्ड इट्स ॲप्लिकेशन्स' या विषयावर जागतिक परिषद आयोजित करण्यात आली होती.

या परिषदेत विविध देशांचे गणितज्ञ, संगणक तज्ज्ञ आणि अभियंते सहभागी झाले होते. १ जून ते ४ जून १९९० अशा चार दिवस चाललेल्या या परिषदेत

अभ्यंकरांच्या ३५ वर्षांच्या गणित संशोधनाचा आढावा घेण्यात आला. अभ्यंकरांच्या मार्गदर्शनाखाली १९९० पर्यंत एकूण १६ विद्यार्थ्यांनी डॉक्टरेट मिळवली होती. त्यांपैकी १२ विद्यार्थी या परिषदेला उपस्थित होते. अभ्यंकरांचे विभाग सहकारी, मित्र, संशोधन प्रकल्पांतील सहकारी, देश-विदेशांतील गणिती असे दीडशेच्या वर प्रतिनिधी या परिषदेला जमले होते. अभ्यंकरांवरील आदर आणि स्नेह व्यक्त करण्यासाठी त्यांना ही चांगली संधी मिळाली.

प्रा. डेव्हिड बरकॉफ यांनी परिषदेचं उद्घाटन केलं आणि अभ्यंकरांचा गौरव केला. या प्रसंगी त्यांनी बैजिक भूमितीसंबंधी अभ्यासपूर्ण भाषण केलं. या परिषदेला टाटा इन्स्टिट्यूटचे प्रा. मसानी आवर्जून उपस्थित राहिले होते. त्यांनी भारतातील गणित संशोधनाचा ऐतिहासिक आढावा घेतला. तसेच पर्डू विद्यापीठाच्या अभियांत्रिकी आणि विज्ञान या दोन्ही विद्याशाखांचे अधिष्ठातेही उपस्थित होते. त्यांनीही परिषदेत अभ्यंकरांचं कौतुक केलं.

परिषदेत कॉम्प्यूटर अल्जिब्रा, कॉम्प्यूटेशनल जॉमेट्री, कॉम्प्यूटर ग्राफिक्स, कॉम्प्यूटेशनल रिअल अल्जेब्राइक जॉमेट्री अशा नव्यानं उदयास आलेल्या आंतरविद्याशाखीय विषयांवर शोधनिबंध वाचण्यात आले. त्यामुळे ही परिषद अभ्यासकांसाठी पर्वणी ठरली होती. या विषयांबरोबर अभ्यंकरांनी सुरू केलेल्या ग्रुप थिअरी आणि गाल्वा थिअरीच्या संशोधनावर डेव्हिड हर्बेटर यांनी साक्षेपानं विचार मांडले. या चार दिवसांत कॉम्प्यूटेशनल अल्जेब्राइक जॉमेट्री आणि कॉम्प्यूटर ग्राफिक्स या दोन्ही विषयांच्या सॉफ्टवेअर्सची प्रात्यक्षिकं दाखवण्यात आली.

याच वर्षी स्पेनच्या युनिव्हर्सिटी ऑफ व्हॅलिआडोलिडनं अभ्यंकरांना पदक देऊन त्यांच्या गणिती कर्तृत्वाचा सन्मान केला.

१९८०च्या दशकात संगणकानं विविध क्षेत्रांत आपली करामत दाखवायला सुरुवात केली होती. या महत्त्वपूर्ण काळात अभ्यंकरांचं गणिताचं संशोधन संगणक क्षेत्रात उपयोगी असल्याचं सिद्ध होऊ लागलं होतं. साहजिकच अभ्यंकरांच्या संशोधनाची व्याप्ती आणि महत्त्व मोठ्या प्रमाणात वाढलं होतं. जागतिकीकरणाच्या या काळात संगणकाच्या आकडेमोडीसाठी आवश्यक असलेलं नवं गणित संशोधन अत्यावश्यक ठरत होतं.

### ग्रुप थिअरीचा अभ्यास

ग्रुप थिअरी (समूहसिद्धांत) या संकल्पनेचा मुळापासून सखोल अभ्यास करायला हवा, असं अभ्यंकरांना वाटू लागलं, १९८८ मध्ये! त्यासाठी फ्रेंच गणितज्ञ जाँ पिएर सेर यांची पत्रं निमित्त ठरली. डॉ. सेर यांनी अल्जेब्राइक टोपॉलॉजी, अल्जेब्राइक जॉमेट्री आणि अल्जेब्राइक नंबर थिअरी या विषयांत

मूलभूत काम केलं होतं. १९५९ पासून सेर यांनी ग्रुप थिअरी या विषयाकडे विशेष लक्ष द्यायला सुरुवात केली. गाल्वा ग्रुप आणि मॉड्युलर फॉर्म यासंबंधी वाचन करताना अभ्यंकरांनी लिहिलेला अल्जेब्राइक कर्व्ह्जवरचा शोधनिबंध त्यांना पाहायला मिळाला. हा शोधनिबंध वाचताना सेरच्या मनात काही शंका निर्माण झाल्या. त्या शंकांचं निरसन करून घ्यावं, या विचारानं सेरनी अभ्यंकरांना लागोपाठ चार पत्रं पाठवली.

सुरुवातीच्या पत्रांकडे अभ्यंकरांनी दुर्लक्ष केलं; कारण त्यात सेरनी अभ्यंकरांच्या १९५७ मध्ये लिहिलेल्या एका शोधनिबंधाचा संदर्भ दिला होता. तीस वर्षांपूर्वी केलेल्या कामाचा अभ्यंकरांना विसर पडला होता. शिवाय १९८२ पासून ते 'यंग टॅब्लो' या संकल्पनेवर काम करण्यात गर्क होते. शिवाय त्यांच्या विद्यार्थ्यांचं संशोधन व स्वतःचे शोधनिबंध प्रकाशित करण्याचं काम जोरात चालू होतं.

सुदैवानं शेवटच्या पत्रात सेरनी त्यांचा ई-मेल लिहिला होता. अभ्यंकरही या नव्या ई-तंत्रज्ञानाशी ओळख करून घेत होते. त्यामुळे त्यांनी उत्साहानं सेरना एक मेल पाठवली. या माध्यमातून अतिशय जलद संपर्क होतो, हे लक्षात आल्यावर दोघेही दर आठवड्याला एकमेकांना ई-मेल करू लागले. त्यात गणिती विचारांची देवाणघेवाण होऊ लागली. हा ई-मेलचा सिलसिला पुढं दीड-दोन वर्षं चालू राहिला. दोघांनी एकमेकांना शंभरहून जास्त मेल पाठवले असावेत. त्यातून एक गोष्ट घडली, की अभ्यंकरांना ग्रुप थिअरी खोलात जाऊन शिकली पाहिजे, याची खात्री पटली. ग्रुप थिअरीच्या मार्गानं जाऊन नवीन गणित संशोधन शक्य होईल, असं त्यांच्या अंतर्मनाला वाटू लागलं. सेरच्या मेलमधून अभ्यंकरांना ग्रुप थिअरीची प्राथमिक ओळख चांगली झाली होती. परंतु सेर अचानक पॅरिसला निघून गेल्यावर सेरचे ई-मेल येणं थांबलं. साहजिकच अभ्यंकरांची ही ग्रुप थिअरीची ई-शिकवणी थांबली. आता काय करावं? मनात तर विषयाची चांगलीच ठिणगी पडली होती. तिला चालना मिळाल्याशिवाय अभ्यंकरांना चैन पडणार नव्हतं.

मधल्या काळातील स्वअभ्यासातून अभ्यंकरांना बैजिक भूमिती आणि ग्रुप थिअरीचा एकमेकांशी संबंध आहे, असं दिसू लागलं होतं. शिवाय गाल्वा सिद्धान्ताच्या आकडेमोडीसाठी, ग्रुप थिअरीचा चांगलाच उपयोग होणार होता. ग्रुप थिअरी समजून घेण्याचा सेरचा मार्ग बंद झाल्यावर, या क्षेत्रातील इतर जाणकार मंडळींचा अभ्यंकरांनी शोध सुरू केला. शोध घेता घेता त्यांना ऑरेगॉन विद्यापीठातील बिल कॅन्टर (Bill Kantor) यांचं नाव कळलं. अभ्यंकरांनी त्यांना मेल पाठवून काही शंका विचारल्या, तेव्हा बिल यांनी "मी ग्रुप थिअरीचा चालताबोलता कोश आहे, मला काहीही विचारा," असं उत्तर पाठवलं. काही महिन्यांतच अभ्यंकरांना त्याची प्रचिती आली. कॅन्टर अभ्यंकरांचे ई-गुरू तर झाले होतेच, तेवढ्यानंही भागेना म्हणून कॅन्टर

स्वत:हून पर्डूला अभ्यंकरांना भेटायला गेले. या भेटीत दोघेही अखंड याच विषयावर बोलत होते. त्यानंतर अभ्यंकरही कॅन्टरना भेटायला जाऊ लागले.

कॅन्टरकडून ग्रुप थिअरीचे नवे धडे शिकण्यात अभ्यंकरांना आनंद मिळत होता. मात्र चाणाक्ष कॅन्टर यांना अभ्यंकरांच्या गाल्वा ग्रुपच्या संशोधनात ग्रुप थिअरी खूपच उपयोगी पडणार, हे लक्षात येऊ लागलं. मग ते अभ्यंकरांना अवांतर रसभरित माहिती देत. गणिती स्पष्टीकरणाबद्दल फारसं बोलत नव्हते आणि महत्त्वाच्या काही गोष्टींचा थांगपत्ताही लागू देत नव्हते. अभ्यंकरांना या गोष्टी लक्षात येण्यास फारसा वेळ लागला नाही. पण अशा अडचणींवर मात करायची, त्याचा फारसा बाऊ करायचा नाही, हे अभ्यंकरांना चांगलं ठाऊक होतं. कोणत्याही व्यक्तीकडून काही शिकून घ्यायचं असेल, तर त्या व्यक्तीच्या स्वभावदोषांकडे ते खुबीनं दुर्लक्ष करत. त्याचबरोबर ती व्यक्ती वयानं, मानानं, शिक्षणानं लहान-मोठी आहे का, हेही ते पाहात नसत; कारण शिकवणाऱ्याला कितपत येतं, हे त्यांनी तपासून पाहिलेलं असे. थोड्याच दिवसांत अभ्यंकरांना कॅन्सासमधील मॅनहटन विद्यापीठातील गणितज्ञ अर्नी शुल्ट (Ernie Shult) यांचं नाव समजलं. अभ्यंकरांनी शुल्टशी संपर्क साधून ग्रुप थिअरीची बरीच नवीन माहिती मिळवली. हळूहळू अभ्यंकरांच्या गुरूंची संख्या वाढू लागली.

ऑक्सफर्ड विद्यापीठातील पीटर न्यूमन (Peter Neumann), लंडनच्या क्वीन मेरी महाविद्यालयामधील पीटर कॅमेरॉन (Peter Cameron), लंडनच्या इम्पीरिअल महाविद्यालयामधील मार्टिन लीबेक (Marrin Libeck), केंब्रिज विद्यापीठातील जॉन थॉम्सन (John Thompson), हॅले विद्यापीठातील जी. स्ट्रॉथ (G. Stroth), ट्युबिन्टन विद्यापीठाचे ख्रिस्तोफर हेरिंग (Christopher Hering), यूएससीचे बॉब गुरालनिक (Bob Guralnick), कॅल टेक्नॉलॉजीचे मायकेल अॅशबाखर (Michael Aschbacher), मिशिगन स्टेटचे जोनाथन हॉल (Jonathan Hall) आणि ऊलरिच माअरफ्रँकेनफेल्ड (Ulrich Meierfrankenfeld), प्रिन्स्टन विद्यापीठाचे जॉन कॉवे (John Conway), शिकागो विद्यापीठातील स्टीव्ह स्मिथ (Steve Smith) आणि इलिनॉइस विद्यापीठातील एम. सुझुकी (M. Suzuki) ही त्यांतील काही नावं. मायकेल ओ'नान (Michael O'Nan) या गणितीनं तर अभ्यंकरांना नेहमीच मदत केली.

ग्रुप थिअरीवर संशोधन करणाऱ्या वरील गणितींना भेटण्याबरोबरच अभ्यंकरांनी वॉल्टर फेट (Walter Feit) यांच्याशी ही संपर्क साधला होता. वॉल्टर अभ्यंकरांचे सहाध्यायी होते. कार्नेल विद्यापीठात असताना ते दोघे कधी जेवायला, तर कधी सिनेमाला जात. वॉल्टरनं अभ्यंकरांची स्वत:च्या प्रयत्नांनी गेल्या तीस वर्षांतील ग्रुप थिअरीत झालेलं संशोधन शिकण्याची ही घोडदौड थांबवली.

ग्रुप थिअरी आणि गाल्वा थिअरी हे एका मूलभूत गणिती तत्त्वाचे दोन पैलू आहेत. अभ्यंकर फक्त गाल्वा थिअरीचा पुन्हा नव्यानं शोध घेत होते. अर्थात या निष्कर्षाप्रत येण्यासाठी अभ्यंकरांना ग्रुप सिद्धान्ताच्या अनेक तज्ज्ञांशी केलेली चर्चा खूप उपयोगी पडली. प्रत्येकाकडून काही ना काही नवं त्यांनी शिकून घेतलं होतं.

तसं पाहिलं, तर ग्रुप थिअरीबद्दलचं औत्सुक्य अभ्यंकरांच्या मनात पूर्वीपासूनच होतं. ग्वाल्हेरला असताना काकांनी विल्यम स्नो बर्नसाइड (William Snow Burnside) आणि पॅन्टन (Panten) या लेखकांचं 'थिअरी ऑफ इक्वेशन्स' हे पुस्तक अभ्यंकरांना वाचायला दिलं होतं. त्या पुस्तकातून त्यांना ग्रुप थिअरीची पहिल्यांदा ओळख झाली. त्यानंतर मुंबईतल्या विद्यार्थिदशेत त्यांनी जी. बर्ककॉफ (G. Burkhoff) आणि एस. मॅकलेन (S. MacLane) या लेखकद्वयींचं 'सर्व्हे ऑफ मॉडर्न अल्जिब्रा' (१९४१) हे पुस्तक वाचलं होतं. त्यातल्या डब्ल्यू. एस. बर्नसाइड या गणितींच्या गृहीतकाकडे अभ्यंकरांचं विशेष लक्ष गेलं. त्यांनी या गृहीतकासंबंधी अधिक जाणून घेण्यासाठी इंग्लंडच्या फिलिप हॉल (Philip Hall) या गणितीना पत्र पाठवलं. हॉलनी या तरुण अभ्यासू विद्यार्थ्याला लगेचच उत्तर दिलं. त्यात ग्रुप थिअरीच्या माहितीबरोबरच काही शोधनिबंधांची यादी दिली होती. 'हे शोधनिबंध वाचलेस, तर तुला अजून माहिती मिळवण्यात मदत होईल,' असंही हॉल यांनी सुचवलं होतं.

अभ्यंकरांनी त्या यादीतील बर्नार्ड आणि हॅना न्यूमन आणि बी. राइनहोल्ड (B. Reinhold) यांचे काही शोधनिबंध वाचले. टाटा इन्स्टिट्यूटमधील प्रा. एफ. डब्ल्यू. लेव्ही (F. W. Levi) यांनीही अभ्यंकरांना ग्रुपथिअरीवरच्या पुस्तकांची माहिती दिली. त्यानुसार अभ्यंकरांनी आर. डी. कारमायकल (R. D. Carmichael), ए. स्पाइसर (A. Speiser) आणि एम. झासेनहॉस (M. Zassenhous) या लेखकांची पुस्तकं वाचली. अशा तऱ्हेनं महाविद्यालयीन जीवनातच अभ्यंकरांनी ग्रुप थिअरी बऱ्यापैकी जाणून घेतली होती. हा विषय तेव्हाही त्यांना कुतूहलाचा, उत्सुकतेचा वाटला होता.

हार्वर्डला आल्यावर मात्र बैजिक भूमितीतज्ज्ञ ऑस्कर झारिस्की या गणितज्ञाकडे अभ्यंकर अक्षरश: लोहचुंबकासारखे आकर्षिले गेले. त्यांचा बैजिक भूमितीचा जोमानं अभ्यास सुरू झाला. त्यामुळे ग्रुप थिअरीचा त्यांना विसर पडला होता. मात्र सेरच्या पत्रानं मनात दडपून राहिलेलं ग्रुप थिअरीबद्दलचं कुतूहल पुन्हा उफाळून आलं. अभ्यंकरांनी तीस वर्षांनंतर या विषयाचं सखोल ज्ञान मिळवण्यास सुरुवात केली. या टप्प्यावर अभ्यंकरांच्या ग्रुप थिअरीच्या विचारांच्या कक्षा रुंदावल्या होत्या. त्याला इच्छाशक्तीची जोड मिळाली. या अभ्यासासाठी त्यांनी अनेक गणितींची मदत घेतली. त्यांतले कुणी त्यांच्या विद्यार्थ्यांचे विद्यार्थी, तर कुणी सहाध्यायी. मजेची

गोष्ट अशी, की या त्यांच्या अभ्यास प्रवासात साहाय्य केलेले पीटर न्यूमन हे बर्नहार्ड आणि हॅना न्यूमन यांचे चिरंजीव होते.

१९८३ मध्ये कॅनबेरा विद्यापीठानं अभ्यंकरांना व्याख्यानासाठी बोलावलं होतं. व्याख्यानात ते आल्फ्रेड यंग या गणितीबद्दल बोलत होते. श्रोत्यांमध्ये एक वयस्कर सद्‌गृहस्थ होते. अभ्यंकर बोलत असताना ते अभ्यंकरांना मधूनमधून विशेष माहिती पुरवत होते. कोण होते ते? ते होते बर्नहार्ड न्यूमन! त्यांच्याकडे पाहून अभ्यंकर अत्यानंदानं म्हणाले, "सर, मी गणितातला सर्वांत पहिला शोधनिबंध तुमचा आणि हॅना न्यूमन यांचा वाचला आहे."

हा हृद्य प्रसंग अभ्यंकरांनी सेर यांना सांगितला. त्याचबरोबर ग्रुप थिअरीच्या अभ्यासातले अनुभवही सेरना कथन केले. हे सांगताना अभ्यंकर सेरना म्हणाले, "किती लहान आहे हे जग!" त्यावर सेरनी तत्काळ उत्तर दिलं, "नाही, जग खूप छान आहे!"

अभ्यंकरांनी ग्रुप थिअरीच्या अभ्यासाचा १०-१५ वर्षं ध्यास घेतला. वयाच्या साठीच्या काळात कठीण विषय आत्मसात करण्यासाठी जंग जंग पछाडलं. त्यासाठी ते सातत्यानं किमान पन्नास गणितींच्या संपर्कात राहिले. या गणितींना ते शंका विचारत. त्यांची उत्तरं मिळाल्यावर पुन्हा निर्माण झालेल्या शंकांचं निरसन करून घेत. या सर्वांतून नव्या काही संकल्पनांचं अगोदरच्या संकल्पनांशी बिनचूक नातं जोडत आणि त्यातून पूर्वी कोणालाही माहिती नसलेला उपयुक्त असा नवा सिद्धान्त पोखरून काढत. या नव्या सिद्धान्ताला आपल्या उपजत बुद्धीनं उत्तम पैलू पाडून लोकांसमोर मांडत. हा सर्व खटाटोप हे काही साधं, सहज जमण्यासारखं काम नाही. त्यातून साठाव्या वर्षी आणि गणितासारख्या विषयात तर खूप अवघड! फार थोड्या लोकांना हे जमू शकतं. अभ्यंकरांमध्ये ही दैवी ताकद होती.

एकविसाव्या शतकात ग्रुप थिअरीला फार महत्त्व प्राप्त झालं आहे. गणितज्ञांच्या असं लक्षात आलं आहे, की नेहमीच्या परंपरेनुसार चालत आलेल्या गणिती पद्धतीनं जे प्रश्न सुटत नाहीत, त्यांचं विश्लेषण ग्रुप सिद्धान्ताद्वारे करता येतं. रसायनशास्त्र, भौतिकी, संगणकशास्त्र इ. विषयांच्या उपयोजित शाखांमधील अनेकविध प्रश्नांचा उलगडा करण्यासाठी ग्रुप थिअरीचा चांगला उपयोग होत आहे. गाल्वा या अल्पायुषी गणितज्ञानी समीकरणं कशी सोडवायची, हे त्यांच्या साठ पानी अभ्यासात लिहून ठेवलं होतं. त्यातच ग्रुप थिअरीचा पाया घातला गेला आहे. गाल्वांच्या सिद्धान्तावर ग्रुप थिअरीचा डोलारा उभा राहिला आहे.

'बुलेटिन (न्यू सेरीज) ऑफ दि अमेरिकन मॅथेमॅटिकल सोसायटी' या नियतकालिकात (खंड ३८, अंक २, २०००) अभ्यंकरांचा शोधनिबंध प्रसिद्ध झाला. त्याचं शीर्षक आहे – 'रिझॉल्यूशन ऑफ सिंग्युलॅरिटिज ॲण्ड मॉड्यूलर गाल्वा थिअरी' या ४०

पानी दीर्घ निबंधात अभ्यंकरांच्या 'ग्रुप थिअरी'च्या अभ्यासाची इत्थंभूत माहिती वाचायला मिळते.

या शोधनिबंधाचे एकूण वीस विभाग आहेत. सिंग्युलॅरिटीज म्हणजे काय, इथून या निबंधाच्या विवेचनाची सुरुवात होते. १८५७ मध्ये बी. रिमन (B. Riemann) या गणितीनं जर्मन भाषेत लिहिलेल्या ग्रंथाच्या आधारे या विषयाच्या संशोधनाचा कसा प्रारंभ झाला आणि तिथून पुढं त्यात कसं संशोधन होत गेलं, त्यात प्रा. झारिस्की, प्रा. हिरोनाका यांनी कशी भर घातली, यासंबंधी अभ्यंकरांनी लिहिलं आहे. त्याच्यापुढे चवथ्या भागात अभ्यंकर स्वत: या विषयाकडे कसे वळले, हे लिहिताना आपल्या पीएच.डी.च्या संशोधनाच्या प्रवासाचं ते वर्णन करतात. त्यानंतरच्या भागात त्यांच्या संशोधनाची गणिती आकडेमोड मांडलेली दिसते. बाराव्या भागात ग्रुप थिअरीचा अभ्यास कसा केला, याचं वर्णन येतं. त्यातही मधूनमधून 'व्यक्तिगत अनुभव' वाचायला मिळतात. पुढच्या सर्व भागांमध्ये पुन्हा गणित येतं. या संपूर्ण निबंधात अभ्यंकरांनी अनेक कन्जेक्चर्स आणि पीएच.डी.च्या संशोधनासाठीचे काही प्रश्न सुचवले आहेत. हा शोधनिबंध लिहिताना अभ्यंकरांनी सुमारे दोनशे संदर्भ वापरल्याचं शेवटी जोडलेल्या यादीवरून दिसून येतं.

### अभिजात ग्रंथाचा जन्म

अभ्यंकरांचा एक नवीन ग्रंथ १९९० मध्ये प्रकाशित झाला. त्याचं शीर्षक होतं 'अल्जेब्राइक जॉमेट्री फॉर सायन्टिस्ट्स अ‍ॅण्ड इंजिनिअर्स'. गणितातील अभिजात ग्रंथांमध्ये या ग्रंथाची गणना होते. त्याची जन्मकथा फार रोचक आहे.

१९८२-८४ मध्ये अभ्यंकर पुण्यात होते, तेव्हा पर्डूहून त्यांना एका मेकॅनिकल इंजिनिअरचं पत्र आलं. त्यानं लिहिलं होतं, "सर, मी मेकॅनिकल इंजिनिअरिंग या विषयात डॉक्टरेट पदवीसाठी संशोधन करतो आहे, माझ्या कामात तुमच्या गणिताच्या काही शोधनिबंधांचा खूप उपयोग होत आहे. मला तुम्हांला काही प्रश्नही विचारायचे आहेत. तसंच माझ्या काही शंकाही आहेत. त्यासाठी तुम्हांला भेटायचंय."

अभ्यंकरांनी पत्र वाचलं. 'माझा आणि इंजिनिअरिंगचा काय संबंध?' असं म्हणून त्यांनी त्या विद्यार्थ्याला उत्तर पाठवलं नाही. त्यानंतर अभ्यंकर १९८४ मध्ये पर्डूला गेले, तर त्यांना टपालपेटीत एका प्रबंधाची प्रत मिळाली. त्याबरोबर एक पत्रही होतं. त्यात म्हटलं होतं, "सर, जणू काही मी तुमच्याबरोबर प्रबंधाचं काम केलंय, असं मला वाटतंय. आपण पर्डूला आलात, की मी आपल्याला भेटायला येतो."

अभ्यंकरांना नेहमीच कितीतरी विद्यार्थ्यांकडून भेटायला येण्यासाठी विचारणा होत असे. अभ्यंकरही विद्यार्थ्यांसाठी मुद्दाम वेळ देत. या विद्यार्थ्याला अभ्यंकरांबद्दल विशेष माहिती मिळाली होती. ती म्हणजे, "सरांचं गणित ऐकायचं असेल, तर

त्यांच्या घरी जा. त्यांना तुमचे प्रश्न विचारा. सर सर्व शंकांचं निरसन करतात.'' अभ्यंकर पर्डूला आल्यावर तो त्यांना लगेचच गणित विभागात भेटायला गेला.

''अरे, माझं गणित आणि इंजिनिअरिंगचा काही संबंध नाही रे!'' असं अभ्यंकर त्याला म्हणाले. तरीसुद्धा 'सर, मला तुमच्याशी बोलायचंय,' असं म्हणत अभ्यंकरांकडे तो दोन-तीनदा भेटायला गेलाच. त्याचा तो हट्ट पाहून त्यांनी त्याला घरी बोलावलं. त्याचे प्रश्न अभ्यंकर ऐकून घेऊ लागले. त्याच्या प्रश्नांमध्ये त्यांना तथ्य जाणवू लागलं. ते त्याला उत्तरं देऊ लागले. त्यानं मागितलेल्या शोधनिबंधाच्या प्रती अभ्यंकरांनी त्याला दिल्या. हळूहळू दोघांचा चर्चेचा, भेटीचा वेळ वाढू लागला.

त्या विद्यार्थ्याला कॉम्प्यूटर्स तयार करणाऱ्या 'डेल' या कंपनीकडून पीएच.डी.च्या संशोधनासाठी शिष्यवृत्ती मिळाली होती. त्यामुळे कंपनीच्या संशोधन विभागाशी त्याचे चांगले संबंध होते. अभ्यंकरांबरोबर होत असलेल्या गणिती चर्चा तो कंपनीतील वरिष्ठांना सांगत असे. त्यांना या चर्चांमधील नवीन माहितीत खूप कुतूहल निर्माण झालं. मग 'डेल' कंपनीकडून अभ्यंकरांना 'एक आठवडा कंपनीत येऊन व्याख्यानं द्यावीत,' अशी विनंती करण्यात आली. अर्थात अभ्यंकरांचा नकार ठरलेलाच होता. आता ते म्हणू लागले, ''माझा आणि कॉम्प्यूटर कंपनीचा काय संबंध? मी तिथं कशाला जाऊ?'' शेवटी त्या विद्यार्थ्यानं मधला मार्ग काढला आणि 'पर्डूच्या मेकॅनिकल इंजिनिअरिंग विभागात तरी व्याख्यानं द्यायला या,' अशी त्यांना कळकळीची विनंती केली. तरीही अभ्यंकरांना काही हे मान्य होईना. त्यांनी त्याच्या विनंतीकडे चक्क दुर्लक्ष केलं. मात्र त्यानंतर घडलेल्या एका मजेशीर प्रसंगानं अभ्यंकरांना अभियांत्रिकीच्या विद्यार्थ्यांना व्याख्यानं देणं भाग पडलं.

अभ्यंकरांचा रामक्रीष्ण नावाचा एक मित्र पर्डू विद्यापीठाच्या केमिकल इंजिनिअरिंग विभागात गणित शिकवायचा. त्याला सगळे 'रामकी' म्हणत. रामकी आणि अभ्यंकरांचा पुरी नावाचा एक पंजाबी मित्र होता. तो पर्डू विद्यापीठात संख्याशास्त्र शिकवायचा. रामकी दक्षिणी आणि पुरी उत्तर प्रदेशचा, तर अभ्यंकर महाराष्ट्रातले आणि मूळचे मध्य प्रदेशातले, म्हणून या दोघांमधला ते दुवा, असं हे त्रिकूट होतं.

पुरींच्या घरी सुट्टीच्या दिवशी सत्यसाईबाबांच्या भजनांचा कार्यक्रम असे. भजन दुपारी चार ते सहा आणि नंतर प्रसाद. प्रसाद म्हणजे छानसं जेवणच असे. एकदा पुरींनी अभ्यंकरांना भजनाला येण्याचा फारच आग्रह केला. अभ्यंकरांना भजनापेक्षा भोजनात जास्त रस असल्यानं, 'जाऊनच येऊ या एकदा' असं ठरवून ते पुरींकडे गेले. रामकीही तिथं आले होते. भजनं सुरू झाली. अभ्यंकरांना पाहून रामकींनी त्यांच्याशी बोलायची संधी साधली. अभ्यंकरांनाही भजनांची काही फार आवड नव्हतीच. सत्यसाईबाबांपेक्षा या केमिकल इंजिनिअरचं बोलणं ऐकू, असा विचार करून अभ्यंकरांनी त्याच्याशी गप्पागोष्टी सुरू केल्या.

रामकींनी मात्र अवांतर गप्पा टाळल्या आणि 'आमच्या विद्यार्थ्यांसाठी व्याख्यानाला वेळ काढ,' अशी अभ्यंकरांना थेट गळ घातली. त्यावर 'हे काय रामकी तुझं? अरे, इंजिनिअरिंगच्या विद्यार्थ्यांना गणितातील संशोधनाची आवड असते का? मी त्यांना काय शिकवू?' असं अभ्यंकरांनी रामकींनाच उलट विचारलं.

"हो शिकवू शकतोस, म्हणूनच म्हणतोय, की तू आमच्यासाठी व्याख्यानं द्यायची आहेस, हे नक्की!" रामकींनी अभ्यंकरांना निग्रहानं सांगितलं.

थोड्याच दिवसांत रामकींनी अभ्यंकरांची खासगी व्याख्यानं आयोजित केली. या व्याख्यानमालेला 'अल्जेब्राइक जॉमेट्री फॉर इंजिनिअर्स' असं नाव देण्यात आलं. सुरुवातीला १०-१५ विद्यार्थी येऊ लागले. हळूहळू अभियांत्रिकीच्या सर्व शाखांचे विद्यार्थी अभ्यंकरांच्या व्याख्यानाला हजेरी लावू लागले. अभ्यंकरांनाही या विद्यार्थ्यांना शिकवायला आवडू लागलं. जवळजवळ एक महिनाभर ही व्याख्यानं चालू होती. अभ्यंकरांच्या गणिताच्या या शिकवणीचा आपल्या विद्यार्थ्यांना फार चांगला उपयोग होतोय, असं रामकींच्या लक्षात आलं. एकूणच अभियांत्रिकीचे विद्यार्थी आणि प्राध्यापक अभ्यंकरांच्या व्याख्यानांनी फार प्रभावित झाले.

दरम्यानच्या काळात पर्डू विद्यापीठाच्या काही विभागांतील दहा प्राध्यापक एकत्रितरीत्या एका संशोधन प्रकल्पाची आखणी करत होते. 'कॉम्प्यूटेशनल कॉम्बिनेटरिक्स' हा या प्रकल्पाचा विषय होता. 'युनिव्हर्सिटी रिसर्च इनिशिएटिव्ह' यांच्यातर्फे कार्यान्वित होणाऱ्या या प्रकल्पाला 'ऑफिस ऑफ नेव्हल रिसर्च'तर्फे निधी पुरवला जाणार होता. प्रकल्पाची आखणी करणाऱ्या चमूत रामकी यांचाही सहभाग होता. प्रकल्पामध्ये अभ्यंकरांनीही सामील व्हावं, असं रामकींना वाटत होतं. त्यासाठी त्यांनी अभ्यंकरांना भेटून प्रकल्पाची रूपरेषा सांगितली. त्याचबरोबर 'तुम्ही या कामात सहभागी व्हा,' अशी आग्रहाची विनंती केली. 'या संदर्भात आपण चर्चा करू, विचारविनिमय करू, मी त्यासाठी तुमच्या घरी येतो,' असं म्हणत रामकी अभ्यंकरांचा पिच्छा सोडेनात. शेवटी नाइलाजानं अभ्यंकरांनी रामकींना घरी बोलावलं. रामकींना प्रकल्पात अभ्यंकरांच्या सहभागाचं महत्त्व माहिती होतं. या प्रकल्पासाठी पाच दशलक्ष डॉलर्स एवढा मोठा निधी मिळणार होता. शेवटी अभ्यंकरांना पटवण्यात रामकी यशस्वी झाले. आणि हो-नाही करत अभ्यंकरांनी त्या प्रकल्पाच्या कागदपत्रांवर सही केली. मधल्या काळात पूर्वनियोजित कामानुसार अभ्यंकर पर्डूहून पुण्याला आले होते. पुण्यात असताना त्यांना प्रकल्पाला निधी मिळाल्याची रामकींची तार आली.

या संशोधन अभ्यासात अभियांत्रिकी, व्यवस्थापनशास्त्र, संगणकशास्त्र, गणित अशा विविध विषयांचे दहा संशोधक एकत्र येऊन काम करणार होते. अभ्यंकर या प्रकल्पाचे सहप्रमुख होते. अभ्यंकरांचा अभियांत्रिकीच्या संशोधन प्रकल्पातील सहभाग

गणित विभागाला आश्चर्याचा वाटत होता. अभ्यंकर हे मनोऱ्यावर बसणारे गणिती आहेत, अशी या विभागातील अधिष्ठात्यांची कल्पना होती. परंतु अभ्यंकर तर सर्वांमध्ये सामील झाले होते. एक गणिती अभियंत्यांना सहकार्य करतोय, ही गोष्टच खूप अप्रूप होती. त्यातून अभ्यंकर तर पर्ड्यू विद्यापीठाचे मार्शल प्रोफेसर! पर्ड्यूमध्ये अभ्यंकरांच्या नावाचा, कामाचा फार दबदबा होता. त्यांचं नाव प्रकल्पात होतं. त्यामुळेच प्रकल्प-मंजुरीची प्रक्रिया सुरळीत पार पडली आणि एवढं घसघशीत अनुदान प्रकल्पासाठी मान्य करण्यात आलं. या प्रसंगानंतर अभ्यंकरांची १९८७ मध्ये इंडस्ट्रियल इंजिनिअरिंग विभागाच्या प्राध्यापकपदावर नेमणूक करण्यात आली.

प्रा. रामकी यांच्या आग्रहानं अभ्यंकरांनी अभियांत्रिकीच्या विद्यार्थ्यांसाठी काही व्याख्यानं दिली होतीच. त्यानंतर संशोधन प्रकल्पाच्या निमित्तानं पुन्हा अभ्यंकरांना या विभागात व्याख्यानासाठी निमंत्रित केलं गेलं. या व्याख्यानांच्या ध्वनिमुद्रित फिती ग्रंथालयात ठेवण्यात आल्या. त्यांचा उपयोग विद्यार्थी करू लागले होते, असं अभ्यंकरांच्या लक्षात आलं; कारण त्यावर्षी त्यांच्या विषयाचा अभ्यासक्रम घेणाऱ्या विद्यार्थ्यांची संख्या एकदम वाढली. नेहमी ७-८ विद्यार्थीच अपेक्षित असत. मात्र या वेळी २१ विद्यार्थ्यांनी अभ्यंकरांच्या विषयाला नाव नोंदवलं होतं. त्यांत १० विद्यार्थी गणित विषयाचे, तर ११ अभियांत्रिकीचे होते. अभ्यंकरांनाही या बदलाचं आश्चर्य वाटलं. अर्थात त्यांचं शिकवणं हे विद्यार्थ्यांच्या संख्येवर कधीच अवलंबून नव्हतं.

दुसऱ्या सत्राला एक मजेशीर गोष्ट घडली. अभ्यंकरांच्या कोर्सला दोनच विद्यार्थी आले. एखाद्या कोर्सला १-२ च विद्यार्थी असतील, तर तो कोर्स रद्द करावा, असा विद्यापीठाच्या कार्यकारिणीचा नुकताच निर्णय झाला होता. त्यामुळे गणित विभागाच्या प्रशासकानं अपुऱ्या विद्यार्थी संख्येमुळे हा कोर्स रद्द करावा, असा ई-मेल अभ्यंकरांना पाठवला.

अभ्यंकरांच्या मते ते मार्शल प्रोफेसर होते. त्यामुळे त्यांच्याकडे कोर्सला एक विद्यार्थी असला, तरी तो कोर्स चालू ठेवावा लागतो. परंतु प्रशासक त्यांचं ऐकून घेईनात. ते त्याच्या निर्णयावर ठाम होते. तेव्हा अभ्यंकर त्यांना म्हणाले, "आपण अजून ४-५ दिवस थांबू. नवे विद्यार्थी येतात का ते पाहू, मग निर्णय घेऊ."

त्या वेळी अभ्यंकर फ्रान्समधल्या एका परिषदेत व्यग्र होते. तरीसुद्धा पेचप्रसंगातून मार्ग काढायला हवा होता. म्हणून अभ्यंकरांनी अभियांत्रिकी विभागातील तीन चार मित्रांना तातडीनं मेल पाठवले. त्यात या सत्रासाठी विद्यार्थी पाठवावेत, असं सुचवलं. मेल मिळालेल्या मित्रांनी आपसात मेल पाठवून अभ्यंकरांकडे विद्यार्थी पाठवू या, असं ठरवलं. अक्षरशः चोवीस तासांत आठ विद्यार्थ्यांनी अभ्यंकरांच्या कोर्सला नाव नोंदवलं. त्यात ५ अभियांत्रिकीचे आणि ३ संगणक शास्त्राचे होते. या घडामोडींमधून दोन गोष्टी ठळकपणे स्पष्ट झाल्या. एक म्हणजे अभियांत्रिकी क्षेत्रात अभ्यंकरांना

मोठीच प्रतिष्ठा मिळाली होती आणि दुसरी, अभ्यंकरांचं गणित संशोधन अभियांत्रिकी आणि संगणक शास्त्रामध्ये अत्यंत उपयुक्त असल्याचं लक्षात आलं होतं.

अभ्यंकरांची अभियांत्रिकी विभागात व्याख्यानं चालू होती, तेव्हा संगणक शास्त्राचे काही प्राध्यापक उत्सुकतेनं व्याख्यानाला येत होते. अभ्यंकरांच्या शिकवण्याच्या पद्धतीनं ते खूपच प्रभावित झाले आणि रोजच उत्साहानं व्याख्यानांना हजेरी लावू लागले. अभ्यंकरांच्या गणिती ज्ञानाच्या उंचीनं ते चकित झाले. त्याच वेळी अभियांत्रिकी विभागानं अभ्यंकरांच्या सहभागानं प्रकल्प तयार केल्याची बातमी त्यांच्यापर्यंत पोहोचली. 'आपल्या विभागातर्फे एक संशोधन प्रकल्प तयार करू या, त्यात अभ्यंकरांनाही सामील करून घेऊ,' या विचारानं संगणकशास्त्र विभागातली सर्व मंडळी कामाला लागली.

'मॉड्यूलर अल्गॉरिथम्स इन कॉम्प्यूटेशनल अल्जेब्राइक जॉमेट्री' असा या प्रकल्पाचा विषय होता. या प्रकल्पाचे प्रमुख संशोधक म्हणून अभ्यंकरांची नेमणूक करण्यात आली. प्रकल्पासाठी दोन लाख सतरा हजार डॉलर्सचा निधी मागण्यात आला. अशी सर्व अभ्यासपूर्ण तयारी करून संगणक विभागाचे प्राध्यापक अभ्यंकरांना भेटले, त्यांच्याशी चर्चा केली आणि प्रकल्पावर अभ्यंकरांची सही घेण्यात या मंडळींना यश आलं. यथावकाश हाही प्रकल्प मंजूर झाला. या कामगिरीची विशेष दखल घेऊन पर्डू विद्यापीठानं अभ्यकरांना संगणक शास्त्राचं प्राध्यापकपद बहाल केलं. अशा तऱ्हेनं पर्डू विद्यापीठातर्फे दोन मानाचे तुरे अभ्यंकरांच्या शिरपेचात रोवले गेले. एरवी मानसन्मानाच्या गोष्टींकडे अभ्यंकर अलिप्तपणानं पाहत; तथापि हे मानसन्मान गणिती क्षेत्राच्या बाहेरचे असल्यानं अभ्यंकरही वरील घडामोडींनी आश्चर्यचकित झाले. 'इंजिनिअरिंग, कॉम्प्यूटर सायन्स या विषयांची मला काहीच माहिती नसताना मी या क्षेत्रांत काही करू शकलो, ही सत्यसाईबाबांची कृपा असावी,' अशी अभ्यंकरांची त्यावर मिश्कील टिप्पणी!

## गणिताचा बहुविध उपयोग

अभ्यंकरांचं गणित संशोधन अभियांत्रिकी आणि संगणक क्षेत्रातील विद्यार्थ्यांना आणि तज्ज्ञांना खूप उपयोगी का पडू लागलं? या प्रश्नाचं उत्तर अभ्यंकरांच्या अभ्यासातच दडलेलं आहे.

अभ्यंकरांनी आयझॅक न्यूटन (Isaac Newton), के. हेन्झेल (K. Hensel), के. वायरस्टास (K. Weierstrass), इ. फॉन श्राइनहॉस (E. Von Tschirnhaus) आणि ऑस्कर झारिस्की इ. गणितींच्या, गणिती प्रश्न सोडवण्याच्या अल्गोरिथम प्रक्रियेचा बारकाईनं आणि मुळापासून अभ्यास केला होता. अल्गोरिथम या शब्दाचा अर्थ नियम, तंत्र किंवा कार्यप्रणाली! ज्या क्रमानं गेल्यास एखाद्या प्रश्नाचं अचूक

उत्तर मिळतं, तो क्रम म्हणजे अल्गोरिथम. अभ्यंकरांनी या तंत्राचा किंवा खुबीनं, अतिशय कौशल्यानं समीकरण सोडवण्याच्या पद्धतीचा कायमच अवलंब केला. त्यातूनच त्यांचं गणित संशोधन झालं होतं.

अभियांत्रिकी आणि संगणक शास्त्राचा अभ्यास करणाऱ्या विद्यर्थ्यांचा काटेकोरपणे ठरवलेल्या रीतीनं समीकरणं सोडवण्याकडे विशेष कल असतो. प्रश्नामधील सर्व पर्यायांचा विचार करत कमीत कमी पदानंतर अल्गोरिथम संपवण्यासाठी ते कसोशीनं प्रयत्न करतात, याचाच अर्थ ते सर्वमान्य किंवा शालेय बीजगणिताची विशेष मदत घेतात. अभ्यंकरांनीही कायमच शालेय बीजगणिताचा पुरस्कार केला होता. म्हणूनच त्यांना या विद्यार्थ्यांना सहकार्य करणं गरजेचं वाटलं. या समसमान संयोगानं अभ्यंकरांच्या बैजिक भूमितीतील संशोधनाचा उपयोग संगणकाची सॉफ्टवेअर्स तयार करण्यात होऊ लागला. ही सॉफ्टवेअर्स प्रत्यक्ष फार उपयुक्त म्हणूनच आवश्यक ठरलं. 'GANITH' सॉफ्टवेअर हे त्याचं प्रत्यक्ष उदाहरण आहे.

अभियांत्रिकीच्या विद्यार्थ्यांसाठी मुद्दाम दिलेली व्याख्यानं आणि पर्डू विद्यापीठातील गणित विभागाच्या विद्यार्थ्यांच्या अभ्यासक्रमासाठी केलेलं अध्यापन यांचा एकत्रित मेळ घालून 'अल्जेब्राइक जॉमेट्री फॉर सायन्टिस्ट्स ॲण्ड इंजिनिअर्स' हा ग्रंथ साकार झाला. या ग्रंथासाठी प्रा. ए. सी. बजाज, पी. व्ही. चंद्रू आणि प्रा. सुधीर घोरपडे या तिघांची मदत झाली. त्यांनी अभ्यंकरांच्या व्याख्यानांची टिपणं घेतली होती. या संदर्भात अभ्यंकरांचं निरीक्षण असं, की 'या पुस्तकाच्या तयारीसाठी ते तीन आणि मी चवथा अशा चार हिंदुस्थान्यांचा सहभाग होता.'

१९९० मध्ये प्रसिद्ध झालेला हा ग्रंथ आजही जगभरातले अभियांत्रिकीचे आणि गणिताचे विद्यार्थी वापरतात. या ३०० पानी ग्रंथात अभ्यंकरांच्या ३० व्याख्यानांचा समावेश आहे. ग्रंथाची प्रस्तावना अतिशय अभ्यासपूर्ण आहे. ती वाचताना लेखकाची गणित विषयाची कळकळ आणि हा विषय सर्वांपर्यंत पोचवण्याची आस्था ठळकपणे लक्षात येते. अल्जेब्राइक जॉमेट्रीचं मूळ नक्की कुठपर्यंत जातं? अल्जेब्राइक जॉमेट्री म्हणजे काय? आणि या विषयावर नव्या पुस्तकाची गरज काय? अशा प्रश्नांची उत्तरं देत, या ग्रंथाच्या प्रस्तावनेला आरंभ होतो.

*"माझ्या शालेय आणि महाविद्यालयीन शिक्षणात मी विश्लेषक भूमिती (ॲनालिटिक जॉमेट्री) आणि समीकरणांचा सिद्धान्त (थिअरी ऑफ इक्वेशन्स) हे दोन विषय काही प्रमाणात शिकलो. मात्र माझ्या वडलांच्या काळात या दोन विषयांना खूपच महत्त्व होतं. विश्लेषक बैजिक समीकरणांच्या साहाय्यानं भूमितीच्या आकृत्या शिकल्या जात. उच्च माध्यमिक शाळेतील बीजगणिताच्या अभ्यासक्रमात समीकरणांचा अभ्यास शिकायला मिळे. एखादं उदाहरण*

सोडवताना ते समीकरणाच्या रूपात मांडणं, त्यातल्या पदावल्या सोडवणं, बहुपदीचे अवयव पाडणं, 'क्ष'च्या जागी 'य'ची किंमत घालणं, त्यातून समीकरण मांडून उत्तर शोधणं इत्यादी गणितांचा यात समावेश होता. उदाहरण कुशलतेनं सोडवण्याचं कसब यामध्ये दाखवावं लागतं. पारंपरिक रूपात तरी बैजिक भूमिती म्हणजे विश्लेषक भूमिती आणि समीकरणांचा सिद्धात यांचं एकत्रीकरण आहे. गेल्या पन्नास वर्षांत मात्र बैजिक भूमिती हा विषय अधिकाधिक अमूर्त किंवा समजण्यास कठीण होत गेलेला दिसतो. त्यातील वर उल्लेखलेले मूळचे दोन विषय तर क्रमिक पुस्तकांमधून काढून टाकले गेले. खरं तर क्रमिक पुस्तकांत विश्लेषक भूमितीवर एक प्रकरण असायचं. त्यानंतर केवळ एका परिच्छेदात या विषयाचा उल्लेख होऊ लागला. कालांतरानं कलनशास्त्राच्या (कॅल्क्युलस) पुस्तकांमध्ये विश्लेषक भूमिती केवळ तळटिपेच्या रूपात दिसू लागली. त्याचबरोबर त्रिकोणमिती या भूमितीतील महत्त्वाच्या शाखेचंही महत्त्व दिवसेंदिवस कमी होत गेलं...

"गणितातील क्लिष्ट किंवा गहन उदाहरणं सोडवण्यासाठी समीकरणांचा सिद्धांत अत्यंत उपयोगी होतो. त्याचप्रमाणे अचूक भूमितीय दृष्टी तयार होण्यासाठी विश्लेषक भूमिती आणि त्रिकोणमिती या दोन विषयांचा अभ्यास अत्यावशक ठरतो...

"गेल्या काही वर्षांत वेगानं काम करणाऱ्या संगणकाचं युग अवतरलं. त्यामुळे वैज्ञानिक आणि अभियांत्रिकी क्षेत्रासाठी बीजगणित आणि बैजिक भूमिती यांच्या पुनर्मांडणी करून समीकरण सोडवण्याच्या स्वरूपाची अचानक गरज वाढली. बैजिक भूमिती हा विषय एखादं उदाहरण कौशल्यानं सोडवण्यासाठी खूप उपयोगी पडतो. सध्याचा बैजिक भूमितीचा वाढता उपयोग आणि या विषयाचं अमूर्तीकरण करण्याकडे वळलेला गणितींचा कल लक्षात घ्यावा लागतो आहे. १९७०मध्ये मी 'पॉलिनॉमिअल्स ॲण्ड पॉवर सेरीज' ही कविता लिहिली. १९७६मध्ये 'हिस्टॉरिकल रॅम्बलिंग्ज इन अल्जेब्राइक जॉमेट्री ॲण्ड रिलेटेड अल्जिब्रा' हा बैजिक भूमितीवर दीर्घ, अभ्यासपूर्ण लेख लिहिला. या दोन्ही माध्यमांमधून बैजिक भूमितीच्या लोप पावत चाललेल्या मूर्त स्वरूपाचा मी धिक्कार केला, त्याबद्दल तीव्र नाराजी व्यक्त केली आणि या विषयाचं पुनरुज्जीवन करण्याचा ठाम निश्चय केला. अलगॉरिथमिक पद्धतीनं गणितं सोडवण्याचा रोख वाढलेला दिसतो. अभियंते या पद्धतीचा उपयोग करत आहेत, हे पाहून मला आनंद झाला आहे. तसेच अभियंत्यांच्या सहवासात गणितं सोडवताना मला मजा येते आहे...

"आपल्या गणिती पूर्वजांनी श्रीधराचार्य (इ.स.७९९), भास्कराचार्य

*(इ.स. ११५०), न्यूटन (इ.स. १६६०), सिल्व्हेस्टर (इ.स. १८४०), सालमन (इ.स. १८५२), मॅक्स नेथर (इ.स. १८७०), क्रॉनेकर (इ.स. १८८२) केली (इ.स. १८८७) या आणि इतर रथी-महारथींनी गणितातील मूलतत्त्वांचा भक्कम पाया घातला आहे. त्यांचा संबंध अमूर्त बीजगणितावर आधारित असलेल्या अत्याधुनिक बैजिक भूमितीशी लावण्याचं काम मी या व्याख्यानांमध्ये केलं. त्यांत काही लक्षवेधी गणितं सोडवण्यासाठी मी गणितं सोडवण्याच्या प्राचीन पद्धती आणि बीजगणिताचं नवीन अमूर्तीकरण यांचा एकत्रित उपयोग कसा करून घेता येतो, हे स्पष्ट करून दाखवलं. तसंच अशा पद्धतीनं गणितं करण्यास विद्यार्थ्यांना प्रोत्साहनही दिलं. आधुनिक अमूर्तीकरण हे खूप चांगलं आणि आवश्यक आहे, असं मला वाटत नाही. तरीसुद्धा काही गणिती त्याच भाषेत गणित लिहीत असल्यामुळे, त्याची माहिती विद्यार्थ्यांना अवश्य असायला हवी. म्हणूनच हे पुस्तक केवळ अभियांत्रिकीच्या गणिताच्या अभ्यासासाठी उपयुक्त आहे असं नाही, तर ते स्वतंत्रपणे गणिताचा अभ्यास करणाऱ्यांसाठीही उपयोगी आहे...*

*''गणिताची सिद्धता बहुतेक वेळा तर्कावर आधारित असते, क्वचितप्रसंगी गणिताची निर्मिती तार्किकही असू शकते. विज्ञान आणि तंत्रज्ञान क्षेत्रात गणिताचा उपयोग आधीच्या पूर्वानुभवाच्या आधारे केला जातो. या ग्रंथात पूर्वीच्या सिद्धता पुन्हा देण्याचा हेतू नाही, तर त्याही पुढं जाऊन विद्यार्थ्यांनी त्यासंबंधी अजून वाचावं, विचार करावा, हा उद्देश आहे. गणिताचा असूनही हा ग्रंथ वाचनीय व्हावा, असा मी प्रयत्न केला आहे. क्लिष्टता टाळून ते अधिकाधिक सुलभ, सुबोध लिहिलं आहे. त्यामुळे गणिताचा सखोल अभ्यास करण्यासाठी हा ग्रंथ विद्यार्थ्यांना प्रवृत्त करेल. त्यासाठी गणिताचं पुस्तक लिहिण्याची नेहमीची औपचारिकता बाजूला ठेवली आहे...*

*'' 'अल्जेब्राइक जॉमेट्री फॉर सायन्टिस्ट्स अॅण्ड इंजिनिअर्स' हा ग्रंथ मुलांना परीक्षार्थी बनवण्यासाठी लिहिलेला नाही. तसेच केवळ परीक्षेत उत्तीर्ण होण्याची इच्छा बाळगणाऱ्या विद्यार्थ्यांसाठीही नाही. विद्यार्थ्यांनी गणित हा विषय मुळापासून समजून घ्यावा आणि त्यात मूलभूत नवीन, अस्सल संशोधन करावं, हा हेतू आहे...*

*''या ग्रंथात मी बैजिक भूमितीची कथा सांगितली आहे. त्यात काव्यात्मकता आणण्याचा प्रयत्न केला आहे. त्यामुळे त्यातील गणित जाणून घेताना, शिकताना विद्यार्थ्यांना मजा वाटेल, ते आनंद मिळवतील आणि तीच माझी इच्छा आहे.''*

१९९५ मध्ये अभ्यंकरांचा वेगळ्या प्रकारे गौरव झाला. १९५७च्या 'अमेरिकन

जर्नल ऑफ मॅथेमॅटिक्स'मध्ये 'कव्हरिंग्ज ऑफ अल्जेब्राइक कर्व्हज' या शीर्षकाचा शोधनिबंध प्रसिद्ध झाला. तो 'अभ्यंकर्स कन्जेक्चर' म्हणून ओळखला जातो. १९९० मध्ये जाँ पिएर सेर या गणितीनं त्यावर काही संशोधन करून सी. आर. ॲकॅडमी सायन्स, पॅरिस या जर्नलमध्ये ते प्रसिद्ध केलं. त्यानंतर फ्रेंच गणिती मायकेल रेनाऊड (M. Raynaud) आणि अमेरिकन गणिती डेव्हिड हर्बेटर (David Harbeter) या दोघांनी 'अभ्यंकर्स कन्जेक्चर' पूर्ण रूपात सोडवण्याचा यशस्वी प्रयत्न केला आणि त्यासंबंधीचे शोधनिबंधही लिहिले. या त्यांच्या महत्त्वपूर्ण कामाची अमेरिकन मॅथेमॅटिकल सोसायटीनं दखल घेतली आणि दोघांना 'अभ्यंकर कन्जेक्चर' सोडवल्याबद्दल बीजगणितातील 'फ्रँक नेल्सन कोल प्राइज' देऊन सन्मानित केलं.

१९९८ मध्ये फ्रान्स देशाच्या युनिव्हर्सिटी ऑफ ॲन्जर्स (Angers) नं अभ्यंकरांच्या संशोधनाचा उचित गौरव केला. या विद्यापीठानं अभ्यंकरांना सन्माननीय डॉक्टरेट पदवी बहाल केली. ही बातमी ऐकून अभ्यंकरांचे गुरुबंधू आणि फील्ड मेडलिस्ट जपानी गणितज्ञ हायझुक हिरोनाका यांनी अभ्यंकरांना अभिनंदनपर पत्र पाठवलं.

*प्रिय राम,*

*तुला मिळत असलेल्या सन्माननीय, प्रतिष्ठित डॉक्टरेटपेक्षा तुझं गणितातील प्रदीर्घ आणि मौलिक संशोधन कितीतरी उच्च गुणवत्तेचं आहे. तरीसुद्धा तुला सन्माननीय डॉक्टरेट मिळाली, या बातमीनं मला खूपच आनंद झाला आहे.*

*बैजिक भूमितीतील तुझं मूलभूत काम माझ्यासारख्या अनेक गणित अभ्यासकांना अक्षरशः सोन्याची खाण आहे. आता या खाणीतून काढलेल्या सोन्यापर्यंत मानसन्मानरूपी सूर्याची किरणं पोहोचत असल्यानं या सोन्याला विशेष झळाळी लाभते आहे.*

*हाय हिरोनाका*

या पत्रातून अभ्यंकर गणिती म्हणून किती ज्येष्ठ आणि आदरणीय होते, याची झलक वाचायला मिळते.

### सत्तरावा वाढदिवस

२००० साली अभ्यंकरांचा सत्तरावा वाढदिवस साजरा झाला. या निमित्तानं अभ्यंकरांच्या सन्मानार्थ पर्डू विद्यापीठानं एका गणित परिषदेचं आयोजन केलं. २० ते २६ जुलै २००० अशी सहा दिवसांची ही परिषद होती. जगभरातल्या शंभर गणितज्ञांनी त्यात भाग घेतला. त्यांच्यापैकी साठ गणितींनी परिषदेत निबंध वाचले. 'अल्जिब्रा ॲण्ड अल्जेब्राइक जॉमेट्री विथ ॲप्लिकेशन्स' या विषयावर परिषदेत गणित मंथन झालं. परिषदेत वाचलेल्या निबंधांचं संकलन, संपादन करून एक ग्रंथ

तयार करण्यात आला. त्याचं नाव 'अल्जिब्रा, ॲरिथमॅटिक ॲण्ड जॉमेट्री विथ ॲप्लिकेशन्स' - पेपर्स फ्रॉम डॉ. एस. अभ्यंकर्स सेव्हन्टीएथ बर्थडे कॉन्फरन्स.

या ग्रंथाचं संपादन डॉ. अविनाश साठये आणि डॉ. सी. बजाज या दोघांनी मिळून केलं आहे. ७८४ पानांचा हा ग्रंथ 'स्प्रिंगर व्हरलाग' या प्रकाशन संस्थेनं २००३ मध्ये प्रकाशित केला. या ग्रंथाच्या प्रस्तावनेत म्हटलं आहे की, ''अभ्यंकरांची गणितातील संशोधनाची कामगिरी ही जणू आख्यायिका आहे. अभ्यंकरांचं अनमोल पायाभूत काम थोड्या पानांमध्ये देणं ही गोष्ट अवघड आणि अशक्य अशीच आहे. अभ्यंकरांच्या सन्मानार्थ घेतलेली ही दुसरी परिषद आहे. त्यांच्याकडे अफाट गणिती बुद्धिमत्ता आहे. आणि ती संशोधनाच्या रूपात सर्वांसमोर कौशल्यानं मांडण्यात ते सिद्धहस्त आहेत. याची साक्ष म्हणजे ही परिषद आहे.''

अभ्यंकरांच्या संशोधनाची दखल देशोदेशीच्या विद्यापीठांनी घेतली. २००१ मध्ये ब्राझीलच्या युनिव्हर्सिटी ऑफ ब्राझिलियानं अभ्यंकरांना पदक देऊन त्यांच्या कार्याची प्रशंसा केली.

अभ्यंकरांचा 'ए पर्स्पेक्टिव्ह ऑन अल्जेब्राइक जॉमेट्री' हा शोधनिबंध 'बुलेटिन ऑफ ब्राझील मॅथेमॅटिकल सोसायटी' या नियतकालिकाच्या ३३व्या खंडात (२००२) प्रसिद्ध झाला. १९९६ ते २००१ या सहा वर्षांत अभ्यंकरांनी दिलेल्या व्याख्यानांचा गोषवारा या शोधनिबंधात वाचायला मिळतो. या कालखंडात अभ्यंकरांनी ऑस्ट्रिया, ब्राझील, कॅनडा, इंग्लंड, फ्रान्स, जर्मनी, भारत, इस्त्रायल, इटली, जपान, ओमेन, दक्षिण आफ्रिका, स्पेन आणि अमेरिका या ठिकाणी व्याख्यानं दिली. १७ जून ते ११ ऑगस्ट २००१ या कालावधीत त्यांनी ब्राझीलमधील विविध संस्था, विद्यापीठं इ. ठिकाणी तेरा व्याख्यानं दिली होती. अभ्यंकरांचा पीएच.डी.चा पहिला विद्यार्थी अर्ल्बटो अझिवेडो यांनी ही व्याख्यानं आयोजित केली होती.

या बावीस पानी दीर्घ शोधनिबंधात अभ्यंकरांनी बैजिक भूमितीचं यथार्थ दर्शन घडवलं आहे. या निबंधाचे ए, बी, सी, डी, ई हे मोठे विभाग, प्रत्येक विभागाचे पुन्हा उपविभाग, अशी मांडणी केलेली आहे. त्यात त्यांनी बैजिक भूमितीच्या इतिहासापासून सुरुवात केली आहे. अल्जेब्राइक जॉमेट्री हा विषय काय आहे, त्यात कसं आणि किती संशोधन केलं आहे, असा सलग आढावा घेतला आहे. ठिकठिकाणी केलेल्या व्याख्यानांमधून त्यांनी काय सांगितलं, काय संशोधन केलं, याचं ओझरतं परंतु यथार्थ दर्शन घडतं. एवढ्यावरूनही अभ्यंकरांच्या संशोधनाची व्याप्ती किती प्रचंड असावी, याचा अंदाज येतो.

## संशोधनाचा तिसरा टप्पा

२००५-२०१२ या कालखंडात अभ्यंकरांनी वयाची पंचाहत्तरी गाठली होती.

त्यांचं ग्रंथलेखन, जाकोबिअन प्रॉब्लेमवरचं संशोधन जोमानं चालू होतं. अभ्यंकरांचा अमृत महोत्सवही (२००५) पर्डू विद्यापीठानं पुन्हा एका जागतिक परिषद घेऊन साजरा केला. या परिषदेत 'अल्जिब्रा ॲण्ड अल्जेब्राइक जॉमेट्री' या विषयावर विविध देशांच्या गणितज्ञांनी शोधनिबंध वाचले.

मुंबईच्या 'इन्स्टिट्यूट ऑफ सायन्स' (पूर्वीची रॉयल इन्स्टिट्यूट ऑफ सायन्स) या संस्थेचे १९५०-५२ या शैक्षणिक वर्षात अभ्यंकर विद्यार्थी होते. येथून त्यांनी बी.एससी. ही पदवी मिळवली. या संस्थेत शिक्षण घेतलेले जे विद्यार्थी भविष्यकाळात अतिशय उच्च दर्जाची कामगिरी करतात आणि नावलौकिक मिळवतात, अशा विद्यार्थ्यांचा 'विज्ञानसंस्थारत्न' असा किताब देऊन गौरव करण्यात येतो. २००६ मध्ये अभ्यंकरांना ही पदवी देऊन त्यांचा सन्मान केला गेला. संस्थेच्या सन्माननीय विद्यार्थ्यांच्या यादीत अभ्यंकरांचा समावेश झाला. डॉ. होमी भाभा, डॉ. एम. जी. के. मेनन, प्रा. वि. वा. नारळीकर, डॉ. भा. मा. उदगावकर... ही या नामवंताच्या यादीतील काही नावं!

## खिळवून ठेवणारा बीजगणिताचा ग्रंथ

गणित आणि तेही खिळवून ठेवणारं, अशी ज्या ग्रंथानं प्रसिद्धी मिळवली, तो ग्रंथ म्हणजे- 'लेक्चर्स ऑन अल्जिब्रा'!

अभ्यंकरांनी स्वत:ची गणितावरची काही व्याख्यानं दोन खंडांत प्रसिद्ध करण्याचं ठरवलं होतं. त्यांपैकी २००६ साली प्रकाशित झालेल्या पहिला खंडाची तब्बल ७५६ पृष्ठं आहेत. या ग्रंथाचे गेटिस्बर्ग महाविद्यालयामध्ये गणित शिकवणाऱ्या डॅरन ग्लास या तरुण प्राध्यापकानं चिकित्सक परीक्षण केलं. हे परीक्षण 'अमेरिकन मॅथेमॅटिकल मंथली' या नियतकालिकाच्या संकेतस्थळावर इंग्रजीत प्रसिद्ध झालं. गणितप्रेमी अभ्यासक प्रा. स. पां. देशपांडे यांनी त्याचं मराठीत रूपांतर केलं. 'खिळवून ठेवणारे बीजगणित' या नावानं ते दै. 'लोकसत्ता' या वर्तमानपत्रात प्रसिद्ध झालं. त्यातील काही भाग वाचला, तरी अभ्यंकरांच्या गणिताच्या अभ्यासाची प्रचंड व्याप्ती लक्षात येते.

*"या पुस्तकात एकूण सहा व्याख्यानं आहेत. ग्रुप्स, फील्ड्स, रिंग्ज, आयडियल्स, मॉड्यूल्स, व्हेक्टर, स्पेसेस, प्रिन्सिपल आयडियल डोमेन्स, स्प्लिटिंग फील्ड्स् या अशा विषयांचे या पुस्तकात शेवटी उल्लेख यावेत, असं हे पुस्तक वाचणाऱ्या अभ्यासकांना सहजच वाटेल. मात्र या विषयांच्या संकल्पनांच्या व्याख्या या पुस्तकात तर विसाव्या पानापूर्वीच दिलेल्या आहेत. विसाव्या पानापूर्वी आणखीही काही घडलं. ते म्हणजे मी या*

*पुस्तकाच्या अधीन झालो, त्यामुळे ते वाचताना कधी मनाला उद्विग्नता येई, तर कधी मन गोंधळून जाई आणि कधी कधी तर या पुस्तकातला मजकूर चित्तवेधक वाटे. तरीसुद्धा हे पुस्तक मनाला खूप उल्हसित करणारं वाटल्यामुळे त्याची ७५६ पानं संपेपर्यंत मी त्याला चिकटून राहिलो. या गुणवैशिष्ट्यांमुळे आजवर अशा ज्या वजनदार पुस्तकानं मला मोहात पाडलं, त्या जे. के. रॉलिंग (J. K. Rowling) आणि टॉम वुल्फ (Tom Wolfe) या फक्त दोनच लेखकांच्या पंक्तीत अभ्यंकरांना सामील करायला हरकत नाही...*

"पुस्तकात केलेल्या संपूर्ण विवेचनात आणि विषयाच्या निवडीवरून अभ्यंकरांना बैजिक भूमितीसंबंधी वाटणारं ममत्व दिसून येतं. पहिली तीन व्याख्यानं ३०-३० पानी आहेत, तर पाचव्या व्याख्यानाच्या पाचव्या भागासाठी ३६० पानं खर्ची टाकली आहेत. अभ्यंकरांच्या लेखनात कार्यकुशलता नाही, असा कुणीही आक्षेप घेणार नाही. शिवाय त्यांनी केलेलं विषयाचं विवेचन वाचताना आनंद मिळतो. या पुस्तकातून अभ्यंकरांची विषयाच्या अंतरंगापर्यंतची गाढ पकड स्पष्ट होते...

"ज्या गणितज्ञाला या पुस्तकाची काही पानं वाचल्यावर काहीतरी शिकल्यासारखं अथवा विषयाशी पूर्वपरिचित असूनसुद्धा त्याबद्दल नवी दृष्टी प्राप्त झाल्यासारखं वाटणार नाही, त्या गणितज्ञाची मला कल्पनादेखील करवत नाही. प्राप्त झालेली अंतर्दृष्टी व त्यांचं लेखन या दोहोंत अभ्यंकरांनी तुम्हांला खिळवून ठेवलं आहे, याची जाणीव होईल. ज्या कुणाला बीजगणितात रस असेल, त्यानं हे पुस्तक मिळवून चाळावं. मग माझ्या म्हणण्याचा तुम्हांला प्रत्यय येईल."

अभ्यंकरांना गुरुस्थानी असलेले ८२ वर्षांचे प्रसिद्ध फ्रेंच गणितज्ज्ञ डॉ. सेर यांनी प्रा. डॅरन ग्लास केलेलं संकेतस्थळावरील परीक्षण वाचून अभ्यंकरांचं मन:पूर्वक अभिनंदन केलं!

### ज़ाकोबिअन प्रॉब्लेम

कार्ल गुस्टाफ जाकोबी (Karl Gustav Jacobi) नावाचे जर्मन गणिती होऊन गेले. त्यांचा कार्यकाळ १८०४-१८५१. त्यांनी निर्माण केलेल्या जाकोबिअन प्रॉब्लेमवर कित्येक वर्षं जगभर सातत्यानं काम चालू आहे. १९६३ पासून अभ्यंकर 'रिझॉल्यूशन'वर काम करत होते. १९७०-७१ मध्ये त्यांनी रिझॉल्यूशनची सिद्धता पूर्ण केली. हा प्रश्न अवघडच आहे. त्यामुळे त्यात संशोधन करणारे विद्यार्थी मिळवणं तितकसं सोपं नव्हतं. त्यावर उपाय म्हणून विद्यार्थ्यांना आवडतील, त्यांना कुतूहल वाटेल, असे प्रश्न अभ्यंकरांनी मुद्दाम शोधून काढले.

एकदा अभ्यंकर केन्टुकी विद्यापीठातील परिषदेसाठी गाडीतून येत होते. गाडीत

अभ्यंकर पतिपत्नी आणि त्यांचे गणिती मित्र प्रा. डब्ल्यू. जे. हायन्झर (W. J. Heinzer) होते. तो चार तासांचा प्रवास होता. या प्रवासात अभ्यंकरांनी 'अफाइन जॉमेट्री', 'जाकोबिअन प्रॉब्लेम' या विषयांवर काही प्रश्न तयार केले. तो प्रवास म्हणजे जणू काही 'हायवे कॉन्फरन्स'च होती.

त्यानंतर अभ्यंकर लेक्चर्समधून जाणीवपूर्वक अफाइन जॉमेट्रीबद्दल सांगू लागले. तसेच विद्यार्थी मिळवण्यासाठी 'जाकोबिअन प्रॉब्लेम'चा ही वारंवार उल्लेख करू लागले. अशा तऱ्हेनं त्या प्रवासापासूनच अभ्यंकरांच्या जाकोबिअन प्रॉब्लेमच्या संशोधनाला प्रारंभ झाला.

खरं तर जाकोबिअन प्रॉब्लेमशी अभ्यंकरांचा संबंध बराच पूर्वी म्हणजे १९६५ मध्येच आला होता. त्या वेळी जर्मन गणिती कार्ल स्टाईन (Karl Stein) यांनी अभ्यंकरांना पत्राद्वारे एक प्रश्न विचारला होता. त्यात '१९५५ मध्ये डब्ल्यू. एंगल (W. Engel) या गणितीनं जाकोबिअन प्रॉब्लेम सिद्ध केल्याचा दावा केलेला आहे. परंतु एंगलच्या निबंधातील सिद्धता मला समजत नाही, तर तू मला मदत करशील का?' असं विचारलं होतं.

अभ्यंकरांनी स्टाईनना उलटटपाली एक प्रतिउदाहरण (काउंटर एक्झॅम्पल) लिहून पाठवलं. परंतु एंगलचा पेपर काही त्यांनी पाहिला नाही. त्यानंतर १९६८ मध्ये बर्कलेच्या मॅक्स रोझेनलिश्ट (Max Rosenlisht) या गणितीनी अभ्यंकरांना कार्ल स्टाईननी विचारलेलाच प्रश्न विचारला. तोपर्यंतसुद्धा अभ्यंकरांनी एंगलचा पेपर पाहिला नव्हता. मजेचा भाग म्हणजे १९७० मध्ये खुद्द ऑस्कर झारिस्कींनी अभ्यंकरांना तोच प्रश्न विचारला. आता मात्र गुरूची आज्ञा मानायला हवी म्हणून अभ्यंकरांनी एंगलचा पेपर वाचला, तेव्हा त्यांना त्यात बऱ्याच चुका आणि त्रुटी आढळल्या. तसं पत्रही अभ्यंकरांनी झारिस्कींना पाठवलं. झारिस्कींना अभ्यंकरांच्या नवनिर्मितिक्षमतेची खात्री होती. त्याचबरोबर हा शिष्य काही आपली आज्ञा मोडणार नाही, हा ठाम विश्वास! अभ्यंकरांच्या मनात गुरूनं विचारांची ठिणगी पाडली होती. हळूहळू ती पेट घेईल आणि त्यातून चांगलंच बाहेर येईल, असा झारिस्कींचा होरा अभ्यंकरांनी काही वर्षांनी सार्थ ठरवला.

अभ्यंकरांच्या मते गेली ३०-३५ वर्षं जाकोबिअन प्रॉब्लेमवर अनेक गणितींनी आपापल्या परीनं काम केलं होतं. त्यानुसार त्यांचे निबंधही प्रकाशित झाले होते; काही अप्रकाशितही राहिले. परंतु या बहुतांश निबंधांमध्ये चुकीची सिद्धता लिहिली गेली होती.

१९७०-७१ मध्ये अभ्यंकरांनी पर्डू तसंच भारत आणि जपान या दोन देशांमधील विद्यापीठांमध्ये काही व्याख्यानं दिली होती. त्यात जाकोबिअन प्रॉब्लेमवर चर्चा केली होती. या व्याख्यानांची त्यांच्या विद्यार्थ्यांनी टिपणं लिहून घेतली होती. या काळात

जाकोबिअन प्रॉब्लेमवरील सिद्धताही अभ्यंकरांच्या पाहाण्यात येत होत्या. अक्षरश: दर सहा महिन्यांनी एखादी तरी चुकीची सिद्धता प्रसिद्ध होत होती. ते पाहून अभ्यंकर अस्वस्थ झाले. त्यात गुरूची आज्ञा डोक्यात वळवळत होतीच. आता आपणच काही करायला हवं, अशा विचारांनी अभ्यंकर कामाला लागले. त्यांनी सी. जे. जॅन (C. J. Jan) या त्यांच्या विद्यार्थ्याला या प्रॉब्लेम संबंधात संशोधन करायला सांगितलं. त्यानं काम केलं. पण त्याला बराच वेळ लागला. जॅनला आपण हा प्रॉब्लेम सिद्ध करू शकू, असा विश्वास वाटू लागला. त्यानं अभ्यंकरांना सोडवलेली सिद्धता दाखवली. मात्र अभ्यंकरांनी एक महिन्यानं त्याला त्यातील चूक दाखवून दिली. तीच गोष्ट टी. टी. मो (T. T. Moh) या विद्यार्थ्याबरोबर झाली. मोनं सिद्धता लिहिली. ती साठ पानी झाली. अभ्यंकरांना मोच्या कामाचा आनंद वाटला. परंतु बारकाईनं पाहिल्यावर त्यात कमतरता जाणवल्या. स्वत:च्या जुन्या संशोधनामध्ये अभ्यंकरांनी नव्या अभ्यासाची भर घातली, त्यातून त्यांनी तीन मोठे शोधनिबंध 'सम थॉट्स ऑन दि जाकोबिअन कंजेक्चर' या शीर्षकाखाली लिहून काढले. 'जर्नल ऑफ अजिब्रा'त २००८ मध्ये तीन भागांत प्रसिद्ध झाले. हे सर्व निबंध अभ्यंकरांनी प्रा. वॉल्टर फाइट या सन्मित्राच्या प्रेमळ आठवणींना अर्पण केले.

खरं तर अभ्यंकरांनी जाकोबिअनमध्ये प्रत्यक्ष काम केलेलं होतं. परंतु काही वर्षांनी दुसऱ्या कामात गढून गेल्यामुळे ते विसरून गेले होते. गणित विभागातील प्रकल्प अधिकाऱ्यानं पूर्वीच्या नोंदींवरून त्यांना 'बघा, तुम्ही ही सिद्धता केलीय,' असं म्हणून जाकोबिअनवर अभ्यंकरांनी केलेलं काम दाखवलं. अभ्यंकरांनी ती आकडेमोडीची पानं साठयांनाही दाखवली. साठयांनी ती सर्व टिपणं गोळा केली. त्यात काही भर घातली आणि अभ्यंकरांसाठी एक पेपर लिहिला. तो पाहून, अभ्यंकर साठयांना म्हणाले, "ठीक आहे, बरं केलंस माझ्यासाठी."

काही वर्षांनी अभ्यंकरांनी पुन्हा तो पेपर काढला आणि साठयांना म्हणाले, "हे तू काय केलंस, मला कळत नाही. सांग मला." अभ्यंकरांना ते कळलं नव्हतं. कारण तो पेपर त्यांच्या पद्धतीनं लिहिला नव्हता. मग पुन्हा दोघांचं काम सुरू झालं. त्या दोघांच्या चर्चा व्हायच्या. पुन्हा पुन्हा लिहिलं जायचं. एकूण ३०० पानं लिहिली गेली. शेवटी अभ्यंकरांचं समाधान झालं. या विषयात त्यांना अजून काम करायचं होतं. ते मात्र त्यांच्या हातून पूर्ण झालं नाही, ते शल्य तसंच राहिलं.

### संशोधनातील सर्वोत्कृष्ट लेणं : 'डायक्रिटिकल डिव्हिजर्स'

मकरंदाचा शोध घेणारी मधमाशी जशी वेगवेगळ्या फुलांचा वेध घेत सतत फिरत असते, तसंच काहीसं अभ्यंकरांचं होतं. ते नित्यनेमानं, दरवर्षी जगभरातल्या वेगवेगळ्या विद्यापीठांत व्याख्यानं द्यायला जात. तसंच गणिताच्या परिषदा, सभा

यांचीही आमंत्रण स्वीकारत. या ठिकाणी अनेक गणिती आपलं संशोधन सादर करत. त्यात अभ्यंकरांना वेगळे, आव्हानात्मक गणिताचे प्रश्न हमखास दिसत. ते त्या प्रश्नांकडे त्यांच्या चष्म्यातून पाहत. त्यातील सौंदर्य त्यांना आकृष्ट करू लागे. हे त्यांच्या मनाचं 'गणितीय आसुसलेपण' खरोखर अद्वितीय असंच होतं आणि ते त्यांच्यात कायम राहिलं. त्यामुळेच अभ्यंकर पंचाहत्तरीतच काय, पण ८२ व्या वर्षीही गणितातलं संशोधन करत राहिले, नवं नवं शोधत राहिले.

२००८ च्या जून-जुलै दरम्यान स्पेन विद्यापीठानं एक गणित परिषद आयोजित केली होती. अर्थात अभ्यंकरांना या परिषदेत सन्मानानं निमंत्रण होतं. त्या ठिकाणी अभ्यंकरांना फ्रेंच गणिती एरिक अर्ताल बार्टोलो (Eric Artal Bartolo) व स्पॅनिश गणिती आर्नो बोदिन (Arno Bodin) यांची टोपॉलॉजीतल्या संकल्पनेवर आधारित 'डायक्रिटिकल डिव्हिजर' या विषयावरील व्याख्यानं ऐकायला मिळाली. ती ऐकल्यावर त्यांना डायक्रिटिकल या प्रश्नात विशेष रुची उत्पन्न झाली. नेहमीप्रमाणे त्यांनी उत्सुकतेनं या विषयात डोकवायला सुरुवात केली. मात्र अभ्यंकर टोपॉलॉजीचे अभ्यासक नसल्यानं त्यांनी या प्रश्नाचं बीजगणितीकरण करण्याचे प्रयत्न सुरू केले. ही सिद्धता प्रस्थापित करण्यासाठी अभ्यंकरांनी न्यूटनच्या द्विपद प्रमेयाचा (बायनॉमिअल थिअरम) विशेषत्वानं उपयोग केला. हे द्विपद प्रमेय त्यांनी वयाच्या सतराव्या वर्षी शिकून घेतलं होतं. अर्थात सिद्धता पुरी होण्यासाठी हे पुरेसं ठरत नव्हतं, म्हणून त्यांनी स्वत:च्या १९५६मधल्या 'व्हॅल्युएशन्स सेंटर्ड इन अ लोकल डोमेन' या निबंधातला निष्कर्षही वापरला.

अतिशय कष्टानं खूप प्रयत्न करून अभ्यंकरांनी सिद्धता लिहिली. हा निबंध साठ पानांचा झाला. तरीसुद्धा अभ्यंकरांना फक्त शून्य लक्षणांबाबत (झीरो कॅरॅक्टरिस्टिक) या सिद्धतेची उकल शक्य झाली होती. मिश्र लक्षणांसाठी (मिक्स्ड कॅरॅक्टरिस्टिक) अभ्यंकरांना या सिद्धतेचा विस्तार करता येईना. या प्रश्नाला भूमितीय दृष्टिकोन द्यावा का? असा विचार ते करू लागले. त्यांना इग्नॅशियो लुएन्गो (Ignacio Luengo) या स्पेनमधील मित्राची आठवण झाली. लुएन्गो हे स्पेनच्या मॅड्री विद्यापीठात गणिताचे प्राध्यापक आहेत. अल्जेब्राइक जॉमेट्री सिंग्युलॅरिटीज हा लुएन्गो यांचा विशेष अभ्यासाचा विषय आहे. अभ्यंकरांनी लुएन्गोंशी या सिद्धतेसंदर्भात प्रदीर्घ चर्चा केली. या चर्चेतून आपण दोघं परस्परविरोधी मतं मांडतो आहोत, असं दोघांनाही जाणवलं. अभ्यंकर आणि लुएन्गो यांची २० वर्षांची मैत्री होती. त्यांची संशोधनातील विचारांची देवाणघेवाण विरुद्ध टोकांची असली, तरी त्यात स्नेहाचा धागाही होता.

न्यूटन बहुभुज (न्यूटन पॉलिगॉन) यासंबंधी लुएन्गोंच्या काही वेगळ्या कल्पना होत्या. अभ्यंकरांना त्या चित्तवेधक वाटत, तरीही ते त्यावर नेहमीच टीका करत. लुएन्गोंच्या भूमितीय दृष्टीला बहुभुज ही एक भ्रमण वस्तू वाटे, तर अभ्यंकरांच्या

बीजगणितीय विचाराला हा बहुभुज काहीसा स्थिर वाटे. अशा तऱ्हेनं एकाच संकल्पनेकडे ते दोघे वेगळ्या दृष्टींनी बघत होते.

प्रदीर्घ चर्चेच्या शेवटी अभ्यंकरांनी लुएन्गोंचं मत स्वीकारण्याचा खिलाडूपणा दाखवला आणि त्यातून एक थक्क करणारी गोष्ट घडली. एका गहन प्रश्नाची सुलभ सिद्धता मांडण्याचं फार उच्च दर्जाचं संशोधन अभ्यंकरांनी केलं. मिश्र लक्षणांसह कोणत्याही लक्षणांसाठी सार्थ ठरणारी वीस पानी सिद्धता अभ्यंकरांनी लिहिली.

कुठलंही समीकरण सोडवण्यासाठी न्यूटननी एक पद्धत शोधून काढली होती. तिचं नाव 'न्यूटन्स पॉलिगॉनल मेथड'! एखादं बैजिक समीकरण सोडवायचं आहे, त्यात बरेच गुणक असतात. हे गुणक आलेखाच्या कागदावर दाखवून बहुभुज काढायचा. हा बहुभुज असा काढायचा, की सगळे गुणक त्या बिंदूंमधून गेले पाहिजेत व इतर बिंदू एका बाजूला असले पाहिजेत. असा हा 'न्यूटन पॉलिगॉन' असतो. काही बिंदू बहुभुजाच्या बाहेर आहेत. तर आता असं सिद्ध केलं गेलं, की रचनांतरण किंवा अक्षांचं रूपांतरण केलं, तर आधीचं समीकरण आणि गुणक आहेत. परंतु बहुपदीतील अव्यक्तं (चल) बदलतील. बहुपदीतही बदल होतील. नवीन अव्यक्तांमुळे बिंदू व गुणकही बदलतील. त्यांच्या सीमाही वेगळ्या होतील. मात्र रूपांतरणानंतर बहुभुजाच्या आतला बिंदू तसाच नवीन बहुभुजाच्या आत राहील आणि एखादा बाहेरचा बिंदू आत जाऊ शकणार नाही, अशी ही अभ्यंकरांची सिद्धता आहे.

हे संशोधनाचं काम चालू असताना, २००९ मध्ये अभ्यंकर पुण्यात आले होते. नेहमीप्रमाणे त्यांची मित्रांबरोबर गप्पांची मैफल जमली होती. बहुतांश गप्पा अभ्यंकरांचं संशोधन आणि त्यांचं अवांतर वाचन याभोवती रंगल्या होत्या. एका मित्रानं "सध्या तुम्ही काय काम करताय?" असं त्यांना विचारलं. अभ्यंकर म्हणाले, "सध्या मी एकच काम करतोय आणि त्याचा विषय आहे, एका कोळियाने! लहानपणी ऐकलेली ही कविता आहे." (अभ्यंकर आणि लुएन्गो यांनी एकत्रित लिहिलेल्या शोधनिबंधाचं शीर्षकही 'स्पायडर्स अ‍ॅण्ड डायक्रिटिकल्स' असं आहे.)

" 'एका कोळियाने' ही मी लहानपणी पाठ केलेली कविता आहे. या कवितेचा आणि माझ्या कामाचा चांगला संदर्भ जोडता येईल. या कवितेतील कवीच्या कोळ्यानं जाळं तर बांधलं. त्यात पुन्हा शिरावं असं कोळ्याला वाटलं, पण ते काही त्याला शक्य होईना. कवितेच्या ओळी अशा आहेत —

*एका कोळियाने एकदा आपुलें*
*जाळे बांधियेलें उंच जागीं ।।*
*तेथुनी सुखाने खालतीं तो आला ।*
*परि मग झाला कष्टी बहू ।।*

*मागुती जाळीया-माजीं जातां ये ना ।*
*धाग्यावरुनी पुन्हां पुन्हां पडे ॥१॥*

"या कवितेतून मी सध्या करत असलेल्या सिद्धतेतील बरंचसं गणित उत्पन्न झालं आहे. तुम्हांला मी बोलतोय ते गमतीचं वाटेल, पण ते खरंच आहे. माझ्या सिद्धतेतील बिंदू आणि कोळ्याची जाळ्यात जाण्याची धडपड यामध्ये साधर्म्य आहे. या कवितेच्या पुढच्या काही ओळी अशा आहेत –

*पांचही वेळा यत्न करुनियां, आलें यश न तयाला।*
*मग वेगें वेगें उठे । धागा चढू लागे नेटें ॥*
*बहु घेई खबरदारी । जाई, पोचे ताळ्यावेरीं ।*
*हळुच मग आंत शिरे । पोटीं आनंदानें भरे ॥*
*झटे निश्चयाचे बळें । अंतीं त्याला यश मिळे ॥*

पाच वेळा प्रयत्न करूनही कोळ्याला काही आत शिरता आलं नाही, मात्र शेवटी तो आत गेलाच, असं शेवटच्या कडव्यात आहे. मात्र माझ्या कोळ्याला जाता आलं नाही."

अशा तऱ्हेनं या कवितेच्या आधारानं अभ्यंकरांनी आपलं संशोधन समजून सांगितलं. त्याचबरोबर त्यांनी रामायणातल्या सीतेच्या अपहरणाच्या प्रसंगाचाही दाखला दिला.

*'मायावी रूप घेऊन आलेल्या रावणाला जसं लक्ष्मणरेषेच्या आत जाऊन सीतेचं अपहरण करता येत नव्हतं किंवा लक्ष्मणरेषा ओलांडून गेलेल्या सीतेला फिरून त्या रेषेच्या आत जाता येत नव्हतं, त्याप्रमाणे एखादा बाह्य बिंदू न्यूटनच्या बहुभुजात जाऊ शकत नाही.'*

कोळी आणि कोळ्याचं जाळं आणि रामायणातील सीतेच्या अपहरणाचा प्रसंग या दोन्ही गोष्टी सर्वसामान्यांनाही माहिती आहेत. त्या दोन भिन्न उदाहरणांनी अभ्यंकरांनी डायक्रिटिकल डिव्हिजर्ससारखं क्लिष्ट गणित समजावून सांगितलं. ही अभ्यंकरांची हातोटी विलक्षण वाटते. या वयातही अभ्यंकरांचा मेंदू किती तरतरीतपणे काम करत होता, याची साक्ष पटते.

डायक्रिटिकल भाजकांच्या बीजगणितीकरणामुळे अनेक वर्षं अडून राहिलेला जाकोबियन प्रश्न सुटायला गती मिळेल, असं अभ्यंकरांना ठामपणे वाटू लागलं होतं, असं त्यांच्या 'डायक्रिटिकल डिव्हिजर्स ॲण्ड जाकोबिअन प्राब्लेम' या शीर्षकाखाली २०१० मध्ये 'इंडियन जर्नल ऑफ प्युअर ॲण्ड अप्लाइड मॅथेमॅटिक्स'

या नियतकालिकात प्रसिद्ध झालेल्या शोधनिबंधावरून लक्षात येतं.

**ऐंशीवा वाढदिवस**

२० ते २२ जुलै २०१० या तीन दिवसांत पर्डू विद्यापीठाचा गणित विभाग देशोदेशीच्या गणितज्ञांनी गजबजून गेला होता. पर्डूचे मार्शल प्रोफेसर श्रीराम अभ्यंकर यांच्या ऐंशीव्या वाढदिवसाच्या निमित्तानं गणित विभागानं आणखी एक जागतिक गणित परिषद भरवली होती. 'कॉन्फरन्स ऑन अल्जिब्रा ॲण्ड अल्जेब्राइक जॉमेट्री विथ ॲप्लिकेशन्स' असा या परिषदेचा विषय होता. गेली ५५ वर्षं अभ्यंकरांनी ज्या सातत्यानं आणि कठोर परिश्रमांनी उच्च दर्जाचं गणित संशोधन केलं होतं, त्याचा सन्मान करावा, या उद्देशानं ही परिषद आयोजित करण्यात आली होती.

या परिषदेत अभ्यंकरांचे सहकारी, विद्यार्थी, त्यांचा मित्रपरिवार सहभागी झाला होता. या परिषदेचा विस्तारित भाग म्हणून भारतात - पुण्यात पुणे विद्यापीठ आणि 'भास्कराचार्य प्रतिष्ठान' यांनी संयुक्तपणे १७ ते २२ डिसेंबर २०१० या काळात एक परिषद घेतली.

या सहा दिवसांच्या पुण्यातील परिषदेत अभ्यंकर यांचं व्यक्तिगत जीवनचरित्र डॉ. श्रीधर अभ्यंकर यांनी उलगडून दाखवलं. तर गणिती आणि माणूस म्हणून त्यांचे पैलू, मित्रत्वाच्या नात्यानं चिंतामण गोखले यांनी कथन केले. या परिषदेत गणितासंबंधी २०-२२ व्याख्यानं झाली. विदेशी गणितज्ञांनी शोधनिबंध वाचून अभ्यंकरांप्रती आदर व्यक्त केला.

या परिषदेच्या निमित्तानं भारतातील गणित संशोधक, विविध विद्यापीठांतील, महाविद्यालयांतील प्राध्यापक, विद्यार्थी यांना ८०व्या वर्षीही विलक्षण बुद्धिमतेच्या जोरावर गणितात संशोधन करणारं अभ्यंकरांचं व्यक्तिमत्त्व अधिक जाणून घेता आलं. अभ्यंकरांनीही पुण्यातल्या परिषदेला उपस्थित राहून आनंद आणि प्रसन्नता मिळवली होती.

या प्रफुल्लित चित्तवृत्तीनं अभ्यंकर स्वगृही-लाफियतला परतले. गणिताच्या संशोधन कामात वय, शारीरिक दुखणी या गोष्टींचा अडथळा मानणाऱ्यांतले अभ्यंकर नव्हतेच. उलट डायक्रिटिकल डिव्हिजर्सच्या संशोधनानं त्यांना खूप ऊर्जा मिळाली होती. ते जोमानं काम करू लागले होते. जाकोबिअन प्रश्नांचा छडा लावण्याचं काम त्यांनी नेटानं अविरत चालू ठेवलं होतं.

अभ्यंकरांचं अवघं आयुष्यच गणितमय होतं, हेच खरं!

$$h[C] + 1$$

$$\lim_{n \to 1} [C] \neq \infty \text{ and}$$

$$\neq \infty \text{ then } d_{h[C]+1} [C]$$

$$] \neq \infty \text{ and } h[C] \neq 0 +$$

$$= O(d_{h[C]} [C])$$

# समर्पित सहधर्मचारिणी

"अभ्यंकरांनी गणित शिकवलं, इव्हॉन मॅडमनं माणुसकी शिकवली,'' एक विद्यार्थी.

"काही वेळा अभ्यंकर सरांपर्यंत पोचायला मॅडमची मध्यस्थी उपयोगी पडे,'' दुसरा विद्यार्थी.

"त्या हिमालयाची सावली होत्या,'' अभ्यंकरांचे मित्र.

"रामदादा गणिताला आणि वहिनी दादाला वाहिलेली,'' पुष्पाताई.

"हरीच्या आई – इव्हॉन एक विलक्षण व्यक्तिमत्त्व आहे,'' शेजारी.

"प्रज्ञावंत रामदादाची, निष्ठावंत वहिनी,'' शोभाताई.

वरील प्रातिनिधिक विधानं इव्हॉन-उषा श्रीराम अभ्यंकरांची ओळख करून घ्यायची उत्सुकता नक्कीच वाढवतात. एक अमेरिकन सुंदर युवती आणि भारतीय उमदा तरुण यांचं अमेरिकेत प्रेम जमतं. ते लग्न करतात आणि ५४ वर्ष मुला-नातवंडांसह अमेरिकेतच सुखानं संसार करतात, ही गोष्ट खचितच साधीसुधी नाही. ते कठीण असं आव्हान होतं. ते उषाताईंनी फार निश्चयानं पेललं आणि त्यांच्या सहवासात आलेल्या प्रत्येकाच्या मनात आदराचं स्थान मिळवलं. एका

जगद्विख्यात प्रकांड पंडित गणितज्ञाची बायको म्हणून इव्हॉन अभ्यंकरांची महत्त्वाची ओळख आहेच. तरीसुद्धा एक स्वतंत्र व्यक्तिमत्त्व म्हणूनही त्यांचं वेगळेपण निश्चितच अधोरेखित होतं. अभ्यंकरांच्या स्वभावाबाबत विविध लोकांची विविध... सहसा ऋणभारितच म्हणजे प्रतिकूल मतं असली, तरी त्यांच्या अस्सल, अमेरिकन धर्मपत्नीच्या स्वभावाबाबत मात्र एकजात सारे जण मनापासून 'वाहवा'ची मानवंदना देत आले आहेत.

जेव्हा एखादा पुरुष लौकिक अर्थानं प्रसिद्धी मिळवतो, त्याच्या क्षेत्रात अत्युच्च पदावर पोचतो, तेव्हा साहजिकच त्या व्यक्तीची पत्नी कशी असेल, याची सर्वांनाच नेहमी उत्सुकता असते. उषाताई अमेरिकन असल्यानं तर ही उत्सुकता कितीतरी जास्तच!

इव्हॉन ही जर्मन-अमेरिकन दांपत्याची एकुलती एक मुलगी! उट्रेच-हॉलंडमधील एक सरदार घराणं हे त्यांचं मूळ घराणं. सामाजिक परिस्थितीमुळं तिचं लहानपण तसं दबावाखालीच गेलं. वडलांपेक्षा आईचा सहवास तिला अधिक मिळाला.

अशी पार्श्वभूमी असलेल्या उषाताईंवर लहानपणी पाश्चिमात्य संस्कार झालेले. त्यामुळे त्या स्वतंत्र विचार करणाऱ्या व आत्मभान असलेल्या. तरुण वयात त्यांची अभ्यंकरांसारख्या देखण्या, बुद्धिमान तरुणाशी ओळख झाली. दोघांच्याही अनुकूल प्रतिसादानं त्यांचं प्रेम फुलत गेलं. त्याची परिणती लग्न करण्याच्या निर्णयात झाली. दोघांनी एकमेकांना व्यक्ती म्हणून मनोमन स्वीकारल्यानं, अमेरिकन-भारतीय हा मुद्दा गौण ठरला. अभ्यंकरांनी व्यक्त केलेल्या प्रेमाचं, त्यांच्या वेगळ्या विचारांचं उषाताईंना आकर्षण वाटलं. एका भारतीय तरुणाशी – जरी तो अमेरिकेतच स्थायिक होणार होता – तरीही त्याच्याशी लग्न करताना किती तडजोडी कराव्या लागतील, याची त्यावेळी काय कल्पना असणार? मात्र हाच आपला भावी पती, याच व्यक्तीबरोबर आपलं पुढचं आयुष्य व्यतीत करायचं, या तारुण्यातल्या निश्चयावर मात्र त्या ठाम राहिल्या.

उषाताईंना आपल्या भावी पतीच्या वेगळेपणाची झलक, लग्नआधीच दिसून आली.

तरुण वयातही श्रीराम गणितानं झपाटलेले होते, इतके, की लग्नाआधी आपल्या या प्रेयसीला – इव्हॉनला – प्रेमपत्र लिहितानाही कितीतरी वेळा त्यात गणित लिहिलेलं असे. त्यांच्या गणिताच्या अभ्यासाला वेळ, काळाचं बंधन आणि मर्यादा नाहीत, हे इव्हॉनच्या लगेचच लक्षात आलं.

विवाहानंतरही त्यांनी मधुचंद्रासाठी पॅरिस शहर निवडलं, त्यामागे दोन हेतू होते. एक तर सेर या गणिती मित्रानं अभ्यंकरांना एक महिन्यासाठी पॅरिसला बोलावलं होतं, तेव्हा त्यांच्याशी अभ्यंकरांना गणित-गप्पा करता येणार होत्या आणि पॅरिस

विद्यापीठातील विद्यार्थ्यांना शिकवायला मिळणार होतं. लग्न झाल्यावरही उषाताईंबरोबर सिनेमा, नाटक, पार्ट्या, नाचगाणी, हॉटेलात जेवायला जाणं... अशा गोष्टींसाठी वेळ काढणं अभ्यंकरांना फारच क्वचित जमत असे.

अभ्यंकरांना आपलं कुटुंब, नातेवाईक यांच्याबद्दल फारच प्रेम आणि आत्मीयता वाटे. लग्नानंतरच्या सुरुवातीच्या एक-दोन भारतभेटींत तर अभ्यंकरांनी पुणे-मुंबई, भुसावळ असे सपत्नीक दौरे काढले होते. उषाताईंना तर हे सगळंच फार नवीन होतं. नवी गावं, वेगळं वातावरण, नवी माणसं! हे सगळं त्यांना अगदीच अनोळखी होतं.

अभ्यंकर भुसावळच्या मामा-मामींना भेटायला गेले, तेव्हा त्यांची मामेबहीण शैला १३-१४ वर्षांची होती. तिनं रामदादाबद्दल खूप ऐकलं होतं. त्याला भेटायची तिला उत्सुकता होतीच; पण अमेरिकन वहिनी पाहायची जास्त अधीरता होती. पहिल्या भेटीतच नितळ, सात्त्विक चेहऱ्याची वहिनी तिला खूप आवडली.

उषाताईंना सर्वच गोष्टी नवीन होत्या. त्या पाटावर अवघडून बसल्या होत्या आणि उत्सुकतेनं इकडंतिकडं न्याहाळत होत्या. श्रीराम मात्र कितीतरी जुन्या आठवणी काढत मामा-मामींशी गप्पा मारण्यात गुंगून गेले होते.

आपल्या बायकोला मराठीत बोलता आलं पाहिजे, त्याचबरोबर मराठी लिहायला-वाचायला जमलं पाहिजे, हा अभ्यंकरांचा ठाम आग्रह होता. अभ्यंकर घराण्यातले आणि इतर सर्वसामान्य मराठी रीतिरिवाज इव्हॉननं शिकावेत, असंही अभ्यंकरांना मनापासून वाटत होतं. या दोन्ही गोष्टी उषाताई समरसून शिकल्या. नवीन लग्न झाल्यावर उषाताई भारतात येत, तेव्हा त्यांना मराठी बोलायला जमत नव्हतं; परंतु इतरांनी बोललेलं समजण्याइतका चलाखपणा त्यांनी अंगी बाणलेला होता. चेहऱ्यावर शांत, सौम्य भाव असलेल्या उषाताई सगळ्यांचं मराठी बोलणं मात्र लक्षपूर्वक ऐकायच्या.

मुंबईतील कर्वे आडनावाच्या शिक्षकांकडून उषाताई सहा महिने मराठी शिकल्या. या शिकवणीतून त्यांना मराठी भाषेचं व्याकरण शिकता आलं. परंतु सासरच्या मंडळींशी सतत प्रयत्नपूर्वक मराठीत बोलत राहूनच त्यांचा मराठी भाषेचा सराव झाला. ही गोष्ट तशी खूप अवघड होती. तरीसुद्धा उषाताईंनी ती जिद्दीनं जमवली. अभ्यंकरांची अत्यंत प्रिय मराठी भाषा उषाताईंनी आत्मसात केली. त्यांच्या मराठी शब्दांच्या उच्चारांत अमेरिकन झाक जाणवे. परंतु बोलण्यातली सहजता लक्षात आल्यावर ऐकणारा चकित होई. उषाताईंचे मराठी उच्चार न कळल्यानं कधी कधी काही गमतीही घडून जात.

ज्येष्ठ खगोलशास्त्रज्ञ डॉ. जयंत नारळीकर आणि डॉ. मंगलाताई नारळीकर मुंबईच्या टी.आय.एफ.आर. संस्थेच्या आवारात राहात, तेव्हाची ही गोष्ट! एकदा अभ्यंकर या संस्थेत काही महिन्यांसाठी व्याख्यानं द्यायला आले होते. तेव्हा त्यांचं

कुटुंबही बरोबर होतं. त्या वेळी उषाताई आणि मंगलाताईंची मधूनमधून भेट होई. दोघींचं संभाषण मराठीतून होई. एकदा गप्पा मारताना उषाताई म्हणाल्या, "मी पुण्याला जातेय. रामच्या आयचं ऑपरेशन आहे. अचानक ठरलंय." मंगलाताईंना वाटलं, अभ्यंकरांच्या डोळ्याचं ऑपरेशन आहे. म्हणून त्यांनी विचारलं, "अभ्यंकरांना डोळ्यांचा त्रास आहे का काही?" तर उषाताई म्हणाल्या, "नाय, त्याच्या (रामच्या) आयच्या (आईच्या) पोटाचं ऑपरेशन आहे."

अभ्यंकर पतिपत्नी घरात मराठीत बोलत. उषाताई सुरुवातीची काही वाक्यं मराठीत बोलून नंतर त्यांची गाडी मराठी-इंग्रजी अशा मिश्रभाषेकडे वळे. त्या मराठी गाणी, 'गीतरामायणा'च्या कॅसेट्सही ऐकत. अभ्यंकरांना शेकडो संस्कृत श्लोक पाठ होते. ते नेहमी श्लोक म्हणत, तेही उषाताईंच्या कानांवर पडत. कितीतरी वेळा अभ्यंकर या श्लोकांचा अर्थ त्यांना सांगत. साहजिकच उषाताईंनाही हे श्लोक थोडे थोडे पाठ होऊ लागले आणि सकाळी उठल्याबरोबर त्या अभ्यंकरांच्या 'कराग्रे वसते लक्ष्मी...'च्या सुरात स्वतःचा सूर मिसळू लागल्या.

अधूनमधून अभ्यंकरांच्या मराठी बोलण्यातील चुका काढायचा त्या प्रयत्न करत. ते त्यांना फार आवडे. परंतु त्यात त्यांनी वापरलेले शब्दप्रयोग पुस्तकी असायचे. ते बोलीभाषेतले नसायचे. मग अभ्यंकर त्यांना मराठी भाषेतले बारकावे, खाचाखोचा समजावून सांगत.

उषाताई आधी मराठी बोलायला शिकल्या. नंतर मराठी पुस्तकं वाचायलाही लागल्या. इतिहासापासून चरित्रापर्यंतची कितीतरी मराठी पुस्तकं वाचण्यापर्यंत त्यांची मजल गेली.

### संसार बहरला

अभ्यंकर दांपत्याला लग्नानंतर बारा वर्षांनी मुलगा झाला. हा प्रदीर्घ काळ उषाताईंसाठी बराच कसोटीचा गेला असावा. उषाताईंना एखादं बाळ दत्तक घेण्याचा पर्यायही सुचवला गेला होता; परंतु त्याचा विचारही झाला नाही.

२२ एप्रिल १९७० हा दिवस अभ्यंकर कुटुंबासाठी अत्यंत आनंदाचा आणि समाधानाचा ठरला. या दिवशी हरीचा जन्म झाला. उषा-श्रीराम यांच्या आयुष्याला एक वेगळा आयाम मिळाला. अभ्यंकरांचे भारतातील नातेवाईक, विशेषत: आई-काका या बातमीची आतुरतेनं वाट पाहात होते. उषाताईंचे मुंबईतील मराठीचे शिक्षक कर्वे यांच्या आईनं तर बातमी कळताच लगेचच हरीला उद्देशून एक पाळणा रचला आणि उषाताईंना पत्रानं पाठवला. त्यात त्यांनी

*'अमेरिकन आहे तव माता, भारतीय तव पिता ।*

*तव जन्माने होई, संस्कृतिंचा, संगम दोन देशांचा ॥*

अशा ओळी लिहिल्या होत्या.

अमेरिकन रिवाजानुसार बाळाच्या जन्माच्या आधी बाळाचं नाव ठरवायचं असतं. तेव्हा उषाताईंनी 'हरी' हे अगदी बाळबोध मराठी नाव सुचवलं होतं. त्यांना हरी हे कृष्णाचं नाव आहे, हे माहिती होतं. त्याचबरोबर हरिॐ, हरे राम हरे कृष्ण हे मंत्र त्यांनी ऐकले होते. अभ्यंकरांनाही हे नाव आवडलं. मुलाला हरी म्हणताना, आपसूकच दुसऱ्या हरीचं नाव घेण्याचं पुण्य लागेल, असाही विचार दोघांनी केला.

हरीच्या जन्मानंतर तीन वर्षांनी, १२ मे १९७३ या दिवशी काशीचा जन्म झाला. तिचं नाव ठेवतानाही ते उच्चारायला सोपं, साधं आणि पारंपरिक असावं, असा उषाताईंचा आग्रह होता. दोन्ही मुलांशी उषाताई कटाक्षानं मराठी बोलत. हरी-काशी लहान असताना, दोघांचं संगोपन, घरातली कामं, नातवंडांसाठी सासू-सासऱ्यांचं अमेरिकेत जाणं-येणं, अभ्यंकरांच्या विद्यार्थ्यांचं घरी शिकायला येणं, राहणं या सर्व गोष्टी उषाताईंना पाहाव्या लागत. या काळातील अभ्यंकरांनी आई-काकांना लिहिलेली बरीच पत्रं उपलब्ध आहेत. ती वाचताना एखाद्या अस्सल मराठी कुटुंबातील वर्णन वाचतोय, असंच वाटतं.

"हरीच्या आईनं मातीचा गणपती तयार केला. आम्ही त्याची पूजा केली."

"हरीला अश्विनी पौर्णिमेला बँडचा बिगुल आणला. हरीच्या आईनं हरीला ओवाळलं. हरीनं त्याच्या आईला ओवाळलं. कोजागिरीला चंद्रप्रकाशात गोड दूध प्यायलो. काशीनंसुद्धा चाटलं."

अशा प्रकारचे संदर्भ वाचताना उषाताईंबद्दलचं कुतूहल अजूनच वाढतं.

मुलांच्या जन्मानंतर अभ्यंकरांच्या पत्रांमध्ये बाळलीलांबद्दल भरभरून लिहिलेलं असे. आई-काकाही नातवंडं लहान म्हणून मुद्दाम सुनेच्या मदतीला अमेरिकला जात होते. आजी-आजोबा आणि नातवंडं यांच्या सहवासाचं अभ्यंकरांना मोठं अप्रूप वाटत होतं. स्वत:चं लहानपण एकत्र कुटुंबात गेलेलं असल्यामुळे आपल्या मुलांनाही घरातल्यांचा, नातेवाइकांचा सहवास लाभावा, अशी अभ्यंकरांची मनोमन इच्छा होती. ते स्वत: हरी-काशीला बाटलीनं दूध पाजत, कडेवर घेऊन फिरायला नेत. त्या वेळी अभ्यंकर संस्कृत श्लोक, मराठी कविता म्हणत. त्यामुळे अगदी नकळत्या वयात म्हणजे २-२॥ वर्षांची असतानाच दोन्ही मुलं श्लोक गुणगुणू लागली होती. मराठी बोलत होती. हरी दोन वर्षांचा असताना उषाताईंनी त्याला मराठी वाचायला शिकवलं. या सर्व गोष्टी अभ्यंकरांच्या फार आवडीच्या होत्या. ते पुण्याला पत्र पाठवून सर्वांना हरी-काशीच्या गमतीजमती कळवत.

एका पत्रात त्यांनी आईला लिहिलं, ‘‘हरीच्या आईचा हिंदुस्थानी स्वयंपाक खूप सुधारला आहे. सवयीमुळे पोळ्याही उत्तम जमू लागल्या आहेत. हरीला तर रोजच वरणपोळी खायला हवी असते. हरीची आई रवा-बेसनाचे लाडू, मोदकही चांगले करते. एकूण आमच्या दोघांची खायची चंगळ आहे...

‘‘मी हरीला कोल्होबाची गोष्ट सांगितल्यापासून, तो मला कधी कधी ‘दादोबा’ म्हणतो. हरीसाठी छान मराठी पुस्तकं पाठवावीत. हल्ली मी हरीला मनानं गोष्टी तयार करून सांगतो म्हणजे पांडव व राम यांच्या गोष्टींत हरीपण हजर असतो. उदा. ‘हरी अयोध्येला सीतामाईकडे गेला. मग लवकुश व हरी लपाछपी खेळले. हरीला इंद्रानं ऐरावतावर बसवलं. हरीनं इंद्राला अमृत मागितलं. इंद्र म्हणाला, ‘माझ्याजवळ नाही. तू ध्रुवासारखी विष्णुभगवानाची प्रार्थना कर’... हरीला मी त्याच्या पणजोबाची गोष्ट सांगतो. काशी आता पालथ्याची उलथी होते. हरी तिला छान खेळवतो.’’’

अजून एक विशेष गोष्ट अभ्यंकर पतिपत्नींनी केली होती. ती म्हणजे हरी-काशीच्या वतीनं आजी-आजोबांना, काका-काकू, आत्याला ते पत्र लिहायचे! या पत्रांमुळे मुलांचं सर्व नातेवाइकांशी घट्ट नातं तयार झालं. लांब अंतराचा अडथळा पार करून या पत्रांनी मुलांना काका, चुलतभाऊ, आत्या अशी नाती समजत गेली.

नमुन्यादाखल हरीनं पुष्पा आत्याला लिहिलेलं (हरी २ वर्षांचा) हे पत्र पाहावं.

*‘‘मी आता खूपच बोलतो. मला पुष्कळ श्लोकही पाठ झाले आहेत.*

*नमो देवराया... आस ही तुझी... वागवावया सर्व सृष्टीला हा मोठा श्लोक मला पाठ झाला आहे. ‘दिव्या दिव्या दीपत्कार...’, ‘धडधड रथ...’, ‘तरुवर सुफलांच्या...’ हे सर्व मी मनाशी बडबडतो. आता दादा मला गीता शिकवतात. पण मराठीसारखं संस्कृत चटकन पाठ होत नाही. मला तुझी खूप आठवण येते.*

*तुझा*
*हरिबाळ*

भाच्याचं पत्र वाचून आत्याही हरखून जायची. मग इकडूनही हरीच्या नावानं लाडानं लिहिलेलं प्रेमाचं पत्र जात असे. एकदा एका पत्रात अभ्यंकरांनी काशीच्या नावानं वेगळं पत्र लिहावं, असं आई-काकांना सुचवलं होतं. त्याचबरोबर काशी कशी वेगवेगळ्या युक्त्या करून मराठी अक्षरं लक्षात ठेवते, ते कौतुकानं पत्रातून सर्वांना कळवलं होतं.

‘‘काशी म्हणते, डमरूच्या ‘ड’ला शेपूट व अर्धी वेलांटी लावली, की आई शब्दातला ‘ई’ होतो... तीन आकड्याला आडवी रेघ व उभी रेघ लावली की ‘अ’ होतो... तिचे रघुवंशातील चार श्लोक पाठ झाले आहेत.’’ पत्रातल्या या मजकुराला

जोडूनच, "मी जे उदाहरण दोन वर्षांपासून सोडवत होतो, सरते शेवटी मला आत्ता सोडवता आलं." हा मजकूर असे.

अशा पत्रांनी हरी-काशीचे पुण्याशी आधीच सूर जमले होते. शिक्षणासाठी इकडे आल्यावर तर ते अधिकच पक्के झाले.

मुलांनी मातृभाषेत शिक्षण घ्यावं, अशी अभ्यंकरांची इच्छा होती. केवळ इच्छा नव्हती, तर मुलांना मराठीतून शालेय शिक्षण द्यायचं, असा त्यांचा निश्चयच होता, असं म्हणता येईल. त्यासाठी उषाताईंचीही भारतात येऊन राहाण्याची तयारी होती, हे जास्त महत्त्वाचं! अर्थात हा निर्णय अभ्यंकरांना एकट्याला घेऊन चालणार नव्हता. पण विशेष गोष्ट म्हणजे उषाताई अभ्यंकरांच्या या निर्णयाशी सहमत होत्या आणि त्यासाठी भारतात येऊन राहण्याची त्यांची तयारी होती, हे जास्त महत्त्वाचं!

तसं पाहिलं, तर हा निर्णय जगावेगळा असाच मानावा लागेल; कारण अमेरिकेत कायमचं राहायचं, हा निर्णय पक्का असताना, मुलांना भारतात राहून मराठी माध्यमात शिक्षण कशासाठी द्यायचं? असा प्रश्न सहजच कुणाच्याही मनात उभा राही आणि अभ्यंकरांना अनेकांनी, अनेक वेळा हा प्रश्न विचारलाही! त्याला अभ्यंकराचं उत्तरही ठरलेलं होतं. ते म्हणत, "माझी ओळख हिंदुस्थानी नाही, तर मराठी आहे, असंच मला नेहमी वाटतं. माझ्या मुलाचा जन्म झाला, तेव्हाच मी ठरवलं होतं, की त्याला शिक्षणासाठी भारतात न्यायचं. माझी धारणा अशी होती, की माझ्या मुलांशी मातृभाषेतून बोललो नाही, तर मुलांना आत्मीयता वाटणार नाही. हा अप्पलपोटेपणा होईल. मी मुलांशी कायम मराठीत बोलतो. मी मुलांसाठी महाराष्ट्रात अडकलो. त्याचबरोबर गणित संशोधनात मराठी माणसांचा सहभाग वाढावा, यासाठीही मला विशेष प्रयत्न करायचे होते."

हरी पाच वर्षांचा आणि काशी दोन वर्षांची असताना अभ्यंकर कुटुंब पुण्यात राहायला आलं. मुलांचं मराठी माध्यमात शिक्षण सुरू झाल्यावर उषाताईंनी मराठी लिहिण्यासाठी देवनागरी लिपीही आत्मसात केली. दोघांचंही 'बालशिक्षण विद्यामंदिर' या शाळेत आणि 'गरवारे महाविद्यालया'मध्ये शिक्षण झालं. मधूनमधून ते अमेरिकेतही जाऊन राहत होते.

मुलांच्या शिक्षणाच्या निमित्तानं 'श्री ठाकूरधाम' या बंगल्यात उषाताईंना सासू-सासरे, नणंद यांच्या सहवासात राहायला मिळालं. त्या वेळी त्या सासूबाईंबरोबर घरातली कामं करत. स्वयंपाकघरात भांडी लावणं, भाजी चिरणं, बागेत झाडं लावणं, झाडांना पाणी घालणं, मुलांचा अभ्यास घेणं इ. कामं त्या सहजतेनं करत. पुण्यातल्या नातेवाइकांशी, शेजार-पाजाऱ्यांशी मिळून-मिसळून वागत. सर्वांबरोबर सरळ जमिनीवर मांडी घालून बसत. बाहेरची कामं करायला स्वत:च्या गाडीनं किंवा रिक्षानंही फिरत. भाजीवाले, दुकानदार यांच्याशी मराठीतून सहज संवाद करत.

कपाळाला कुंकू, गळ्यात मंगळसूत्र, कोपरापर्यंत लांब बाह्या असलेला ब्लाऊज, सुती साडी अशा भारतीय वेषातल्या अमेरिकन उषाताई केवळ भारतीय नाही, तर पूर्ण 'मराठी' होऊन गेल्या होत्या.

अभ्यंकर मंडळी शाकाहारी, मात्र अंडी खाणारी. सामिष आहार त्यांना निषिद्ध होता. रोजचा स्वयंपाकही तिखट असे. उषाताईंना तिखट मात्र चालत नव्हतं. अमेरिकन आणि भारतीय संस्कृतीत, रोजच्या व्यवहारात अक्षरश: जमीन-अस्मानाचा फरक. उषाताईंनी मात्र या सगळ्याचा तोल सांभाळला, ही गोष्ट अविश्वसनीय वाटावी अशीच आहे.

अभ्यंकरांना एक प्रश्न नेहमी विचारला जाई, तो म्हणजे, "उषाताईंचे हे मराठीचे संस्कार तुमच्या की त्यांच्या इच्छेनं?" या प्रश्नावर अभ्यंकर चतुराईनं उलट प्रश्न विचारत, "मराठी बायका आपल्या नवऱ्याची एवढी सेवा करतात का?..."

खरी गोष्ट अशी होती, की उषा-श्रीराम ही क्रौंच पक्ष्यांसारखी अतूट जोडी होती. ती दोघंही एकमेकांच्या सावलीत वावरत, पण कोण कोणाच्या, हा एक प्रश्नच होता. अभ्यंकर जाडजूड, धिप्पाड शरीराचे; तर उषाताई बांधेसूद नाजूक शरीरयष्टीच्या! शिवाय अभ्यंकरांचं गणित क्षेत्रातलं उच्च स्थान. त्यामुळे उषाताई अभ्यंकरांच्या सावलीत वावरत असाव्यात, असाच सर्वांचा वरकरणी ग्रह होणं साहजिकच होतं. त्यात अजून भर पडे, ती अभ्यंकरांच्या स्वभावाची! अभ्यंकरांचं बोलणं रोखठोक आणि तुसड्यासारखं! त्यामुळे ते पत्नीशी बोलताना, तिची अवहेलना करत असणार, असंच समोरच्याला वाटत असे. परंतु उषाताईंना अभ्यंकरांचं बोलणं चांगलं अंगवळणी पडलं होतं. अभ्यंकर शीघ्रकोपी, तापट स्वभावाचे होते. त्यांच्या वागण्यात तऱ्हेवाईकपणा खूप होता. उषाताईंनी अभ्यंकरांच्या अंतरंगातील असीम प्रेम खूप अनुभवलं होतं. त्याच्यापुढे त्यांच्या या स्वभावाला त्यांनी स्वाभाविक मानलं होतं. अभ्यंकरांचं गणित संशोधन, मराठी भाषेवरचं पराकोटीचं प्रेम, कुटुंबीयांशी असलेले स्नेहाचे, जिव्हाळ्याचे संबंध अणि त्यांचं असामान्य व्यक्तिमत्त्व या सर्वांशी उषाताईंनी फार उत्तम तऱ्हेनं कायम जमवून घेतलं होतं.

रात्रीच्या नीरव शांततेत काम करण्याची अभ्यंकरांची सवय होती. ही सवय त्यांना १४-१५व्या वर्षी लागली आणि आयुष्यभर राहिली, अगदी तरुणपणी किंवा लग्न झाल्यावरही बदलली नाही. ते रात्री २-२॥ च्या पुढं झोपायचे आणि सकाळी १० च्या दरम्यान उठायचे. कित्येक वेळा पहाटे ५-६ पर्यंत काम चालायचं. कधी कधी तर ते दोन-दोन दिवसही झोपत नसत. त्यांचे मित्र सुप्रसिद्ध गणिती वॉल्टर फाइट म्हणायचे, की 'रामचा दिवस २४ तासांचा नाही, तर तो ३०-३२ तासांचा आहे.'

सर्वसाधारणपणे कुठल्याही बायको किंवा गृहिणीनं नवऱ्याच्या अशा वागण्याची

आपल्या जवळच्या माणसाकडे नक्कीच तक्रार केली असती. परंतु उषाताई अशा साचेबंद बायकोच्या वळणावर गेल्या नाहीत. गणित करण्याच्या कामात अभ्यंकर कितीही 'अघोरी' वागले, तरी त्यांनी कधी, कुणापाशीही तक्रार केली नाही; कारण गणितात रममाण होणं, सतत गणिताच्या ध्यासात राहणं हे अभ्यंकरांचं खरं जीवन आहे, हे उषाताईंना पक्कं माहिती होतं.

एक गोष्ट अशी, की या नवराबायकोत गणितासंबंधी कधी फारशा गप्पा होत नसत. उषाताईही कधी अभ्यंकरांच्या संशोधनाविषयी खोलवर विचारत नसत. असं जरी असलं, तरी अभ्यंकरांची मन:स्थिती सांभाळण्याचं महत्त्वाचं काम उषाताईंना कायमच करावं लागलं. कित्येक वेळा घरात टीव्ही चालू असायचा. परंतु अभ्यंकरांच्या डोक्यात मात्र गणिताची आकडेमोड चालू असायची. याचा अंदाज उषाताईंना बरोबर यायचा. हे लक्षात घेऊन १९८५ मध्ये उषाताईंनी पुढाकार घेऊन अभ्यंकरांसाठी एक वेगळी अभ्यासिका तयार केली. तिची रचना अशी ठेवली, की दार लावलं, की घराचा व अभ्यासिकेचा संबंध राहात नसे. अभ्यंकर अभ्यासिकेत असताना मुलं किंवा उषाताई तिकडे जात नसत. त्यांना शांतता मिळावी, कामात व्यत्यय येऊ नये, याची उषाताई पुरेपूर काळजी घेत. आपल्या नवऱ्याची काही ठरावीक अशी अभ्यासाची वेळ नाही. त्याला केव्हा, कुठं गणिताची सिद्धता सोडवण्याची ऊर्मी मनात येईल, याचा अजिबात अंदाज नाही, या सगळ्या गोष्टींचा ताळमेळ उषाताईंना लक्षात घ्यावा लागे.

या त्यांच्या महत्त्वाच्या सहकार्याबरोबरच उषाताईंनी अजून एक गोष्ट केली होती. ती म्हणजे त्यांनी संगणकाचं विशेष प्रशिक्षण घेतलं होतं. १९९०च्या दशकात नव्यानं आलेलं आणि झपाट्यानं बदलणारं तंत्रज्ञान उषाताईंनी शिकून घेतलं. त्याचा अभ्यंकरांना संगणकावर काम करताना फार उपयोग होई. काही वेळा संगणकावर काम करताना मध्येच त्यांना काही अडचण येई. अशा वेळी ते, 'इव्हॉन, हे बघ काय आलंय स्क्रीनवर' असं जोरात म्हणत. त्यांना तो संगणकीय अडथळा कामाच्या नादात कटकटीचा वाटे. त्याचबरोबर तो कसा दूर करावा? हेही माहिती नसे. अशा वेळी इव्हॉनही पटकन त्यांच्या मदतीला धावत. इव्हॉनच्या या पडद्यामागच्या भूमिकेबद्दल अभ्यंकरांना चांगली जाणीव होती.

'अल्जेब्राइक जॉमेट्री फॉर सायन्टिस्ट्स ॲण्ड इंजिनिअर्स' या जगप्रसिद्ध ग्रंथाच्या प्रस्तावनेत अभ्यंकरांनी 'माय थँक्स टु इव्हॉन अभ्यंकर फॉर एव्हरीथिंग' असं लिहून पत्नीबद्दल कृतज्ञता व्यक्त केली. तसंच 'रिझॉल्यूशन ऑफ सिंग्युलॅरिटीज ॲण्ड मॉड्युलर गॅल्वा थिअरी' या दीर्घ अभ्यासपूर्ण शोधनिबंधाच्या ही शेवटी 'माझ्या गणिती टिपणांना वाचनीय वृत्तांताचं रूप देण्यात इव्हॉन अभ्यंकरांची खूप मदत झाली,' असा उल्लेख अभ्यंकरांनी केला आहे.

### हरहुन्नरी उषाताई

उषाताईंना हिंडण्या-फिरण्याची, जग पाहण्याची फार आवड. ही उषाताईंची भटकंतीची आवड मात्र पुरेपूर भागली गेली. अभ्यंकरांना जगभरातून वेगवेगळ्या विद्यापीठांमधून व्याख्यानं, परिषदा इत्यादीसाठी नेहमी आमंत्रणं येत. अभ्यंकर कायम अशा ठिकाणी उषाताईंना घेऊन जात. खरं म्हणजे अभ्यंकर कधीही एकटे जात नसत. युरोपबद्दल तर उषाताईंना विशेष आत्मीयता होती. त्यामुळे अभ्यंकर तिकडची बोलावणी कधीच टाळत नसत. आफ्रिकेसारखे बिनगणिती देश वगळता, जगभर त्या दोघांचं खूप फिरणं झालं. अर्थात बाहेरगावी जाण्याची सर्व तयारी उषाताई करत. त्या पाश्चिमात्य संस्कृतीत वाढलेल्या असल्यामुळे ज्या ठिकाणी जायचं, त्याचा आधी व्यवस्थित अभ्यास करत. त्यानुसार शक्य होईल, तेवढं वेळापत्रक तयार करत. प्रवासात असताना, तिथल्या सौंदर्यस्थळांची चित्रं असलेली पोस्टकार्डं नातेवाइकांना, मित्रपरिवाराला आवर्जून पाठवत.

उषाताईंना छायाचित्रणाची खूप हौस होती. त्या घरातल्यांचे, बाहेरगावी गेल्यावर तिकडचे, असे खूप फोटो काढत. त्यांनी फोटोचं डेव्हलपिंगही शिकून घेतलं होतं. बाजारात नव्या, प्रगत तंत्रज्ञानाचा कॅमेरा आला, की त्या तो विकत घेत. त्यातल्या सोयीसुविधा लगेच शिकत आणि तो कॅमेरा हाताळण्यात तरबेज होत. अभ्यंकरांनीही उषाताईंच्या या छंदाला कधी आडकाठी केली नाही. ते स्वत: पैसे खर्च करण्याच्या बाबतीत फारसे सढळ नव्हते. परंतु बायकोनं कितीही खर्च केला, तरी त्याबद्दल कधी बोलत नसत.

एकदा उषाताईंना त्यांचा कॅमेरा सापडेना. तेव्हा त्या अभ्यंकरांना म्हणाल्या, ''राम, माझा कॅमेरा पाहिलास का? मी कुठं ठेवला, ते माझ्या लक्षात येत नाहीय.''
''तुझी ती काडेपेटी? मला काय माहीत? तुझी तू शोध.'' घरातल्या वस्तू असोत, नाही तर घरकाम, अभ्यंकरांनी त्या कशातच कधी लक्ष घातलं नाही. घरातलं सर्व काही इव्हॉनचं आणि इव्हॉनच ते पाहणार, असं अभ्यंकरांनी जणू काही ठरवूनच टाकलं होतं. स्वयंपाकघराशी तर त्यांचा कधीच संबंध आला नाही.

उषाताई गाडी चालवण्यात तरबेज होत्या. बहुतेक वेळा त्याच अभ्यंकरांना गाडीतून घेऊन जात. अभ्यंकरांना हीच सवय लागून गेली. एवढी, की हरीच्या जन्माच्या वेळी उषाताईंच्या पोटात दुखायला लागलं, म्हणून ती दोघं दवाखान्यात जायला निघाली, तेव्हा अभ्यंकर उषाताईंना म्हणाले, ''तू गाडी मागे (रिव्हर्स) घेऊन दे. मग मी चालवतो.''

अभ्यंकरांच्या स्वभावावर नाचणं ही एक फार मोठी कसरत उषाताईंनी आयुष्यभर केली. अभ्यंकर जेव्हा गणिताच्या विचारात असत, तेव्हा त्यांचं जग पूर्णपणे निराळं असे. परंतु एरवीचं वागणंही काही सर्वसामान्य माणसांसारखं नव्हतं. ते मनाला

वाटेल तेच करत. अधूनमधून अभ्यंकरांच्या घरी पार्टी आयोजित केली जाई. अर्थात पार्टीचं तयारीचं काम उषाताईंचं! कुणी परदेशी गणिती पर्डूत आला किंवा अन्य कोणी परिचित आलं, तरी अभ्यंकर त्या पाहुण्याबरोबर इतर लोकांनाही पार्टीसाठी बोलवत. एखाद्या पार्टीच्या वेळी त्यांच्या डोक्यात गणिताचं विचारचक्र सुरू झालं, तर ते चक्क एका कोपऱ्यात जाऊन बसत. मनात आलं, तर कागदावर लिहीत. अशा वेळी ते त्या पार्टीच्या वातावरणापासून पूर्णपणे अलिप्त झालेले असत. पार्टीला जमलेल्या पाहुण्यांना याची काही कल्पना असणं शक्यच नसे. कोणी त्या वेळी त्यांच्याशी बोलायला गेलं, तर ते त्या व्यक्तीला काय आणि कशा पद्धतीनं बोलतील, याचा नेम नसे. उषाताई मात्र वेळीच अभ्यंकरांचा नूर ओळखत आणि पार्टीची सर्व जबाबदारी आपल्यावर घेऊन वेळ निभावून नेत. अशा मुलखावेगळ्या नवऱ्याला उषाताईंसारखी मुलखावेगळी बायको मिळवून द्यावी, ही त्या परमेश्वराचीही खास इच्छा असावी, असं अगदी सहजच वाटून जातं.

अभ्यंकरांनी कोणते कपडे घालावेत, त्यांनी घरात कशी शिस्त पाळायला हवी, अशा गोष्टी बायकोच्या हक्काचा आव आणून उषाताईंनी त्यांना कधीही शिकवल्या नाहीत. अभ्यंकरांनी कसं नीटनेटकं राहावं, याबद्दल त्या कधीही कुठल्याही सूचना करत नसत किंवा त्यावर टीकाही करत नसत. याची हद्द किती असावी?... ते बऱ्याचदा गप्पा मारता मारताही दाढीयंत्रानं दाढी करत असत. दाढी करताना ते कधी आरसा वापरत नसत. त्यामुळे काही वेळा मधूनमधून खुंट तसेच राहायचे. तरीही उषाताईंमधल्या पत्नीचं त्यावर काहीच म्हणणं नसायचं. हे इतकं कसं काय उषाताईंना जमायचं? त्याबाबतीतही उषाताईंनी आपल्या नवऱ्याचं वेगळेपण स्वीकारलेलं होतं. उषाताई स्वत: मात्र अतिशय प्रतिष्ठित, साध्या पण आकर्षक राहत. त्यांच्या निजण्या-उठण्यापासून सर्व गोष्टी नियमित आणि संयमित!

### उत्कट सहजीवन

अभ्यंकरांशी लग्न झाल्यावर उषाताईंनी आपलं सारं आयुष्य अभ्यंकरमय करून घेतलं. इतकं, की त्या कधीही आपल्या बालपणीच्या किंवा माहेरच्या आठवणींबद्दल कुणाशीही बोलत नसत. त्यांची आई न्यूयॉर्क शहराच्या सधन भागात एकटीच राही. त्यांच्या आईचा ९३ व्या वर्षी झोपेतच मृत्यू झाला. आई एकटीच राहते म्हणून उषाताईंनी कधी आईला आपल्याकडे राहायला बोलावलं नाही, त्याला कारण अभ्यंकरांचे संस्कार! त्यांच्या मते, मुलीच्या आईनं-सासूबाईंनी जावयाच्या घरी राहायचं नसतं ना! आईच्या मृत्यूनंतर तर त्यांचे माहेरचे सगळे ऋणानुबंध संपून गेले.

उषाताई अभ्यंकरांची सहचरी म्हणून शब्दश: जगल्या. घरात, दारात, देशात, परदेशात जिथं जिथं राम जाईल, तिथं तिथं ही 'सीता' बरोबर असायची. तिनं

अभ्यंकरांना सतत सांभाळलं. त्यांची काळजी घेतली. त्यांची किती निरलस सेवा केली, त्याला तोड नाही. उषाताईंनी अभ्यंकरांचा राग, रागावणं, हट्ट पोटच्या मुलाप्रमाणे जपलं आणि त्यांना शेवटपर्यंत सांभाळलं.

अभ्यंकरांना पत्नीशिवाय राहणं जमायचं नाही, ही गोष्टही तितकीच खरी होती. याबद्दलचा एक प्रसंग सांगण्यासारखा आहे. एकदा शिलाँगला गणिताची एक परिषद होती. अभ्यंकर सहकुटुंब या परिषदेला गेलं होतं. शिलाँग विद्यापीठाच्या आवारात राहणाऱ्या एका गणितीला अभ्यंकर भेटायला गेले होते. अचानक शिलाँग शहरात काही कारणानं दंगल झाली आणि सर्वत्र कर्फ्यू लागला. त्या वेळी अभ्यंकर एकीकडे आणि उषाताई, मुलं दुसरीकडे अशी परिस्थिती उद्‌भवली होती.

अभ्यंकर अतिशय अस्वस्थ झाले. त्यांना काही सुचेना. अभ्यंकरांच्या चेहऱ्यावरची बेचैनी पाहून त्या गणितज्ञाला फार आश्चर्य वाटलं. परिस्थिती थोडी निवळल्यावर शहरातील कर्फ्यू काही तासांसाठी शिथिल करण्यात आला. तेवढ्या वेळात अभ्यंकर आणि उषाताई मुलांकडे जाऊ शकले. तेव्हा कुठे त्यांचा जीव भांड्यात पडला. अभ्यंकरांना एकटं राहणं जमत नसे, हेच खरं!

एकूणच अभ्यंकर कुटुंबप्रिय होते. त्यांना नेहमीच मुलं, नातेवाईक आपल्याजवळ असावेत, असं वाटे. भारतात येण्याच्या ओढीच्या मागचं कारणही मित्रपरिवार, नातेवाईक हेच होतं. ते भारतात आले, की नातेवाइकांच्या गोतावळ्यात अडकायला त्यांना खूप आवडायचं. आपली सगळी माणसं इथं आहेत, मला इथंच राहावंसं वाटतं, असं ते इव्हॉनना म्हणायचे. अमेरिकेला जायच्या विचारानं उदास व्हायचे. अशा वेळी उषाताई हळुवारपणे त्यांची समजूत घालत, "राम, तुला गणित करायचंय ना! मग तिकडं जायला हवं!" ही गणिताची मात्रा मात्र अभ्यंकरांसाठी चांगलीच लागू पडायची.

अभ्यंकरांना वरचेवर सर्दी, खोकला, फ्लू होत असे. अपघातामुळे त्यांचं गुडघ्याचं दुखणंही काही वर्षं चालू होतं. त्यांचं पोट अधूनमधून असहकार पुकारे. त्यासाठी त्यांचं पथ्यपाणी सांभाळणं गरजेचं होतं. परंतु अभ्यंकर खाण्याच्या बाबतीत लहरी होते. तसेच खवैयेही होते. एखादा पदार्थ आवडला, तर दिवसभर तोच खायचे. अशा वेळी गोड पदार्थही त्यांच्या तावडीतून सुटत नव्हते. उषाताईंच्या रागावण्यानं गोड न खाण्याचं पथ्य पाळायचं त्यांनी मनावर घेतलं, तर सहा-सहा महिने ते पक्वान्नांपासून दूर राहत. एकूणच अभ्यंकरांची प्रकृती आणि औषध-पाणी या बाबतीतही उषाताईंनाच सतर्क राहावं लागे.

अभ्यंकरांच्या डोळ्याचं – मोतीबिंदूचं – ऑपरेशन झालं. त्या वेळी डॉक्टरांनी एकेक तासाच्या अंतरानं औषधाचे थेंब त्यांच्या डोळ्यांत घालायला सांगितलं होतं. उषाताई दर तासानं त्यांच्यापाशी जाऊन हे काम करत. अर्थात अभ्यंकरांना त्यांच्या

कामात हा अडथळा वाटायचा. मग ते चिडायचे. ओरडून म्हणायचे, ''मला आत्ता वेळ नाही. माझी तंद्री घालवू नकोस. आता चार तास मी अजिबात औषध घालून घेणार नाही.'' अशा वेळी त्यांचा हट्टी, फटकळ स्वभाव उफाळून येई. खरं तर डोळ्यांत औषध घालून घ्यायला हवं, ते आवश्यक आहे, हे अभ्यंकरांना चांगलं माहीत होतं. परंतु ते लहान, अजाण मुलासारखं वागत. अर्थात त्यांच्या लहरी स्वभावाशी उषाताईंनी कायमच खुबीनं जमवून घेतलं.

इथं एक गोष्ट सांगायला हवी, की उषाताईंची तब्येतही मधूनमधून बिघडत असे. त्यांनाही काही मोठी आजारपणं होऊन गेली. अशा वेळी अभ्यंकर निश्चितच त्यांच्याकडे लक्ष देत. अर्थात उषाताईंना त्यांची फार मदत होई, असं नव्हतं. परंतु उषाताईंच्या आजारपणात अभ्यंकर मनानं फार हळवे होऊन जात, हे मात्र नक्की!

उषाताई उच्चशिक्षित होत्या. मनात आणलं असतं, तर त्यांनीही स्वत:चं उत्तम करिअर केलं असतं, पण त्यांनी मनाशी खूणगाठ बांधली असावी, की आपण घर संसाराची जबाबदारी घ्यायची आणि रामला त्याच्या गणिताच्या राज्यात स्वस्थचित्तानं रमू द्यायचं. उषाताईंच्या या वागण्याची अभ्यंकरांना चांगली जाणीव होती. तरीसुद्धा काही वेळा नवरा-बायकोत छोट्या-मोठ्या कुरबुरी व्हायच्या. अशा वेळी अभ्यंकर चिडायचे, आरडाओरडा करायचे. ही त्यांची स्वत:ला व्यक्त करण्याची पद्धत होती. अशा प्रसंगात उषाताई त्यांना विचारत, ''मी नसेन, तेव्हा तू काय करशील?'' तेव्हा अभ्यंकर म्हणत, ''तू नसशील, तेव्हा मी कशाला राहीन?'' त्यांची ही भावुकता काही वेळा पूर्णपणे नाहीशी व्हायची आणि ते कठोर, अतितर्कट वागत. हे वागणंही त्यांच्या लक्षात येई. मग ते 'मी दुष्ट आहे', असंही उषाताईंपाशी कबूल करत. उषाताईंच्या मनाचा मोठेपणा एवढा, की अभ्यंकरांनी सांसारिक गोष्टीसाठी वेळ द्यावा, अशी त्यांनी कधीही अपेक्षा केली नाही. एवढंच काय, पण वैयक्तिक गोष्टीही त्या होता होईतो स्वत:च निभावून नेत. अभ्यंकरांच्या टोकाच्या वागण्याला त्यांनी संयमानं, समतोलपणे तोंड दिलं. त्यांची काळजी घेतली. त्यांच्या स्वभावाचं आणि गणिती कर्तृत्वाचं ओझं सभ्यतेनं वाहिलं. म्हणूनच अभ्यंकर स्वस्थ मनानं आणि स्थिर चित्तानं संशोधन करू शकले. 'इव्हॉन आहे, मग मला कशाचीच काळजी नाही,' असा विश्वास अभ्यंकरांना या अर्धांगिनीनं दिला.

उषाताईंनी गणिती पतीच्या गरजा चांगल्या ओळखल्या होत्या. त्यानुसार आपलं जीवन त्या साच्यात बसवलं होतं, असं म्हणता येईल. अर्थात हे करताना, मी काही फार मोठा त्याग करतेय, असा अभिनिवेश नव्हता की प्रौढीही नव्हती. समर्पण आणि सहनशीलता या सहजप्रवृत्तींनी उषाताईंनी डोळसपणे, कुशलतेनं अभ्यंकरांना अभिप्रेत जीवनपद्धती स्वीकारली. त्यांनी व्यक्तिस्वातंत्र्याचा, स्वत:च्या कार्यक्षमतेचा, शिक्षणाचा विचार मागे ठेवला. अर्थात याबाबतीत एकमेकांच्या प्रेमानं बाजी मारलेली

दिसते. उषाताईंनी आपलं जीवनच या गणितवेड्या माणसासाठी त्याच्या गुणदोषांसकट पणाला लावलं. अभ्यंकर हेच त्यांचं जीवन होतं.

एकमेकांवरील दृढ प्रेम आणि विश्वास यावरच अभ्यंकर पतिपत्नींनी ५४ वर्षांचं वैवाहिक जीवन यशस्वी केलेलं दिसतं. विशेष म्हणजे अमेरिकेसारख्या देशातील वास्तव्य आणि तेथील सामाजिक जीवन, रूढी पाहिल्यावर तर त्यांच्या नात्यातील या घट्ट विणीचं महत्त्व प्रकर्षानं जाणवतं.

৭.৯

आई - सौ. उमाबाई अभ्यंकर
वडील- श्री. शंकर केशव अभ्यंकर

आई - सौ उमाबाई
ग्वाल्हेरच्या घराच्या अंगणात

कॉलेजकुमार श्रीराम

ग्वाल्हेरच्या वागळे
वाड्याच्या अंगणात
श्रीराम - उषा (१९६०)

वेष निराळा, डोक्यात
विचार मात्र गणिताचाच !

अभ्यंकरांच्या
तीन पिढ्या

तिघे बंधू शंकर केशव (काका), दामोदर केशव (अण्णाकाका) आणि
विष्णू केशव (भाऊकाका)

अभ्यंकर बहिणी - भावंडे - श्रीराम, इंदू, पुष्पा, श्रीधर, श्रीनिवास,
शरद आईसमवेत सोबत पुतण्या योगींद्र (खाली बसलेला)

एका भटकंतीत इव्हॉन (उषाताई)

डोहाळेजेवण समारंभात
उषा - श्रीराम

आईच्या कुशीत
विसावलेला हरी,
सोबत हरीची आजी

उषाताई, काशी, श्रीराम आणि हरी गप्पागोष्टी करताना

गुरुशिष्य -
डॉ. ऑस्कर झारिस्की
आणि
श्रीराम अभ्यंकर
हार्वर्डच्या परिसरात

अभ्यंकरांचे मित्र
आणि
बैजिक भूमितितज्ज्ञ
प्रा. एम. नगाटा
आणि
प्रा. जे. इगुसा

कॅनडा येथील
गणित परिषदेत
ज्येष्ठ गणिती
अलेक्झांडर ग्रोथेन्डिक,
मियानिशा मासायोशी
यांच्यासमवेत
श्रीराम अभ्यंकर

फ्रान्समधील युनिव्हर्सिटी ऑफ ॲन्जर्सने दिलेली
सन्माननीय डॉक्टरेट पदवी स्वीकारल्यावर श्रीराम अभ्यंकर (१९९८)

मुंबईच्या इन्स्टिट्यूट ऑफ सायन्स
या संस्थेतर्फे अभ्यंकरांना दिलेले
'विज्ञानसंस्थारत्न'
पुरस्कार चिन्ह (२००६)

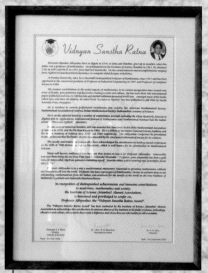

अभ्यंकरांना मिळालेल्या
'विज्ञानसंस्थारत्न' पुरस्काराचे मानपत्र

अभ्यंकरांच्या ८०व्या
वाढदिवसानिमित्त (२०१०)
पुणे विद्यापीठाने आयोजित
केलेल्या गणित परिषदेत
अभ्यंकरांना प्रदान केलेले सन्मानचिन्ह.

कौटुंबिक सहल - एक दुर्मीळ क्षण

कडेवर नात, मग काय आजी-आजोबा खुशीतच !

पुण्यातील 'श्री ठाकूरधाम' वास्तू

पर्डू विद्यापीठाची मुख्य इमारत

अभ्यंकरांचं पर्डूतील निवासस्थान

पुण्याच्या घराच्या व्हरांड्यातील प्रशस्त झोका : अभ्यंकरांची बसायची आवडती जागा. इथंच त्यांच्या अवतीभवती बसून मुलं गणित शिकत.

'भास्कराचार्य प्रतिष्ठान', पुणे

# मायबोलीवरील प्रेम

अभ्यंकरांच्या व्यक्तिमत्त्वातले ठळक पैलू कोणते? हे शोधायचं म्हटलं, तर गणित विषयाचं जागतिक स्तरावरचं संशोधन आणि मराठी भाषेवरचे आत्यंतिक प्रेम या दोन गोष्टी ठळकपणे सापडतात. आपल्याकडे गणित आणि साहित्य किंवा वाङ्मय हे दोन परस्परविरोधी अभ्यासाचे विषय मानले जातात. विशेषत: साहित्याचे बहुतांश अभ्यासक गणितापासून दोन हात दूर राहायचंच पसंत करतात. अभ्यंकरांना मात्र या दोन्ही विषयांची मनापासून आवड होती. गणितात ते संशोधन करत, तर साहित्यावर त्यांची अस्सल भक्ती होती.

साहित्यातील अढळ तारे अशी कीर्ती मिळवलेल्या रामायण, महाभारत, गीता, ज्ञानेश्वरी, तुकारामांचे अभंग इत्यादी ग्रंथांचा त्यांनी उत्तम अभ्यास केला होता. 'जीनिअस' अभ्यंकरांची गणिती म्हणून प्रसिद्धी होती. गणित वर्तुळात ते सातत्यानं गणितावर बोलत. मात्र नातेवाईक, मित्रपरिवाराबरोबर त्यांचा मराठी साहित्य, जगातील गणितज्ञांचं वैयक्तिक आयुष्य आणि कार्य अशा विषयांवर गप्पांचा फड जमे. अभ्यंकरांच्या या दुपेडी व्यक्तिमत्त्वाबद्दल जाणून घ्यायचं, तर पुन्हा त्यांच्या लहानपणात डोकवायला हवं!

*डोळे तुम्ही घ्या रे सुख । पाहा विठोबाचें मुख ।*

अशासारखे अभंग कानांवर पडतच श्रीराम लहानाचे मोठे झाले. त्यांचे अण्णाकाका पहाटेच्या नीरव शांततेत तुकाराम-ज्ञानेश्वरांचे अभंग, संस्कृत श्लोक मोठ्यानं, सुरेख चालीवर म्हणत. त्यामुळे अभ्यंकर भावंडांना भागवत धर्माची गोडी नकळत्या वयातच लागली. त्यांना अभंग, श्लोक, ओव्या सहजच पाठ झाल्या. वयाच्या पाचव्या वर्षी गीतेचे काही अध्याय लहानग्या रामनं स्वत: हातानं लिहिले, ही गोष्ट आश्चर्याची आहेच. मग अशा वातावरणात वाढलेला राम १०-१२व्या वर्षी महाभारताचे खंड वाचतो, ही गोष्ट अप्रूप वाटत नाही, तर नैसर्गिकच वाटायला लागते.

### महाभारतावरचं प्रेम

शाळकरी श्रीरामला महाभारताची ओळख आजोळी झाली. त्याचं आजोळ बऱ्हाणपूरला! तिथं त्याचे आजी-आजोबा, मामा-मामी राहत. आजोबांना – तात्यांना – पुस्तकं वाचायची खूप आवड होती. तात्यांकडे पुस्तकांनी भरलेली एक जंगी लाकडी पेटी होती. त्यात महाभारतकार 'भारताचार्य' चिं. वि. वैद्य यांनी मराठीतून लिहिलेलं संपूर्ण महाभारत होतं. महाभारताच्या १८ पर्वांचे ते १८ ग्रंथ होते. ही एवढी एकसारखी, मोठमोठी पुस्तकं कशी? अशा बालसुलभ कुतूहलानं श्रीरामनं ती पुस्तकं पाहिली आणि तो चक्क एकेक ग्रंथ वाचू लागला. बऱ्हाणपूरच्या तेव्हाच्या मुक्कामात रामनं जवळजवळ अर्धं महाभारत वाचून काढलं. ते तेव्हा रामला कळलं किती, हे माहिती नाही, परंतु छोट्या श्रीरामला महाभारताचं आकर्षण वाटलं, हे नक्की! कारण जसजसे श्रीराम मोठे होत गेले, तसतसे ते पुन:पुन्हा महाभारत वाचतच राहिले.

महाभारताची भव्य आणि उदात्त कथा अभ्यंकरांच्या अत्यंत आवडीची होती. वरचेवर सातत्यानं महाभारत वाचताना, वाढत्या वयानुसार त्यांना त्यातील विविध पात्रांची नव्यानं ओळख होत होती. त्यांतील अनेक लहान-मोठ्या व्यक्ती, त्यांचे स्वभाव, वागणूक याबद्दल ते विचार करू लागले. महाभारतात कितीतरी घटना घडतात आणि त्यातूनच कधी सरळ तर कधी नागमोडी, तर कधी तिरकी वळणं घेत घेत ही कथा पुढं सरकते. अभ्यंकरांच्या कुशाग्र बुद्धीला महाभारतातील व्यक्ती आणि घटनांनी जणू काही खाद्य पुरवलं. ते जसे गणिताचा तार्किक विचार करत, तसंच महाभारताकडेही तार्किक पद्धतीनंच बघत. अभ्यंकरांनी महाभारत किती वेळा वाचलं, याची गणतीच नसावी. त्यांना त्यातल्या व्यक्तींमधील नातेसंबंध पक्के ठाऊक असायचे. दर वेळी वाचताना ते त्यातल्या अनेक गोष्टींसाठी पुरावे शोधायचे.

त्यातील विविध प्रसंग बारकाईनं अभ्यासण्याची त्यांची सवय होती. मूळच्या कथानकासंबंधी त्यातील घटना किंवा व्यक्तिरेखांविषयी वेगळी दृष्टी, विचार एखाद्या महाभारताच्या अभ्यासकानं आपल्या पुस्तकात मांडला असेल, तर ते पुस्तक मिळवून ते वाचत. त्यासंबंधी अधिक तपशील गोळा करण्याचा कसोशीनं प्रयत्न करत.

अभ्यंकरांना महाभारतातील द्रोणाचार्य, अश्वत्थामा, अर्जुन या व्यक्ती विशेष आवडत. द्रोणाचार्य हे श्रेष्ठ गुरू होते. अश्वत्थाम्याशी तर त्यांचं पिता आणि गुरू असं दुहेरी नातं होतं. अर्जुन हा सर्वोत्तम शिष्य म्हणून प्रसिद्ध होता. शिष्यानं गुरूकडून कसं ज्ञान मिळवावं, याचा तो उत्तम वस्तुपाठ होता. अशा तऱ्हेचे महाभारतातील व्यक्तिविशेष वाचताना ते स्वत:लाही त्यात पाहत होते का? त्याचबरोबर गुरू आणि शिष्याचं नातं परमेश्वर आणि भक्ताप्रमाणे असावं, शिष्याची निष्ठा गुरूला वाहिलेली असावी, अशासारखे संस्कार त्यांच्या मनावर लहानपणी महाभारतातून झाले आणि ते कायम त्यांनी स्वत:च्या आचरणातही आणले, असं विशेषत्वानं जाणवतं.

महाभारतातील मानवी वृत्ती आणि प्रवृत्ती याचं अभ्यंकरांना नेहमी कुतूहल वाटे. या महाकाव्यातील व्यक्तींचे विचार आणि विकारांचं त्यांना फार औत्सुक्य होतं. त्यातील मानवी गुण-अवगुणांचे आशय आणि त्यांचे अर्थ यांचे योग्य संदर्भ लावण्याचा त्यांना जणू छंदच जडला होता. स्वत: तर्कानं ते या कथेतील रहस्याचा शोध घेत असत. त्यामुळे कितीतरी वेळा सहज गप्पांमध्येही अभ्यंकर जाता जाता महाभारतातले चपखल दाखले देत असत. महाभारताला सर्वसंग्राहक ज्ञानाचा प्रचंड कोश असं म्हटलं जातं. अभ्यंकर म्हणजे महाभारताचा चालता बोलता कोश होते.

महाभारतातील व्यक्तींचं विश्लेषण करायला त्यांना खूप आवडे. त्यात मग ते धर्मराजाच्या वागण्यातल्या त्रुटी दाखवत. कर्णाच्या स्वभावात त्यांना गूढता वाटे. त्यांना मत्स्यगंधा फार आवडे. कधी कधी ते स्वत:ला पराशर ऋषी म्हणवून घेत. त्यातून त्यांना मी ज्ञानी आहे, असं तर सुचवावंसं वाटायचं का?

अभ्यंकर महाभारताकडे व्यावहारिक दृष्टीनं पाहायचे. ते म्हणत, ''महाभारत अनेक कथा-उपकथांनी साकार झालेलं आहे. त्यात भीष्म, कौरव-पांडव, कुंती, द्रौपदी, अभिमन्यू अशा अनेक व्यक्ती वेगवेगळ्या प्रसंगांमधून जोडल्या गेल्या आहेत. त्यांच्या नातेसंबंधांच्या पातळ्यांत खूप वैविध्य आहे. त्याचं अलिप्तपणे विश्लेषण करावं. या व्यक्तींना मानवी पातळ्यांवर आणून पाहावं. महाभारतातील प्रसंग, घडामोडी, घटना हे चमत्कार मानू नयेत. ते खरोखरच घडलं आहे, वास्तव आहे, असं स्वीकारलं, की त्या घटनांना वेगळे रंग लावायचा मग मोह होत नाही. महाभारताची कथा जशी आहे, तशी वाचावी आणि त्यातला आनंद घ्यावा.''

अभ्यंकरांनी महाभारताच्या वाचनानं खूप आनंद मिळवला. त्यातील स्त्री-पुरुष

व्यक्तिरेखांबद्दलचे बारकावे आपल्या उपजत, तीक्ष्ण बुद्धीनं शोधून काढले. काळाच्या ओघात या सर्वांविषयी वेगळे दृष्टिकोन, मतं समाजात तयार झाल्याचं त्यांना जाणवे. म्हणून ते महाभारताकडे अध्यात्माच्या दृष्टीनं नाही, तर मानवी दृष्टीनं पाहावं, असं कायम म्हणत. पुण्यामुंबईतील मित्रांबरोबर, विद्यार्थ्यांबरोबर कितीतरी वेळा ते महाभारतावर हिरिरीनं चर्चा करत. त्या चर्चेतही त्यांची तर्कशुद्ध विचारसरणीच डोकावत असे.

एकदा अभ्यंकर मित्रमंडळींबरोबर गप्पा मारत बसले होते. गप्पांमध्ये गणिताचं संशोधन, देशी-विदेशी शिक्षणपद्धती, अभ्यंकरांचे विदेशी अनुभव अशा कितीतरी विषयांवर खेळीमेळीनं चर्चा चालली होती. अचानक अभ्यंकरांना एका मित्रानं चेष्टेत विचारलं, "काय हो अभ्यंकर, तुम्ही तुमच्या गुरू झारिस्कींच्या मुलीबरोबर डान्सला जात होता, हा एक चर्चेचा विषय होता ना? त्यात पुढं काही विशेष प्रगती होईल, असं लोकांना वाटत होतं, पण तसं काही घडलं नाही.''

या प्रश्नाला उत्तर म्हणून अभ्यंकरांचा महाभारतातला दाखला हजर! "कच-देवयानीचं कुठं जमलं? तसंच माझंही झालं नाही. देवयानीची इच्छा होती, पण कचाची नव्हती ना!'' असं हजरजबाबी, नेमकं उत्तर देण्यात अभ्यंकरांना महाभारताचा नेहमीच भक्कम आधार मिळत असे.

महाभारतातील कथानकात अनेक अवघड समस्या सोडवण्याचा प्रयत्न झालेला दिसतो. अडचणी आल्या, की चलाखीनं तारतम्यानं मार्ग काढत, पुढं जायचं असतं, असं महाभारत शिकवतं. अभ्यंकरांना महाभारतातील नातेसंबंध, त्यातील गुंतागुंत समजून घ्यायला, त्यावर विचार करायला नेहमीच आवडत असे. किंबहुना तो त्यांचा स्वतःबरोबर चाललेला संवाद किंवा खेळ होता. तीच गोष्ट गणिताचीही होती. गणितातील गुंतागुंतीची, नव्या प्रश्नांची उकल करण्याची, त्यातून नवं काही गणित मांडण्याची अभ्यंकरांना कायमच असोशी होती. बहुधा अभ्यंकर महाभारत आणि गणित यांची स्वतःच्या मानसिक पातळीवर काही सांगड घालत असावेत; कारण दोन्ही विषयांचा ते तार्किक पद्धतीनं विचार करत. म्हणूनच अभ्यंकरांचं आयुष्य जसं गणितानं व्यापलेलं होतं, तितकंच ते महाभारतमयही होतं, असं म्हटलं, तर ती अतिशयोक्ती ठरणार नाही, हे नक्की!

## भगवद्गीतेची ओळख

अभ्यंकरांना भगवद्गीतेबद्दल उत्सुकता निर्माण झाली, ती घरातल्या एका प्रसंगानं! ग्वाल्हेरच्या घरी हा प्रसंग घडला. शाळेची वेळ झाली म्हणून राम वरच्या खोलीतून जिन्यानं खाली उतरत होता. तेव्हा बैठकीच्या खोलीत काका, अण्णाकाका आणि इतर मोठ्या मंडळींमधील काहीतरी वाद-विवाद रामच्या

कानावर पडला. सर्वांचेच आवाज चढले होते. त्या वेळी त्यांच्यापैकी एकजण दुसऱ्याला 'गीतेवर हात ठेवून शपथ घे,' असं म्हणत होता. त्या तापलेल्या वातावरणानं भेदरलेला राम क्षणभरही तिथं थांबू शकला नाही. पळतच त्यानं शाळेचा रस्ता धरला. काय चाललं होतं सर्वांचं? गीता म्हणजे काय? त्या पुस्तकावर कशासाठी हात ठेव, असं काका म्हणत होते? असे प्रश्न रस्ताभर रामच्या मनात घोळू लागले. पण मनातले प्रश्न तसेच दाबून ठेवण्याचा रामचा मुळीच स्वभाव नव्हता. साहजिकच शाळेतून आल्या आल्या त्यानं अण्णाकाकांना गाठलं आणि थेट 'गीता म्हणजे काय?' असं त्यांना विचारलं. 'महाभारतातील श्रीकृष्ण आणि अर्जुन यांच्यातला संवाद म्हणजे गीता!' या अण्णाकाकांच्या उत्तरानं रामला गीतेबद्दल उत्सुकता निर्माण झाली. अण्णाकाकांच्या मदतीनं त्यानं ती वाचली, समजून घेतली. तेव्हापासून रामच्या मनात कृष्णाबद्दल आंतरिक आस्था निर्माण झाली; ती कायमचीच!

कृष्णाच्या व्यक्तिमत्त्वाबद्दल ते अधिकाधिक विचार करू लागले. मुलगा, बंधू, प्रियकर, पती अशा विविध नात्यांमधून ते कृष्णाला समजून घेऊ लागले. महाभारतातील इतर व्यक्ती आणि कृष्ण यांच्यातील संबंध, त्यातून घडलेले प्रसंग यांचं आकलन करून घेण्यासाठी अण्णाकाकांबरोबर चर्चा करू लागले. गीतेतील श्लोकांचं शंका-निरसन करून घेताना अभ्यंकर वेगळ्या पातळीवरून गीतेकडे पाहू लागले. कृष्णाचं चरित्रही त्यांनी अनेक वेळा वाचलं. वयाच्या वेगवेगळ्या टप्प्यांवर ते कृष्णाला जाणून घेत होते. दरवेळी त्यांना श्रीकृष्ण वेगळाच भासत होता. शालेय वयात गीतेशी झालेली ओळख तिची अनेक पारायणं केल्यानं अधिकाधिक दृढ होत गेली. ते म्हणत, "गीतेतील मानवतेचा स्पर्श जाणून घ्या. फक्त आध्यात्मिक रूपात कृष्णचरित्राकडे पाहू नका." लोकमान्य टिळकांचं 'गीतारहस्य'ही त्यांनी आवर्जून वाचलं होतं.

## काव्य-साहित्याशी जवळीक

'वद वद वद जिव्हे, रामनामे रसाळ' यासारखी मजेदार प्रासादिक रचनेतील वामनपंडितांची काव्यं अण्णाकाकांना पाठ होती. ते नेहमीच अशा काव्यरचना गुणगुणत. त्यातील शब्दांच्या, यमकांची गंमत वाटून राम आणि त्याच्या भावंडांनाही अशा वेळी त्या सहजच पाठ होऊन जात. अण्णाकाकांना वामनपंडितांची रामायण, महाभारत, भागवत यांवरील नादमय आख्यानं वाचायला, म्हणायला खूप आवडत. एका विशिष्ट लयीत, 'कृष्णलीलेचं वर्णन' किंवा 'द्वारकाविजय' हे खंडकाव्य अण्णाकाका म्हणत. तेव्हा त्यातील शब्द, अनुप्रास, यमक छोट्या रामच्या मनात पक्कं बसून गेलं. वामन पंडितांचं काव्य अभ्यंकरांच्या मर्मबंधातील ठेव होती. ते

म्हणताना काही वेळा त्यांना चक्क रडू येई. वामन पंडितांच्या काव्याचे अभ्यासक डॉ. वि. रा. करंदीकर यांच्याशी त्यांनी पुण्यातल्या मुक्कामात आवर्जून चर्चा केली होती. चिकित्सक वृत्तीनं ते समजून घेण्याचा प्रयत्न केला होता. तीच गोष्ट मोरोपंतांच्या आर्यांची! मोरोपंतांच्या आर्या त्यांना पाठ होत्या. त्यांतला ठेका किंवा ठेहराव त्यांच्या अंतर्मनात खोल रुजला होता. मोरोपंतांचं 'आर्याभारत' हे महाभारतावरील महाकाव्य वाचून अभ्यंकरांची महाभारतावरची भक्ती अधिकच वाढली. अभ्यंकरांची पाठांतराची क्षमता अफाटच होती आणि ती शेवटपर्यंत टिकली. त्यामुळे ते कायमच साहित्याचा आस्वाद घेत राहिले.

'वामन पंडित, मोरोपंत यांचं काव्य वाचून मला खूप गणित सुचतं,' असं अभ्यंकर म्हणत. ते पुढं असंही म्हणत, "या सर्वांचा आणि गणिताचा संबंध काय? आणि त्यांच्यामुळे गणितं कशी सुटतात, हे कसं काय, ते मी सांगू शकत नाही. पण माझ्या मनातील गणिताची व्यूहरचना करताना ही काव्यं माझ्या मदतीला येतात. 'रिझॉल्यूशन ऑफ सिंग्युलॅरिटिज' हे पुस्तक मी माझ्या आनंदासाठी लिहिलं. या पुस्तकातील गणिताची मांडणी मोरोपंतांच्या आर्येतील ठेक्याप्रमाणे आहे. ठरावीक अंतरावर, ठरावीक ठिकाणी विशिष्ट शब्दरचना आणि मात्रांची संख्याही एकसारखी 'संगतवार!' तशीच साम्य दाखवणारी गणितातील रचना या पुस्तकात करताना मला खूप मजा आली, आनंदही मिळाला. गणित सुचायला आणि ते पद्धतशीरपणे सोडवायला मला या विविध काव्यांची मदत होते. माझ्या डोक्यातील गणित प्रत्यक्ष मांडण्याच्या प्रक्रियेत तो ताल मदत करतो आणि मग ते गणित सहजतेनं, झरझर कागदावर उमटत जातं."

एवढी काव्याची आवड होती, तरी अभ्यंकरांना स्वरांचं ज्ञान नव्हतं. अभ्यंकरांच्या आईनं लग्नानंतर गाण्याच्या परीक्षा दिल्या. आईचा या परीक्षांसाठी चाललेला अभ्यास रामच्या कानांवर सहजच पडत असे. आई वेगवेगळे राग, त्यांच्या आलापी पाठ करत असे. रामला काही स्वर काढता येत नसे, पण आईचं ऐकून ऐकून पाठांतर मात्र झालेलं होतं. एखादे वेळी जरी आईची आलापी म्हणताना काही चूक झाली, तरी राम ते न गाता साध्या भाषेत आईला ते स्वर म्हणून चूक दाखवून देई. घरातल्या सर्वांनाच रामच्या या पाठांतराचं खूप कौतुक वाटे.

राम शाळेत असताना वर्गातल्या इतर मुलांबरोबर मिसळत नसे. नेहमी तो एकटाच आणि कितीतरी वेळा तर अनवाणी हिंडत असे. मुलांना राम चक्रम वाटे. वर्गातील इतर मुलं त्याच्यापासून जरा बिचकूनच राहत. रामला वर्गात एकच मित्र होता. या मित्राला वयाच्या तेराव्या वर्षीही बऱ्यापैकी संस्कृत येत होतं. रामचं मात्र संस्कृतचं रीतसर शिक्षण न झाल्यानं संस्कृतचं व्याकरण कच्चं होतं. पाठांतरात मात्र रामची नेहमीच सरशी!

एकदा राम, हा मित्र आणि अजून एक वर्गमित्र असे तिघे फिरायला गेले. तिघे आळीपाळीनं संस्कृत श्लोक म्हणून दाखवत होते. रस्त्यावर मित्रानं, मम्मटानं (इ.स. सुमारे ११०० या काळातील संस्कृत साहित्यशास्त्रकार, 'काव्यप्रकाश' या विख्यात ग्रंथाचा कर्ता.) काव्याची व्याख्या काय केली आहे, तो श्लोक म्हणून दाखवला. त्यावर राम म्हणाला, "तू चुकीचा श्लोक म्हणतोयस. मम्मटानं काव्याची व्याख्या केलेला श्लोक मी म्हणून दाखवतो –

*काव्यं यशसेऽर्थकृते व्यवहारविदे शिवेतरक्षतये।*
*सद्यः परिनिवृत्तये कान्ता सम्मिततयोऽ पदेशयुजे।।"*

हे ऐकून तो मित्र गडबडून गेला. राम वाटतो, तसा काही तऱ्हेवाईक किंवा चक्रम नाही, तर तो खूप हुशार आहे, असं त्याच्या लक्षात आलं. त्यानं मग वर्गातल्या इतर मुलांनाही ही गोष्ट सांगितली. या प्रसंगानंतर रामकडे बघण्याची वर्गातील मुलांची दृष्टी बदलली. ती त्याच्याशी नीट बोलू लागली, गप्पा मारू लागली.

अमेरिकेत असताना अभ्यकरांना एकदा सहजच हा प्रसंग आठवला. त्याचबरोबर तो श्लोकही त्यांनी मनाशी म्हणून पाहिला. अरेच्चा! आजही हा श्लोक मला चक्क आठवतोय? याची गंमत म्हणा किंवा आश्चर्य वाटून त्यांनी लगेच अण्णाकाकांना पत्र लिहिलं, "तुम्ही लहानपणी शिकवलेले श्लोक मला अजून पाठ आहेत. आज सकाळीच मला मम्मटाची आठवण झाली," त्यावर अण्णाकाकांचं रामला उत्तर आलं, "तुझी अत्युच्च धारणाशक्ती आम्ही जाणून होतो." 'तुझा पितृव्य' अशी त्या पत्राखाली अण्णाकाकांनी सही केली होती.

हार्वर्डला असताना करमणूक म्हणून अभ्यंकर रेडिओ ऐकत. रेडिओवर बऱ्याच वेळा इंग्रजी गाण्यांचा कार्यक्रम लागे. ती गाणी ऐकायला अभ्यंकरांना आवडे. कारण काही वेळा ती गाणी म्हणजेच मूळच्या कविता त्यांना माहिती असायच्या, तर काही वेळा पाठही असायच्या. व्हायोलिन, पियानो इत्यादी वाद्यवृंदासह, चाल लावलेल्या त्या कविता ऐकण्यात ते तल्लीन होऊन जात. अभ्यासाच्या रगाड्यात रेडिओ ऐकणं हा त्यांच्यासाठी चांगला विरंगुळा असे. एकदा असाच त्यांनी रेडिओ लावला, तर त्यावर हेन्री लाँगफेलो या विख्यात अमेरिकन कवीची 'Psalm of Life' ही कविता त्यांना ऐकायला मिळाली. लाँगफेलोजच्या वाढदिवसाच्या स्मरणार्थ मुद्दाम या कवितेला चाल लावून दोघे गायक गात होते. अभ्यंकरांनी लगेच आपली जुनी वेच्यांची वही काढली आणि त्यात ही कविता त्यांच्या गाण्याशी ते जुळवू लागले. त्यातील काही कडवी त्यांना शब्दशः पाठ होती. ती ते त्या गायकांबरोबर म्हणू लागले. पण त्याच वेळी त्यांना जाणवलं, की सुरांमुळे सगळेच स्वर काही

ऐकताना उमगत नव्हते.

गाणं संपता संपता, अभ्यंकरांना या कवितेचं हरि नारायण आपटे या ज्येष्ठ मराठी लेखकानं केलेलं भाषांतर आठवलं.

"असार जीवित केवळ माया
रडगाणे हे गाऊ नका.
– – – – – – – – – – – –
माती अससी मातीत मिळसी
आत्म्याला हे लागू नसे
– – – – – – – – – – – –
मुकी बिचारी कुणी हाका
अशी मेंढ्रे बनू नका."

अभ्यंकरांना हा 'फटका' फार आवडत असे. जातिवृत्तातील या फटक्यातील आठ आणि सहा मात्रांची ठरावीक आवर्तनं अभ्यंकरांना गणिती रचनेशी साम्य दाखवणारी करत.

एकूणच हे गाणं ऐकताना अभ्यंकर खूष झाले. त्यांनी लगेच पुष्पाला हा प्रसंग पत्रातून कळवला. या पत्रात त्यांनी शेवटी लिहिलं, "आमच्या केंब्रिजचा लाँगफेलो आणि पुण्याचे आपटे दोघंही सुंदर पंडित!"

अभ्यंकर नेहमीच घरच्यांना अशी पत्रं पाठवत. त्यांत हमखास संस्कृत श्लोक, नाहीतर कवितेच्या ओळी असत. बऱ्याच वेळा मजकूर मराठीत, तर काही वेळा इंग्रजीत! त्यात मधूनमधून गणिताच्या अभ्यासाबद्दल, गुरू झारिस्कींविषयी, मित्रांविषयीही कळवलेलं असे.

अभ्यंकरांना मराठी शब्दांच्या लिखाणाच्या गमतीजमती शोधायला खूप आवडे. मग ते अमेरिकेतून भावंडांना पत्रातून विचारत, "पेन शाईत डुबवला की बुडवला? कागद चिकटवला की चिटकवला?"

मराठी वाङ्मयाकडे अभ्यंकर वळले, त्याला कारण झाला त्यांचा मामा! अभ्यंकर सातवी-आठवीत असताना, त्यांचा मामा बी.ए.ची परीक्षा देत होता. मामाची एका ऑफिसमध्ये कारकुनाची नोकरी होती. दिवसभर तो कामाच्या रगाड्यात राही त्यामुळे त्याला अभ्यासाला वेळ मिळत नसे. मामाच्या मराठीच्या अभ्यासाला मदत व्हावी म्हणून अभ्यंकरांनी एक उपाय शोधून काढला. ते रोज मामाला मराठीची अभ्यासाची पुस्तकं वाचून दाखवू लागले. वाचता वाचता अभ्यंकरांचंच सगळं पाठ होऊ लागलं. मामाला 'झेंडूची फुलं' वाचून दाखवताना त्यातल्या

कविता अभ्यंकरांनाच पाठ झाल्या. त्याचा परिणाम म्हणजे शाळकरी श्रीराम कविता रचू लागला. पहिलाच प्रयोग मोरेश्वर अभ्यंकर या भावावर झाला. इंद्रवज्र वृत्तात मोरोपंताच्या कवितांच्या धर्तीवर त्यांनी एक कविता रचली.

*मोरेश्वरा रे तुज नाम देती*
*रे बाळू कोणी तुज ओळखिती*
– – – – – – – – – – – – –
*शंका तुझ्या ऐकूनी मौज वाटे*
*करावया दूर कठीण दाटे*

हा कविता रचण्याचा नाद तात्पुरता राहिला. परंतु एकूण काय, तर शाळेत असतानाच बी.ए.चं मराठी वाचून अभ्यंकरांना मराठी पुस्तकं वाचण्याची आवड निर्माण झाली.

एखादी गोष्ट मनात आली, की सारं विसरून तिच्याच मागं लागायचं, हा अभ्यंकरांचा स्वभाव! मग ते गणित असो, नाहीतर अजून काही! एकदा असंच 'शिवमहिम्ना'चं मराठी समश्लोकी भाषांतर करावं, असं त्यांना वाटलं. लगेचच ते बैठक मारून बसले आणि नऊ दिवसांत त्यांनी ४३ श्लोक लिहून काढले आणि त्याच्या प्रती काढून अमेरिकेतील आणि भारतातील स्नेही, नातेवाईक, विद्यार्थी यांना पाठवून दिल्या.

त्यासोबतत त्यांनी लिहिलं, 'शिवमहिम्नाचं हे मराठी समश्लोकी भाषांतर मी ११ ते १९ ऑगस्ट १९९६ या दिवसांत केलं. नागपंचमीच्या सुमुहूर्ती समाप्त केलं. भाषांतरकर्ता अभ्यंकर कुलोत्पन्न शंकरसुत श्रीरामशर्मा. हे भाषांतर करताना शिखरिणी, हरिणी, मालिनी, अनुष्टुभ, वसंततिलक इ. वृत्तांचा उपयोग केला आहे.''

अभ्यंकर अमेरिकेत शिकायला गेले आणि तिथलेच होऊन गेले. परंतु त्यांचं मराठी वाचनाचं उपजत वेड तसूभरही कमी झालं नाही. ते तिकडेही नेहमीच भारतातून मराठी पुस्तकं मागवून वाचत. ग्वाल्हेरला असताना त्यांनी पंडित जवाहरलाल नेहरू यांचं 'डिस्कव्हरी ऑफ इंडिया' वाचलं होतं. अमेरिकेत त्यांनी ते पुन्हा वाचलं. त्यानंतर त्यांनी नेहरूंनी लिहिलेली इतर इंग्रजी पुस्तकंही वाचली. इंग्रजांनी हिंदुस्थानचा इतिहास लिहिताना पक्षपात केला. त्यात कितीतरी खोट्या गोष्टी घुसडल्या. म्हणूनच हिंदुस्थानचा खरा इतिहास समजून घ्यायचा, तर नेहरूंची पुस्तकं वाचायला हवीत, असं अभ्यंकरांचं मत होतं. १८५७ चा बंडाचा इतिहास कळण्यासाठी त्यांनी ना. के. बेहरे यांचं पुस्तक वाचलं होतं.

भारताचा अर्वाचीन इतिहास वाचताना ऐतिहासिक सत्य कोणतं आणि लेखकाचा काल्पनिक विलास कोणता, हे नीट समजून घ्यावं लागतं, असं अभ्यंकर म्हणत. यावर लगेच त्यांना

*'रक्ष रक्ष ईश्वरा। भारता प्राचीन जनपदा।।*
*भोगियलि बहु जसें। एकदा वैभवसुखसंपदा।।'*

अशा ओळी आठवत. त्याचबरोबर हरि नारायण आपटे यांची 'चंद्रगुप्त मौर्य अथवा २५०० वर्षांपूर्वीचा हिंदुस्थान' ही कादंबरी वाचून मनातल्या शंकांचं निरसन करण्याचाही त्यांनी प्रयत्न केला होता. इतिहासाला इंग्रजीत 'हिस्ट्री' (History) म्हणतात. या शब्दातच स्टोरी (story) आहे. त्यामुळे त्यात सत्य-असत्याचा मिलाफ असणारच, हे गृहीत धरायला हवं. मात्र ज्या इतिहासापासून स्फूर्ती मिळते, आपणही काही शिकावं, अशी ऊर्मी ऊत्पन्न होते, अशाच इतिहासाला खरा अर्थ असतो, असं ते मानत. आणि त्याच दृष्टीनं त्याचं वाचन करत.

मराठी शब्दांबरोबरच भाषाशास्त्र, भाषाभ्यास याबद्दलही अभ्यंकरांना खूप उत्सुकता होती. हार्वर्डला शिवरामशास्त्री जोशी नावाचा पुण्याचा मुलगा भाषेचा अभ्यास करत होता. त्यानं पुण्याच्या संस्कृत शाळेतील वेदशास्त्रसंपन्न व व्याकरणाचार्य अशा पदव्या मिळवल्या होत्या. एकदा तो न्यूयॉर्कला तीन दिवसांसाठी आला होता. तेव्हा अभ्यंकर न्यूयॉर्कला होते. पूर्वपरिचय होताच, शिवाय त्याचा अभ्यासाचा विषय अभ्यंकरांच्या कुतूहलाचा होता. त्यामुळे अभ्यंकरांनी त्याला स्वतःच्या घरीच राहायला बोलावलं. त्या मुक्कामात शिवरामशास्त्र्याकडून अभ्यंकरांनी यजुर्वेदी आणि ऋग्वेदी वेदांतील स्वर म्हणण्याच्या रीतींतील फरक जाणून घेतला. तसेच ते स्वर कसे उच्चारायचे, हेही शिकून घेतलं. एवढंच नाही, तर शिवरामशास्त्र्यानं बरोबर आणलेलं सावरकरांचं चरित्रही तेवढ्यात वाचून काढलं.

अभ्यंकरांनी वेद, उपनिषद, पातंजली योगसूत्रं, मराठी वाङ्मयाचा इतिहास अशा साहित्याचं मोठ्या उत्सुकतेनं वाचन केलं होतं. त्याचबरोबर त्यांना यज्ञ, याग याविषयी कमालीचं कुतूहल होतं. त्यातलं खरं, खोटं, चमत्कारिक काय, हे शोधण्यापेक्षा त्यातला तार्किक कार्यकारणभाव जाणून घेण्याची त्यांची कायम खटपट चाले. या अवांतर वाचनातून अभ्यंकरांना खूप काही सुचत असे. गणिताच्या अभ्यासाबरोबरीनं त्यांचं मन मराठी साहित्याकडे ओढ घेई. अर्थात परदेशात ही विचारांची धाव कुणाकडे आणि कशी सांगणार? अशा वेळी ते घरच्यांना पत्र लिहीत, त्यातल्या त्यात वडलांना! लिहिता लिहिता, मनातल्या विचारांना कधी वेगळंच वळण लागे आणि मग ते एक तिसराच विचार त्यात मांडत.

एका पत्रात त्यांनी लिहिलं, 'राम + रावण = परमेश्वर'. हे बुचकळ्यात टाकणारं

'अभ्यंकर समीकरण' वाचताना त्याचं स्पष्टीकरणही लगेच मिळालं.

त्यांनी पुढं लिहिलं, ''संकटातून सोडवणारा परमेश्वर. तसाच व तेवढाच संकटात टाकणारा परमेश्वरच व संकटपण परमेश्वरच. द्वंद्व मीच, द्वंद्वातील तत्त्वही मीच!'' गणिताच्या एखाद्या पायरीवर अडल्यावर त्यांना हे सुचत होतं का? गणितात जसं 'अ' बरोबर 'ब' (अ=ब) असं उत्तर शोधलं जातं, तसंच काहीसं ते वाचनात आलेल्या गोष्टी एकमेकांना जोडू पाहात असत का?

भारतात यायचं म्हटलं, की अभ्यंकर पतिपत्नी जोरदार तयारी सुरू करत. त्यांतली एक म्हणजे कॉलरा-टाइफॉइडची इंजेक्शन्स घ्यायचा कार्यक्रम! एकदा असंच अभ्यंकरांनी कॉलऱ्याचं इंजेक्शन घेतलं आणि त्याची प्रतिक्रिया म्हणून त्यांना खूप ताप आला आणि ते झोपून राहिले. मात्र झोपेत ते बडबडत होते. उठल्यावर त्यांना उषाताईंनी विचारलं, ''राम, तू झोपेत, अगं आई गं, शिवाजी... शिवाजी असं काय बडबडत होतास?''

''अरे, माझ्या अंतर्मनात शिवाजीबद्दल एवढी भावना आहे? बहुधा गेले काही दिवस, बऱ्याच वेळा रामदासांच्या मारुतीस्तोत्राच्या भीमरूपीच्या ओळी, आपोआप माझ्या मनात घुमू लागतात. मग रामदासांचं मोठेपण, त्यांच्या उत्तुंग कल्पना यांचं मला आश्चर्य वाटू लागतं. म्हणूनच कदाचित रामदासांबरोबर शिवाजीही मला आठवत असावा.''

वरील प्रसंग त्यांनी आई-वडलांना पत्रानं कळवला. या पत्रात त्यांनी पुढं असंही लिहिलं,

*''रामदासांच्या कल्पना या आजकालच्या खगोलशास्त्रज्ञांच्या कल्पनेएवढ्या किंवा त्याहूनही उत्तुंग आहेत. खगोलशास्त्रज्ञ बिग बँग थिअरी मांडतात, परंतु त्या आधीच रामदास, अणू पासोनी ब्रह्मांडा येवढा होत जातसे। ... ग्रासले सूर्यमंडळ... गतिसी तुळणा नसे... कोटीच्या कोटी उड्डाणे... असं कितीतरी लिहून जातात... नेटका सडपातळू ... देखता कापती भये... अशी सुटसुटीत आणि सुंदर मराठी आहे रामदासांची!...*

*''अवतार, अवतार म्हणजे काय? काय कोणी लायसेन्स द्यावा लागतो, 'हा अवतार' असा! मी तर म्हणतो, खूपच अवतार, रामदास अवतार, मारुती अवतार, शिवाजी अवतार, रावण अवतार, कंस अवतार, किडा-मुंगी सगळेच अवतार असतात...*

*''खुद्द (तुमच्या) रामकृष्णांच्या म्हणण्याचासुद्धा आपण असा अर्थ लावू शकतो. ते म्हणतात, 'जेथे जेथे विशेष शक्ती आहे, तेथे तेथे तू ईश्वराचाच आविष्कार समज.' आता या जगातील सर्वच शक्ती ईश्वराची म्हणजे निष्कर्ष*

*काय, यच्चयावत सगळेच अवतार. ब्रह्मांडातील एकूण एक वस्तू सर्वच अवतार...*

*तुकाराम म्हणतात, 'मन माऊली सकळांची'...*

*"माझ्या मनसमुद्रावर (म्हणजे विराट मनाच्या एका कोपऱ्यावर) आलेल्या तरंगांचा (साधी भाषा : मनातले विचार) एक नमुना. फक्त गंमत म्हणून लिहिला आहे बरं का!"*

अभ्यंकरांच्या मनाचा एक कोपरा कायम मराठीसाठी व्यापलेला होता. या कप्प्यात अभ्यंकरांना रुचेल अशा नव्या विषयांची भर घालण्याचं काम त्यांचे नातेवाईक, मित्रमंडळी करत असत. अभ्यंकरांना यज्ञ, याग याविषयी खूप कुतूहल होतं, ही गोष्ट त्यांचे मित्र चिंतामण गोखले यांना माहिती होती. एकदा गोखल्यांनी अभ्यंकरांना इतिहासाचार्य वि. का. राजवाडे यांचा विवाहसंस्थेबद्दलचा लेख वाचायला पाठवला. तो वाचून त्यांच्या मनात राजवाड्यांविषयी खूपच उत्सुकता निर्माण झाली. त्यांनी राजवाड्यांचं 'भारतीय विवाहसंस्थेचा इतिहास' हे पुस्तक वाचून काढलं. आणि ते एकदम राजवाडेमय झाले. या पुस्तकातील राजवाड्यांनी लिहिलेल्या अग्नी, यज्ञ याबद्दलच्या कल्पना, वेदसंहिता व महाभारतातील पुराव्यांसह लिहिलेले भारतीय विवाहसंस्थेसंबंधीचे राजवाड्यांचे विचार इ. गोष्टी वाचून अभ्यंकर प्रभावित झाले. राजवाड्यांचं पुस्तक वाचताना अभ्यंकरांना दोन गोष्टींची आठवण झाली. एक म्हणजे, ते ग्वाल्हेरला असताना त्यांनी कलियुग, ब्रह्मचर्य या भारतीय कल्पनांवर एक प्रवचन ऐकलं होतं आणि दुसरी तरुणपणी वाचलेल्या बर्ट्रांड रसेल या इंग्लिश तत्त्ववेत्त्यांचं 'मॅरेज अ‍ॅण्ड मॉरल्स' हे पुस्तक! त्यांना तेव्हा ते पुस्तक फार आवडलं होतं. त्यात इतक्या वर्षांनी राजवाड्यांच्या पुस्तकाची भर पडली. अभ्यंकरांना राजवाड्यांचं लेखन खूप भावलं होतं. तीक्ष्ण बुद्धिमत्ता, त्यांचा चौफेर अभ्यास, संशोधकाची चिवट वृत्ती, ज्ञानसाधनेसाठी त्यांनी केलेली तपश्चर्या या गुणांनीही अभ्यंकरांची राजवाड्यांवर अक्षरश: भक्ती जडली.

अशीच गोष्ट पेशव्यांच्या इतिहासाची! एकदा अभ्यंकरांना विश्वास पाटील यांचं 'पानिपत' वाचायला मिळालं. पण वाचताना त्यांना काहीच कळेना; कारण त्यांना पेशव्यांचा इतिहास माहिती नव्हता. शिवाजीमहाराजांबद्दलही त्रोटक माहिती होती. त्यांच्या घरात काकांनी शिवाजी महाराजांचा मोठा फोटो भिंतीला टांगला होता आणि शिवाजीबद्दल एक छोटं चरित्र अभ्यंकरांनी वाचलं होतं, इतकंच! पेशव्यांचा इतिहास माहिती असल्याशिवाय पानिपतचं युद्ध समजणार नाही, हे लक्षात आल्यावर अभ्यंकरांनी मित्रांना काही शंका विचारल्या. तेव्हा एका मित्रानं शिवाजी महाराज,

महाराणी ताराबाई यांची चरित्रं, पेशव्यांसंबंधीची काही पुस्तकं अभ्यंकरांना पाठवली. ही पुस्तकं त्यांनी वाचली, तेव्हा त्यांना मराठ्यांचा इतिहास समजला आणि पानिपतचं महत्त्वही कळलं.

अभ्यंकरांचा गणिताचा अभ्यास तर नेहमीच चालू असे, मनात तर कायमचाच! त्यालाच समांतर असं हे मराठी पुस्तकांचं वाचन वेड त्यांनी जपलं होतं. विनोबांची गीतेवरील प्रवचनं वाचताना तर त्यांच्या डोळ्यांतून आपोआप पाणी झरू लागे. हा अनुभव त्यांना अस्वस्थ करी. काही वेळा अण्णाकाकांनी दिलेली तुकारामाची गाथा वाचताना, आपण हे आईवडलांना वाचून दाखवतोय, अशी त्यांच्या मनाची भावना होऊन ते अस्वस्थ होत. 'जीवनविकास' मासिकाचे अंक वाचताना त्यातील रामकृष्णांवरचे लेख त्यांना अंतर्मुख करत. ज्ञानेश्वरी वाचताना त्यांना अंतर्बाह्य शांत, शीतल वाटे; तर विवेकानंदांचं इंग्रजी भाषेतील चरित्र त्यांना मनाच्या वेगळ्या पातळीवर घेऊन जाई. या वाचनानं तयार झालेल्या मनाच्या विविध अवस्थांमध्ये, अभ्यंकरांना गणिताच्या संशोधनासाठी नक्कीच विशेष ऊर्जा मिळत असावी.

## मातृभाषेचा प्रत्यय

अमेरिकेतील दीर्घ वास्तव्यातही अभ्यंकरांचं मराठी अतिशय प्रगल्भ राहिलं. तो त्यांच्या जीवनाचा एक विलोभनीय, अविभाज्य पैलू राहिला. त्यांना जाणणाऱ्या देशी-परदेशी अशा सर्वांना कायमच त्याचं आश्चर्य आणि कौतुक वाटे. परंतु अभ्यंकरांना मात्र त्यात विशेष काही आहे, असं वाटत नसे. कारण माणूस परदेशात राहिला किंवा मातृभाषेशिवाय इतर भाषा त्याच्या कानावर सतत पडत राहिल्या, तरी तो मातृभाषा विसरणं शक्य नाही, यावर त्यांचा ठाम विश्वास होता. त्याचा त्यांनी स्वानुभवही घेतला होता. तेव्हा ते न्यूयॉर्कमध्ये होते आणि त्यांचा मित्र सीमोर हेडन (Seymour Hayden) त्यांच्याकडे राहात होता. हा स्वानुभव त्यांनी पुष्पाला पत्रातून कळवला होता.

"एके दिवशी सीमोर मला सकाळी उठवू लागला.
तो म्हणाला : 'Are you awake?'
मी गाढ झोपेतून एकदम जागा झालो व म्हणालो, "किती वाजले?"
सीमोर : Are you awake?
मी : किती वाजले?
सीमोर : Ram, Are you awake?
मग माझ्या डोक्यात प्रकाश पडला, की मी तटकन् झोपेतून उठल्यामुळे मराठीत बोलू लागलो होतो. मग मी 'What time is it?' असं विचारल्यावर

सीमोरचा त्रासिक चेहरा बदलला.

यावरून मला नाना फडणीसांच्या चातुर्याच्या गोष्टीची आठवण झाली. एक बहुभाषी नानांकडे आला होता. तो सर्व भाषा एवढ्या चांगल्या बोलत होता, की त्याची मातृभाषा कोणती, हे कोणास ओळखता येईना. नानांनी एक युक्ती केली. तो एकदा झोपला असता नानांनी त्याच्या चेहऱ्यावर पाणी टाकलं. तो खडबडून जागा होऊन उद्‌गारला,

'सूं छे? सूं छे?'

*पाणी पडता सूं छे सूं छे । तुमची भाषा गुजराथी छे ॥*
*नाना नाना गमतीचा । माणूस मोठा डोक्याचा ॥*

माणूस परदेशात राहिला, तरी मातृभाषा विसरणं अशक्य, हेच यावरून सिद्ध होतं ना? माझंच बघ ना, मी वर्गात शिकवताना जर बेरीज किंवा गुणाकार करायचा असेल, तर मला पाढे मराठीतच मनात म्हणावे लागतात. फळ्यावर फक्त उत्तर मांडतो."

मृत्यूपूर्वी २-३ महिने आधी त्यांनी दिवेकर शास्त्रींचं 'आर्य संस्कृतीचा उत्कर्ष आणि अपकर्ष' हे पुस्तक एका रात्रीत वाचून काढलं होतं. गणित असो की मराठीचं वाचन, दोन्हीतही मुळापर्यंत जाण्याच्या त्यांच्या स्वभावानं हे पुस्तकही त्यांना भावणारच होतं. त्यामुळेच त्यांनी 'या पुस्तकाचा दुसरा भाग पाठवून द्या,' असा कोल्हटकरांकडे निरोप दिला होता, तोही जाण्यापूवी अगदी ५-६ दिवस आधी! असा हा अभ्यंकरांचा गणित आणि मराठीचा दुपेडी झपाटा अखेरपर्यंत जोशात राहिला.

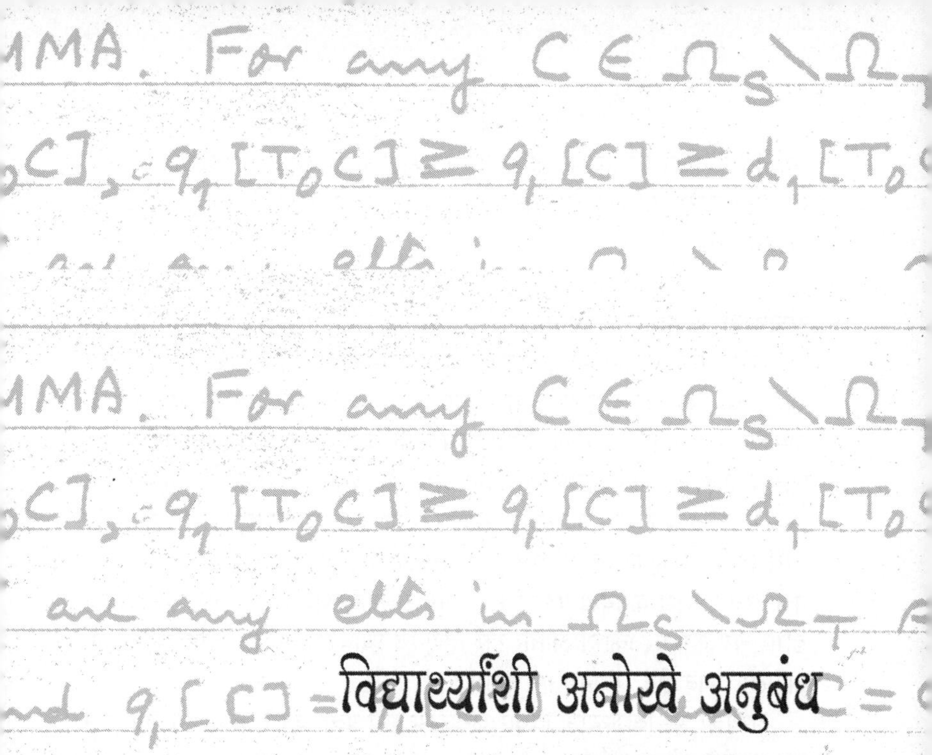

# विद्यार्थ्यांशी अनोखे अनुबंध

अभ्यंकर सरांचं व्याख्यान ऐकणं, समजून घेणं हा एक बौद्धिक आनंदाचा भाग असे. कीर्तनकार, प्रवचनकार, नाटककार, इतिहासकार आणि गणितज्ञ अशी त्यांची विविध रूपं व्याख्यानातून दिसत. व्याख्यानात विषय मांडताना त्यांची विषयावरची पकड विलक्षण जाणवत असे. त्यात विद्यार्थीही मिसळून जात. 'ज्याला जेवढं घेता येईल, तेवढं त्यानं माझ्या शिकवण्यातून घ्यावं,' असंच सरांचं म्हणणं असे.

व्याख्यान संपल्यावर 'कुणाला कळलं नसेल, तर हात वर करा,' असं अभ्यंकर म्हणत. एखाद्या विद्यार्थ्यानं खरंच हात वर केला, तर त्याला जवळ बोलवून त्याचं समाधान होईपर्यंत समजावत. त्याचबरोबर त्याला एखादं उदाहरण वहीत लिहून देत. 'हे उदाहरण सोडवलंस, की मला भेटायला ये,' असं सांगत. अशा वेळी अवतीभोवतीच्या गर्दीचं त्यांना देणं-घेणं नसे. एखादा विद्यार्थी 'समजलं नाही' म्हणाला, तर त्याला सांगणं हेच त्यांच्या लेखी महत्त्वाचं असे.

एखाद्या विद्यार्थ्यानं वहीत दिलेलं उदाहरण सोडवून दाखवलं, तर त्यांना आनंद होई. ते त्याला घरी बोलवत. घरी त्याला मुद्दाम वेळ देऊन गणितातल्या संकल्पना सांगत. अजून थोडं अवघड उदाहरण सोडवायला देत. अशा तऱ्हेनं अभ्यंकर सर

त्या विद्यार्थ्यांच्या मनात गणिती विचारांचे स्फुल्लिंग पेटवून देत. विद्यार्थीही त्यांच्या जडणघडणीच्या काळात भेटलेल्या अशा 'आगळ्यावेगळ्या' सरांकडून खूप काही शिकून घेत.

**संशोधनाचा डोंगर चढताना...**

अभ्यंकरांचा विद्यार्थी म्हणून पीएच.डी.चं काम करण्यासाठी विषय निश्चित केला जाई. त्या विषयातील मूलभूत संकल्पना किंवा तत्त्वं कशी समजून घ्यायची, हे अभ्यंकर सर सांगत. ते दिशा द्यायचं काम करायचे. त्यात आपण किती पुढं, खोल जायचं आहे, हे त्या विद्यार्थ्याला कळत असे. थोडक्यात अभ्यंकर पेटत्या शेगडीत कोळसा घालायचं काम करायचे. अभ्यास कसा करायचा, यासंबंधी त्यांची काही तत्त्वं होती. ते म्हणायचे, "पुस्तकं वाचायची; पण त्यातलं तेच खरं, असं मानू नका. स्वत: सिद्ध करायचा प्रयत्न करा. आंधळेपणानं त्याकडे पाहू नका. संशोधनाचा डोंगर चढताना पुस्तकांचा आधार दोर म्हणूनच घ्यायचा. बाकीची दमछाक आपण आपली, स्वबुद्धीनं, स्वानुभवानं करायची."

अभ्यंकर सर विद्यार्थ्यांना विचार करण्यास कसे प्रवृत्त करत, हे गणितातील दोन उदाहरणांनी सांगता येईल.

काळ, काम, वेग या तीन गोष्टींचा एकमेकांशी संबंध लावणारी उदाहरणं गणितात असतात. एखादं काम एका व्यक्तीनं दोन दिवसांत पूर्ण करणं असं सुरुवातीला साधं गणित असतं. मग त्याच कामासाठी व्यक्तींची संख्या वाढवणं किंवा कमी करणं तर कधी कामाची वेळ वाढवणं किवा कमी करणं, अशा पद्धतीनं हळूहळू ही काळ-काम-वेगाची गणितं किचकट होऊ लागतात. तीच गोष्ट मुद्दल-मुदत-व्याज यांची गणितं यांच्या बाबतीत. यामध्येही साध्या किंवा सरळ व्याजाकडून चक्रवाढ व्याजाकडे जाताना उदाहरण अवघड होत जातं. अशा या गणिताच्या दोन्ही प्रकारांचं एकत्रीकरण केलं, तर त्यातून काय निघू शकेल? ही दोन्ही उदाहरणं एकमेकांना जोडता येतील का? उत्तर 'हो' असेल, तर मग कशा प्रकारे जोडता येतील? अशा पद्धतीनं विचार करायला अभ्यंकर सर मुलांना प्रवृत्त करत. अर्थात वरील उदाहरणं ही साधी आहेत. मात्र अशा विचारसरणीतून एकातून एक प्रश्न तयार होतात, मग हे प्रश्न सोडवताना संशोधनाची दिशा मिळते. एका कामातून नवीन काम जन्म घेतं, यावर अभ्यंकरांचा ठाम विश्वास होता. त्यामुळेच अभ्यंकर नेहमी विद्यार्थ्यांच्या घोळक्यात वावरत, विद्यार्थ्यांशी गणिती गप्पा मारून त्यांना विचार करायला प्रवृत्त करत. त्यांचं म्हणणं असे, की "मी जे बोलतो, ते जसंच्या तसं स्वीकारू नका. त्यात तुमचे विचार मिसळा. नवीन निर्माण करा. स्वत: तपासून पाहा. तपासताना पुन्हा पुन्हा वाचलं जातं, लिहिलं जातं, त्यातून नवीन सुचतं."

गणिताचा एखादा प्रश्न सोडवायला घेतला, की बऱ्याच वेळा पुढं काय करावं, हे विद्यार्थ्यांच्या लक्षात येत नाही. अशा वेळी सर त्या विद्यार्थ्याला सांगत, "अडून बसू नकोस. लिहीत राहा. लिहिलं, की सुचत राहतं. गणिताचा अभ्यास वाचून नाही, तर लिहून होतो. लिहिणंही सविस्तर करावं. त्रोटक लिहून उपयोग नाही, कारण लिहिताना केलेला विचार डोक्यात जास्त जातो, मनात घुमत राहतो. लिहिताना अडलं, की आपोआप नव्यानं विचार केला जातो."

गणित करताना प्रश्न/उदाहरणं कळणं आणि ते सोडवणं या दोन अवस्था असतात. त्या अवस्थांमध्ये स्वतःला मुरवून घेणं त्यांच्या दृष्टीनं महत्त्वाचं असे. एखाद्या प्रश्नाच्या गाभ्यात घुसलं, की नुसता कागद आणि पेन्सिल घेऊन एखाद्याला डोंगरावर पाठवलं आणि तिथं आता लिही, असं सांगितलं, तरी ते त्याला यायला हवं, अशा पद्धतीनं अभ्यंकर सर विद्यार्थ्यांना प्रोत्साहित करत. सरांनी विद्यार्थ्यांना हात धरून शिकवलं नाही. परंतु त्यांच्या बोलण्यातून जे घेता येईल, ते प्रत्येकानं घ्यावं, अशीच त्यांची अपेक्षा असे. 'गणितावर भक्ती करा. एकाच जागी खोल खणा,' असा तात्त्विक उपदेश करायला अभ्यंकर सरांना खूप आवडे. त्याचबरोबर या सर्व गोष्टी महाभारतातील घटना, प्रसंग यांच्याशी जोडण्यात तर ते अतिशय तरबेज होते.

अभ्यंकर सरांचा गणितातील मूलभूत अभ्यास खूप पक्का होता. त्यामुळे एखाद्या प्रश्नावर चर्चा सुरू झाली, की त्यातले थांबे किती आहेत, हे त्यांना माहीत असे. मग त्या थांब्यांना रेषा जोडायचं काम सर करत. त्या प्रश्नातील कुठल्या कामाला किती महत्त्व आहे, हे ओळखून ते विद्यार्थ्याला शोधनिबंध लिहायला प्रोत्साहन द्यायचे.

अमेरिकेत पीएच.डी. पूर्ण करेपर्यंत त्यातलं संशोधन प्रकाशित करायचं नाही, अशी एक शिस्त आहे. म्हणजे एखाद्या होतकरू गायकानं आपल्या गुरूच्या गाण्याचा गंडा बांधला, की त्याची आज्ञा होईपर्यंत बैठकीत गाणं गायचं नाही, अशा रिवाजासारखंच ते आहे. संशोधन पूर्ण झाल्यावरही ते प्रकाशित करण्यासंबंधी सरांची काही मतं होती. आपलं संशोधन एका वेळी, एका शोधनिबंधात किती लिहावं किंवा त्या संशोधनातून किती शोधनिबंध तयार करावेत, याचा त्यांनी निश्चित विचार केलेला असे. त्याचबरोबर विद्यार्थ्यांनाही ते यासंबंधी मार्गदर्शन करत. त्यांच्या म्हणण्याप्रमाणे एखाद्या विषयातलं मूलभूत काम लिहावं, सगळं अथपासून इतिपर्यंत आपणच लिहून काढू नये. शोधनिबंध लिहिणं म्हणजे एखादा बगीचा तयार करण्यासारखं आहे. त्याकडे वेगवेगळ्या पैलूंनी पाहता येईल. एकदा चौकट तयार झाली, की त्या बागेत खूप काही करता येईल. गणितातील एखाद्या प्रश्नाच्या विचारसरणीवर एका व्यक्तीनं एक किंवा दोन शोधनिबंध लिहावेत. इतरांनी त्या प्रश्नाचा वेगळा विचार करून तो मांडावा, असं अभ्यंकरांना वाटे.

पीएच.डी.चं काम झाल्यानंतरही अभ्यंकरांचे विद्यार्थी त्यांच्या सतत संपर्कात राहात असत. नव्यानं करत असलेल्या संशोधनाबद्दल सरांशी चर्चा करत. एखाद्या विद्यार्थ्यानं नवीन काम केलं, तर त्याकडे ते संकुचित दृष्टीनं पाहात नसत. सर कामाच्या बाबतीत खूप चिकित्सक होते. त्यामुळे विद्यार्थ्याचं काम हे त्याचं आहे, असं न मानता, त्यातही खूप आपलेपणानं ते लक्ष घालत. कामाच्या बाबतीत सर हट्टी, दुराग्रही होते. मात्र त्यात आपला मोठेपणा दाखवावा, असं ते कधीही वागत नव्हते. उलट विद्यार्थ्याच्या बरोबरीनं एखादा प्रश्न सोडवण्यासाठी त्यांची अतोनात कष्ट घेण्याचीही तयारी असे.

तरुण मुलांमध्ये गणिताचं आकर्षण उत्पन्न करताना अभ्यंकरांच्या वागण्यात मैत्री, आपुलकी, सहृदयता दिसून येई. परंतु एकदा का एखादा विद्यार्थी अभ्यंकरांचा पीएच.डी.चा विद्यार्थी झाला, की त्या विद्यार्थ्याचा सुरुवातीचा काळ अग्निदिव्याचा असे. अभ्यंकरांच्या वागणुकीत फरक दिसायला लागे. आधीचं दोघांमधील मैत्रीचं, मोकळेपणाचं नातं कमी होई. अभ्यंकरांच्या वागण्यात 'मालका'चा रुबाब येई.

नव्या विद्यार्थ्याशी ते गणिताशिवाय इतर विषयांवरही बोलत. त्याला ते अनेक मजेशीर प्रश्न विचारत. भारतीय विद्यार्थ्याला तर अनेक तऱ्हेनं बेजार करत. त्यातून तो विद्यार्थी मऊ वृत्तीचा, सौम्य स्वभावाचा असेल, तर त्याची काही खैर नसे. 'अमुक एक अभंग पाठ आहे का?', 'शिवाजीबद्दल तुला काय वाटतं?', 'पांडवांबद्दल तुझं काय मत आहे?' अशासारखे प्रश्न विचारून उत्तर देण्यासाठी आग्रह धरत. तसंच काहीशा भावनिक, भाबड्या विद्यार्थ्याला त्याच्या घरातली व्रतवैकल्यं, पूजा-अर्चा यासंबंधी वेगवेगळे प्रश्न विचारत. प्रश्नाचा रोख असा ठेवत, की त्याला बिचाऱ्याला मनात नसलं, तरी नकारार्थी उत्तर द्यावं लागे. अभ्यंकरांच्या अशा त्रासदायक वागण्यामागे काही कारणं होती, असंही नव्हतं. पण तो त्यांचा स्वभाव होता. बहुधा विद्यार्थ्यांची पारख करण्याची ही त्यांची पद्धत असावी.

समोरची व्यक्ती विद्यार्थी असो किंवा दुसरी कोणी, त्याच्याशी अभ्यंकर रोखठोकच बोलत. त्या व्यक्तीचा कल ओळखून बोलण्याचा त्यांचा स्वभाव नव्हता. उलट मनात येईल ते, त्याच वेळी, त्याच ठिकाणी ते बोलून टाकत. या त्यांच्या स्वभावामुळे त्यांच्याबद्दल बरेच गैरसमज होते. गमतीचा भाग म्हणजे अभ्यंकरांना आपल्या स्वभावाची, वागण्याच्या पद्धतीची पुरेपूर जाणीव होती. तरीसुद्धा त्यांनी आपल्या वागण्यात कधीही बदल केला नाही.

सुरुवातीची ही खडतर परीक्षा विद्यार्थी द्यायचे, कारण अभ्यंकरांच्या गणिती ज्ञानाची सर्वदूर प्रसिद्धी होती. त्यांच्या ज्ञानाचा वचक होता. म्हणूनच अभ्यंकरांकडे विद्यार्थ्यांचा कायम राबता राहिला. अभ्यंकरांचा विद्यार्थी होणं ही गोष्ट सुरुवातीला

बरीच अवघड असली, तरी त्यांच्या मार्गदर्शनाखाली पीएच.डी. मिळवणं ही एक गौरवाची बाब हाती. अभ्यंकरांशी केवळ गणित विषयातल्या गप्पा, चर्चा होत नसत, तर मराठी आणि काही प्रमाणात संस्कृत श्लोक, महाभारत या विषयातील माहितीचीही कसोटी लागे. अर्थात विद्यार्थ्यांना या गोष्टी नव्या आणि नवलाईच्या असत. हळूहळू हे टप्पे ओलांडून, गणितात प्रगती करू शकणारा विद्यार्थी अभ्यंकरांनी एकदा का मान्य केला, की मग त्याचं शैक्षणिक ध्येय हे जणू अभ्यंकरांचंच होऊन जाई.

अभ्यंकरांची विद्यार्थ्यांना शिकवण्याची शैली वेगळी होती. त्यांचं ज्या गणिताच्या प्रश्नावर संशोधन चालू असे, त्यासंबंधीच ते वर्गात तेव्हा शिकवत. त्यातला एखादा प्रश्न विद्यार्थ्यानं निवडावा व त्यावर संशोधन करावं, अशी त्यांची बऱ्याच वेळा अपेक्षा असे. एखादा विद्यार्थी आणि अभ्यंकरांमध्ये चर्चा होऊन पीएच.डी.साठी विषय ठरला, की त्याला एका बाजूनं 'बघ तू, विचार कर, अभ्यास सुरू कर' म्हणायचे; त्याचबरोबर 'अमुक एक पुस्तक वाच, ग्रंथालयात जाऊन तमुक पुस्तकं शोध, तिथले संदर्भ लिहून घे,' अशा तऱ्हेच्या सर्वसाधारण सूचना करत.

विद्यार्थ्यांच्या प्रबंधाच्या प्रश्नाचं चक्र अभ्यंकरांच्या मनात चालू असायचं. काही वेळा ते विद्यार्थ्याला विचारायचेही, 'काय वाचलंस? पुस्तकं पाहिलीस का? ग्रंथालयात काही संदर्भ मिळाले का?' विद्यार्थ्याला या प्रश्नांची उत्तरं देता आली नाहीत किंवा तो कामात चालढकल करतोय, असं लक्षात आलं, की अभ्यंकर फार कासावीस व्हायचे, बेचैन व्हायचे. कधी कधी विद्यार्थी आपणहून त्यांना वाचलेली नवी माहिती द्यायचे, तर कोणी काही सोडवलेली उदाहरणं सरांना दाखवायचे. अशा वेळी मात्र त्यांना समाधान वाटायचं आणि ते त्यांच्या चेहऱ्यावरही दिसायचं. विद्यार्थ्यानं नेटानं प्रबंधासाठी निवडलेल्या प्रश्नावर काम करत राहावं, असं सरांना वाटे. ते सतत वेगवेगळ्या देशांमध्ये व्याख्यानं, परिषदा यासाठी जात. परंतु विद्यार्थ्यांचा अभ्यास किंवा काम कसं चाललंय, याचा त्यांना चांगला अंदाज असे.

अभ्यंकर कायम चांगल्या विद्यार्थ्यांच्या शोधात असत. त्यांना एखाद्या विद्यार्थ्याच्या हुशारीचा नेमका अंदाज फार पटकन येत असे. त्या मुलाच्या कुवतीबद्दलचा त्यांचा सुरुवातीचा ठोकताळा सहसा चुकत नसे. हुशार, बुद्धिमान, मेहनती विद्यार्थी मिळाले, की ते खूश होत.

जानेवारी २०१२मधील एक प्रसंग आहे. त्या सत्रात अभ्यंकरांनी उत्तम, हुशार विद्यार्थी मिळावेत, यासाठी विद्यापीठाच्या परिपत्रकात एक जाहिरात दिली होती. ही जाहिरात वाचून दोन पदवीपूर्व विद्यार्थी अभ्यंकरांना भेटायला आले. तसं पाहिलं, तर पदवी मिळवण्यापूर्वीचं शिक्षण हे सर्वसमावेशक असतं. विद्यार्थ्यांची एखाद्याच

विषयाची तितकीशी तयारी झालेली नसते. तरीसुद्धा या विद्यार्थ्यांनी अभ्यंकरांना भेटून गणितासंबंधी काही प्रश्न विचारले, चर्चा केली. अभ्यंकरांना विद्यार्थ्यांनी विचारलेल्या प्रश्नावर विचार करायला लागला, या गोष्टीचा त्यांना खूप आनंद झाला. त्यांनी फोन करून डॉ. अविनाश साठये यांना ही आनंदाची बातमी दिली आणि समाधान व्यक्त केलं.

एखादी मनासारखी, आवडीची गोष्ट मिळवायची असेल, तर ती कशी मिळवायची, याबद्दल प्रत्येकाच्या मनात सतत विचार चालू असतात. त्यासाठी काय करावं, कसं करावं, अशी आतल्या आत अस्वस्थताही असते. अभ्यंकरांच्या मनात अशा पद्धतीची अस्वस्थता, घालमेल विद्यार्थी मिळवण्याबाबत कायमच चालू असे. कितीतरी वेळा ही अस्वस्थता, इच्छा ते इतरांपाशी व्यक्तही करत. त्यामुळेच हे नवे विद्यार्थी मिळाल्यावर त्यांना अगदी मनासारखं, पाहिजे ते मिळाल्याचा आनंद झाला होता.

अमेरिकेतील शिक्षणपद्धतीनुसार पीएच.डी.च्या प्रवेशासाठी काही विशिष्ट मर्यादेपर्यंतची एकूण गुणवत्ता मिळवावी लागते. त्यासाठी एक परीक्षा उत्तीर्ण व्हावं लागतं. आपल्या विद्यार्थ्यानं या परीक्षेत अपेक्षित यश मिळवावं आणि पीएच.डी.च्या संशोधनाला सुरुवात करावी, यासाठी अभ्यंकर सातत्यानं त्या विद्यार्थ्याच्या अभ्यासाच्या पाठी लागत.

डॉ. अविनाश साठये हे पर्डू विद्यापीठात संशोधनासाठी आलेले अभ्यंकरांचे पहिले भारतीय विद्यार्थी. त्यांनी १९६९ मध्ये पीएच.डी.च्या प्रवेशासाठी परीक्षा दिली आणि त्यात उत्तम गुण मिळवले. लगेचच त्यांनी अभ्यंकरांना ही बातमी सांगितली, तेव्हा अभ्यंकरांनी खूश होऊन साठयांचं अभिनंदन केलं, "छान झालं! आता झटून प्रबंधाच्या अभ्यासामागे लाग," असंही त्यांनी साठये यांना सुनावलं. दरम्यान साठ्यांनी लग्न ठरवलं. ही बातमीही त्यांनी अभ्यंकरांना सांगितली. आनंदाच्या भरात 'मी पुढच्या वर्षी लग्न करणार आहे,' हेही साठये यांनी सांगून टाकलं. मात्र ही बातमी ऐकून अभ्यंकर चक्क नाराज झाले. त्यांनी अजिबात आनंद व्यक्त केला नाही की साठये यांचं अभिनंदनही केलं नाही. उलट अभ्यंकर त्यांना म्हणाले, "तू लग्न करतोयस, याचं मला वाईट वाटतंय; कारण तू लग्न केलंस, की बायको–संसारात रमणार. त्यामुळे तुझं पीएच.डी.चं काम मागं पडणार."

अभ्यंकरांनी स्पष्टपणे त्यांच्या नाराजीचं कारण साठये यांना सांगून टाकलं. एकदा का हातात संशोधनाचं काम घेतलं की, त्या विद्यार्थ्यानं तहानभूक हरपून, प्रचंड मेहनतीनं ते पूर्ण करावं, अशी अभ्यंकरांची त्यामागे तळमळ असे. ही अभ्यंकरांची अस्वस्थता साठये यांनी ओळखली. त्यांनी प्रबंधाच्या कामामध्ये लग्नाचा अडसर अजिबात येऊ दिला नाही, हे काय निराळं सांगायला हवं? (त्यांची काय बिशाद!)

साठये यांचं लग्न झाल्यावर (लग्न अभ्यंकरांच्या घरातच झालं. अभ्यंकर पति-पत्नींनी आई-वडिलांची भूमिका पार पाडली.) अभ्यंकर पुन्हा परदेशी गेले. त्या काळात त्यांच्या एका शोधनिबंधामधील उर्वरित प्रश्न साठये यांनी सोडवला. त्याचा अभ्यंकरांना दुप्पट आनंद झाला. साठये यांनी लग्नानंतरही काम चालू ठेवलं, हे बघून अभ्यंकर त्यांना म्हणाले, "आता तुला हवी तेव्हा डॉक्टरेट मिळायला हे काम पुरेल. आता खऱ्या अभ्यासाला लाग."

हळूहळू एखादा विद्यार्थी अभ्यंकरांच्या पठडीत रुळू लागला, की त्या विद्यार्थ्याला अभ्यंकरांच्या गणिती उंचीची ओळख व्हायला लागे. त्याचबरोबर सरांच्या आपलेपणाच्या वागणुकीचाही अनुभव येई. अभ्यंकरांच्या घरी विद्यार्थ्यांना मुक्तद्वार असे. या गुरुकुलातील अभ्यंकर मॅडम विद्यार्थ्यांच्या गुरुमाउली बनून जात. याविषयी अभ्यंकर म्हणत, "गुरुमाउलीशिवाय गुरुकुल यशस्वी होऊ शकत नसतं." वसिष्ठ मुनी आणि त्यांची पत्नी अरुंधती ही महाभारतातील आदरणीय जोडी आहे. अरुंधतीनं आपल्या पतीला कधी अंतर दिलं नाही की त्याला कधी विरोधही केला नाही. अशा सप्तर्षी तारका समूहातील वसिष्ठ नावाच्या ताऱ्याजवळ असलेल्या लहान ताऱ्याला अरुंधतीचं नाव देऊन तिचा गौरव केला आहे. अभ्यंकरांच्या गणित आश्रमात अभ्यंकर मॅडमचं स्थान अरुंधतीचं होतं.

## गणित अभ्यासाचं चिंतन

अशा वातावरणात कसून अभ्यास केलेल्या अभ्यंकरांच्या विद्यार्थ्यांना गणिती जगतात वेगळं वजन प्राप्त होई. जणू काही त्यांना गणितातला जगभरचा 'पासपोर्ट' मिळे. तसंच अभ्यंकरांच्या सान्निध्यात राहून अभ्यास केल्यानं या विद्यार्थ्यांना गणिताच्या संशोधनाची विशेष दृष्टी मिळत असे. 'गणिताच्या इतिहासाचा बारकाईनं अभ्यास करा, या इतिहासातला बीजांकुर किंवा एखादीच संकल्पना पकडून संशोधन करा,' असं ते नेहमी सांगत. त्याचबरोबर 'या इतिहासाला विजोड ठरेल, असं काही करू नका,' असंही ते विद्यार्थ्यांना आग्रहपूर्वक बजावत.

अभ्यंकरांनी गणित धर्मासारखं मानलं. आपल्या सर्वच विद्यार्थ्यांना गणित यायला पाहिजे, असा त्यांचा अट्टहास नव्हता. परंतु प्रत्येकानं गणित शिकण्याची, समजून घेण्याची स्वतःमधील शक्ती ओळखावी, ही त्यांची तळमळ होती. त्यांची शिकवण्याची पद्धत अशी होती, की समोरच्याच्या गणिताच्या आकलनाला खतपाणी घातलं जाई. गणित जाणून घेण्यासाठी लागणारी ऊर्जा एखाद्या विद्यार्थ्यात आढळली, की त्याला पुढं आणण्याचा अभ्यंकर आटोकाट प्रयत्न करत.

स्वानुभवावरून अभ्यंकरांनी गणिताच्या अभ्यासाबद्दल चिंतन केलं होतं. त्यांच्या मते,

"उत्तम गणित साधायचं असेल, तर बुद्धीपेक्षा चिकाटीची अधिक आवश्यकता असते. तर्कापेक्षा स्वयंस्फूर्ती अधिक महत्त्वाची. परंतु जे सुचलं, ते तार्किक बैठकीवर पक्कं उभं करता येईल का, हे जाणून घेण्याची तीव्र अंतर्दृष्टी मात्र लागते. गणिती होण्यासाठी पुष्कळ ग्रंथ वाचावे लागतात, असं नाही; तर थोर गणितींनी विशद करून सांगितलेले गणिताचे ग्रंथ काळजीपूर्वक बारकाईनं समजून घ्यायला हवेत. त्याच्याही पुढं जाऊन त्यातील गणिती संकल्पना मनात, डोक्यात व्यवस्थित पक्क्या बसायला हव्यात, हे मात्र आवश्यक व पुरेसं आहे...

"गणित ही कष्टसाध्य विद्या आहे. सुचलेल्या निराकार कल्पनेला बुद्धीनं जाणून घेण्याच्या भाषेत आणण्यास खूप कष्ट लागतात. आणि ते दुसऱ्याला स्पष्टपणे समजावून देण्यास अधिक कष्ट पडतात. हे काम पुष्कळ वेळा कंटाळवाणंही असतं. त्यामुळे काही कल्पना या डोक्यात नुसत्या पडूनही असतात. त्या कागदावर, शोधनिबंधाच्या रूपात साकार होत नाहीत. परंतु उत्तुंग पातळीवरचं गणित समजून घेणं ही गोष्ट त्याहीपेक्षा उत्तुंग आनंदाची असते...

"हा अवर्णनीय आनंद मिळवायचा, तर चांगलं गणित करायला हवं. त्यासाठी आत्मविश्वास हवा. तीव्र तळमळ हवी. अगदी सुरुवातीच्या काळात, बुद्धीला गणिती पैलू पाडणारा चांगला गुरूही हवा. चिकाटी, प्रचंड कष्ट यांच्या बरोबरीनं गणित करण्याची भव्य महत्त्वाकांक्षा हवी. ज्याला गणित आवडतं, त्यानं ते आत्मसात करण्यासाठी आकाश-पाताळ एक करावं. डोंगरावर एकटं बसलो, तरी गणित करता यायला हवं. 'Be a cobbler and do Maths.' "

या चिंतनातून अभ्यंकरांनी विद्यार्थ्यांकडे पाहिलं, त्यांना गणित शिकवलं. गणित शिकणाऱ्या किंवा गणिताची आवड असणाऱ्या व्यक्तीला ते निराळ्या दृष्टीनं तपासत. कारण एखाद्या व्यक्तीनं आयुष्यभरात किती गणित केलं, किती सिद्धता मांडल्या किंवा प्रमेयं सोडवली, तो कसं आयुष्य जगला, यापेक्षाही त्या व्यक्तीनं गणिताचा अभ्यास का केला, याबद्दल अभ्यंकरांना कायम कुतूहल असे.

## शिष्यांच्या भावना

अभ्यंकरांच्या मार्गदर्शनाखाली एकूण २९ विद्यार्थ्यांनी पीएच.डी. पदवीसाठी संशोधन केलं. अर्थात ही झाली कागदावरची नोंद. परंतु अभ्यंकरांच्या व्याख्यानांमधून, शेकडो शोधनिबंधांमधून आणि ग्रंथांमधून अनेकांना गणित शिकायला मिळालं.

त्यातून कित्येक चांगले शिक्षक तयार झाले, कित्येकांना गणित संशोधनाची दिशा मिळाली.

या सर्वांना आपल्या सरांबद्दल काय आणि किती सांगू, असंच वाटत होतं. 'सरांचं व्यक्तिमत्व म्हणजे एक विलक्षण रसायन होतं, ते शब्दांत पकडणं, सांगणं, खूप अवघड आहे,' अशीच भावना सर्वांनी व्यक्त केली आहे. त्याचबरोबर 'सरांचा सहवास हा आमच्या आयुष्यातील एक अमूल्य ठेवा आहे,' असं काहींना वाटलं, तर काहींनी 'आम्हांला सर भेटले, ही शब्दातीत घटना असल्याचं' आवर्जून सांगितलं.

प्रत्येकाचे वैयक्तिक अनुभव तर पुढं दिलेलेच आहेत. पण प्रत्येक विद्यार्थ्याला सरांचं ऐकलेलं पहिलं व्याख्यान कायमचं लक्षात राहिलं होतं. त्याबद्दल त्यांच्याच शब्दांत सांगायला हवं —

"सरांचं पहिलं व्याख्यान ऐकल्यावर लक्षात आलं, की हे आपल्यासाठी अवाक्याबाहेरचं आहे. तरीसुद्धा सरांचं पुढचं व्याख्यान कधी चुकवावंसं वाटलं नाही. आम्ही जात राहिलो. नाही काही कळलं, तर सर आपल्या शंका सोडवतात, हा विश्वास सरांनी आम्हांला दिला होता. महाविद्यालयाच्या पहिल्या-दुसऱ्या वर्षी आम्ही सरांची व्याख्यानं ऐकली. त्यामुळे आता पुढं काय शिकायचं, कोणता विषय निवडायचा, हे ठरवायची आमची दिशा नक्की झाली. मग आमचं गणिताशी प्लग आणि सॉकेटसारखं नातं केवळ सरांमुळेच झालं, असं आता मागं वळून पाहताना जाणवतं. अमेरिकेत गणिताच्या उच्च शिक्षणासाठी जाणं आम्हांला अवघड होतं, ते अनेक दृष्टींनी! पण केवळ सरांमुळे जमू शकलं...

"अभ्यंकर सरांनी गणित विषय मूलभूत कसा समजून घ्यायचा, हे शिकवलं. त्याचा आम्हांला डॉक्टरेट पदवीनंतरच्या संशोधनासाठी खूप उपयोग झाला. त्याचबरोबर आमच्या मार्गदर्शनाखाली पीएच.डी. करणाऱ्या विद्यार्थ्यांना शिकवतानाही झाला. सरांमधल्या 'हाडाच्या शिक्षका'नं आम्हांला उत्तम घडवलं."

"आमचं पीएच.डी.चं काम झाल्यानंतरही आम्ही नेहमीच सरांच्या संपर्कात राहिलो. कारण आमचं नातं हे केवळ विद्यार्थी आणि शिक्षक एवढंच राहिलेलं नव्हतं; तर आम्ही विद्यार्थी म्हणजे सरांचं विस्तारित कुटुंब होतो. आम्ही सरांना आमचं नवं काम, संशोधन दाखवत असू, सांगत असू. सर कामाच्या बाबतीत फार चिकित्सक होते. ते आमच्या कामासंबंधी चर्चा करत. या गणिती चर्चा आमच्यातील सर्जनशक्ती जागवण्याचं काम करायच्या. सरांकडून आम्हांला अमाप गणिती ऊर्जा मिळत होतीच. त्याचबरोबर प्रोत्साहन आणि भक्कम आधाराची शिदोरीही आम्ही सरांकडून कायम मिळवली."

सरांच्या विद्यार्थ्यांशी बोलताना, प्रत्येकजण अभ्यंकर सर 'वंडरफुल टीचर'

होते, असं सांगत होते. त्याचबरोबर 'अभ्यंकर सरांना जाणून घेणं ही एक मोठी कसरत होती हो!' असंही म्हणत होते. काही विद्यार्थ्यांनी सांगितलेल्या या प्रतिनिधिक आठवणी...

## शिष्यांच्या नजरेतून...

**डॉ. एस. सी. कोठारी** (१९७७)

सवाई गंधर्व संगीत महोत्सवाचं पन्नासावं वर्ष होतं. मी त्या वेळी पुण्यात होतो. पंडित भीमसेन जोशींचं गाणं ऐकायचं, असं ठरवून मी कार्यक्रमाला गेलो. त्यांच्या बहारदार शास्त्रीय संगीताच्या बैठकीनंतर त्यांनी 'याचसाठी केला होता अट्टहास' हा तुकारामांचा अभंग म्हटला. त्या दिवशी भीमसेनजींची तब्येत बरी नव्हती. त्यामुळे गाणं संपल्यावर ते रसिकांना म्हणाले, "मी माझ्या गुरूसाठी गातो. परंतु आज मात्र मी चांगला गाऊ शकलो नाही." भीमसेनजी मनातून दुखावले होते. त्यांचे डोळे भरून आले होते...

दुसऱ्या दिवशी प्रभा अत्रे या मान्यवर गायिकेचं गाणं होतं. मी त्यांचं गाणं कधी ऐकलं नव्हतं, पण त्यांच्याबद्दल खूप ऐकून होतो. म्हणून प्रभाताईंच्या गाण्याला यायचं ठरवलं. गाणं सकाळी दहा वाजता होतं. अभ्यंकर सर तेव्हा पुण्यात होते. त्यांना सकाळी फोन केला. फोन मॅडमनी घेतला.

"राम, सुरेशचा फोन..."

"मग, मी काय करू?"

"फोन घे..." सरांनी फोन घेतला नाही.

माझ्या लक्षात आलं, सरांची काही फोन घ्यायची इच्छा दिसत नाही. मी मॅडमकडेच निरोप ठेवला की, मी बारा वाजता तुमच्या घरी येतो...

मी गाण्याच्या कार्यक्रमाला गेलो. परंतु बारा वाजले, तरी प्रभा अत्रे काही येऊ शकल्या नव्हत्या. मी विचारात पडलो. आता काय करावं? अभ्यंकरांकडे जावं की नाही? सकाळी तर ते फोनवरही बोलले नाहीत. माझ्या एकदम लक्षात आलं, 'काल भीमसेनजी बरं नसतानाही गुरूसाठी गायले. त्यांनी त्यांचा रिवाज पाळला होता. मी माझ्या गुरूला १२ वाजता येतो, असं सांगितल्यावरही इथंच थांबणं योग्य होणार नाही. मला शब्द पाळला पाहिजे.' त्याक्षणी मी तिथून उठलो आणि तडक सरांच्या घरी गेलो. पोचेपर्यंत १२.३० वाजले होते. सर व्हरांड्यात झोपाळ्यावर बसले होते. मला बघताच घड्याळ्यात पाहात म्हणाले, "अरे, किती उशीर केलास? मी जेवायला थांबलोय तुझ्यासाठी!"...

आज हा प्रसंग आठवला तरी वाटतं, मी त्या दिवशी अभ्यंकरांकडे गेलो नसतो, तर...?

**डॉ. एस. बी. मुळे** (१९८२)

मी अकरावी उत्तीर्ण झाल्यावर फर्ग्युसन महाविद्यालयात पहिल्या वर्षाला प्रवेश घेतला. पहिलं वर्ष प्राध्यापकांची शिकवण्याची पद्धत समजून घेण्यात गेलं. दुसऱ्या वर्षी म्हणजे एफ.वाय.ला लक्षात आलं, की आपलं गणिताशी चांगलं जमतंय. मग मी आणि एक मित्र गणिताच्या प्राध्यापकांच्या मदतीनं जास्तीची गणितं सोडवू लागलो. एकदा अभ्यास करताना 'बेझू थिअरम'संबंधी (Bezout Theorem) आमच्या सरांना विचारलं, त्यांनी थोडी माहिती सांगितली आणि 'डॉ. श्रीराम अभ्यंकर हे मोठे गणिती आहेत, पुण्यात आलेत, त्यांना तुम्ही भेटा,' असं सुचवलं. आम्ही पत्ता विचारला. तर नक्की पत्ता कळला नाही. फक्त लॉ कॉलेजच्या आसपास ते राहतात, एवढंच कळलं. आम्ही दोघं कसबा पेठेतून भोंडे कॉलनीच्या आसपास दुपारी ३ ते संध्याकाळी ६॥ पर्यंत फिरलो. मग एका दवाखान्यात शिरून अभ्यंकर कुठं राहतात, असं विचारलं. गंमत अशी, की आम्ही श्रीराम अभ्यंकर विचारत होतो, आणि विचारायला हवं होतं - प्रा. शंकर अभ्यंकरांचं म्हणजे सरांच्या वडलांचं नाव! अखेर आम्हांला 'श्री ठाकूरधाम' सापडलं. तिथं घरच्यांनी सांगितलं, ''सर, टी.आय.एफ.आर. संस्थेत मुंबईला गेलेत. सोमवारी या.'' सोमवारी पुन्हा गेलो. सर भेटले. घाबरत घाबरत 'बेझू थिअरमविषयी विचारायचंय', एवढंच त्यांना म्हणालो. संध्याकाळचे ६॥-७ वाजले होते. सर म्हणाले, ''थांबा आता. वेळ लागेल.''

आम्ही : घरी जायला रात्र होईल.

सर : ठीक आहे, आत्ता घरी जा, जेवून या ९-९॥ पर्यंत!

बाप रे! रात्री यायचं? पण आता काही सुटका नव्हती. सायकली मारत घरी आलो. जेवलो आणि पुन्हा सायकली मारत सरांच्या घरी पोहोचलो. सरांनी आमची थोडीफार चौकशी केली. तुम्हांला खरं वाटणार नाही, पण पहाटे पाचपर्यंत सर आमच्याशी गणिती संकल्पनांबद्दल बोलत होते. बेझू थिअरमही त्यांनी समजून सांगितला.

आम्ही दोघे पहाटे लकडी पुलावरून सायकल मारत घरी जात होतो, तेव्हा आमचे आम्ही राहिलोच नव्हतो. डोक्यात गणित विषयानं चांगलंच ठाण मांडलं होतं. अगदी भन्नाट अनुभव होता तो, शब्दांच्या पलीकडला!

मी एम.एससी. करता असताना एक बाका प्रसंग घडला, तोही विद्यापीठात! आमच्या गणित विभागात प्रा. राऊल बॉट (Raul Bott) या प्रसिद्ध गणितीचं व्याख्यान ठेवलं होतं. तेव्हा अभ्यंकर सर पुण्यातच होते. काही कारणानं, सरांनी विद्यापीठातील गणित विभागात येऊ नये, असा तत्कालीन कुलगुरूंनी फतवा काढला होता. साहजिकच सर काही व्याख्यानाला आले नव्हते. मला हा इतिहास माहिती होता. मोठ्या माणसांमध्ये अशी भांडणं कशी काय होऊ शकतात? असा

मला प्रश्न पडला होता. विद्येच्या बाबतीत तर असं घडणं मला अजिबात पटलं नव्हतं.

मी त्या व्याख्यानाला विद्यार्थी म्हणून गेलो होतो. व्याख्यानाला विद्यार्थी, विद्यापीठातले आणि महाविद्यालयातले प्राध्यापक उपस्थित होते. वर्ग चांगला भरला होता. प्रा. बॉट यांचं व्याख्यान सुरू व्हायच्या आधी, कसा कोणास ठाऊक, पण मी माझ्या जागेवरून पटकन उठलो आणि सर्वांसमोर जाऊन उभा राहिलो. ''अभ्यंकर सरांना या ठिकाणी येण्यास बंदी घातलेली आहे, या गोष्टीचा मी जाहीर निषेध करतो,'' असं म्हणून मी मनातली नाराजी व्यक्त केली आणि तेथून बाहेर पडलो.

माझ्या या बोलण्यानं तेथे उपस्थित असलेले सर्वजण अवाक् झाले. परंतु व्याख्यान सुरळीत पार पडलं. त्यानंतर या गोष्टीचा चांगलाच गाजावाजा झाला. कुलगुरूंपर्यंत ही बातमी गेली. माझं वर्तन अयोग्य ठरवून मला विद्यापीठातून निलंबित करण्यात आलं. हा प्रसंग अभ्यंकरांच्या कानावर गेला. ''तू फारच शूर निघालास!'' एवढीच त्यांनी प्रतिक्रिया दिली. मुळात त्यांनीच कुलगुरूंचा फतवा फारसा मनावर घेतला नव्हता, मग मी एवढं त्यांच्यासाठी का केलं, असं त्यांना वाटत होतं.

अभ्यंकरांना मध्य प्रदेशातील कवी-कविता यांची माहिती असे, तर मला महाराष्ट्रातले! मी कवी बा. भ. बोरकरांच्या कविता म्हणायचो. ते मला कवी बी (मु. ना. गुप्ते) यांच्याबद्दल सांगायचे. त्यांचं पाठांतर अफाट होतं. त्यांना संस्कृत, मराठी, हिंदी, इंग्रजी मिळून सहज २०० कविता पाठ होत्या. त्यांनी एकदा

*कृष्णवर्णी हें भस्म चर्चुनी उभे कोण जागोजागीं।*
*हिंदुस्तानी सुकाळले का बैरागी हे हतभागी।।*

या दोन ओळी म्हटल्या. मला म्हणाले, ''हे एका किल्ल्याचं वर्णन आहे. तुला माहिती नाही? शिवाजीच्या काळातल्या या किल्ल्याची पडझड झाली, त्याचं वर्णन कवीनं केलंय! पण त्यात अजून एक श्लेष आहे, सांग पाहू कोणता तो?''

''नाही लक्षात येत.'' मी.

अभ्यंकर : अरे, हे एखाद्या मद्रासी माणसाचं (तामिळी) वर्णन केलंय, असंही म्हणता येईल, नाही का?

अशा आमच्या खूप चर्चा रंगायच्या. त्याला आम्ही 'अभ्यंकर स्पेशल ट्विस्ट' म्हणायचो.

अशा तऱ्हेनं सरांबरोबरच्या गप्पांमध्ये मराठी साहित्य, काव्य, इतिहास हे विषय हमखास असत. त्यामुळे केवळ गणित, सर आणि आम्ही विद्यार्थी एवढ्याच पातळीवर आमचं नातं राहत नसे. कितीतरी वेळा सर विद्यार्थ्यांबरोबर बुद्धिबळ, ब्रिज

खेळायचे. चिनी विद्यार्थ्यांबरोबर मॅजाँग खेळ खेळायचे.

भारतीय आणि अमेरिकन विचारसरणीत फार मोठा फरक आहे. मी पीएच.डी. साठी सरांकडे काम करू लागलो, तेव्हा सरांना अमेरिकेत येऊन तीस वर्षं झाली होती. परंतु सरांमधील भारतीय विचारांवर अमेरिकन संस्कृतीचा तसूभरही परिणाम झाला नव्हता. ते शेवटपर्यंत अस्सल भारतीय विचारांचेच राहिले. या संदर्भातील एक प्रसंग – आम्ही विद्यार्थी, सरांसाठी आणि इतरांसाठीही कॉफी करायचो. कुणी सरांचं टपाल आणून ठेवी. अशा प्रकारची कामं करण्यात आम्हांला काहीच वाटत नसे. मी दर मंगळवारी आणि गुरुवारी कॉफीचं भांडं स्वच्छ करून सर्वांना कॉफी करून देई. अर्थात मी हे काम आनंदानं करत असे. बरेच महिने मी हे काम कर्तव्यबुद्धीनं करताना पाहून एक दिवस सरांचा विद्यार्थी आणि नंतर झालेला विभाग सहकारी सरांना म्हणाला, "तुम्ही तुमच्या विद्यार्थ्याला गुलामासारखं वागवता."

त्यावर सर म्हणाले, "मी त्याला माझा मुलगा समजतो. भारतीयांमध्ये मुलं वडलांसाठी सहजच काम करतात."

"याचा अर्थ तुम्ही मुलांना गुलामासारखं वागवता!" सहकाऱ्याचं हे वाक्य संपायच्या आत मी ताडकन त्याला म्हणालो, "माझ्या भारतीय संस्कृतीत गुरुसेवा करणं ही गोष्ट गुलामगिरी ठरत नाही."

**डॉ. देवदत्त कुलकर्णी** (१९८५)

अमेरिकेत पीएच.डी. मिळवलेले, खूप हुशार भारतीय गणितज्ञ अशा एका अध्यापकांचं व्याख्यान ऐकायला आम्ही विद्यार्थी जमलो होतो. आमच्या महाविद्यालयाच्या प्राध्यापकांच्या घोळक्यात अभ्यंकर सर होते. कुणीतरी सांगितलं, अरे, ते आहेत आजचे व्याख्याते! असं कसं, परदेशातून आलेले म्हणजे सूट-बूट, कोटात असणार! हे तर अर्ध्या बाह्यांचा शर्ट, साधी पँट अशा साध्या वेशात? इथं सरांचं पहिलं वेगळेपण दिसलं. हे आश्चर्य ओसरत नाही, तोच सर बोलायला उभे राहिले. विषय 'मॅट्राइसेस' हा होता. फारसं कळलं नाही, पण तरीसुद्धा लक्ष देऊन ऐकावंसं वाटलं. व्याख्यानानंतर आम्ही सरांशी बोललो. मी एक-दोन प्रश्न विचारले, तेव्हा त्यांनी 'भास्कराचार्य प्रतिष्ठान'ला यायला सांगितलं. प्रतिष्ठानमधील व्याख्यानं, 'श्री ठाकूरधाम'मधील सरांबरोबरच्या गप्पा, यातून माझी गणित विषयाची मूळची आवड चांगलीच वाढली. तरीसुद्धा पुढं आय.ए.एस. व्हायचं, असं मी ठरवत होतो. सरांना सांगितलंही तसं! सर म्हणाले, "तू काही मला नुसत्या सह्या करणारा होशील, असं वाटत नाही, बघ विचार कर!"

माझं हे पुढच्या शिक्षणाचं तळ्यात-मळ्यात थांबवलं सरांनीच!

एक दिवस सर माझा पत्ता शोधत घरी आले. तेव्हा आम्ही जुन्या वाड्यात

लहानशा घरात राहत होतो. मी घरी नव्हतो. अर्थात त्यामुळे त्यांचं काहीच बिघडणार नव्हतं. ते माझ्या आई-बाबांशी गप्पा मारत बसले. मी बाहेरून आलो आणि पाहतो तर काय, सर आमच्याकडच्या हात तुटक्या खुर्चीत सहजपणे बसले होते. "तुमच्या मुलाला अमेरिकेला पुढच्या शिक्षणासाठी घेऊन जातो," हे सांगायला तर ते घरी आले होते ना!

सरांचं पर्डू विद्यापीठात एवढं नाव होतं, वजन होतं, की माझी पैशाची मुख्य अडचण, प्रवेशाच्या यथापद्धती या सर्व गोष्टींचे अडथळे पार पडले. मी उच्च शिक्षणासाठी पर्डू विद्यापीठात पोचलो.

आपल्या विद्यार्थ्यानं झटून अभ्यास केला पाहिजे, असं सरांना नेहमी वाटे. काही वेळा तर एकूणच सर विद्यार्थ्यांकडून जास्त अपेक्षा करतात, असंही वाटून जाई. एकदा मला सरांनी आठ पानी पेपर दिला होता. त्यावर ते तोंडी प्रश्न विचारणार होते. मला तो पेपर किचकट वाटला. माझी तयारी यथातथाच झाली. तरीसुद्धा सरांपुढे जाऊन उभं राहावंच लागणार होतं. सरांना भेटलो. त्यांनी मला त्या पेपरवर इतके प्रश्न विचारले, की मी घाबरूनच गेलो. मला उत्तरं देता येईनात. मी चक्क त्यांच्यासमोरून निघून गेलो. ही गोष्ट सरांनी त्यांचा माझ्या आधीचा विद्यार्थी शशिकांत मुळे यांना सांगितली. मुळेनं मला फोन करून "सरांनी तुला बोलावलंय, तू सरांना भेट," असं सांगितलं. मी मुळेला घडलेला प्रसंग सांगितला आणि सरांना भेटत नाही म्हणालो. मुळेनं मला समजावलं आणि सरांकडे घेऊन गेला. माझ्या चेहऱ्यावरची भीती आणि निराशा पाहून सर म्हणाले, "मी तुम्हांला घाबरवणारच! तुम्ही घाबरायचं नाही. मी प्रश्न विचारत राहणार, तुम्ही तयारी करायची!"

आता जाणवतं, सर शिक्षक म्हणून आदरणीय तर गणितज्ञ म्हणून किती विद्वान होते ते!

इव्हॉन अभ्यंकर तर परदेशातील आमच्या आईच! त्या आजारी असतानाचा हा प्रसंग आहे. १९८४च्या नाताळच्या सुट्टीत मी फ्लोरिडाला होतो. सरांचा फोन आला, "इव्हॉनला बरं नाही. तू लगेच ये." फोनवर एवढंच ते बोलले. त्यांच्या बोलण्यात काळजी, व्याकूळता जाणवली. मलाही मॅडम आजारी आहेत, हे कळल्यावर चैन पडेना. मी लगेच दुसऱ्या दिवशी पर्डूला गेलो. इव्हॉन मॅडमच्या आजारपणामुळे सर खूप हळवे झाले हाते. त्यांनी पुण्याहून बहिणीलाही बोलावून घेतलं होतं. इतके भावनाप्रधान, हतबल झालेले सर मी यापूर्वी कधीच पाहिले नव्हते. इव्हॉन मॅडमचं ते आजारपण हा सरांच्या आयुष्यातील सर्वांत कसोटीचा काळ होता, असं मला वाटतं.

**डॉ. एस. जी. उडपीकर** (१९८७)

माझ्या विद्यार्थ्यांच्या निमित्तानं मीही अभ्यंकर सरांचा विद्यार्थी झालो. सर स. प. महाविद्यालयामध्ये आले होते. तेव्हा माझा विद्यार्थी अविनाश साठये याची सरांशी गाठ घालून दिली. गणित आणि संस्कृत या दोन्ही विषयांत साठये खूप हुशार होता. त्यांच्या गणिती गप्पा आणि एकूणच सरांची या विषयाची तळमळ पाहून मलाही गणितात उच्च शिक्षण घ्यावं, असं वाटू लागलं. सरांपुढे तशी इच्छाही व्यक्त केली. त्याबरोबर वैयक्तिक अडचणीही सांगितल्या.

शिकण्याची इच्छा असलेला विद्यार्थी मिळाला, की त्याला पुढं कसं नेता येईल, हाच विचार सर करत आणि त्यातून मार्गही दाखवत. माझ्यासाठी सरांनी हेच केलं. सरांमुळे मी एम.फिल. झालो. त्यानंतर मला पीएच.डी.ही करावीशी वाटू लागली.

पीएच.डी.च्या संशोधनासाठी विषय ठरवण्यासंबंधी आम्ही चर्चा करू लागलो. तेव्हा 'मॉड्यूलर फॉर्ममधील प्रश्न घेऊ का?' असं मी सरांना विचारलं. त्यावर सर म्हणाले, "मी त्यातलं फारसं वाचलेलं नाही. आपण दोघं बरोबरच हा विषय वाचू या. त्यातून प्रॉब्लेम मिळून जाईल."

सरांचं बोलणं ऐकून मी चकित झालो. सरांना सगळंच गणित येतं, असं माझं मत होतं. पण सरांनी 'मॉड्यूलर फॉर्ममधलं मी वाचलेलं नाही,' असं लगेच सांगितलं. एखादी गोष्ट येत नसेल, तर सहसा कुणी पटकन तसं सांगत नाही, उलट दडपून माहितीय असं सांगून मोकळे होतात आणि सर...?

अभ्यासक्रमाला धरून गणिताचा अभ्यास करणाऱ्या आम्हा प्राध्यापकांचं जे गणिती विश्व होतं, ते खूप लहान होतं. सरांकडून गणित शिकायला मिळालं, हे आमचं मोठं भाग्य! सरांच्या प्रोत्साहनानं मी वयाच्या ४८ व्या वर्षी पीएच.डी. मिळवली.

**डॉ. सुधीर घोरपडे** (१९८९)

अभ्यंकर सरांचं वेगळेपण केवळ त्यांच्या व्याख्यांनामध्ये नव्हतं, तर व्याख्यानाची सूचना देण्यापासूनच होतं. मी आय.आय.टी., पवई या संस्थेत एम.एससी. करत होतो. त्या वेळी एका व्याख्यानाची माहिती सूचना फलकावर वाचायला मिळाली.

'पर्डू विद्यापीठातील ज्येष्ठ गणितज्ञ डॉ. श्रीराम अभ्यंकर यांची मुंबई विद्यापीठात व्याख्याने आयोजित केली आहेत. ही व्याख्याने आठवड्यातून दोन दिवस, मंगळवार आणि गुरुवार या दिवशी दुपारी १ वाजता सुरू होतील. शालेय बीजगणिताची ओळख असणाऱ्या विद्यार्थ्यांनाही ही व्याख्याने समजू शकतील.'

तळटीप वाचून मला मजा वाटली आणि कुतूहलही! मी व्याख्यानांना जायचं ठरवलं. सुरुवातीला सर काय शिकवताहेत, हे कळत नव्हतं. ते 'यंग टॅब्लो' या

विषयावर बोलायचे. माझा विषय फलीय विश्लेषण किंवा फंक्शनल अनालिसिस. तरीसुद्धा सरांच्या शिकवण्याचं आकर्षण वाटायचं. सर काय बोलतात, ते समजून घ्यायचा प्रयत्न करू लागलो. प्रयत्नांती तेही जमलं.

अजून एक वेगळी गोष्ट मला जाणवली. ती म्हणजे सरांबरोबर एक विद्यार्थी असे. त्याचं नाव देवदत्त कुलकर्णी. तो सरांच्या व्याख्यानाची टिपणं (नोट्स) घ्यायचा. टिपणं म्हणजे सर जे फळ्यावर लिहीत, ते सर्व काही तो वहीत लिहून घ्यायचा. व्याख्यान झाल्यावर सरांबरोबर कँटीनमध्ये बसून गप्पा मारायला मिळायच्या. एकूण काय, तर या प्रेरित वातावरणात पीएच.डी. करायचं माझं नक्की झालं. पण जीआरई, टोफेल या अमेरिकेतील शिक्षणासाठी द्यायच्या प्रवेशपरीक्षांचं काय? पैशाची सोय कशी करावी? हे सर्व प्रश्न अभ्यंकरांच्या मदतीनं पर्डू विद्यापीठात प्रवेश घेतला, तर सुटणार होते. पण मला ज्या विषयात संशोधन करायचं होतं, तो विषय सरांचा नव्हता. अशा प्रश्नांनी मी गोंधळलेल्या मनस्थितीत होतो. शेवटी सरांनी बदलापूरला आमच्या घरी मुद्दाम एक माणूस पाठवला आणि त्याच्यातर्फे 'सुधीरला अमेरिकेला पीएच.डी.साठी पाठवा, असा अभ्यंकरांचा निरोप आहे,' असं आईवडिलांना सांगितलं. मला परदेशात पीएच.डी. करण्याची संधी अभ्यंकर सरांच्या पुढाकारानं मिळाली, हे निश्चित!

१९८६ मध्ये सरांना एक वर्षासाठी ऑस्ट्रेलियातील सिडने विद्यापीठात अभ्यागत प्राध्यापक म्हणून जायचं होतं. सरांनी मलाही बरोबर नेलं. तिथं सतत सरांच्या बरोबर राहिल्यानं खूप गणित शिकायला मिळालं. याच काळात सरांबरोबर 'अल्जेब्राइक जॉमेट्री फॉर सायंटिस्ट्स ॲण्ड इंजिनिअर्स' या पुस्तकासाठी काम करायची संधी मिळाली. रात्री ९॥-१० वाजता आमचं काम सुरू होई. ते कित्येक वेळा पहाटे पाचपर्यंत चाले. या काळात मला सरांचं विषयावरचं प्रेम, कामावरची निष्ठा आणि चिकाटी पाहायला मिळाली. अर्थात हे काम करताना केवळ गंभीरपणे, दडपणाखाली मला वावरायला लागत नसे; उलट सर कितीतरी वेगळ्या विषयांवर शुद्ध मराठीत बोलत. एकदा तर आम्ही अशी शर्यत लावली की, आपल्या संभाषणात एकही इंग्रजी शब्द येता कामा नये. ही आमची शर्यत बराच वेळ चालली. तेव्हा न्यूटनला नवीन वजन असे नवे शब्द वापरून कितीतरी गमतीजमती केल्या.

अभ्यंकर सर माझ्या घरी बदलापूरला पहिल्यांदा आले, तेव्हाची ही आठवण!

जगप्रसिद्ध गणिती आपल्या घरी येणार, ही गोष्ट आमच्या घोरपडे कुटुंबाला खूप आनंदाची आणि नवलाईची होती. अभ्यंकर सर येणार म्हणून माझ्या आईनं शुद्ध शाकाहारी स्वयंपाक केला. आश्चर्याची गोष्ट अशी, की सरांना ही गोष्ट अजिबात आवडली नाही. जे आवडलं नाही, पटलं नाही, ते सरळ बोलून दाखवायचा सरांचा स्वभाव! आम्ही जेवायला बसलो आणि लगेचच सर म्हणाले, "हे काय, तुम्ही

घोरपडे ना? मग शाकाहारी स्वयंपाक का केलात? नॉनव्हेज करायचं ना जेवायला!'' अर्थात हे तेवढ्यापुरतं! सरांनी आवडीनं सर्व पदार्थ खाल्ले. सर कितीतरी वेळ घरातल्यांशी अवांतर बोलत होते. मजेमजेचे प्रश्न विचारत होते. त्या वेळी त्यांनी 'शिवाजी महाराजांच्या काळात मटणाला काय म्हणत असतील? आपण चिकनचे पीसेस म्हणतो, त्या वेळी त्यासाठी काय शब्द असेल...' अशा प्रश्नांनी सर्वांना गुंगवून ठेवलं होतं.

सर लहानपणीच्या आठवणीही बऱ्याच वेळा सांगत. त्यात ते रमून जात. 'मला लहानपणी खूप ताप आला होता. तेव्हा वडील सतत उशाशी बसून होते.' ही आठ़वण सरांच्या तोंडून ऐकताना, त्यांच्या आवाजातील कंप स्पष्ट जाणवत होता.

सरांच्या किती आठवणी सांगाव्यात? सरांकडून आम्ही गणितातलं थोडफार शिकलो, असंच आता वाटतं. मात्र सरांबरोबरचे गुरूचे बंध आणि आठवणी आमच्यासाठी अनमोल आहेत.

**डॉ. एम. आर. मोडक** (१९९२)

एकदा अभ्यंकर सरांना मी एका गणितज्ञाचं पुस्तक वाचल्याचं मोठ्या हौसेनं आणि उत्साहानं सांगू लागलो. मला वाटलं, सर आता आपलं कौतुक करतील. पण झालं, घडलं वेगळंच! सर म्हणाले, ''त्याचं काय सांगतोस? ते त्यानं पुस्तकात दिलंय, ते तू स्वत: सोडवून, तपासून पाहिलंस का? असा आंधळेपणानं विश्वास ठेवू नकोस. जे वाचलं, तेच बरोबर, असं तू का मानतोस? त्यापेक्षा त्यानं सोडवून दिलेलं उदाहरण दुसऱ्या प्रकारानं सोडवता येईल का, याचा विचार कर. 'रिसर्च' या इंग्रजी शब्दातच 'सर्च' आहे, तो ओळखायला पाहिजे. अगदी शंभर वर्षांपूर्वीची गणिताची अभिजात पुस्तकंही बारकाईनं वाचावीत. त्यातली माहिती पोपटपंची केल्यासारखी सांगू नये. माहिती खूप हवीच, पण शब्दकोश पाठ केला, तर त्याचा काही उपयोग असतो का? त्यातले शब्द प्रभावीपणे वापरले, योग्य ठिकाणी वापरले, तरच ते शब्द तुम्हांला कळले आहेत, असं मानता येईल.''

सरांचं बोलणं ऐकून मी चक्रावून गेलो. कारण त्यापूर्वी कधी एखादं पुस्तक वाचताना असा विचार करायचा असतो, असा माझ्या मनात विचारही आलेला नव्हता.

एकदा सर पुण्यात असताना सकाळी त्यांना भेटायला गेलो. ते माझ्याशी थोडंसं बोलले. परंतु त्यांना घरच्यांबरोबर सहलीला जायचं होतं. मग मी त्यांच्याकडे फार वेळ न थांबता परत निघालो. 'संध्याकाळी या पुन्हा', असं सरांनी मला बजावून सांगितलं. त्याप्रमाणे मी संध्याकाळी पुन्हा त्यांच्याकडे गेलो. गेल्या गेल्या सरांनी सकाळी आम्ही जे बोलत होतो, त्याच मुद्द्यावरून पुढं बोलणं सुरू केलं.

पुण्यात आले, की निरोप देत. मग आम्ही विद्यार्थी त्यांच्या घरी जात असू. सर आणि मॅडम यांच्या वागण्यात परकेपणा कधीच नसे. काही वेळा आम्ही अप्पा बळवंत चौकात पुस्तकांच्या दुकानात जात असू. एकदा त्यांनी मराठी वाङ्मयाच्या इतिहासाचे खंड विकत घेतले. ते कुठल्याही पुस्तकाच्या दोन प्रती घेत. एक पुण्याच्या, तर दुसरी अमेरिकेच्या घरी ठेवत.

**डॉ. दिनेश ठाकूर** (अभ्यंकरांचे चाहते)

माझी आणि अभ्यंकरांची ओळख एका खास प्रसंगानं झाली. अभ्यंकर भाईकाकांना (पु. ल. देशपांडे) भेटायला मुद्दाम 'रूपाली'त आले होते. भाईकाकांचा 'आठ आण्याचं गणित' हा लेख वर्तमानपत्रात छापून आला होता. हा लेख पुणे विद्यापीठातील एका सत्य घटनेची माहिती घेऊन भाईकाकांनी लिहिला होता. ती घटना हास्यास्पद होती. म्हणूनच एकूण विद्यापीठातील कारभार, तेथील प्राध्यापक मंडळी या सर्वांची खिल्ली उडवणारा त्या लेखाचा बाज होता. भाईकाकांनी विनोदी पद्धतीनं केलेलं हे लेखन झोंबणारं होतं. या घटनेतील जागतिक कीर्तीचे गणिती म्हणजे डॉ. श्रीराम अभ्यंकर होते. अभ्यंकरांची आणि भाईकाकांची ओळखही नव्हती. परंतु हा लेख वाचून डॉ. अभ्यंकर त्यांचा शिष्य शशिकांत मुळे याला घेऊन मुद्दाम भाईकाकांच्या घरी भेटायला आले होते. त्या वेळी मी तिथं होतो. तेव्हा मी अकरावीत होतो आणि मला गणिताची खूप आवड निर्माण झाली होती. अशा वेळी डॉ. अभ्यंकरांसारख्या गणितींशी मला भेटायला, बोलायला मिळालं, हे खरोखर माझं भाग्यच!

हा प्रसंग आहे ऑक्टोबर १९७६ मधला! त्यानंतर लवकरच 'भास्कराचार्य प्रतिष्ठान'तर्फे उन्हाळ्याच्या सुट्टीतलं उच्च गणित शिबिर आयोजित केलं होतं. त्या शिबिरात मला अभ्यंकरांची गणितावरची व्याख्यानं ऐकायला मिळाली. विषय फार कळत होता असं नाही, पण त्यांचं बोलणं, विषयाची तळमळ खूप जाणवत होती. विषय मुळापासून समजून सांगण्याचा त्यांचा कल असे. त्यातील अवघड, तांत्रिक भाषा सारून ते बोलत. आधी अगदी प्राथमिक गोष्टी समजावत. मग हळूहळू मूळ विषयाकडे वळत.

पुढचं शिक्षण गणितातच घ्यायचं, हे माझं ठरलेलं होतं. एम.एससी. झाल्यावर मी हार्वर्ड विद्यापीठात डॉक्टरेटसाठी प्रवेश घेतला. अभ्यंकर हार्वर्डचे माजी विद्यार्थी होते. ते मधूनमधून तिथं येत. तेव्हा हमखास मला जेवायला घेऊन जात. इतर विद्यार्थीही बरोबर असत. आमच्या तासन्तास गप्पा चालत. अर्थात विषयात वैविध्य असे. मला तर ते कायम मुलांच्या कोंडाळ्यात बसलेलेच आठवतात.

मी पाहिलेले बहुतेक गणिती हे विषयाला धरून, अचूक, मुद्देसूद बोलणारे!

परंतु अभ्यंकर मात्र याच्या अगदी उलट! एखाद्या गणिती सूत्रावर बोलायला लागले, की त्यातले कितीतरी बारकावे सांगत. पण सांगणं सगळं कीर्तनकारासारखं! त्यात मग कधी महाभारत डोकावे, तर कधी इतिहास!

अभ्यंकर नंबर थिअरीविषयी माहिती करून घेत होते. हा माझा विषय आहे, त्यासाठी आमच्या घरी तुसानला आले होते. त्या वेळी सरांचा कामाचा झपाटा आणि त्यासाठी लागणारी अतोनात कष्ट घेण्याची तयारी पाहायला मिळाली. त्यानंतरही काही विचारावंसं वाटलं, की ते फोन करत. फोनवरही गणितावर चर्चा करताना, त्यांना वेळेचं भान नसे. काही वेळा चक्क दोन-दोन तास बोलत.

अशा प्रकारच्या चर्चांमधून, मतमतांतरांमधून, विचारांना चालना देण्याचं काम नक्कीच होत असे. ही सवय मग मला माझ्या अभ्यासात, संशोधनाच्या कामात उपयोगी पडली.

॰॰॰

$$= O(d, [C']) \text{ we obtain } T_0 <$$

$$\text{defined} ---$$

$$h[T_0^* < q > C'] = h[C'] + 1$$

$$q_1 [T_0^* < q > C'] = q_1$$

$$q_2 [T_0^* < q > C'] = \begin{cases} q_1 [C] - q & \text{y} \\ q_1 [C] & \text{y } q \end{cases}$$

$$q_i [ \qquad ] = q_{i-1} [C'] \text{ for}$$

$$d_1 [ \qquad ] = d_1 [C']$$

$$d_i [ \qquad ] = d_{i-1} [C'] \text{ for}$$

# अनोखी मैत्री

## जॉन नॅश आणि अभ्यंकर

आपापल्या क्षेत्रात दिग्गज असलेल्या व्यक्तींची मैत्री हा इतरांना नेहमीच कुतूहलाचा विषय असतो. नोबेल पुरस्कारविजेते, 'ए ब्यूटिफुल माइंड' या कादंबरीचे व सिनेमाचे नायक ही डॉ. जॉन नॅश यांची जगभर ख्याती, तर गणितातील जगप्रसिद्ध संशोधक अशी अभ्यंकरांची ओळख! हे दोघे मित्र बनले, त्याला कारणही त्यांचा अभ्यासच! ही मैत्री झाली, ती समान अतितीव्र बुद्धीच्या निकषावर; कारण दोघेही या उच्च पातळीवर एकमेकांना जाणून घेऊ शकत होते.

अभ्यंकर आणि नॅश यांच्या वयांत केवळ दोन वर्षांचं अंतर! त्यामुळे दोघेही समवयस्क. दोघांनी गणितात पदव्युत्तर शिक्षण घेतलं होतं. दोघांचं पीएच.डी.चं काम बैजिक भूमिती या विषयातलं, परंतु स्वतंत्र वाटेनं जाणारं होतं. १९५४ मध्ये अभ्यंकर हार्वर्डमध्ये संशोधन करत होते, त्या वेळी जॉन नॅश 'मॅसॅच्युसेट्स इन्स्टिट्यूट ऑफ टेक्नॉलॉजी' म्हणजे एम.आय.टी. या जगप्रसिद्ध संस्थेत असिस्टंट प्रोफेसर होते. हार्वर्ड आणि एम.आय.टी.त केवळ अडीच किलोमीटर अंतर आहे. त्यामुळे जॉन नॅश मधूनमधून हार्वर्डला येत. एकदा दोघेही मुद्दाम भेटले. पहिल्याच

भेटीत दोघांनी एकत्र जेवण घेतलं. दोघांचा विषय एक असल्यानं एकमेकांच्या संशोधनाची माहिती करून घेण्याची त्यांच्यात सहज उत्सुकता होती.

नॅशनी आपल्या संशोधनात विशेष भूमितीय आकारांच्या पृष्ठभागाच्या गुणधर्मांचा अभ्यास केला होता. त्याला 'मॅनिफोल्ड थिअरी' म्हणतात. चहाबरोबर डोनट नावाचा पदार्थ खातात, त्याचा पृष्ठभाग हा टू डायमेन्शनल मॅनिफोल्डचं उदाहरण आहे. विश्वाची रचना लांबी, रुंदी आणि खोली अथवा उंची अशा त्रिमितीत आहे. ज्येष्ठ वैज्ञानिक आल्बर्ट आइन्स्टाइन यांनी त्याला वेळेची चौथी मिती जोडली. विश्वाची अशी अनेक मितींमधील रचना समजून घेण्यास नॅशचा सिद्धांत उपयोगी पडतो. याच मॅनिफोल्डचा विचार अभ्यंकर बीजगणितातील समीकरणाच्या बाजूनं करत होते. नॅशच्या मॅनिफोल्डमध्ये सिंग्युलॅरिटीज म्हणजे गाठी नाहीत. उलट अभ्यंकरांच्या संशोधनात या सिंग्युलॅरिटीजसंबंधी विचार आहे. दोघा संशोधकांच्या वाटा वेगळ्या होत्या. या वाटा स्वतंत्र प्रज्ञावंतांच्या असल्या, तरी त्या एकमेकांना पूरक ठरणाऱ्या होत्या. विशेष म्हणजे नॅशच्या संशोधनापर्यंत पोचायला अभ्यंकरांच्या मार्गानं जावं लागतं, एवढं अभ्यंकरांच्या संशोधनाचं महत्त्व आहे.

पहिल्या भेटीतील गप्पांमध्ये दोघांनी एकमेकांचं संशोधन समजून घेतलं, त्यावर चर्चा केली. नंतरही दोघांच्या अधूनमधून भेटी होत राहिल्या. पुढच्या ३-४ वर्षांमध्ये मात्र नॅशच्या वागण्यात बदल जाणवू लागले होते. नॅशच्या परिचयाच्या सर्वांनाच नॅशच्या वागण्या-बोलण्यात भ्रमिष्टपणाची चिन्हं दिसू लागली होती. या मानसिक अवस्थेत नॅश अमेरिकेतून बेपत्ता झाले. या बेपत्ता होण्याच्या आदल्या रात्रीच नॅश, त्यांची पत्नी आणि अभ्यंकरांनी एकत्र जेवण घेतलं होतं. (हा प्रसंग अभ्यंकरांनी मुंबईतील मित्रमंडळींना सांगितला, तेव्हा सर्वांनीच अभ्यंकरांची मजेमजेत चेष्टाही केली होती.) नंतर नॅश बेपत्ता झाल्याची बातमी अभ्यंकरांच्या कानावर आली. नॅश आधी अमेरिकेतून काही वर्षं बेपत्ता झाले, नंतर २-३ वर्षं फ्रान्समध्ये फिरत होते. हा काळ १०-१२ वर्षांचा होता. भ्रमिष्टावस्थेतून बाहेर पडल्यावर पुन्हा नॅश आणि अभ्यंकरांची भेट झाली. थोड्याच काळात ते एकमेकांचे घनिष्ठ मित्र झाले. त्या १०-१२ वर्षांत नॅश स्वतःच्या तंद्रीत असत. सतत विचारात गढलेले नॅश स्वतःच्या विश्वात वावरत असत. सर्वजण नॅश भ्रमिष्टावस्थेत आहेत, असं म्हणत असताना अभ्यंकरांना मात्र त्यांना बघून आपल्या रामदास स्वामींची आठवण झाली. नॅशच्या या अवस्थेची रामदास स्वामींच्या भूत पछाडल्याच्या मनःस्थितीशी अभ्यंकरांनी तुलना केली.

ते म्हणाले, "३५० वर्षांपूर्वी नारायण ठोसर हा लग्नाच्या बोहल्यावरून पळून गेला. तो दोन तपं बेपत्ता झाला आणि नंतर 'रामदास' म्हणून प्रकट झाला. रामदासांची आईशी भेट झाली. आईनं अंतर्बाह्य बदललेल्या आपल्या मुलाला

ओळखलं आणि विचारलं, 'अरे नारायणा, तुला कोणत्या भुतानं पछाडलं होतं?' तेव्हा रामदास म्हणाले, 'मला श्रीरामचंद्रांनी पछाडलंय.' नॅशची विमनस्कता आणि रामदासांचं भूत यांमध्ये मला साम्य वाटतं. नॅशनी या मानसिक अवस्थेवर ताबा मिळवून संशोधन केलं. नॅश आणि रामदास यांना हे पछाडणं स्वत:ला जाणवत नव्हतं. ते स्वत:मध्ये मग्न होते. मात्र इतरांना त्यांच्यातील बदल स्पष्टपणे लक्षात आले होते. रामदासस्वामी काय किंवा नॅश काय, सर्वसामान्य पद्धतीनं विचार करत राहिले असते, तर दोघांनीही आपल्या आयुष्यात उत्तुंग कामगिरी केली असती का?''

नॅश फार स्पष्टवक्ते होते. ते स्वत:च्या सिद्धान्तांवर, मतांवर ठाम असत. इतके, की त्याचं वर्णन अभ्यंकरांनी 'सुप्रीमली कॉन्फिडन्ट' आणि 'सुप्रीमली ॲरोगंट' असं केलं आहे. नॅश स्वत:च्या मर्जीनं, पद्धतीनं वर्गात शिकवत. ते विद्यार्थ्यांना फार कमी लेखत. विद्यार्थ्यांच्या पातळीवर जाऊन त्यांना शिकवणं, समजून घेणं ही गोष्ट नॅश यांनी कधीच केली नाही; उलट विद्यार्थ्यांनी आपल्या पातळीवर यावं, अशी त्यांची अपेक्षा असे. परिणामी नॅश आणि विद्यार्थ्यांमध्ये कधी स्नेहाचे बंध तयार झाले नाहीत.

भ्रमिष्टावस्थेतून बाहेर आल्यावर नॅश यांनी प्रा. झारिस्कींना पत्र पाठवलं. त्या पत्रात त्यांनी मॅनिफोल्ड सिद्धान्तावर स्वत:चे विचार मांडले होते. तसेच काही प्रश्न उपस्थित केले होते. त्यांची उकल करण्यासाठी नॅश यांनी काही उपायही सुचवले होते. अर्थात या प्रश्नांची झारिस्कींना माहिती होती. त्यासंबंधी तेव्हा ८-१० लोक कामही करत होते. महत्त्वाची गोष्ट म्हणजे जे प्रश्न आणि त्यासंबंधीचे स्वत:चे विचार नॅश यांनी झारिस्कींना पत्र पाठवून व्यक्त केले होते, त्याबद्दल झारिस्की आणि अभ्यंकरांनी १९५१ मध्येच चर्चा केली होती. परंतु चर्चेतून प्रश्न सुटला नव्हता. सी. शेवाले (C. Chevalley) या फ्रेंच गणितज्ञांनी या प्रश्नचिन्हांवर आपले विचार, मतं व्यक्त केली होती. परंतु तेही निरुपयोगी ठरले आणि इथंच अभ्यंकरांच्या गणिती तैलबुद्धीची चुणूक दिसली. जी समस्या झारिस्की आणि शेवाले या गणितातल्या रथी-महारथींना सुटली नव्हती, ती अभ्यंकरांनी पीएच.डी.च्या संशोधनात सोडवली.

नॅश यांनी १९५१ मध्ये गणितात संशोधन करताना गेम थिअरी मांडली. त्यात 'नॅश इक्विलिब्रियम' नावाची कल्पना आहे. अर्थशास्त्रात त्याचं विशेष महत्त्व जसजसं लक्षात येऊ लागलं, तसतसा अर्थशास्त्राच्या विद्यार्थ्यांना हा सिद्धांत जगभर शिकवला जाऊ लागला. कालांतरानं या सिद्धांताचा उपयोग अर्थशास्त्राबरोबर मानसशास्त्र, युद्धशास्त्र, नीतिशास्त्र, संगणकशास्त्र इ. विषयांमध्येही होऊ लागला. या महत्त्वपूर्ण संशोधनाबद्दल नॅश यांना १९९४ साली नोबेल पुरस्कारानं सन्मानित करण्यात आलं. त्या वेळी नॅश यांची मानसिक स्थिती चांगली होती. ते पुरस्कार समारंभाला हजरही झाले.

नोबेल पुरस्काराच्या समारंभानंतर अभ्यंकरांनी मुद्दाम आपल्या मित्राची भेट घेतली. त्यांनी आपापल्या संशोधनासंबंधी गप्पा मारल्या. त्या गप्पांमधून नॅश यांनी हा सिद्धांत अगदी सहजपणे लिहिला असल्याचं अभ्यंकरांच्या लक्षात आलं. गेम थिअरी ही शास्त्रशुद्ध गणिती संकल्पना मांडणारे नॅश 'जीनियस' होते. त्यांच्याशी बोलायला, चर्चा करायला अभ्यंकरांना नेहमीच आवडत असे.

१९९७-९८ या वर्षात 'अमेरिकन नॅशनल मॅथेमॅटिकल सोसायटी'नं ५० व्याख्यानं आयोजित केली होती. त्यात प्रा. श्रीराम अभ्यंकरांनाही व्याख्यान देण्यासाठी आमंत्रण होतं. अभ्यंकर मॅनिफोल्ड या विषयावर बोलणार आहेत, हे समजल्यावर नॅश त्यांच्या व्याख्यानाला आवर्जून उपस्थित राहिले. भाषणानंतर दोघा मित्रांनी दिलखुलास गप्पा मारल्या. तेव्हा नॅशमध्ये मनोरुग्णाची कोणतीही लक्षणं राहिली नसल्याचं अभ्यकरांना विशेष लक्षात आलं.

१९९९ साली पर्डू विद्यापीठाच्या अर्थशास्त्र विभागानं नॅश यांना व्याख्यान देण्यास बोलावलं होतं. तेव्हा नॅश यांनी अभ्यंकरांना 'व्याख्यानाला या, त्यानंतर आपण एकत्र जेवू या', असं सुचवलं; परंतु नेमकं त्याच वेळी अभ्यंकरांचं परगावी व्याख्यान होतं, त्यामुळे दोघांच्या भेटीचा योग हुकला.

२००० साली अभ्यंकरांच्या सत्तरीच्या निमित्तानं अभ्यंकर सत्कार समितीच्या आयोजकांनी नॅश यांना आमंत्रण दिलं. परंतु 'मी आता गणित करत नाही,' असं सांगून नॅश या कार्यक्रमाला आले नाहीत. त्यानंतरही मात्र दोघांचा अधूनमधून फोनवरून संपर्क होत राहिला.

अभ्यंकर आणि नॅश दोघेही गणिताचे गाढे अभ्यासक. त्यांनी गणिताचं ज्ञान अनुभूतीनं मिळवलं होतं म्हणूनच सर्वव्यापी, सर्वस्पर्शी आणि सर्वदर्शी गणित सिद्धान्त मांडण्यात ते दोघे यशस्वी झाले.

विश्वाच्या उत्पत्तीपासून ते मानवी व्यवहारांपर्यंत सर्वत्र गणिताचे सिद्धान्त, सूत्रं लागू पडतात. अभ्यंकर आणि नॅश यांच्या मैत्रीचा, स्नेहाचा धागाही गणितानंच बांधला गेला होता. विश्वाची अनेक मितींमधील रचना समजून घ्यायला या दोघांचे सिद्धान्त उपयोगी पडतात. वेगळ्या देशाचे, पंथाचे, धर्माचे, जातीचे हे दोघे गणिती; परंतु त्यांना जोडणारा दुवा होता, गणिताचा अभ्यास आणि ध्यास! दोघांची मैत्रीही अशीच सर्वांना अचंबित करणारी आणि उत्सुकता वाटणारी!

नॅश, अभ्यंकर अशा 'जीनियस' लोकांचं वागणं हे चारचौघांच्या वागणुकीच्या चौकटीत बसेल, अशी अपेक्षा करणं अयोग्य आहे. या व्यक्तींचं अनुभवविश्व इतरांपेक्षा फार वेगळं असतं. त्यांचं शरीर, मन, बुद्धी ज्या जगात वावरत असते, त्या जगाची सुतराम कल्पना सामान्य लोकांना येऊ शकत नाही. त्याचबरोबर सामान्यांचं जग कसं असतं, हे या अतिबुद्धिमान लोकांना समजत नाही. अशा दोन

अनोळखी, सर्वस्वी भिन्न जगात वावरणाऱ्यांचं एकमेकांविषयीचं मत भिन्न असणं अगदी स्वाभाविक आहे.

अभ्यंकर जसजसे गणितात रमू लागले, तसतशी त्यांची वृत्ती आणि विचार निराळे होऊ लागले. ते देश-विदेशात गणितावर पोसले गेले. जणू काही त्यांच्या शरीरात गणितरस वाहत होता. त्यामुळे त्यांच्या बुद्धीला, विचारांना सामान्यांपेक्षा वेगळं वळण मिळालं. म्हणूनच नॅश यांचं वागणं लोकांना जगावेगळं वाटलं, अभ्यंकरांना मात्र त्यात फारसं वावगं वाटलं नाही.

(जॉन नॅश यांच्या जीवनावर श्रीमती सिल्व्हिया नासून यांनी 'ए ब्यूटिफुल माइंड' नावाची कादंबरी लिहिली. या कादंबरीवर आधारित याच नावाचा 'ए ब्यूटिफुल माइंड' नावाचा चित्रपट तयार करण्यात आला. पुस्तक आणि चित्रपट दोन्हीला भरपूर प्रसिद्धी मिळाली. नॅश जिवंत असतानाच कादंबरी आणि चित्रपट या माध्यमांतून जगभर पोहोचले, ही गोष्टही त्यांच्या आयुष्याइतकीच विस्मयकारक आहे. २३ मे २०१५ या दिवशी जॉन नॅश यांचं दुःखद निधन झालं.)

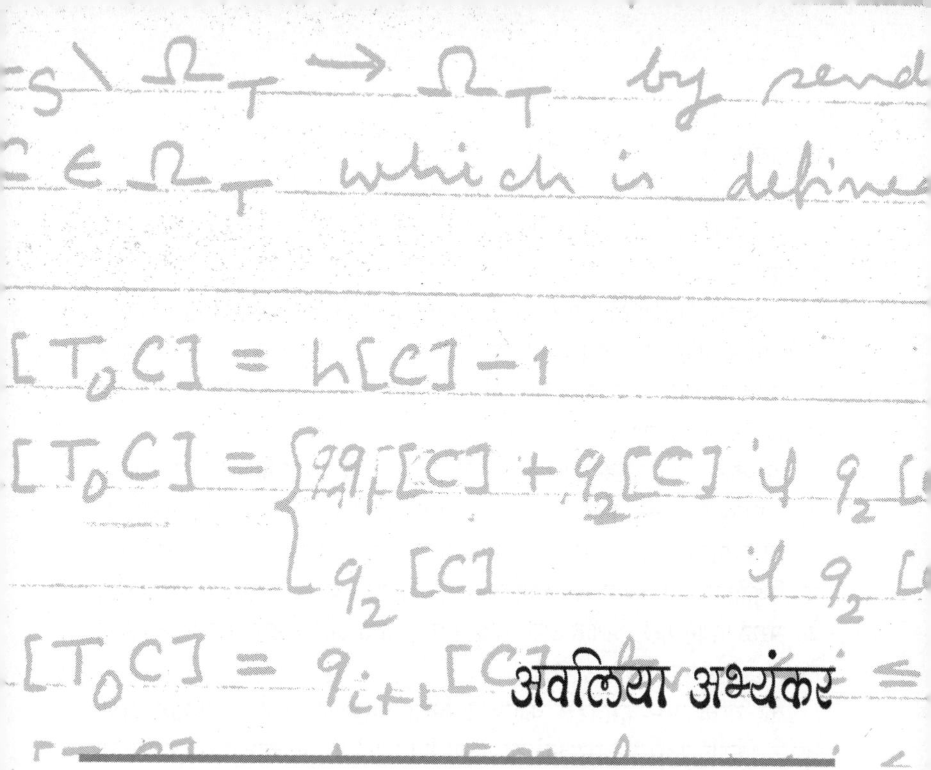

# अवलिया अभ्यंकर

अभ्यंकरांचे विद्यार्थी देवदत्त कुलकर्णी पुण्याचे! त्यांचे वडील मधुकर कुलकर्णी हे सिनेमा-पटकथालेखक होते. त्यांच्याकडे बऱ्याच प्रसिद्ध लेखकांचं, कवींचं जाणं-येणं असे. एकदा भारतीय ज्ञानपीठ पुरस्कारविजेते, प्रख्यात कन्नड कवी द. रा. बेंद्रे पुण्यात आले होते. त्या वेळी देवदत्त गणितात बी.एससी. करणारा विद्यार्थी होता. त्याची अभ्यंकरांशी नुकतीच ओळख झाली होती. दोन ज्येष्ठ व्यक्तींची ओळख करून द्यावी, या हेतूनं देवदत्त बेंद्र्यांना घेऊन अभ्यंकरांच्या 'श्री ठाकूरधाम' बंगल्यावर गेला. त्या वेळी अभ्यंकरांकडे कोल्हटकर आले होते. दोघांच्या गप्पा चालल्या होत्या. देवदत्त आणि बेंद्रे आल्यावर, 'या बसा' झालं. अभ्यंकरांच्या हातात खेळण्याच्या पत्त्यांचा गठ्ठा होता. सवयीनं पत्त्यांचे दोन गठ्ठे करून ते एकमेकांत मिसळत होते. त्याचा कर्र आवाज येत होता.

देवदत्तनं बेंद्र्यांना अभ्यंकरांच्या अभ्यासाविषयी बरंच काही सांगून ठेवलं होतं. त्यानुसार अभ्यंकरांना काही प्रश्न, शंका विचारायच्या, असं बेंद्र्यांनी ठरवलं असावं. आल्यावर दोन-चार वाक्यांनंतर बेंद्र्यांनी 'पृथ्वी सूर्याभोवती कशी फिरते?' 'पृथ्वीची त्रिज्या काय?' 'सूर्याचं तापमान किती व कसं असतं?' असे प्रश्न विचारायला

सुरुवात केली.

७५ वर्षांचे ज्ञानी, तपोवृद्ध बेंद्रे कुतूहलानं, उत्तरांच्या अपेक्षेनं अभ्यंकरांना प्रश्न विचारत होते. अभ्यंकर आदरानं ऐकत होते, हातात पत्तेही होते. बोलत मात्र काहीच नव्हते.

एकाएकी बोलता बोलता बेंद्रे थोडे थांबले आणि चिडून अभ्यंकरांना म्हणाले, ''मी इतका बोलतोय, तरी तुम्ही लक्ष देत नाहीय? काहीच कसं बोलत नाही? तुमच्याच विषयातलं विचारतोय ना? तरी गप्प बसताय?'' एवढं बोलून बेंद्रे ताडकन उठले.

अभ्यंकर आणि कोल्हटकर एकदम चकित झाले. बेंद्रे गणित म्हणजे खगोलशास्त्र, असं समजून बोलत होते. अभ्यंकर त्यांना म्हणाले, ''अहो, मी गणिताचा, खगोलशास्त्राचा नाही.'' पण बेंद्रे खूप चिडले होते. ते काही ऐकून घेण्याच्या मन:स्थितीत नव्हते. त्यांचा पार भ्रमनिरास झाला होता. त्यामुळे गैरसमजानं रागावलेले बेंद्रे सरळ निघून गेले. अर्थात असं काही घडेल, याचा अंदाज नसल्यानं गडबडलेला देवदत्तही त्यांच्या पाठोपाठ गेला.

बेंद्रे यांचा अभ्यंकरांबद्दल कानफाटे असा समज झाला होता. अर्थात अशा तऱ्हेचे कितीतरी प्रसंग अभ्यंकरांच्या आयुष्यात आले आणि त्यांच्यावर कित्येकांनी कानफाटे असा शिक्का मारला.

❑

शर्मा नावाच्या विद्यार्थ्यानं चंडीगढ विद्यापीठातून गणितात पदवी मिळवली होती. पुढच्या शिक्षणासाठी त्यानं 'भास्कराचार्य प्रतिष्ठान'मध्ये प्रवेश घेतला होता. त्याची राहण्याची सोय प्रतिष्ठानच्या आवारात केली होती. अभ्यंकर प्रतिष्ठानच्या मागच्या बाजूस राहायचे. एकदा भर दुपारी उन्हाच्या वेळी एक माणूस पत्ता शोधत अभ्यंकरांच्या घरापाशी आला. त्यानं खिडकीतून कागद दाखवत विचारलं, ''हा पत्ता कुठं आला?''

अभ्यंकर खिडकीपाशी होते. त्यांनी कागद पाहिलाही नाही. उलट त्या माणसाला जोरात म्हणाले, ''का रे ओरडतोस?''

अभ्यंकरांचा आवाज ऐकून उषाताई बाहेर आल्या. त्यांनी तो कागद वाचला आणि शर्माचा पत्ता सांगितला. पठाणकोटहून हातात जड बॅगा घेऊन घामाघूम होत आलेला तो माणूस म्हणजे शर्माचे वडील होते.

❑

याच शर्माची दुसरी गोष्ट : शर्मानं डॉक्टरेटच्या शिक्षणासाठी पर्डू विद्यापीठाच्या

गणित विभागात प्रवेश घेतला. विद्यापीठाच्या प्रवेशपरीक्षेत तो अनुत्तीर्ण झाला. काही गैरसमजानं तो अभ्यंकरांवर रागावला. अभ्यंकरांच्या ही गोष्ट लक्षात आली. त्यांनी महिन्याभरानं शर्माला फोन केला, ''मी रात्री तुझ्याकडे जेवायला येतो. तुझा पत्ता सांग.'' ठरल्याप्रमाणे त्याचा पत्ता शोधत अभ्यंकर त्याच्या घरी पोहोचले. त्याच्याबरोबर ते पोटभर जेवले, गप्पा मारल्या आणि रात्री उशीरा घरी परत आले. एवढ्या वेळात शर्माचा अभ्यंकरांवरचा राग अर्थातच निवळला.

□

शाळेतला गणिताचा तास लहानग्या श्रीरामला फार आवडत असे. गणिताच्या तासाला शिक्षक फळ्यावर गणित लिहीत आणि मुलांना पाटीवर सोडवायला सांगत. ज्या मुलांचं गणित सोडूवन होईल, त्यानं आपली पाटी पालथी टाकायची, अशी वर्गाची पद्धत होती. श्रीराम नेहमीच या बाबतीत सगळ्यांच्या पुढं असे. त्याचीच पाटी सर्वांत आधी पालथी पडणार, हे जणू काही ठरूनच गेलेलं होतं.

एकदा मात्र जरा वेगळं घडलं. वर्गातल्या एका मुलानं श्रीरामच्या आधी पाटी पालथी घातली. ते पाहिल्याबरोबर श्रीराम गडबडला. त्यानं त्या मुलाला मुद्दाम काहीतरी चिडवलं. त्याला काही श्रीरामचं बोलणं मानवलं नाही. तो रडू लागला. ते पाहून तर श्रीरामला अधिकच चेव चढला. जणू काही 'माझ्या आधी गणित सोडवून पाटी पालथी टाकतोस काय, बघतो तुझ्याकडे...' असं वाटून श्रीराम त्याला अधिकाधिक चिडवून आनंद मिळवू लागला.

ही चिडवण्याची वृत्ती अभ्यंकरांमध्ये लहानपणापासून मुरली होती. इतर कोणी आपल्यापेक्षा वरचढ आहे, ही वस्तुस्थिती मान्य करण्याची मानसिकता त्यांच्यात कधी आली नाही. एक मात्र नक्की की, या त्यांच्या भावना त्या प्रसंगापुरत्या असत. नंतर त्यांच्या मनात काही राहायचं नाही. पीएच.डी.च्या विद्यार्थ्यांशीसुद्धा ते बऱ्याच वेळा असं चुरशीनं वागत, अर्थात ते तेवढ्यापुरतंच असे!

□

अभ्यंकरांकडे डॉक्टरेट पदवीसाठी संशोधन करायला मिळावं, म्हणून बरेच विद्यार्थी प्रयत्न करत. अर्थात अभ्यंकर पहिल्या भेटीतच एखाद्या विद्यार्थ्याची गणितीय कुवत ओळखत. तरीही त्याच्याशी जुजबी नक्कीच बोलत. एकदा एक विद्यार्थी अभ्यंकरांना भेटायला आला. भेटण्यापूर्वी अभ्यंकरांबद्दल त्यानं बरीच माहिती मिळवली होती. तो बोलायला फारच बिनधास्त होता.

पहिल्या भेटीतच तो अभ्यंकरांना म्हणाला, ''सर, आय हॅव हर्ड स्टोरीज

अबाउट यू.''

लगेच अभ्यंकरांनी त्यांच्या खास शैलीत उत्तर दिलं, ''इव्हरीथिंग यू हर्ड इज ट्रू, नाऊ यू डिसाइड व्हॉट टु डू.''

अभ्यंकरांच्या कसोटीला उतरणं ही काही सोपी, सहज गोष्ट दिसत नाही, हे त्या विद्यार्थ्यानं पहिल्याच भेटीत ओळखलं.

□

हा प्रसंग आहे १९६८ चा! अभ्यंकर पतिपत्नी विमानानं मुंबईच्या सांताक्रूझ विमानतळावर उतरले होते. तेवढ्यात त्यांना त्यांचे शाळेतले गुरुजी समोरून येताना दिसले. लगबगीनं अभ्यंकर पुढं गेले, गुरुजींना भेटले आणि त्यांच्या पाया पडले. उषाताईंनीही गुरुजींना भारतीय पद्धतीनं नमस्कार केला. गुरुजी आश्चर्यचकित तर झालेच, पण गहिवरलेही.

''अरे राम, तू होतास तसाच आहेस. गेली १५ वर्षं तू अमेरिकेत राहतोयस, तरी काहीच बदलला नाहीस. तुला बघून मला एक श्लोक आठवतोय, ऐक -

*अभिवादन शीलस्य नित्य वृद्धोपसे विनः।*
*चत्वारि तस्य वर्धन्ते आयुर्विद्या यशोबलम् ।।*

(प्रणाम करणं हा स्वभावधर्म असलेल्या आणि वृद्धांची नित्य सेवा करणाऱ्या तरुणाच्या आयुष्य, विद्या, कीर्ती व बल या चार गोष्टी वृद्धिंगत होतात.)

□

डॉ. नरेंद्र करमरकर हे अभ्यंकरांचे भाचे! 'श्री ठाकूरधाम' बंगल्यात आजी-आजोबांकडे शाळकरी नरेंद्र नेहमीच येत असे. पाचवीची परीक्षा झाल्यावर एकदा असाच नरेंद्र आजोबांकडे आला होता. तिथं त्याचा राममामा आणि साठयेकाका यांचा बुद्धिबळाचा डाव रंगात आला होता. थोड्या वेळानं त्यांचा डाव संपला. मग मामानं, ''चलं रे! आता आपण दोघं बुद्धिबळ खेळू!'' असं भाच्याला म्हटल्याबरोबर, ''मला नाही येत हा खेळ!'' असं नरेंद्रनं सांगून टाकलं.

''चल रे, बस तर खरा!'' असं म्हणत मामानं नरेंद्रला बुद्धिबळ खेळायला बसवलंच. हळूहळू खेळता खेळता नरेंद्रला बुद्धिबळातील प्यादी, वजीर, घोडा, राजा अशा सर्व सैन्याची ओळख करून दिली. दोघांनी सहजच वीस डाव खेळले. अभ्यंकरांनी खुबीनं प्रत्येक डावात नरेंद्रला काही ना काही नवीन शिकवलं. शेवटी एकविसावा डाव नरेंद्र जिंकला.

या दोघांचा खेळ नरेंद्रची आजी कौतुकानं बघत बसली होती. त्याच वेळी दोघांना

मधूनमधून लाडू, चिवडा असं काही काही खायलाही देत होती.

□

पुण्यात एक पारखे नावाचे शास्त्री राहत होते. त्यांच्याकडे ग्रंथालयच म्हणता येईल, एवढा विविध विषयांवरील पुस्तकांचा संग्रह होता. त्यात अध्यात्म, पौराणिक, वैचारिक या विषयांची कितीतरी वेचक पुस्तकं होती. पारखेशास्त्र्यांचं निधन झाल्यावर त्यांच्या मुली ही पुस्तकं विकून गुजराण करतात, अशी माहिती कोल्हटकरांना कळली. त्यांनी अभ्यंकरांना पारखेशास्त्रींच्या पुस्तकसंग्रहाची आणि परिस्थितीची माहिती दिली. लगेच अभ्यंकर म्हणाले, "आपण उद्याच जाऊ या त्यांच्याकडे!" त्याप्रमाणे ठरवून दोघं शास्त्रींच्या घरी गेले. दोघांनी मिळून खूप पुस्तकं पाहिली. अभ्यंकरांनी तर ५०-६० पुस्तकं विकत घेण्यासाठी बाजूला काढली.

पारखेशास्त्रींच्या मुलींना हा साध्या वेषातला माणूस एवढी पुस्तकं खरंच खरेदी करेल का? अशी शंका आली. एकीनं तर न राहवून त्यांना विचारलं, "तुम्ही काय करता?"

अभ्यंकर म्हणाले, "मी शिकवतो."

"म्हणजे तुम्ही शिक्षक."

"वाटलंच मला." आपला अंदाज खरा ठरल्याचं एकीनं दुसरीला सांगितलं. शिक्षकी पेशातला माणूस आहे. त्यामुळे ढीगभर पुस्तकं पाहील, पण पैसे देऊन कसा काय पुस्तकं खरेदी करेल, अशी त्या मुलींची रास्त शंका होती.

"किती पैसे द्यायचे?" अभ्यंकरांनी विचारलं.

अभ्यंकरांनी खिशातून पैसे काढून दिले आणि पुस्तकं घेतली.

त्या मुलींनी सांगितलेल्या पैशांपेक्षा बरेच जास्त पैसे अभ्यंकरांनी दिले. हिशोबानं पैसे परत घेण्याचा प्रश्नच नव्हता. पण एरवीही अभ्यंकर कुणाकडूनही पैसे परत घेत नसत. रिक्षातून उतरल्यावरही रिक्षावाल्यानं मीटरप्रमाणे पैसे सांगितले, तरी ते १०० ची नोट त्याच्या हातावर ठेवत. रिक्षावाला पैसे परत करायला लागला, की हातानंच मागच्या मागं 'राहू दे, नको नको' करायचे.

□

अभ्यंकर पुण्यात आले, की कोल्हटकरांबरोबर त्यांच्या सतत भेटीगाठी व्हायच्या. दोघे मिळून रात्री-अपरात्री फिरायलाही जायचे. एकदा असेच रात्री अभ्यंकर कोल्हटकरांना म्हणाले, "चल, जरा चक्कर मारायला बाहेर पडू." कोल्हटकरांकडे 'जावा' कंपनीची फटफटी होती. त्या फटफटीवरून हिंडायला अभ्यंकरांनाही मजा वाटे. अभ्यंकर फटफटीच्या मागच्या सीटवर बसले आणि दोघे सुसाट निघाले. वाटेत

अभ्यंकर म्हणाले, "कवीकडे जाऊ." कवी हा कोल्हटकरांचा मित्र. पुणे विद्यापीठात गणितात एम.एससी. करत होता. नारायण पेठेतल्या मुंजोबाच्या बोळात कवीचं मातीचं, जुनं भाड्याचं घर होतं. दोघांना रात्रीच्या वेळी, विशेषत: अभ्यंकरांना दारात पाहून कवी गडबडला. त्यानं दोघांना बसायला सतरंजी टाकली. अभ्यंकरांनी कवीच्या अभ्यासाची आस्थेनं चौकशी केली. ग्वाल्हेरच्या महाविद्यालयामध्ये असताना जबलपूरला जाऊन स्पेशल 'फंक्शन थिअरी' कशी शिकून घेतली, नंतर कोलंबिया विद्यापीठात 'प्रियाराधन' करण्यात या अभ्यासाचा कसा मस्त उपयोग झाला, अशा काही आठवणी अभ्यंकरांनी खुलवून दोघांना सांगितल्या. कवी बिचारा अवघडलेल्या, दडपलेल्या अवस्थेत अभ्यंकरांचं बोलणं कसंबसं ऐकत होता.

बऱ्याच गप्पा झाल्यानंतर, अभ्यंकरांना फिरायला जायची हुक्की आली. उठले आणि म्हणाले, "चला, आपण तिघेही फिरायला जाऊ." ते दोघे फटफटीवर म्हणून कवी त्याची सायकल काढू लागला, तर "सायकल नको घेऊस, बस आमच्या मागं, मंडईत फेरफटका मारू," असं म्हणत अभ्यंकरांनी फटफटीवर टांग टाकली. कवी बिचारा त्यांच्यामागं बसला. अशा तऱ्हेनं तिघांनी फटफटीवरून मंडईचा रस्ता धरला. मंडई अपरात्रीही जागी होती. भाज्या भरलेले ट्रक उभे होते. फळांचे मोठमोठे ढीग, फ्लॉवर-कोबीसारख्या अनेक भाज्या ओळीनं नीटनेटक्या मांडलेल्या, असा मंडईतला मस्त माहोल पाहून अभ्यंकर खूश झाले. मग तिघांनी तिथल्या मंडईजवळच्या प्रसिद्ध 'कैलास भुवन'कडे मोर्चा वळवला. तिघांनी बाकड्यांवर बसून मस्त आटलेली, रबडीसारखी गरम गरम, गोडगट्ट बासुंदी लो लो आवाज करत प्यायली. या भरपेट बासुंदी पिण्याच्या कार्यक्रमात अभ्यंकरांनी फ्रान्समध्ये रेस्तराँच्या बाहेर रस्त्याकडे तोंड केलेल्या बाकावर बसून कसं खाणं-पिणं चालतं, याचं मजेदार वर्णन दोघांना ऐकवलं. भल्या पहाटे तिघेजण घराकडे परतले. कुणालाही बासुंदीनं त्रास दिला नाही, हे विशेष.

दुसऱ्या दिवशी कवीचा वाड्यातला मित्र त्याला म्हणाला, "बाळ्या, तू लेका ग्रेट आहेस, साक्षात सर तुझ्या घरी आले."

तेव्हा कसनुसं तोंड करत, लाजत कवी प्रामाणिकपणे उत्तरला, "येड्या, मी कसला बोडक्याचा ग्रेट? अरे, अभ्यंकर सर ग्रेट... ते आहेतच ग्रेट!"

□

अभ्यंकर आणि कोल्हटकरांचे वडील (प्रसिद्ध कीर्तनकार) दोघंही आपापल्या ध्येयात गुरफटलेले ध्येयवेडे! त्या दोघांच्या विविध विषयांवर गप्पा-गोष्टी होत.

एकदा दोघे गप्पा मारताना, विषय होता – उद्दिष्टानुसार वागावं, अशा वेळी तत्त्वं मध्ये आणू नयेत. या संदर्भात अभ्यंकरांनी कीर्तनकारांना एका प्रश्न विचारला.

त्या प्रश्नाचं उत्तर म्हणून कीर्तनकारांनी काही तात्त्विक विचार अभ्यंकरांना ऐकवले.

"आपल्या धर्मात मर्यादेला फार महत्त्व आहे. तुला हौसमौज करायचीय, कामवासना भागवायचीस, तर तुझ्या पत्नीबरोबर या सर्व गोष्टी आनंदानं पुऱ्या कर. ही मोकळीक फक्त पत्नीपुरती घेईन, असा संयम ठेवावा. काही खावंसं-प्यावंसं वाटलं, तरी विचार करायला हवा, की मी ब्राह्मण आहे. मनाला वाटलं ते खाऊन जिभेचे चोचले पुरवून चालणार नाहीत. तसं वागलं, तर माझ्या वृत्ती चंचल, विचलित होतील. मी माझ्या उद्दिष्टांपासून दूर जाईन. शुद्ध आहाराशी शुद्ध विचारांचा घनिष्ठ संबंध आहे."

यावर अभ्यंकर म्हणाले, "मला तुमचे खाण्यापिण्याच्या बंधनांवरचे विचार पटत नाहीत. हेच खावं, तेच प्यावं, अशा बंधनांत आपण स्वत:ला गुरफटून घेतलं, तर आपल्या ध्येयाला आपण अकारण पारखं होऊ. समजा, मी विदेशी गणितीशी बोलायला गेलो. आमची चर्चा अगदी रंगात आली आहे. दोघेही आपापल्या संकल्पना एकमेकांना पटवून देत आहोत. अशा वेळी जेवणा-खाण्याचं भान कसं राहणार? पण घरातल्या कोणीतरी आमच्यासमोर काही खाद्यपदार्थांच्या ताटल्या आणून ठेवल्या, तर जे काय समोर आहे, ते खात खात आम्ही गणितच बोलत बसू. तेव्हा मी यजमानांना विचारणार नाही, की 'बाबा रे, खायला काय आणून ठेवलं आहेस? त्यात कोणत्या प्राण्याचं मांस आहे?' माझं लक्ष त्याच्या गणित सांगण्याकडंच असणार, नव्हे असायलाच पाहिजे, अशा वेळी मी काय खातो, हे महत्त्वाचं नाही. त्या वेळी गणिताच्या गप्पा महत्त्वाच्या! अवांतर गोष्टींना काय महत्त्व?"

हे दोघे म्हणजे दोन ध्रुवांवरील दोन तारे! दोघे आपापल्या परीनं विचार करणारे आणि ठामपणे मांडणारे!

□

मोहनकुमार नावाचा एक तरुण टी.आय.एफ.आर. संस्थेत एम.एससी. झाला. आणि तिथंच एका प्रकल्पात गणितात संशोधन करू लागला. त्याची संशोधनात उत्तम गती होती. एकदा त्याला शिकागोला संशोधन करण्याची संधी चालून आली. त्या विद्यापीठानं पगार देण्याच्या संदर्भात त्याला कळवलं, "तू आत्ता फक्त एम.एससी. आहेस. म्हणून आम्ही अमुक इतकाच पगार देऊ शकू. पण तू जर पीएच.डी. असतास, तर तुला त्यापेक्षा कितीतरी जास्त पगार आम्ही देऊ शकलो असतो."

मोहनकुमार पेचात सापडला. टाटा इन्स्टिट्यूट काही पीएच.डी. देऊ शकत नाही. खरं तर मोहनकुमारचं गणिती संशोधन पीएच.डी.पेक्षा कितीतरी वरचढ झालं

होतं. फक्त त्याचा तो 'काळा झगा देखावा' झाला नव्हता. अमेरिकेत राहायचं, तर पैसा हवा ना! पोटापाण्याचा प्रश्न नीटनेटका मिटला, तर कामात लक्ष लागणार! त्यासाठी हवी पीएच.डी. पदवी! शिकागो विद्यापीठाच्या गणित विभागातील सुप्रसिद्ध प्राध्यापक पवमान मूर्ती यांनी अभ्यंकरांना फोन केला आणि मोहनकुमारची अडचण अभ्यंकरांना सांगितली.

यावर अभ्यंकर म्हणाले, "आय नो मोहनकुमार. आय नो हिज वर्क." बस्स. योग्य ती चक्रं फिरली. मुंबई विद्यापीठाच्या आवश्यक कागदपत्रांवर लवकरच योग्य त्या नोंदी झाल्या. मोहनकुमार ३-४ महिन्यांतच शिकागोत पोहोचला. माणसाच्या चांगल्या कामाची कदर व्हायला हवी. त्याची योग्यता महत्त्वाची. तसेच योग्य त्या कामाचा सन्मान महत्त्वाचा! त्यासाठी लागणारी दिलदार वृत्ती अभ्यंकरांकडे होती.

अर्थात आपल्या इकडच्या कागदपत्रांच्या बाऊ करण्याच्या शिक्षणपद्धतीत हे नक्कीच बसणार नव्हतं आणि आजही नाही. काटेकोर नियमांच्या चौकटीत सर्वांनाच बसवू नये. जो आपल्या क्षेत्रात उत्तम काम करतो आहे, त्याच्यासाठी नियमांमध्ये थोडी शिथिलता आणायला हवी. त्याच्या कामाचं योग्य मूल्यमापन व्हायला हवं, असे अभ्यंकरांचे विचार होते.

□

'भास्कराचार्य प्रतिष्ठान'चे चीफ अकांउंटंट श्रीधर ढवळे यांचे एक नातेवाईक लाफीयतला राहत होते. ढवळ्यांची आई अमेरिकेत गेली होती, तेव्हा त्याही लाफीयतला गेल्या. अभ्यंकरही लाफीयतचे रहिवासी असल्यानं, दोघांकडेही जाता येईल, हा त्यांचा विचार! ठरल्याप्रमाणे त्या अभ्यंकरांच्या घरी गेल्या. ढवळ्यांच्या घरी पाश्चिमात्य वातावरण होतं. शिवाय उषाताईही अमेरिकन. म्हणून त्यांनी उषाताईंशी इंग्रजीत बोलायला सुरू केलं. उषाताईही सहजच त्यांच्याशी इंग्रजीत संवाद साधू लागल्या. अभ्यंकर आतल्या खोलीत होते. दोघींचं इंग्रजीतून चाललेलं संभाषण ऐकून ते आतूनच ओरडले, "इव्हॉन, मराठीतून बोल." अभ्यंकरांचं हे चिडून बोलणं ऐकून ढवळ्यांच्या आई एकदम गांगरल्या. पुण्यात आल्यावर त्या मुलाला म्हणाला, "काय रागीट आहे रे तो अभ्यंकर!"

□

एकदा अभ्यंकरांची मुलाखत चालली होती. अभ्यंकरांच्या स्वभावानुसार ते काही गुळमुळीत उत्तर देणाऱ्यांतले नव्हते. प्रश्नकर्त्यालाच काही वेळा कुठून यांना हा प्रश्न विचारला, असं वाटून जाई. अभ्यंकरांना प्रश्न विचारला गेला, "तुमचे वडील प्राध्यापक होते ना? आणि ते गणित हा विषय शिकवत ना?"

त्यावर अभ्यंकर ताडकन उत्तरले, "जगात शिकवण्यासारखा गणित हा एकच विषय तर आहे, बाकी विषयांत शिकवण्यासारखं काही असतं का?"

□

अभ्यंकरांनी नेहमीच मूलभूत गणिताचा पाठपुरावा केला. सांख्यिकी किंवा संख्याशास्त्र या गणिताच्या शाखेबद्दल त्यांना विशेष आस्था नव्हती. किंबहुना 'हे गणित आहे का?' असंच ते म्हणत. त्यामुळे संख्याशास्त्रज्ञांबद्दल त्यांचं फारसं अनुकूल मत नव्हतं. एकदा मात्र ग्रुप थिअरीवर संशोधन करताना संख्याशास्त्रज्ञांनी ग्रुप थिअरीचं काही काम केलं आहे, असं अभ्यंकरांना आढळलं. मग त्यांनी तज्ज्ञ संख्याशास्त्रज्ञांचा शोध घ्यायला सुरुवात केली. त्यांच्या ग्रुप थिअरीवरच्या कामाची त्यांना माहिती करून घ्यायची होती. त्या काळात अभ्यंकरांनी संख्याशास्त्रज्ञांशी खूप जुळवून घेतलं. संख्याशास्त्र हे खरं गणित नाही, असं मानणाऱ्या अभ्यंकरांनी संख्याशास्त्रज्ञांच्या गणिताची खूप तारीफ केली. हा त्यांचा स्वभाव होता. ते नेहमीच समोरची व्यक्ती किती उपयोगाची आणि कशासाठी, हे पाहून घेत. त्याचा तेवढ्यापुरता उपयोग करून घेऊन नंतर त्याला विचारतही नसत. अशा वागण्याला स्वार्थी स्वभाव म्हणतात. आपल्यात स्वार्थीपणा पुरेपूर भरलेला आहे, हे अभ्यंकरांना चांगलं ठाऊक होतं; परंतु ते त्याबद्दल काही वाटून घेत नसत, कारण आपलं ध्येय चांगलं असेल, तर तो स्वार्थीपणा ठरत नाही, ही त्यांची धारणा होती.

□

प्राचीन भारतीय संस्कृतीतील साधं जीवन जगणं हे मूलभूत मूल्य अभ्यंकरांनी कायमच सहजतेनं पाळलं. अर्थात त्यासाठी त्यांना काही विशेष वेगळं काही करावं लागलं नाही, कारण हे मूल्य त्यांच्या वाडवडिलांपासून पुढं चालत आलं होतं. वामन कोल्हटकरांचा भटकळ हा शाळेपासूनचा मित्र! भटकळबरोबर गप्पा मारतानाही कोल्हटकरांच्या बोलण्यात अभ्यंकरांचे संदर्भ असत. त्यामुळे अभ्यंकरांना भेटण्याची भटकळांना फार उत्सुकता होती.

एकदा अभ्यंकर पुण्यात आले असता, कोल्हटकर भटकळांना घेऊन अभ्यंकरांच्या घरी गेले. अभ्यंकरांच्या आईनं दार उघडलं. "राम इथं जवळच गेलाय, येईल १०-१५ मिनिटांत. बसा तुम्ही," असं म्हणून त्या आत गेल्या. थोड्या वेळात अभ्यंकर आले. मानेभोवती दोन पाय टाकून खांद्यावर हरी बसलेला आणि एका हातात दळणाची पिशवी, अंगावर नेहमीचे पायजमा-हाफशर्ट हे कपडे! असे गणितज्ञ अभ्यंकर पाहून भटकळ अवाक् झाले.

□

गुरुकुलाची कल्पना अभ्यंकरांच्या मनात कायमचीच ठाण मांडून बसली होती. पर्डूत त्यांनी घरी विद्यार्थ्यांना बोलवून गणित शिकवणं, चर्चा करणं या पद्धतीनं गुरुकुलाची हौस थोडीफार भागवून घेतली होती. पुण्यात 'भास्कराचार्य प्रतिष्ठान'च्या रूपात त्यांनी गुरुकुलाचं स्वप्न पाहिलं होतं. परंतु ते स्वप्नच राहिलं.

७-८ वर्षांपूर्वी अभ्यंकरांना पुण्यातल्या एका गुरुकुलाची माहिती मिळाली. डॉ. देवदत्त आणि डॉ. अपर्णा पाटील यांचं पुण्यात न्याय आणि मीमांसाशास्त्र हे विषय शिकण्यासाठी गुरुकुल आहे, हे कळल्यावर अभ्यंकरांनी पाटील दाम्पत्याची मुद्दाम भेट घेतली.

पहिल्या भेटीत गप्पांच्या ओघात महाभारताचा विषय निघाला. दोघांचीही महाभारतासंबंधीची परस्परविरोधी मतं व्यक्त झाली. पाटील दाम्पत्याला हे सर्व खूपच नवीन होतं. अर्थात अभ्यंकरांची विद्वत्ता आणि साधेपणा पाटील ओळखून होते. त्यामुळे अभ्यंकर पुण्यात आले, की त्यांच्या हमखास भेटी व्हायच्या, विविध विषयांवर चर्चा व्हायच्या. एका भेटीत पुन्हा महाभारताचा विषय निघाला, तेव्हा अभ्यंकर त्यांना म्हणाले, "मी तेव्हा तुमची परीक्षा घेत होतो."

एकदा अभ्यंकरांनी एखाद्या विद्यार्थ्याला घरी ठेवून घेण्याची आणि त्याला गणित शिकवण्याची इच्छा पाटील यांच्याकडे व्यक्त केली. परंतु ही गोष्ट तशी अवघडच होती म्हणून मग अभ्यंकरांनी दुसरा मार्ग सुचवला. तो असा की, पाटील यांच्या ओळखीनं गणितातील हुशार विद्यार्थी शोधायचा. अभ्यंकर त्याच्याशी इंटरनेटद्वारे स्काइपवर रोज बोलतील आणि त्याला गणित शिकवतील. बऱ्याच प्रयत्नांनी गणितात विशेष गती असलेला एक हुशार विद्यार्थी मिळाला. परंतु अभ्यंकरांच्या अचानक जाण्यानं या योजनेला पूर्णविराम मिळाला.

□

डॉ. नारळीकर आणि डॉ. अभ्यंकर या दोन कुटुंबांची पहिली भेट झाली, मुंबईतल्या टी.आय.एफ.आर.च्या आवारात. ही आठवण सांगितली आहे, डॉ. मंगला नारळीकर यांनी -

"१९७२ मध्ये आम्ही भारतात स्थायिक होण्यासाठी आलो. मुंबईच्या टाटा मूलभूत संशोधन संस्थेत डॉ. नारळीकरांनी संशोधनाचं काम सुरू केलं. आम्ही टी.आय.एफ.आर.च्या आवारातील 'भास्कर' नावाच्या मोठ्या इमारतीत राहत होतो. एकदा अभ्यंकरही टी.आय.एफ.आर. संस्थेत काही महिन्यांसाठी व्याख्यानं द्यायला सहकुटुंब आले होते. एका संध्याकाळी आमची ओळख करून घेण्यासाठी ते सर्वजण आमच्याकडे आले. आमची मुलं सर्वसाधारण एकाच वयाची, त्यामुळे

त्यांची एकमेकांशी लगेचच ओळख झाली. आमच्या मुली संध्याकाळी संस्कृत श्लोक म्हणायच्या तयारीत होत्या. ते कळताच श्रीराम 'चला परवचा म्हणू या' असं म्हणून रुंद कोचावर चक्क मांडी घालून बसले आणि मुलांबरोबर 'शुभंकरोति' आणि काही श्लोक म्हणाले. मुलींनी शंकराचार्यांचं 'महागणेशपंचरत्न' स्तोत्र म्हटलं. मग श्रीरामांनी भीमरूपी म्हटलं. मुलींनी इतक्या उत्साहानं श्लोक म्हणणारे काका पहिल्यांदाच पाहिले होते. श्रीरामांच्या पत्नी-उषाही आमच्याशी मराठीत बोलत होत्या. अशा या अनोख्या पहिल्या भेटीत आमची सर्वांचीच छान ओळख झाली.''

□

**गोष्ट 'यंग टॅब्लो'ची**

ध्यास घेऊन एखाद्या गोष्टीचा पिच्छा पुरवायचा, हा अभ्यंकरांचा स्वभाव होता. अशा वेळी ते बाकीचं सारं विसरून केवळ त्याच गोष्टीकडे संपूर्ण लक्ष देत. गणिताच्या अभ्यासाच्या विषयाचाही ते असाच जबरदस्त पिच्छा पुरवत. 'यंग टॅब्लो' (Young Tableau) या गणितातील एका संकल्पनेचा अभ्यंकरांनी असाच ध्यास घेतला होता.

१९८३मधील दिवाळीतील भाऊबीजेचा दिवस होता. दिवाळीनिमित्त सरांना भेटून येऊ या, असं वाटून वामन कोल्हटकर सकाळी ८॥-९ ला ठाकूरधाममध्ये गेले. अभ्यंकर घरात होते, पण काही विचारांमध्ये! त्यांना समोर कोल्हटकर दिसले. त्यांनी कोल्हटकरांबरोबर गप्पा मारायला सुरुवात केली. पण त्या गप्पा नव्हत्या, तर अभ्यंकरांच्या मनात चाललेलं यंग टॅब्लोचं चिंतन होतं. ते कोल्हटकरांना जणू काही यंग टॅब्लोची कथाच सांगू लागले. अक्षरशः २॥-३ तास झाले. अचानक १ वाजता त्यांच्या लक्षात आलं, की भाऊबीजेसाठी बहिणीकडे जेवायला जायचंय. मग त्यांनी कोल्हटकरांनाही बरोबर घेतलं आणि दोघेजण नळस्टॉप चौकात राहणाऱ्या बहिणीच्या घरी गेले. तिथंही जेवणं झाली. पण अभ्यंकरांच्या डोक्यात आणि मुखात फक्त यंग टॅब्लोच! नंतर दोघे तिथून निघाले, कोल्हटकरांच्या घरी जायला. कोल्हटकरांच्या घरी पोचले. तिथंही बोलणं यंग टॅब्लोचंच! कोल्हटकरांकडे थोड्या वेळानं त्यांचा मित्र आला, तर त्यालाही ते यंग टॅब्लो सांगत होते. असं करत संध्याकाळचे सहा वाजत आले, हळूहळू अभ्यंकरांच्या डोक्यातला यंग टॅब्लो गार झाला.

कोल्हटकर हे सारं ऐकून घेत होते. त्यांना त्यातलं सगळं कळत होतं, असं मुळीच नव्हतं. बरं कळतच नव्हतं, तर ते अभ्यंकरांना शंका तरी काय विचारणार होते? तरीही अभ्यंकर जे काही बोलत होते, ते कोल्हटकर शांतपणे, इतका वेळ ऐकून मात्र घेत होते; कारण कोल्हटकर ओळखून होते, की अभ्यंकरांचा हेतू कोल्हटकरांना सांगण्याचा नव्हता, तर मागच्या काही दिवसांत त्यांनी या विषयावर

केलेलं वाचन, मनन, चिंतन अभ्यंकरांच्या डोक्यात साठून राहिलं होतं. ते सर्व व्यक्त होत होतं. म्हणजेच अभ्यंकरांचा तो स्वत:साठीचा अभ्यास होता.

समोरच्या व्यक्तीचा प्रतिसाद असो किंवा नसो, तरीही असं तासन्तास एखाद्या विषयावर बोलणं, अत्यंत अवघड आहे. इतरांना ही गोष्ट अजिबात जमण्यासारखी नाही. तर केवळ एखाद्या विषयासाठी वेडे-पिसे होणाऱ्या अभ्यंकरांसारख्या व्यक्तीलाच ती जमण्यासारखी होती.

□

**अभ्यंकरांची पाईप ओढण्याची सवय**

कितीतरी फोटोंमधून तोंडात पाईप असलेले अभ्यंकर पाहायला मिळतात. अगदी 'भास्कराचार्य प्रतिष्ठान'च्या स्मरणिकेतला फोटोही तसाच आहे. ही पाईप ओढण्याची सवय त्यांना अपघातामुळे लागली. सुरुवातीला अभ्यंकरांना सिगारेट ओढायची मधूनमधून तल्लफ येई. त्यांचे गुरू झारिस्कींनाही सिगारेट ओढायची सवय होती. गाडीला अपघात झाल्यावर ते हॉस्पिटलमध्ये दाखल झाले होते. तेव्हा डॉक्टरांनी 'सिगारेट ओढायची बंद केलीस, तरच जगशील', अशी त्यांना तंबी दिली होती; पण अभ्यंकरांना सिगारेटशिवाय जमेना. डॉक्टरांचा सल्ला ऐकून 'सिगारेट सोडण्यावर उपाय काय?' असा प्रश्न इव्हॉननं डॉक्टरांना विचारला आणि डॉक्टरांच्या संमतीनं सेल कंपनीची तंबाखू व ती ओढण्यासाठी एक पाईप आणला. अगदीच काही नसल्यापेक्षा पाईप चालवून घेऊ, अशी अभ्यंकरांनी तडजोड केली.

अभ्यंकरांची लेक्चर्स २-३ तास चालत. लेक्चर देताना मध्येच त्यांना पाईप ओढण्याची तलफ येई. मग ते आपली चंची (पाऊच) काढून खुर्चीत बसत. शिकवत असलेल्या विषयाच्या संदर्भात विद्यार्थ्यांना आठवणी सांगत किंवा काही विनोद करत ते पाईप कोरून स्वच्छ करत. त्यात तंबाखू भरत. मग तो पाईप शिलगावण्यास सुरुवात करत. पाईपचे चुरचुरते चटके बोटांना हौसेनं देत देत, झुरके सुरू करत. हे सगळं त्यांचं मोठं रसिकतेनं चालू असे. ही वेळ काही विद्यार्थी मधली सुट्टी समजत, तर अभ्यंकरांसाठी पुन्हा नव्या दमानं लेक्चर सुरू करण्याची असे. हा पाईप ओढण्याचा अभ्यंकरांचा शौक २५ वर्षं तरी नक्की टिकला.

पाईप ओढण्याची अभ्यंकरांची सवय सुटली १९८१ मध्ये! १९८१च्या मे महिन्यात स्वत: अभ्यंकर, कोल्हटकर आणि दोन विद्यार्थी पर्डूहून भारतात यायला निघाले. अभ्यंकर साधारणपणे एक वर्ष इकडे राहणार होते. त्या हिशोबानं त्यांनी त्यांचे ठरावीक तंबाखूचे डबे प्रत्येकाकडे ठेवायला दिले. सगळे त्यांचे विद्यार्थीच; करतात काय, सगळ्यांनी त्यांच्या सरांचं मुकाट्यानं ऐकलं. पण एक विद्यार्थी

निघाला चुकार! त्यानं डबे आणले नाहीत. हिशोब चुकल्यानं तंबाखू संपली आणि अभ्यंकरांची घालमेल सुरू झाली.

आता पुण्यात सेल कंपनीच्या तंबाखूची सगळीकडे चौकशी सुरू झाली. पण ही विशिष्ट तंबाखू अभ्यंकरांना काही मिळेना. कॅम्पमधल्या एका दुकानदारानं 'मागवून देतो,' असं सांगितलं, पण प्रत्यक्षात आणली गेली दुसरीच! दोन महिने विविध प्रकारांच्या तंबाखूची चाचपणी झाली. कुठलीच तंबाखू पसंतीस उतरेना, जवळची तंबाखू संपलेली आणि नवीन मिळेना, या दोन्ही गोष्टी भल्यासाठीच झाल्या. मधल्या काळात अभ्यंकरांची पाईप ओढण्याची सवय सुटली, ती कायमचीच!

□

अभ्यंकरांच्या व्यक्तिमत्त्वाचं ठळक वैशिष्ट्य म्हणजे त्यांना वाद घालण्याची व इतरांना डिवचायची फार खुमखुमी असे. अशा वेळी ते आत्यंतिक टोकाची भूमिकाही घेत. अर्थात हा त्यांच्या दृष्टीनं खेळच असे. परंतु समोरच्या माणसाचा मात्र त्यात जीव जायची वेळ येई. अभ्यंकर गमतीजमतीत शिवाजी महाराजांची थोरवी सांगत. कधी शिवाजी आणि नेपोलियन यांची तुलना करत. भारत देश किती महान आहे, हे उदाहरणांनी पटवून देत. मात्र अगदी दुसऱ्या दिवशी जरी हेच विषय निघाले, तर तेव्हा ते अचानक उलटा पवित्राही घेत. अशा वेळी एखादी व्यक्ती दोन्ही प्रसंगांना हजर असेल, तर पूर्णपणे गांगरून जात असे. अर्थात त्यांच्या या बोलण्यामागे, त्यांची ती त्या क्षणापुरतीची मतं असत. ते अशा गोष्टींची कधीही पुन:पुन्हा चर्चा करून खरं खोटं करत बसत नसत, त्याची त्यांना गरजही वाटत नसे.

अभ्यंकरांना पु.ल. देशपांडे आवडायचे. एकदा रामभाऊ कोल्हटकरांकडे काही कार्यक्रम होता. त्यासाठी अभ्यंकर आणि पु.ल.ही आले होते. कुणीतरी अभ्यंकरांकडे पाहून पु.लं.ना म्हणाले, "हे तुम्हांला माहिती आहेत का? हे गणितातील पु.ल. आहेत बरं का!" तेव्हा पटकन अभ्यंकर म्हणाले, "पु.लं.ना साहित्यातले अभ्यंकर म्हणायला हवं, तर खरं!"

nonfinal if $q_{n[C]+1}[C]$

good if $q_{n[C]+1}[C]$

positive if $q_1[C] > 0$

slanted if $q_1[C] \geq d_1$

overslanted if $q_1[C] > d_1$

tight if $q_1[C] \geq$

# अनंताकडे प्रवास

"तुमच्या आयुष्यातल्या कोणत्या काळात तुम्ही सर्वांत जास्त गणित केलं, असं तुम्हांला वाटतं?"

असा प्रश्न अभ्यंकरांना एका मुलाखतीत विचारला गेला होता. त्यावर अभ्यंकरांनी उत्तर दिलं, "ग्वाल्हेरला मी महाविद्यालयाची पहिली दोन वर्षं केली, तेव्हा मी १६ ते १८ किंवा नेमकेपणानं सांगायचं तर १६|| ते १८|| वर्षांचा होतो. त्या दोन वर्षांत मी जे गणित शिकलो, ज्या एकाग्रतेनं गणिताचा अभ्यास केला, तेवढं गणित मी पुन्हा कधीही शिकलो नाही आणि केलंही नाही. मात्र मी अमेरिकेला आलो. मला झारिस्की भेटले. त्यांच्यामुळे मला माझी गणिताची शक्ती वापरण्याची संधी मिळाली."

अभ्यंकरांना गणिताची गोडी ग्वाल्हेरमध्ये लागली आणि तिथंच त्यांचे गणिताचे धडे इतके पक्के झाले, की पुढच्या आयुष्यात त्यांनी केलेलं गणित संशोधन या पायावरच घट्ट उभं राहिलं. म्हणूनच अभ्यंकरांच्या जीवनात ग्वाल्हेरच्या वास्तव्याला फार महत्त्व होतं.

जुन्या ग्वाल्हेरमध्ये एक किल्ला आहे. त्याचे सहाव्या शतकापासून उल्लेख

सापडतात. सर्व ग्वाल्हेरवासीयांना या किल्ल्याचं फार आकर्षण! अभ्यंकर ग्वाल्हेरहून मुंबईला यायच्या आधी ग्वाल्हेर किल्ल्यातील दगडी चतुर्भुज मंदिरात जाऊन आले होते. मानवी संस्कृतीत या किल्ल्याला आणि तेथील चतुर्भुज मंदिराला अद्वितीय स्थान आहे, कारण या मंदिरात गणितातील शून्याच्या प्रतीकात्मक चिन्हाचा सर्वांत जुना संदर्भ सापडतो. हा संदर्भ ब्राह्मी लिपीत असून तो दगडी भिंतीवर कोरला आहे. हा लेख अंदाजे इ.स. ८७०मधील असावा. या लेखात मंदिराकरता दिलेल्या दानाची यादी आहे. त्यात फुलबागेकरता २७० हात लांब व १८७ हात रुंद अशी जागा नोंदलेली आहे. २७० या संख्येपैकी शून्य (०) हे छोट्या टिंबानं (.) दर्शवलं आहे. त्यातच पुढं बागेचा माळी देवाला ५० फुलांचे गुच्छ नियमितपणे अर्पण करणार असल्याचं वचन आहे. शून्य ही भारतीयांनी जगाला दिलेली गणितशास्त्रातील सर्वांत महत्त्वाची देणगी आहे. या शून्याचा सर्वांत जुना संदर्भ ग्वाल्हेरमध्ये सापडावा आणि त्याच ग्वाल्हेरमध्ये श्रीराम अभ्यंकरांचा गणिताचा पाया पक्का व्हावा, त्यांच्या हातून गणितातील चिरंतन संशोधनाचं काम व्हावं, हा योगायोग विलक्षण वाटतो.

अभ्यंकरांच्या उपजत बुद्धीला गणिताच्या अभ्यासानं अधिक लखलखीत आणि तल्लख केलं. तीच गोष्ट त्यांच्या शारीरिक सुदृढतेची झाली. लहानपणी अभ्यंकरांची तब्येत यथातथाच होती. वरचेवर सर्दी, खोकला, ताप, पोटदुखी यांसारखी छोटी-मोठी दुखणी त्यांना होत. त्यामुळे शाळा बुडत असे. एकदा तर आजारपणामुळे वार्षिक परीक्षेला गैरहजर राहिल्यानं त्यांचं शाळेचं वर्षही वाया गेलं होतं. मात्र याच काळात त्यांना गणितं सोडवण्याची गोडी लागली. आश्चर्य म्हणजे त्यानंतर त्यांचं आजारी पडण्याचं प्रमाणही कमी झालं.

गणित केलं, की आजार येत नाहीत, उलट ऊर्जा मिळते, हा विचार अभ्यंकरांच्या मनात लहानपणापासून पक्का ठसला होता. शेवटची काही वर्षं ते गणितात एवढे बुडून गेले होते, की त्यांच्या आजाराचं गंभीर स्वरूप दिसून आलं नाही. ते म्हणायचे, ''आजार राहू दे बाजूला, आधी गणित सोडवू.'' आपल्यासाठी गणित हाच 'सर्वरोगहारक उतारा' आहे, असंच अभ्यंकर मानत. एखाद्या प्रश्नावर अथक विचार करता करता त्याचं उत्तर त्यांना अवचित सापडून जाई. अशा वेळी त्यांची अवस्था, 'भाग गेला, क्षीण गेला । अवघा झाला आनंद ॥' अशी होत असे. असा आनंद अभ्यंकरांनी कितीतरी वेळा आणि अगदी शेवटपर्यंत मिळवला.

### वार्धक्याची चाहूल

वयोमानापरत्वे अभ्यंकरांच्या मागे काही दुखणी लागली होती. मधुमेहानं त्यांच्या खाण्यापिण्यावर बंधनं आणली होती. उषाताई त्यांचं सर्व पथ्यपाणी काटेकोरपणे

सांभाळत. तरीसुद्धा मधूनमधून अभ्यंकरांची तऱ्हेतऱ्हेचं खाण्याची आवड उफाळून येई. अशा वेळी उषाताईंची खरी कसोटी लागे. अभ्यंकरांचे डोळे, कान मात्र उत्तम काम करत होते. डोक्यावरचे पांढरे केस म्हणजे वार्धक्याच्या खुणा असा सर्वसामान्य ठोकताळा अभ्यंकरांच्या बाबतीत मुळीच खरा नव्हता. त्यांचे केस शेवटपर्यंत काळेच राहिले. स्थूलता मात्र वयानुरूप वाढत चालली होती. वयाच्या पंचाहत्तरीनंतर अभ्यंकरांनी गणित विभागात जाणंही कमी केलं होतं. विद्यार्थ्यांचा घरचा 'गणिताश्रम' मात्र चालूच होता. वाढत्या वजनामुळे अभ्यंकरांना चालायला त्रास होई. तसेच दमही लागत असे. अभ्यंकर पुण्यात आले, की त्यांची चप्पल, शर्ट, पायजम्याची खरेदी होत असे. परंतु २०१०च्या पुणे मुक्कामात पायावर आलेल्या सुजेमुळे त्यांच्या मापाची चप्पल मिळणं मुश्कील झालं होतं. मधूनमधून 'फार वेळ बसवत नाही', असंही ते म्हणत असत. तरीसुद्धा गणिताच्या चिंतनात या कुरबुरींकडे ते दुर्लक्ष करत. उषाताई मात्र त्यांना नियमित वैद्यकीय तपासणीसाठी घेऊन जात. दवाखान्यात जाणं, डॉक्टरांना भेटणं या गोष्टी अभ्यंकरांना कटकटीच्या वाटत. एवढंच नाही, तर डॉक्टरकडे जायचं म्हटलं, की ते चक्क घाबरायचे! अर्थात शारीरिक व्याधींचा त्यांच्या गणित संशोधनावर मात्र अजिबात परिणाम झाला नव्हता. किंबहुना ते गणितातले अवघड प्रश्न सोडवण्यात गढून गेले होते. त्यांचं वेगवेगळ्या देशांना जाणं, व्याख्यानं देणं, शोधनिबंध लिहिणं यामध्ये मुळीच खंड पडला नव्हता.

अभ्यंकरांचा ८० वा वाढदिवस (२०१०) पर्डू विद्यापीठानं जागतिक गणित परिषद घेऊन साजरा केला. हालचालींवर मर्यादा आलेल्या असूनही परिषदेत त्यांचा मोठ्या उत्साहानं सहभाग होता. आपल्यासाठी सर्वजण जमले आहेत, या भावनेनं अभ्यंकर पतिपत्नी अगत्यानं सर्वांची विचारपूस करत होते. नेहमीप्रमाणे या परिषदेदरम्यानही अभ्यंकरांच्या घरी सर्वांना मुक्तद्वार होतं. याच वर्षी अभ्यंकरांनी 'डायक्रिटिकल डिव्हिजर्स' ही अवघड आणि जटिल गणिती संकल्पना सिद्ध केली होती. या वयातली त्यांची बौद्धिक क्षमता सर्वांनाच चकित करून सोडणारी होती. गणिताच्या ध्यासानं आणि श्रद्धेनं त्यांनी वयाचे आकडे जणू काही उलटे फिरवले होते, असं वाटावं, अशीच त्या वेळी अभ्यंकरांची मानसिकता होती.

त्याच वर्षी 'भास्कराचार्य प्रतिष्ठान' आणि पुणे विद्यापीठानं संयुक्तपणे अभ्यंकरांच्या सन्मानार्थ जागतिक गणित परिषद पुण्यात आयोजित केली होती. अभ्यंकरांच्या यशस्वी गणिती कारकिर्दीचा हा गौरव होता. अभ्यंकर पतिपत्नी आवर्जून या परिषदेलाही हजर होते. या निमित्तानं देशी-विदेशी गणितज्ञ, अभ्यंकरांचे विद्यार्थी पुण्यात एकत्र आले होते. पुण्यातलं हे गणिती वातावरण अभ्यंकरांच्या मनाला सुखावून जाणारं आणि समाधानाचं होतं. त्यांचं पुण्यातलं घरही गणिताच्या चर्चा, वाद-संवादांनी गजबजून गेलं होतं.

या पुण्याच्या दौऱ्यात अभ्यंकरांनी नातेवाइकांसाठी स्नेहभोजनाचा कार्यक्रमही केला. सर्वांच्या भेटीनं ते उल्हसित झाले होते. या सर्व गोष्टी अभ्यंकरांना आवडणाऱ्या आणि आनंददायी अशाच होत्या. या मन:स्थितीत, अधिक ऊर्जा घेऊन अभ्यंकर दाम्पत्य अमेरिकेला परतलं. 'मी आता डिसेंबर २०१२ मध्ये पुण्याला येणार,' हे मात्र त्यांनी जाताना सर्वांना आवर्जून सांगितलं होतं.

अमेरिकेला परतल्यावर त्यांचा रोजचा दिनक्रम नेहमीप्रमाणे सुरू झाला. अभ्यंकरांचा रोजचा दिवस गणिताबरोबर उगवे आणि गणिताबरोबरच मावळत असे. या काळात अभ्यंकरांचं जाकोबिअन प्रॉब्लेमच्या संदर्भात झालेल्या कामावर शोधनिबंध लिहिण्याचं काम जोमानं चालू होतं.

३१ ऑक्टोबर २०१२ या दिवशी अभ्यंकरांनी एक शोधनिबंध लिहून पूर्ण केला. अर्ताल बार्तोली या स्पॅनिश गणितज्ञाबरोबर त्यांनी हे काम केलेलं होतं. गेली आठ-दहा महिने जो प्रश्न सोडवण्याचा अभ्यंकर प्रयत्न करत होते, त्या संदर्भातलाच हा शोधनिबंध होता. ऑक्टोबरच्या शेवटच्या आठवड्यात अभ्यंकरांच्या नाती आल्या होत्या. त्यांच्याशी गप्पा, गाणी, गोष्टी, खेळणं झाल्यामुळं अभ्यंकरांचं मन ताजंतवानं झालं होतं. मनावरचा ताण हलका झाला होता. 'अशा आनंदी मन:स्थितीमुळंच मला या प्रश्नाची उकल झाली,' असं अभ्यंकरांनी स्वत:हून मान्य केलं होतं आणि इतरांना बोलूनही दाखवलं होतं. ३१ ऑक्टोबरच्या रात्री उशीरापर्यंत काम करून अभ्यंकरांनी शोधनिबंध पूर्ण केला आणि आपल्या स्पॅनिश सहकाऱ्याला तो ई-मेल केला. अर्थात हा निबंधलेखन म्हणजे एक काम हातावेगळं झालं होतं इतकंच. शोधनिबंधाच्या माध्यमातून ते एका निष्कर्षापर्यंत पोहोचले होते. अर्थात त्याच्या पुढं... त्याच्याही पुढं अशी ही प्रश्नांची मालिका अभ्यंकरांच्या संशोधनात कायमचीच होती. त्यामुळे कामात खंड असा काही प्रकार नव्हताच.


## इच्छापूर्ती

रोजच्या सारखाच २ नोव्हेंबर २०१२ चा दिवस होता. नेहमीप्रमाणे ते अभ्यासिकेत काम करत होते. न्याहरीची वेळ झाली म्हणून उषाताईंनी त्यांना खायला दिलं. त्यांनी ते खाल्लं. दुपारी डोळ्यांच्या डॉक्टरकडे जाण्याची उषाताईंनी आठवण करून दिली. काही कामासाठी उषाताई वरच्या खोलीत गेल्या. थोड्या वेळानं खाली येऊन पाहतात, तर अभ्यंकर खुर्चीतच थोडेसे कलंडल्यासारखे बसलेले त्यांना आढळले. त्यांचं लाडकं क्रॉस कंपनीचं हातातलं सोनेरी बॉलपेन पुढ्यातल्या कागदावरील अर्धवट अक्षरावर टेकलेलं होतं. अशा अवघडलेल्या स्थितीत बसलेल्या अभ्यंकरांना पाहून उषाताई त्यांना म्हणाल्या, "अरे राम, नीट बैस की!" परंतु अभ्यंकरांकडून काहीच प्रतिसाद आला नाही. म्हणून त्या त्यांच्याजवळ गेल्या. ते स्वत:हून सरळ

होत नाहीत, हे पाहून उषाताईंनी त्यांना सरळ करण्याचा प्रयत्न केला. पण...
जागेवरच सगळं संपलं होतं.

धैर्य एकवटून अत्यंत भांबावलेल्या मन:स्थितीत उषाताईंनी मुलांना फोन केले.
अमेरिकन पद्धतीनुसार पोलिसांना खबर दिली. ॲम्ब्युलन्स बोलावून अभ्यंकरांना
वेस्ट लाफीयतमधील एलिझाबेथ हॉस्पिटलमध्ये नेण्यात आलं. डॉक्टरांनी तपासलं
आणि अभ्यंकरांच्या मृत्यूची बातमी घोषित केली. पुण्याला हरीच्या सासुरवाडीला
बाळासाहेब बिवलकर यांच्याकडे निरोप दिला; तेव्हा भारतीय वेळेनुसार रात्रीचे
साडेदहा वाजले होते. बिवलकरांनी अभ्यंकरांच्या भावांना, बहिणीला ही दु:खद
बातमी सांगितली. पर्डू विद्यापीठ, अभ्यंकरांचे विद्यार्थी, सहकारी, मित्र, नातेवाईक
सर्वांकडेच तातडीनं निरोप गेले. प्रत्येकालाच ही बातमी म्हणजे मोठाच धक्का
होता.

हरी-दिपाली, काशी- जेसन तातडीनं लाफीयतला आले. अमेरिकेतील अभ्यंकरांचे
काही विद्यार्थीही आपल्या लाडक्या सरांच्या अंत्यदर्शनाला आले.

"गणित माझा श्वास आहे. माझ्यासाठी गणित केवळ ज्ञानसंकल्पनेचा विषय
राहिला नसून, ते माझं जीवन झालं आहे. त्यामुळे माझं गणित थांबलं, तर मी कसा
जगू शकेन?" असं विचारणाऱ्या अभ्यंकरांची आयुष्याच्या शेवटच्या क्षणापर्यंत
गणित सोडवण्याची अतीव इच्छा पूर्ण झाली. गणित करतानाच त्यांना मृत्यू आला.
जेव्हा त्यांना मृत्यूनं गाठलं, तेव्हा ते गणिताच्या उपासनेत एवढे गढले होते, की
त्यांचं त्यांनाही काही कळलं नसावं. जणू काही अचानक वीजप्रवाह खंडित होऊन
एखादा दिवा पटकन विझावा, इतक्या सहजतेनं, शांततेनं अभ्यंकरांचं निधन झालं.
अभ्यंकरांची श्वसनक्रिया आणि गणितक्रिया एकदमच थांबली.

अभ्यंकरांना गणित म्हणजे अलौकिकत्वाचा साक्षात्कार वाटे. अभ्यंकरांचं शरीर-
मन आणि गणित या भिन्न गोष्टी नव्हत्याच. त्यामुळे गणित करताना त्यांना आलेला
मृत्यू म्हणजे त्यांच्या शरीरानं अलौकिकत्वाचा साक्षात्कार घेतच हे जग सोडलं,
असं वाटतं.

अभ्यंकरांना अखेरपर्यंत आपल्या उपजत प्रतिभा व प्रज्ञेविषयी जाणीव होती.
भारतीय ऋषिमुनींच्या तपश्चर्येविषयी, त्या तपश्चर्येतून त्यांना मिळालेल्या फळाविषयी
ते वरचेवर मनन, चिंतन करत. कितीतरी वेळा त्यांच्या बोलण्यातून ते व्यक्तही होई.
या मनातल्या विचारांनी, खळबळीतून त्यांना शेवटपर्यंत मनाची एकाग्रता साधता
आली आणि संशोधन, तपश्चर्येची सतत उमेद मिळत गेली. त्यांचं संपूर्ण जीवन एक
ज्ञानसाधना होती. गणिताच्या अभ्यासातून ते जणू काही अनंताचा शोध आणि वेध
घेत होते. त्यांचं जगण्याचं तत्त्वज्ञानही शेवटी गणिताच्या सूत्राशीच येऊन थांबत
होतं. ते म्हणत, "अध्यात्मात ईश्वर संकल्पनेला अनंत मानतात. ईश्वर नसला, तर

शून्य मानतात. शून्य = अनंत हे समीकरण आहे. शिवाय 1/0 = Infinity (∞) हा गणितातला फॉर्म्युला आहे. शेवटी हे सगळे मनाचे खेळ आहेत.''

अमेरिकेसारख्या देशात, गीतेचे श्लोक म्हणतच अभ्यंकरांना कुटुंबीयांनी पंचत्वात विलीन केलं. ऐहिक जगातून अभ्यंकर गेले, मात्र गणितात आपलं 'अढळ'पद कायमचं राखूनच! अभ्यंकर आयुष्य कसं जगले, हे त्यांच्या आवडत्या तुकाराम महाराजांच्या अभंगातून सांगता येईल.

*विठ्ठलचि श्वास विठ्ठल निःश्वास । विठ्ठल सकल कर्मांचा सुवास ॥*

तुकाराम महाराजांच्या जीवनाचं सार म्हणजे हा अभंग आहे. त्यात विठ्ठलाच्या जागी गणित हा शब्द घातला, तर अभ्यंकरांच्या जीविताचं मर्म समजून घेता येईल, असं वाटतं.

*गणितचि श्वास गणित निःश्वास । गणित सकल कर्मांचा सुवास ॥*

$\Omega_F$ = the set of all tin

$\Omega_N$ = the set of all sно

$\Omega_G$ = the set of all goo

$\Omega_P$ = the set of all po

$\Omega_S$ = the set of all sl

$\Omega_O$ = the set of all ov

$\Omega_T$ = the set of all t

$\Omega_I$ = the set of all

## स्वकीयांची स्मृतिवंदना !

अभ्यंकरांच्या अचानक जाण्याची सर्वांनाच चुटपुट लागली. कुटुंबीयांसाठी तर तो फारच मोठा धक्का होता. शेवटपर्यंत कार्यमग्न असलेल्या या गणितज्ञाकडून अजून काही कूटप्रश्न नक्कीच सोडवले गेले असते, असंच सर्वांना वाटत होतं. त्यांच्या निधनाची जगभरात दखल घेतली गेली. विविध वर्तमानपत्रांमधून अभ्यंकरांच्या कार्यकर्तृत्वाबद्दल आदरानं लिहिलं गेलं. गणित अवकाशातील तेजस्वी तारा निखळून पडल्याच्या या घटनेबद्दल गणित जगतात तीव्र दुःख व्यक्त करण्यात आलं. गणित विषयाच्या नियतकालिकांमधून अभ्यंकरांवर त्यांच्या विद्यार्थ्यांचे, सहकाऱ्यांचे, गणितज्ञांचे लेख प्रसिद्ध झाले. सर्वांनीच अभ्यंकरांच्या एक माणूस, गणिती, शिक्षक, साहित्यप्रेमी अशा विविध पैलूंवर भरभरून लिहिलं. त्यातही अभ्यंकरांनी शिक्षक आणि संशोधक म्हणून जी कामगिरी केली, त्यावर विशेष भर दिला गेला; कारण अभ्यंकरांच्या गणित शिकवण्याच्या आणि शिकण्याच्या तळमळीचा अनेकांनी अनुभव घेतला होता. त्यांनी अनेक विद्यार्थ्यांच्या गणिती हुशारीला पैलू पाडण्याचं काम केलं होतं. गणित संशोधक आणि अध्यापक या दोन्ही पातळ्यांवर अभ्यंकरांची कामगिरी अत्युच्च राहिली.

## काशीचं मनोगत

अभ्यंकरांच्या निधनानंतरचा त्यांचा जन्मदिन (२२ जुलै २०१३) हा योगायोगानं गुरुपौर्णिमेला आला. त्या दिवशी त्यांची कन्या काशी बेहरस्टॉक हिनं आपल्या पित्याबद्दलच्या भावना ई-मेलवरून व्यक्त केल्या. तसंच अभ्यंकरांच्या पहिल्या स्मृतिदिनी (२ नोव्हेंबर २०१३) हरी, काशीनं वडलांच्या आठवणी जागवल्या होत्या. त्या दोघांच्या भावना त्यांच्याच शब्दांत :

"यावर्षी माझ्या वडलांचा - दादांचा जन्मदिवस आणि गुरुपौर्णिमा एकाच दिवशी आहे. आज त्यांच्याशिवाय त्यांचा वाढदिवस ही गोष्ट मनाला खूपच क्लेशकारक होते आहे. त्यामुळे माझ्या मनात त्यांच्या आठवणींनी खूप गर्दी केली आहे. त्यांतील काही आठवणी आहेत त्या, माझे गुरू म्हणून त्यांचा माझ्यावर काय प्रभाव आहे, यासंबंधीच्या! त्यांनी माझ्यावर शिक्षणाचं महत्त्व आणि शिकण्याची आवड या दोन गोष्टी खूप खोलवर रुजवल्या. हरी आणि मी, गणित आणि दादांचे विद्यार्थी या वातावरणातच वाढलो. आमचं घर फक्त आमचंच नव्हतं, तर दादांच्या सगळ्या विद्यार्थ्यांचं होतं. ते जिथं जात, तिथं शिक्षणाचं, शिकण्याचं वातावरण निर्माण होई. माझ्या आईचा त्यात वेगळ्या प्रकारचा पण महत्त्वपूर्ण वाटा असे. त्यामुळे शिकण्याचं महत्त्व मला कळलंच, पण त्याचबरोबर इतरांना शिक्षणात मदत करणंही माझ्यात नकळतपणे झिरपलं...

"मी जरी त्यांच्या पावलावर पाऊल टाकून शिक्षक झाले नाही, तरीसुद्धा माझ्या कार्यक्षेत्रात येणाऱ्या सर्वांची मी अनुभवी, विश्वासू सल्लागार झाले. ही जबाबदारी मी गंभीरपणे स्वीकारली. मला आठवतं, त्यांचं वर्गात शिकवणं! त्यांची व्याख्यानं मी तल्लीनतेनं, अभिमानानं आणि आवडीनं ऐकत असे. त्यातून मी लोकांसमोर बोलण्याचं महत्त्व शिकले. त्याचबरोबर हे बोलणं, शिकवणं किती आत्मविश्वासानं, अभ्यासपूर्ण आणि सहजतेनं यायला हवं, याचीही मला जाणीव झाली...

"माझ्या मुलींना वाढवतानाही या संस्कारांनी मला खूप आनंद दिला. मी माझ्या मुलींबरोबर त्यांच्या मित्रमैत्रिणींनाही कितीतरी गोष्टी शिकवते. हे माझ्या हातून सहजच घडतं. एखादी नवी गोष्ट शिकली, की त्यांच्या डोळ्यांत छानसा आनंद डोकावतो. मी मुलींना गणित, विज्ञान शिकवते. आई-दादांनी जसं अवतीभोवतीचं जग उघड्या डोळ्यांनी कसं पाहायचं, हे शिकवलं, तसंच ते मी माझ्या मुलींनाही पाहायला लावते. दादांच्या अत्यंत आवडीचं मराठी मी त्यांना शिकवते. तसंच मराठी सणही साजरे करते. हे करत असताना मला माझं सुंदर, सुरक्षित लहानपण आठवतं. मला माझं आगळंवेगळं लहानपण माझ्या दोन सुंदर मुलींपर्यंत – दादांच्या लाडक्या नातींपर्यंत – पोचवायचं आहे...

"भारतीय पुराणकथा ऐकतच मी लहानाची मोठी झाले. दादांचे श्लोक ऐकत

ऐकत मी गाढ झोपी जाई. ज्या वेळी मला स्वत:ला स्वस्थता आणि आंतरिक शक्ती हवी असते, त्या वेळी दादांनी शिकवलेल्या कविता, गाणी, श्लोक, अभंग मी स्वत:शीच गुणगुणते...

"माझ्या विचारांवर, व्यक्तिमत्त्वावर – एकूणच माझ्या आयुष्यावर दादांचा किती प्रभाव आहे, हे सांगणं फार अवघड आहे. ते आमच्या आयुष्यातून निघून गेले, परंतु त्यांचं अस्तित्व नाहीसं झालेलं नाही. मी जेव्हा डोळे बंद करते, तेव्हा त्यांच्या शांत, संथ आवाजातले संस्कृत श्लोक मला ऐकू येऊ लागतात...

"त्यांनी आयुष्यात स्वत:चा एक मार्ग आखला. जगण्याच्या स्वत:च्या कल्पना नक्की केल्या आणि आयुष्यभर ते त्याच मार्गानं चालले. ते त्यांच्या ठाम विचारांशी पक्के राहिले. त्यांनी सामाजिक शिष्टाचारांची कधीही पर्वा केली नाही. काय करावं, काय करू नये, हे जग जरी सांगत असलं, तरी त्याचा आपल्यावर परिणाम करून न घेता स्वत:चं आयुष्य स्वत:च्या पद्धतीनं जगावं, भविष्य उज्ज्वल करावं, ही त्यांनी आम्हांला शिकवण दिली...

"जी व्यक्ती आपलं स्वत:चं सुरक्षित जग मागे ठेवून वेगळं, अधिक चांगलं आयुष्य जगण्यासाठी चाकोरी सोडते, त्याच्याबद्दल मला नेहमीच आदर वाटतो. माझे आजोबा (आईचे वडील), माझे वडील हे दोघंही विस्थापित होते. त्यांनी आपलं सुरुवातीचं आयुष्य ज्या जगात घालवलं, ते जग सोडून नव्या जगात प्रवेश केला. अर्थात दोघांची कारणं वेगळी होती...

"उच्च शिक्षणाच्या ध्यासानं माझ्या वडलांनी भारत सोडला, तर नाझींच्या तावडीतून सुटण्यासाठी माझ्या आजोबांनी युरोपचा रस्ता धरला. त्याचा परिणाम म्हणजे मी भिन्न संस्कृतींच्या घरात वाढले. अर्थात या घराचा पाया मात्र शिक्षण हाच होता. माझ्या स्वत:च्या कल्पनांप्रमाणे मी मोठी झाले. गणित विषयात रस असलेल्या तरुण मुलींना जी दडपणं असतात, ती माझ्यावर कधीच नव्हती...

"माझे वडील गणिती होते. हीच गोष्ट मी ज्या गोष्टीत आनंद घेते, त्यात शिक्षण घेऊ शकते, यावर विश्वास ठेवण्यास पुरेशी होती. माझ्या पदवीपूर्व वर्गामध्ये मी एकटीच मुलगी होते. नेमकेपणा, अचूकपणा याबद्दल दादा नेहमीच आग्रही होते. ते नेहमी स्वत:च्या कल्पना माध्यमिक शाळेच्या गणिताशी जोडत. आता ही त्यांची कल्पना मी माझ्या रोजच्या कामातील आर्थिक गणिताशी जोडते. एखादा प्रश्न, अडचण पूर्णपणे समजून घेतल्याशिवाय मला चैन पडत नाही. मग मी त्या प्रश्नाच्या खोलात जाऊन, त्याची नीट शहानिशा करते आणि दादांच्या गणितीच्या तत्त्वात बसवते...

"जे लोक माझ्या वडलांना ओळखत होते, त्यांना माझे वडील किती वेगळ्या कल्पनांची आणि ठाम मतं असलेली व्यक्ती होती, हे पक्कं माहिती आहे. त्यांना

वाद घालायला आवडत असे. कित्येक वेळा वादासाठी वाद घालून त्यांच्या तावातावाच्या चर्चा होत आणि त्यांचा शेवट नेहमीच अप्रिय असे...

"मला आणि माझ्या भावाला ताप आलाय म्हणून आम्ही झोपलोय आणि आमचे दादा आमच्या शेजारी बसून कापडाच्या लहान पिशव्या आणि खेळायला कापडी छोटे चेंडू तयार करताहेत, हे दृश्य आजही माझ्या डोळ्यांसमोर स्पष्ट दिसतंय. आम्ही लहान असताना ते कितीतरी वेळा आमच्या बरोबर खेळायचे, गप्पा मारायचे. आता मोठेपणी, दादा त्यांच्या नातींबरोबर खेळताहेत, हे बघताना मला खूप मजा वाटायची. त्यांची नातवंडं त्यांच्या अभ्यासिकेत फळ्यावर चित्रं काढायची, त्यांच्याबरोबर वेगवेगळे खेळ खेळायची. आजही मला चक्क दिसतं, की दादा त्यांच्या खुर्चीत बसून गणित करताहेत किंवा दिवाणखान्यात बसून गोष्टी सांगताहेत. आपलं मन मोठं मजेशीर आहे. ते गेले आहेत, हे मानायला मी अजूनही तयार नाही. मला त्यांचं अस्तित्व जाणवतं. बहुधा मला स्वप्नांमध्ये ते दिसतात म्हणून असेल किंवा माझ्या आयुष्याचे एक भाग असल्यामुळे ते कायमच माझ्या मनात असतात..."

**हरीचं मनोगत**

"भारतातल्या लहानपणीच्या आठवणी आणि नंतरचा भारत-इंग्लंड-अमेरिका असा दादांचा गणित शिकण्याचा प्रवास, मी कितीतरी वेळा दादांकडून ऐकला आहे. दादांना खूप बारीकसारीक तपशील भरत गोष्टी सांगायला फार आवडे. त्यामुळे ते सांगताना आणि आम्ही त्या रसाळ गोष्टी ऐकताना रंगून जात असू. अर्थात हा अनुभव दादांच्या सहवासातल्या प्रत्येकाला नक्की आला असेल, हे मी खातरीपूर्वक सांगतो. या गोष्टींनी त्यांचं स्वतःचं गणिती आयुष्य जसं फुललं, तसंच आम्हांलाही या गोष्टींनी खूप काही शिकवलं. माझ्या मुली, माया आणि किराही आजोबांच्या गोष्टी मन लावून ऐकत, ते त्यांच्या सांगण्याच्या शैलीनं!...

"दादांचं नातींशी घट्ट नातं होतं. ते त्यांच्याबरोबर कितीतरी वेळ खेळण्यात , दंगा करण्यात घालवत. दोघींच्या कलानं त्यांना पाहिजे त्या पद्धतीनं ते त्यांच्याशी खेळत. किराबरोबर शेंगा सोलण्यात, तर मायाबरोबर पत्ते खेळण्यात त्यांना मजा वाटे. आमच्या घरातल्या पोटमाळ्यावर बरीच खेळणी होती. नातींसाठी ते त्या पोटमाळ्यावर चढत-उतरत आणि त्यांना पाहिजे ती खेळणी काढून देत. ते दोघींना गणित शिकवत. याचा त्यांना खूप अभिमान वाटे...

"माझी बायको दिपाली आणि मला सतत वेगवेगळे पदार्थ करायला आवडतात. दादांना तऱ्हेतऱ्हेचे पदार्थ खाण्याची खूप आवड होती, त्यामुळे आमच्या हातचे पदार्थ चाखून पाहण्यासाठी पहिली हक्काची व्यक्ती दादाच होती...

"त्यांना भारतात यायची नेहमीच ओढ होती. भारतात त्यांचे कितीतरी नातेवाईक

आणि जिवाभावाचे मित्र होते. आमचं लहानपण पुण्याच्या घरात गेलं असल्यामुळे आम्हांलाही इथं यायला आवडायचं. माया आणि किरा भारतात आल्या, की राम आजोबांच्या अभ्यासिकेतील खुर्चीत बसत. तिथल्या फळ्यावर लिहीत. त्यांना खूप मजा वाटे...

"दादांच्या खूप छोट्या-मोठ्या आठवणींनी मी बेचैन होतो, पण या आठवणीच मला खूप आधार देतात. माझ्या कामाच्या ठिकाणी दादांकडून शिकलेल्या कितीतरी गोष्टींचा खूप उपयोग होतो. मी माझ्या ग्राहकांना पटवून देताना दादांच्या गोष्टीरूप शैलीचा वापर करतो. माझ्या मार्केटिंगच्या क्षेत्रात हे कौशल्य खूपच प्रभावी ठरतं. माझ्या गणिताच्या अभ्यासाचाही या ठिकाणी मला उत्तम उपयोग होतो. त्याचबरोबर वास्तव जगातल्या परिस्थितीचा सखोल आणि व्यापक विचार करायला मला आवडतं....

"माझ्या दादांची मला पदोपदी आठवण होते. ते या जगात नाहीत, हे वास्तव स्वीकारणं आम्हांला अवघड जात आहे."

अभ्यंकरांचं गणित संशोधनाचं कार्य खूपच विस्तृत आहे. त्यासंबंधीचा आढावा घेण्याचं काम गणितातील प्रतिष्ठित नियतकालिकांकडून चालू आहे. ते सर्व ग्रंथरूपात प्रसिद्ध होणार आहे.

अमेरिकन मॅथेमॅटिकल सोसायटीच्या 'नोटिसेस' (Notices) या नियतकालिकाच्या नोव्हेंबर २०१४ च्या अंकात (Vol.61, No. 10) डॉ. श्रीराम अभ्यंकर यांच्यावर वीस पानांचा स्वतंत्र विभाग प्रसिद्ध करण्यात आला आहे. त्यात अभ्यंकरांचे विद्यार्थी, सहकारी, गणिती मित्र यांचे लेख आहेत. विशेष म्हणजे अभ्यंकरांच्या पत्नी श्रीमती उषा अभ्यंकर यांनीही अभ्यंकरांचं थोडक्यात चरित्र आणि त्यांच्या सहजीवनाच्या आठवणी लिहिल्या आहेत.

डॉ. शशिकांत मुळे आणि डॉ. अविनाश साठये यांनी मिळून या लेखांचं संपादन केलं आहे. प्रस्तावनेत त्यांनी म्हटलंय,

"श्रीराम अभ्यंकर हे अत्यंत प्रभावी गणितज्ञ आणि स्फूर्तिदायक शिक्षक होते. ज्या उत्साहानं ते गणिताचा एखादा प्रश्न सोडवायला घेत, ते पाहून आपल्यालाही त्या प्रश्नात डोकावण्याची मनापासून इच्छा होई. त्यांचं शिकवणं अगदी समर्पित भावनेनं असे. 'जे जे आपणासि ठावे...' या उक्तीनुसार ते अतिशय स्थिरचित्तानं आणि तळमळीनं गणित शिकवत. त्यामुळे त्यांचे विद्यार्थीच नाही, तर त्यांच्या सहवासात येणारा प्रत्येक जण प्रेरणा घेई. गणितातला एखादा भागही ते ज्या तल्लीनतेनं, प्रभावीपणे शिकवत, की ते ऐकणारा अनिवार्य ऊर्मीनं त्या विषयातील अधिक माहिती घेण्यासाठी प्रवृत्त होई. एवढंच नाही, तर त्यातली गणितं सोडवायला

त्याचे हात शिवशिवू लागत...

"विषय बैजिक भूमिती असो की बीजगणित, अभ्यंकरांनी नेहमीच अमूर्त गणितापेक्षा मूर्त गणिताचा पुरस्कार केला. 'हायस्कूल अल्जिब्राइस्ट' असं स्वयंघोषित केलेल्या अभ्यंकरांनी स्वतःच्या उच्च संशोधनातून त्यातील खुबी आणि व्यापकता दाखवून दिली. त्या गणिताची गुणवत्ता, ताकद त्यांनी पारखली होती आणि ती यशाशास्त्र उलगडून दाखवण्याचं काम अभ्यंकरांनी आयुष्यभर केलं. म्हणूनच त्यांनी यथार्थपणे म्हटलं आहे,

*Polynomials and power series*
*May they forever rule the world!*

सर्वांत महत्त्वाचं म्हणजे अभ्यंकरांनी कधीही आपल्या विद्वत्तेचं भांडवल केलं नाही. अवतीभोवतीचे विद्यार्थी, सहकारी, नातेवाईक यांच्यामध्ये त्यांचं गणिती श्रेष्ठत्व हा कधीच अडसर ठरला नाही किंवा कुणावर त्यांचं दडपणही येत नसे. त्यांचं गुरुकुल सर्व विद्यार्थ्यांना, संशोधकांना मुक्तद्वार होतं. त्यात कुणीही वर्ज्य नव्हतं. आम्ही विद्यार्थी जरी त्यांच्याशी रक्ताच्या नात्यानं जोडलेलो नव्हतो, तरीसुद्धा आम्ही त्यांच्या कुटुंबाचाच एक भाग होतो. त्याचबरोबर आमच्या कुटुंबामध्ये अभ्यंकरांना 'आदरणीय प्रिय व्यक्ती' असं स्थान होतं. त्यांच्या जाण्यानं आमच्या आयुष्यात निर्माण झालेली बहुमूल्य पोकळी कधीच भरली जाणार नाही..."

श्रीमती इव्हॉन अभ्यंकर यांनी 'नोटिसेस'मध्ये लिहिलेल्या लेखातील बरीच माहिती पुस्तकात इतरत्र आली आहे. द्विरुक्ती टाळून, त्या लेखातील काही भाग –

"राम आयुष्याच्या शेवटच्या क्षणापर्यंत तल्लख बुद्धीनं गणित करत राहिला, त्याउलट त्याचं शरीर मात्र दिवसेंदिवस साथ देत नाही, असं मला हल्ली प्रकर्षानं जाणवत होतं. रामला चालायला खूप त्रास होत होता. थोडं अंतर चालणंही त्याला मुश्कील होई. आम्ही विमानानं प्रवास करायचो, तेव्हा रामला चाकाच्या खुर्चीचीच मदत घ्यावी लागे. परंतु आता तर घरापासून जवळच असलेल्या गणित विभागातही चालत जाणं त्याला अवघड जाई. अर्थात त्याला गणित करायला मिळालं नसतं, तर ते शारीरिक क्लेशापेक्षा अधिक क्लेशकारक झालं असतं. राम नेहमी म्हणत असे, की गणित हा त्याचा धर्म होता आणि तेच त्याचं जीवन होतं. तो दिवसातला बहुतेक वेळ गणितासंबंधी विचार करण्यात गढलेला असे. त्याची श्वासोच्छ्वासाची लयदेखील गणितानंच भारलेली होती. गणित हा रामचा श्वास होता. रामनं आयुष्याच्या शेवटच्या क्षणापर्यंत गणित करण्यातला आनंद उपभोगला. तसंच इतर गणितज्ञांबरोबर तो अखेरपर्यंत काम करत होता. इतकं, की राम गेल्याच्या दुसऱ्या दिवशी त्याचा

एक विद्यार्थी आमच्या घरी रामबरोबर चर्चा करण्यासाठी म्हणून आला. त्याला राम गेल्याची दु:खद बातमी घरी आल्यावरच समजली होती. रामला गणितातून कधीच निवृत्त व्हायचं नव्हतं, ही त्याची इच्छा पूर्ण झाली...

"हरी, काशी अवतीभोवती असले, की राम खूष असे. तो म्हणे, त्यांच्या आवाजानं माझं कामात चांगलं लक्ष लागतं. मुलं मोठी झाली, त्यांची शिक्षणं पूर्ण झाली आणि ती स्वतंत्र राहू लागली. तेव्हा रामला मुलांशिवाय घरात राहणं जड जाऊ लागलं. म्हणून मग आम्ही पूर्वीपेक्षा जास्त वेळा बाहेरच्या देशांमध्ये व्याख्यानं, परिषदा यासाठी जाऊ लागलो. आम्हांला चार नाती आहेत. त्यांच्याशी खेळण्याचा रामनं खूप आनंद घेतला. राम जायच्या आदल्या आठवड्यात हरी, त्याची बायको आम्हांला भेटून गेले. राम गेल्यावर हरी म्हणाला, 'का कुणास ठाऊक, पण मला तुम्हांला भेटायची खूपच तीव्र इच्छा झाली होती. म्हणून आम्ही आलो होतो.' काशी आणि तिची धाकटी मुलगी, पुढच्या आठवड्यात येणार होती. आम्ही, राम आतुरतेनं त्यांची वाट पाहात होतो....

"रामच्या दु:खद आणि अचानक निधनाची बातमी ऐकल्यावर त्याचे कितीतरी विद्यार्थी, सहकारी, मित्र आम्हांला भेटायला आले होते. ते सर्वजण आमच्या कुटुंबाचाच एक भाग होते.

"रामचा मानसपुत्र अविनाश साठयेचा गणिताबरोबर संस्कृतचाही दांडगा अभ्यास आहे. त्यानं आम्हांला रामच्या अंत्यविधीसाठी खूप मदत केली. हिंदू धर्मपद्धतीनं रामची उत्तरक्रिया केली. हरीनं रामची रक्षा वाबाश नदीत सोडून दिली. काशी आणि मी भावनाविवश होऊन नदीच्या काठावर उभ्या होतो..."

१९९० नंतर अभ्यंकरांच्या संशोधनाचा अभियंते आणि संगणकतज्ज्ञ खूपच उपयोग करून घेऊ लागले होते. त्यामुळे अभ्यंकरांच्या निधनानं बैजिक भूमिती, अभियांत्रिकी, संगणकशास्त्र या क्षेत्रांची हानी झाली. २७ जानेवारी ते १ फेब्रुवारी २०१३ या दरम्यान 'जॉमेट्री अॅण्ड जॉमेट्रिक मॉडेलिंग' या विषयावर 'बान्फ (Banff) इन्टरनॅशनल रिसर्च स्टेशन' या संस्थेत एक कार्यशाळा घेण्यात आली. अभ्यंकरांचं अल्गोरिथमिक बैजिक भूमितीवरील अत्युच्च प्रभुत्व आणि प्रभाव, जॉमेट्रिक मॉडेलिंगसाठी उपयुक्त ठरलेलं त्यांचं गणित संशोधन या त्यांच्या कार्यकर्तृत्वाला सलाम करण्यासाठी या कार्यशाळेमधील एका संध्याकाळचं पूर्ण सत्र अभ्यंकरांच्या स्मृतींना कृतज्ञतापूर्वक अर्पण करण्यात आलं.

ऑगस्ट २०१५ मध्ये अमेरिकेतील पोमॉना येथील पॉलिटेक्निक युनिव्हर्सिटीनं 'लॅटिस पाथ कॉम्बिनॅटोरिक्स अॅन्ड अॅप्लिकेशन्स' या विषयावर आठवी जागतिक परिषद घेतली. या परिषदेत प्रा. सुधीर घोरपडे आणि डॉ. देवदत्त कुलकर्णी यांनी

'श्रीराम अभ्यंकर अॅण्ड हिज वर्क ऑन एन्युमरेटिव्ह कॉम्बिनॅटोरिक्स' या शीर्षकाचा शोधनिबंध सादर केला.

'जर्नल ऑफ अल्जिब्रा अॅण्ड इट्स अॅप्लिकेशन' हे नियतकालिक सिंगापूरच्या 'वर्ल्ड सायंटिफिक' या प्रकाशनसंस्थेकडून प्रकाशित होतं. हे नियतकालिक सुरू करणाऱ्या संस्थापक संपादकांपैकी अभ्यंकर एक होते. या नियतकालिकाचा नोव्हेंबर २०१५चा (खंड १४, अंक ९) अंक अभ्यंकरांच्या स्मरणार्थ 'विशेष अंक' म्हणून प्रसिद्ध करण्यात आला आहे. डॉ. सुधीर घोरपडे आणि डॉ. अविनाश साठये हे या अंकाचे अतिथी संपादक आहेत. त्यांनी या अंकासाठी लिहिलेल्या प्रस्तावनेत आपल्या 'गुरू'च्या गणिती कार्यकर्तृत्वाचा गौरव केला आहे.

❧

$q_i[C] \neq$ ... $h[C]$

$q_i[C] > 0$ for $1 < i \leq h[C]$

$\{ GCD(d_1[C], q_1[C], \ldots, q_{i-1}[C]$

$\{$ whenever $1 \leq i < j \leq h[C]$

or $1 \leq i \leq h[C],$

or $1 < i \leq h[C]+1,$

$[C], \ldots, q_{i-1}[C]) \geq GCD(d_i[C],$

$< i < j \leq h[C]+1.$

**मानसन्मान**

| १९९८ | ऑनररी डॉक्टरेट पदवीनं फ्रान्समधील युनिव्हर्सिटी ऑफ ॲन्जर्सकडून सन्मानित. |
|---|---|
| २००० | सत्तराव्या वाढदिवसानिमित्त पर्डू विद्यापीठातर्फे जागतिक गणिती परिषदेचं आयोजन. |
| २००१ | मेडल ऑफ ऑनर फ्रॉम युनिव्हर्सिटी ऑफ ब्राझिलिआ, ब्राझील |
| २००६ | पंचाहत्तराव्या वाढदिवसानिमित्त पर्डू विद्यापीठातर्फे जागतिक गणित परिषदेचं आयोजन. |
| २००६ | मुंबईच्या इन्स्टिट्यूट ऑफ सायन्स संस्थेतर्फे 'विज्ञानसंस्था-रत्न' या किताबानं सन्मानित. |
| २००६ | मुंबईच्या इन्स्टिट्यूट ऑफ सायन्स या संस्थेच्या सन्माननीय यादीत नावाचा समावेश |
| २०१० | ऐंशीव्या वाढदिवसानिमित्त पर्डू विद्यापीठात जागतिक गणित परिषदेचं आयोजन. ऐंशीव्या वाढदिवसानिमित्त पुणे विद्यापीठ आणि भास्कराचार्य प्रतिष्ठान यांच्या संयुक्त विद्यमाने जागतिक गणित परिषद. |

अभ्यंकरांच्या मार्गदर्शनाखाली २९ विद्यार्थ्यांनी पीएच.डी. पदवी मिळवली. त्यांचे २५० हून अधिक शोधनिबंध वेगवेगळ्या प्रतिष्ठित नियतकालिकांमध्ये प्रसिद्ध झाले. त्यांचे १२ ग्रंथ प्रकाशित झाले. जगभरात अभ्यंकरांनी ५५० पेक्षा अधिक ठिकाणी त्यांच्या गणित संशोधनासंबंधी व्याख्यानं दिली.

❀

$q_i[C] \neq \infty$ for $1 \leq i \leq h[C$

$q_i[C] > 0$ for $1 < i \leq h[C]$

$d_{i+1}[C] = GCD(d_i[C], q_i[C]$

$d_i[C] \geq d_i[C]$ whenever $1$

or $1 \leq i \leq h[C]$,

$1 < i \leq h[C]+1$,

$D(d_i[C], q_i[C])$ for $1 \leq i \leq h$

## जीवनपट

| | |
|---|---|
| १९५९-६३ | जॉन हॉपकिन्स विद्यापीठात, असोसिएट प्रोफेसर |
| १९६३-६७ | पर्डू विद्यापीठात प्रोफेसर |
| १९६७-२०१२ (मृत्यूपर्यंत) | मार्शल डिस्टिंग्विश्ड प्रोफेसर ऑफ मॅथेमॅटिक्स या सर्वोच्च पदावर पर्डू विद्यापीठात कार्यरत. |
| २२ एप्रिल १९७० | हरीचा जन्म |
| १२ मे १९७३ | काशीचा जन्म |
| मे १९७६ | 'भास्कराचार्य प्रतिष्ठान'ची स्थापना |
| १९७८-१९८५ | पुणे विद्यापीठाच्या गणित विभागाचे प्रमुख |
| २० नोव्हेंबर १९८५ | वडलांचा मृत्यू |
| ४ जुलै १९८६ | गुरू डॉ. ऑस्कर झारिस्कींचा मृत्यू |
| १९८७ | पर्डू विद्यापीठाच्या इंडस्ट्रिअल इंजिनिअरिंग विभागाच्या प्रोफेसर पदावर नियुक्ती |
| १९८८ | पर्डू विभागाच्या कॉम्प्यूटर सायन्स विभागाच्या प्रोफेसर पदावर नियुक्ती |
| १ ऑगस्ट २००२ | आईचा मृत्यू |
| २ नोव्हेंबर २०१२ | लाफीयत, इंडियाना स्टेट, अमेरिका येथे निधन |

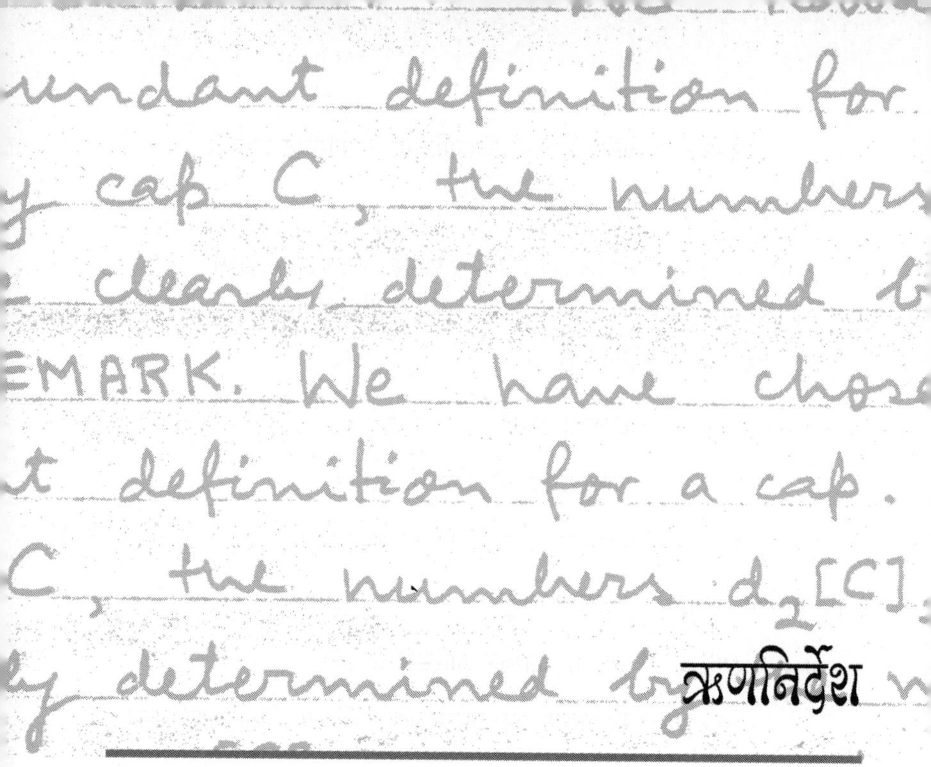

undant definition for
y cap C, the numbers
clearly determined b
EMARK. We have chose
t definition for a cap.
C, the numbers d2[C]
y determined by

# ऋणनिर्देश

श्रीमती उषाताई (इव्हॉन) श्रीराम अभ्यंकर
डॉ. श्रीधर अभ्यंकर व सौ. कुसुमताई अभ्यंकर (पुणे)
श्रीमती पुष्पाताई अभ्यंकर (औरंगाबाद),
आनंद अभ्यंकर, योगीन्द्र अभ्यंकर, सौ. कांचन अभ्यंकर (पुणे)
वामन कोल्हटकर, द्योतना कोल्हटकर (पुणे)
डॉ. जयंत नारळीकर, डॉ. सौ. मंगला नारळीकर (पुणे)
डॉ. अ. पां. देशपांडे, चिंतामण गोखले (मुंबई)
सौ. अनुराधा गोरे, श्रीधर ढवळे (पुणे)
डॉ. दिनेश ठाकूर (Univ. of Arigena, Tucson, Arizona, USA)
डॉ. देवव्रत पाटील व सौ. अपर्णा पाटील (पुणे)
डॉ. अविनाश साठये (Univ. of Kentucky, Lexington, Kentuky, USA)
डॉ. शशिकांत मुळे (Univ. of Tennessee, Knoville, TN, USA)
डॉ. सुरेश कोठारी (Iowa State University - Richardson Chair Professor)

डॉ. देवदत्त कुलकर्णी (General Motors, Detroit, Michigen)
डॉ. सुधीर घोरपडे (Indian Institute of Technology, Pawai, Mumbai)
डॉ. एस. जी. उडपीकर, डॉ. एम. आर. मोडक (पुणे)
डॉ. रवींद्र गुर्जर (मुंबई), डॉ. नरेंद्र करमरकर (पुणे)

या सर्वांशी वार्तालाप केला. काहींना प्रत्यक्ष भेटता आलं, तर काही जणांशी स्काइपवर संवाद केला. चरित्रलेखनातील तपशील लिहिण्यासाठी या वार्तालापाचा मला विशेष उपयोग झाला.

डॉ. हरी अभ्यंकर, डॉ. काशी अभ्यंकर
सौ. शैलजा लोंढे, डॉ. पी. बी. खडीकर
डॉ. बलवंतसिंग (UM-DAE Center for Excellence in Basic Sciences, Mumbai)
डॉ. चंद्रजित बजाज (University of Texas, Austin)
डॉ. स्टीव्हन कुटकॉस्की (Univ. of Missouri, Columbia)
डॉ. विल्यम हाइन्झर (Purdue University)
डॉ. डेव्हिड हर्बटर (Univ. of Pennsylvania)
डॉ. डेव्हिड शानन (Transylvania University)
डॉ. डेव्हिड मम्फर्ड (Brown University)
डॉ. क्रिस ख्रिश्चनसन (Northrn Kentucky University)

या सर्वांनी लेख लिहून अभ्यंकरांच्या आठवणी जागवल्या. अभ्यंकरांसंबंधी वेळोवेळी वर्तमानपत्रांत लेख छापून आलेले आहेत. ते भारतात आले की, मुलाखतीच्या रूपात तसेच त्यांच्या सत्तराव्या व ऐंशीव्या वाढदिवसाच्या निमित्तानं त्यांच्या संबंधीचे लेख प्रसिद्ध झाले. कै. स. पां. देशपांडे, राजीव खांडेकर, कुमार केतकर, स्वामी पीतांबरानंद (शरद अभ्यंकर), अ. पां. देशपांडे, श्रीराम सिधये, प्रा. एस. ए. कात्रे इत्यांदींनी लिहिलेल्या लेखांचा संदर्भासाठी मला चांगला उपयोग झाला.

या पुस्तकातील बहुतेक छायाचित्रं आनंद अभ्यंकरांनी उपलब्ध करून दिली आहेत. या सर्वांचे त्यांच्या सहकार्याबद्दल मन:पूर्वक आभार!

❀~❀